AF656078

भारताचा रक्षणकर्ता राजा

सुहेलदेवची पराक्रमगाथा

अमीशचा जन्म १९७४ मधला. कोलकाता आयआयएम मधून पदवी. कंटाळवाणे बँकिंग सोडून आनंददायी लेखनाकडे वळलेले लेखक. *इम्मॉर्टल्स ऑफ मेलुहा* (*मेलुहाचे मृत्युंजय*) (शिव त्रयीतील पहिले) या त्यांच्या पहिल्याच पुस्तकाच्या यशामुळे, आर्थिक सेवांमधील चौदा वर्षांची कारकीर्द सोडून लेखनावर लक्ष केंद्रित करण्यासाठी उत्तेजन मिळाले. त्यांच्या विशेष आवडीचे विषय आहेत इतिहास, पुराणे, तत्त्वज्ञान आणि जगातील सर्व धर्मांमध्ये सौंदर्य आणि अर्थ यांचा शोध घेणे. अमीशच्या पुस्तकांच्या आजवर ५५ लाखांहून अधिक प्रती विकल्या गेल्या आहेत आणि १९ भाषांमध्ये त्यांचे अनुवाद झाले आहेत.

www.authoramish.com

www.facebook.com/authoramish

www.instagram.com/authoramish

www.twitter.com/authoramish

अनुवादक आणि उद्योजक असलेल्या विदुलाने आतापर्यंत २० पुस्तकांचे अनुवाद तसेच अनेक अनुवादांचे संपादनही केले आहे. उद्योजकता आणि सर्जनशीलता या विषयांवरील तिची वृत्तपत्रीय सदरेही वाचकप्रिय होती. तिचा 'अनुस्वाद' हा अनुवादित साहित्यावरील पॉडकास्टही लोकप्रिय आहे. पंचवीस वर्षांच्या यशस्वी कॉर्पोरेट कारकीर्दीनंतर तिने सुरू केलेली ट्रान्सलेशनपॅनाशिया संस्था विविध क्षेत्रांतील ग्राहकांना भाषाविषयक सेवा पुरवते. पक्की पुणेकर असलेल्या विदुलाला ओरिगामी, गिर्यारोहण, प्रवास, धावणे, खाणे, गाणे अतिशय प्रिय आहे. वायुसेनेत अधिकारी आणि फोटोग्राफर असलेल्या दोन आनंदी अपत्यांची आई या बिरुदाने तिच्या ओळखीची 'परिपूर्ती' होते.

www.translationpanacea.in

https://www.linkedin.com/in/vidula-tokekar-457b221b/

अमीशची इतर पुस्तके

शिव त्रयी

भारतीय प्रकाशनाच्या इतिहासात सर्वाधिक वेगाने
विक्री झालेली पुस्तकमालिका

मेलुहाचे मृत्युंजय (त्रयीमधील पुस्तक १)
रहस्य नागांचे (त्रयीमधील पुस्तक २)
शपथ वायुपुत्रांची (त्रयीमधील पुस्तक ३)

राम चंद्र मालिका

भारतीय प्रकाशनाच्या इतिहासात सर्वाधिक वेगाने विक्रीमध्ये
दुसऱ्या क्रमांकावरील पुस्तकमालिका

राम – इक्ष्वाकुचे वंशज (मालिकेमधील पुस्तक १)
सीता – मिथिलेची योद्धा (मालिकेमधील पुस्तक २)
रावण – आर्यावर्ताचा शत्रू (मालिकेमधील पुस्तक ३)

कथेतर

अमर्त्य भारत: तरुण राष्ट्र, कालातीत संस्कृती

‘{अमीशच्या} लेखनाने भारताचा समृद्ध भूतकाल आणि संस्कृती यांबद्दल कमालीचे औत्सुक्य निर्माण केले आहे.’

— श्री नरेंद्र मोदी जी

(भारताचे आदरणीय पंतप्रधान)

‘{अमीशचे} लेखन युवकांचे कुतूहल जागवते आणि शमवतेही, आणि त्याचबरोबर त्यांना प्राचीन मूल्यव्यवस्थेची ओळख करून देते...’

— श्री श्री रवि शंकर

(आध्यात्मिक मार्गदर्शक आणि आर्ट ऑफ लिव्हिंग फाउंडेशनचे संस्थापक)

‘{अमीशचे पुस्तक} रंजक, पकड घेणारे आणि माहितीपूर्ण आहे.’

— अमिताभ बच्चन

(अभिनेता आणि महानायक)

‘अमीश म्हणजे भारताचे सर्वात मोठे साहित्यिक रॉकस्टार आहेत.’

— शेखर कपूर

(पारितोषिक विजेते चित्रपट दिग्दर्शक)

‘विचारपूर्वक आणि सखोल लिहिणारे अमीश लेखक असण्यापेक्षाही नव-भारताचे प्रतिनिधी आहेत.’

— वीर संघवी

(ज्येष्ठ पत्रकार आणि स्तंभलेखक)

‘{अमीश} हे त्यांच्या काळातील सर्वात मूलभूत विचारवंतांपैकी एक आहेत.’

— अर्णब गोस्वामी

(ज्येष्ठ पत्रकार आणि रिपब्लिक टीव्हीचे कार्यकारी संचालक)

'अमीशकडे एक बारीक नजर आहे आणि कथनाची खिळवून ठेवणारी शैली आहे.'

– डॉ. शशी थरूर

(लोकसभा सदस्य आणि लेखक)

'{अमीशकडे} एक सखोल विचारशील मन आणि भूतकाळाकडे पाहाण्याची अनोखी, नवीन आणि विस्मयकारी दृष्टी आहे.'

– शेखर गुप्ता

(ज्येष्ठ पत्रकार आणि स्तंभलेखक)

'नवा भारत समजून घ्यायचा असेल, तर तुम्हाला अमीशचे लेखन वाचावे लागेल.'

– स्वपन दासगुप्ता

(लोकसभा सदस्य आणि ज्येष्ठ पत्रकार)

'अमीशच्या सर्व पुस्तकांमधून एक मुक्त प्रागतिक विचारधारा वाहात असते: लिंगभावाबद्दल, जातिभावाबद्दल, कोणत्याही प्रकारच्या भेदभावाबद्दल... सच्ची तात्त्विक बैठक असणारा तो भारतातील एकमेव सर्वाधिक खपाचा लेखक आहे – त्याच्या प्रत्येक पुस्तकामागे प्रचंड संशोधन आणि सखोल विचार आहे.'

– संदीपन देब

(ज्येष्ठ पत्रकार आणि संपादकीय संचालक, स्वराज्य)

'अमीशचा प्रभाव त्याच्या पुस्तकांपलीकडे आहे, त्याची पुस्तके साहित्याच्या पुढे जातात, त्याचे साहित्य तत्त्वज्ञानात न्हालेले आहे, त्याला भक्तीचे अधिष्ठान आहे, त्यातून त्याच्या भारतावरील प्रेमाला शक्ती मिळते.'

– गौतम चिकरमने

(ज्येष्ठ पत्रकार आणि लेखक)

'अमीश म्हणजे एक साहित्यिक घटना आहे.'

– अनिल धारकर

(ज्येष्ठ पत्रकार आणि लेखक)

भारताचा रक्षणकर्ता राजा

सुहेलदेवची पराक्रमगाथा

अमीश

आणि

द इम्मॉर्टल रायटर्स सेंटर

अनुवाद : विदुला टोकेकर

eka

eka

First published in English as *Legend of Suheldev* in 2020 by Westland Publications Private Limited

First published in Marathi as *Suheldevchi Parakramgatha* in 2021 by Eka, an imprint of Westland Publications Private Limited

Published in 2025 by Eka, an imprint of Westland Books, a division of Nasadiya Technologies Private Limited

No. 269/2B, First Floor. 'Irai Arul', Vimalraj Street, Nethaji Nagar, Alapakkam Main Road, Maduravoyal, Chennai 600095

Westland, the Westland logo, Eka and the Eka logo are the trademarks of Nasadiya Technologies Private Limited, or its affiliates.

ISBN: 9789360453961

10 9 8 7 6 5 4 3 2 1

Marathi edition co-ordination by Translation Panacea

Printed at Thomson Press (India) Ltd

ओम् नमः शिवाय

सारे विश्व शिवाला वंदन करते.

मी शिवाला वंदन करतो.

नास्ति मे जातिः नास्ति मे धर्मपन्थः
नास्ति वा भाषा नास्ति मे राज्यम्
एकोऽयं परिचयः एकैव व्यक्तिता
भारतमातुः सुता भारतमातुः सुता
जीवनम् मम आत्मा वा
कर्मम् मम श्रद्धा वा
भारतमात्रे खलु भारतमात्रे खलु
यदि मोक्षप्राप्तिः यदि वा संप्रश्नम्
एका प्रत्युक्तिः कोऽसि प्रश्नस्य
पृच्छेत् अध्यक्षः यदि वा परमेशः
एका प्रत्युक्तिः भारतमातुः सुता
एकोऽयं परिचयः एकैव व्यक्तिता
भारतमातुः सुता भारतमातुः सुता

माझी कोणती जात नाही, माझा काही धर्म नाही
माझी कोणती भाषा नाही, माझं कुठलं राज्य नाही
एकच परिचय माझा, दुजी ओळख नाही
भारतमातेची मी कन्या, अन्य कुणी नाही
माझं जीवन असो की माझा आत्मा
माझी श्रद्धा असो किंवा माझं कार्य
सारे केवळ आहे, भारतमातेप्रीत्यर्थ
मला मोक्ष मिळो, वा होवो माझा निवाडा,
कोण तू विचारेल, सर्वसाक्षी परमेश्वर जर
एकच असेल त्यावर माझे उत्तर
भारतमातेची मी कन्या, इतकेच हो उत्तर
एकच परिचय माझा, दुजी ओळख नाही
भारतमातेची मी कन्या, अन्य कुणी नाही

माझे मेहुणे,
कैलासवासी हिमांशु रॉय.

तुमच्याइतका कौतुकमिश्रित आदर माझ्या मनात अन्य कुणाहीबद्दल नव्हता. कधीच.
तुम्ही म्हणजे माझं संरक्षण करणारी सावली होता.
मला मार्ग दाखवणारा प्रकाश होता.
आता मृत्यूचं भयच नाही.
कारण पलीकडल्या बाजूला, बंधो, तुम्ही आहात.
मी श्वास घेत राहीन, चालत राहीन.
कारण, बंधो, तुमची माझ्याकडून तीच अपेक्षा असेल.
पण हे पाय कधीतरी थांबतील...
आणि तो सुदिन असेल.
कारण पलीकडल्या बाजूला तुम्ही असाल.
आपण पुन्हा भेटू...
बंधो, आपण पुन्हा भेटू.

ऋणनिर्देश

व्यावसायिकदृष्ट्या मागची काही वर्षं फार चांगली गेली. वैयक्तिकदृष्ट्या ती कल्पनेपलीकडे भयंकर होती. एक वेळ अशी होती की, मी नियतीच्या सततच्या थपडांनी इतका थकून गेलो होते की एकदा माझ्या सकाळच्या प्रार्थनेच्या वेळी, मी भगवान शिवावर, आणखी परीक्षा घेणं थांबव म्हणून ओरडलो होतो. माझ्या आयुष्यातील ही अवस्था कशी संपेल, ठाऊक नाही. आपले पूर्वज म्हणतात, दुःख हा वैयक्तिक विकासाचा मार्ग आहे. त्यांचं बरोबर असूदे अशी मला आशा आहे... पण गेल्या काही वर्षांमध्ये मला जिवंत ठेवणारी एक गोष्ट मला माहीत आहे: माझं लेखन. माझ्या मनाने घेतलेला तो एक आसरा होता. तेच मला हार मानू देत नाही. मला लेखनात मदत करून, जिवंत राहण्यासाठी मदत करणाऱ्या सर्वांना धन्यवाद द्यायला मला आवडेल.

माझे सासरे कै. मनोज व्यास आणि माझे मेहुणे कै. हिमांशु रॉय. या दोन माणसांबद्दल मला अपार आदर आहे. त्यांची विनोदबुद्धी, आब आणि रुबाब मला स्फूर्ती देत राहतात.

नील, माझा छोटा मुलगा, माझं जीवन, माझ्या अस्तित्वाचा हेतू. त्याने 'डॅऽऽऽऽड' अशी हाळी देत माझ्या बाहूंत धावत येणं म्हणजे परमोच्च सुख!

माझी भावंडं आणि माझ्या भावजया – भावना, अनिश, मीता आणि आशिष यांचे ते जे सर्व काही करतात त्याबद्दल आभार. ते माझा पहिला खर्डा, सहसा जसजशी प्रकरणे लिहून होतील तसा, वाचतात. सर्वात महत्त्वाचं म्हणजे मी जेव्हा गळाठलो असेन, तेव्हा मला उभारी देतात. मी हा जन्म घेण्यासाठी ज्यांची निवड केली, ते हे आत्मे. माझ्या आत्म्याने चांगलीच निवड केली.

माझं बाकीचं कुटुंबः उषा, विनय, शेरनाज, प्रीती, डोनेटा, स्मिता, अनुज, ऋता, मितांश, डॅनियल, ऐडन, केया, अनिका आणि आश्ना. त्यांच्या सततच्या विश्वासासाठी आणि प्रेमासाठी आभार.

माझे प्रकाशक वेस्टलँड यांचा सीईओ गौतम आणि माझ्या संपादक कार्तिका, शिखा, दीप्ती आणि संघमित्रा. माझ्या कुटुंबाच्या बाहेरचे जर कुणी या पुस्तकाशी अगदी जवळून संबंधित असतील, तर तो हा गट. मित्रांपेक्षाही आम्ही कुटुंबीय अधिक आहोत. रायटर्स सेंटरची प्रमुख दीप्तीला माझे विशेष धन्यवाद. तिच्याबरोबर रायटर्स सेंटरमधून अनेक पुस्तके करण्याची मी अपेक्षा करतो. वेस्टलँडमधील बाकीची विलक्षण टीम आहे: अरुणिमा, ख्रिस्तिना, दिव्या, जयशंकर, कृष्णकुमार, मधु, मुस्तफा, नवीन, नेहा, निधि, राजू, संयोग, सतीश, सतिश, शत्रुघ्न, श्रीवत्स, सुधा, विपिन आणि आणखी कितीतरी. प्रकाशन व्यवसायातील हा सर्वोत्तम संघ आहे.

माझ्या कार्यालयील अमन, विजय, शर्विका, शुभांगी, पद्मा, सीमा आणि माझे अन्य सहकारी. ते माझ्या व्यावसायिक कामाची काळजी घेतात त्यामुळे मला लिहायला पुरेसा मोकळा वेळ मिळतो.

हेमल, नेहा, हितेश, हर्ष, पुनित, बीव्हर्ली, गीतिका, प्रकाश, हर्षता आणि ऑक्टोबझ चमू. आकर्षक मुखपृष्ठासह या पुस्तकाचं बरंचसं मार्केटिंग साहित्य त्यांनीच तयार केलं आहे आणि डिजिटल कार्यक्रमही त्यांनी केले आहेत. मी त्यांच्याबरोबर गेली अनेक वर्षे काम करतो आहे. चांगल्या मुरलेल्या वाईनसारखे, काळाबरोबर ते अधिकच मुरत चालले आहेत.

मयंक, दीपिका, स्नेहा, नरेश, विशाल, सरोजिनी, कीर्ती आणि मोज् आर्टचा संघ – यांनी माध्यमांशी संपर्क आणि मार्केटिंगसाठी गठबंधन या गोष्टींची धुरा वाहिली आहे. शांतपणे आणि सुज्ञपणे माध्यम संपर्काचे काम करणारे हे लोक मी आतापर्यंत पाहिलेले सर्वात उत्तम माध्यम व्यवस्थापक आहेत.

अतिशय प्रतिभाशाली डिझायनर, आणि त्याहूनही महत्त्वाचं म्हणजे विचारवंत असलेला आशिष मंकड माझ्या पुस्तकासाठी कलाविषयक मार्गदर्शन आणि मदत करतो.

या पुस्तकाच्या आतल्या आवरणावरील लेखकाचे नवीन फोटो सत्या आणि त्याच्या टीमने काढले आहेत. 'साध्याही विषया'ला त्याने 'मोठा आशय' मिळवून दिला आहे.

प्रकाशन उद्योगातील तज्ज्ञ प्रीतीने माझ्या पुस्तकांच्या आंतरराष्ट्रीय व्यवहारांचं काम केलं आहे.

सेलेब, क्षितिज, संदीप, रोहिणी, धारव, हीना, मोहन आणि त्यांचे संघ त्यांच्या व्यावसायिक, कायदेशीर आणि विपणनाच्या सल्ल्यातून मला मोठा आधार देत असतात.

संस्कृततज्ज्ञ मृणालिनी माझ्याबरोबर संशोधन करते.

माझ्या पुस्तकांवर प्रेम करणारा आदित्य आता मित्र आणि तथ्य-शोधक झाला आहे.

नेहरू सेंटर, लंडन येथील माझा संघ ब्रिज, नारायण, अर्चना, नवीन, संदीप आणि रविचंद्रन यांच्या प्रेमासाठी आणि साहाय्यासाठी त्यांचे आभार.

या पुस्तकाच्या इंग्रजी आवृत्तीची अक्षरजुळणी करणारे सूर्याचे राजिंदर गंजू.

आणि शेवटी पण निश्चितच महत्त्वाचे, तुम्ही, माझे वाचक. तुमचं सततचं प्रेम, उमज आणि प्रोत्साहन हे माझ्यासाठी फार फार महत्त्वाचे आहे. तुम्हाला खूप खूप धन्यवाद. भगवान शिवाचा आशीर्वाद तुम्हा सर्वांना लाभो.

प्रस्तावना

मी नेहमी म्हणत आलो आहे की माझ्या कथा हे भगवान शिवाचे आशीर्वाद आहेत. त्या माझ्याकडे कशा येतात, माझ्या कल्पनेत त्या कशा फुलत जातात, त्या मला कशा दिसतात, हे सारं सारं त्याचं देणं आहे. पण त्याने माझ्या ओटीत माझ्या कुवतीपेक्षा जास्त दान टाकलं आहे. दर दीड ते दोन वर्षांत एक यापेक्षा जास्त वेगाने मी लिहू शकत नाही. आणि या गतीने, त्याने मला आशीर्वादातून पाठवलेल्या सर्व कथाकल्पनांचं लेखन माझ्या हातून होण्याआधीच मी मरून जाईन. या कथा मी माझ्या चितेबरोबर घेऊन जाऊ शकत नाही.

म्हणून ही रायटर्स सेंटरची कल्पना. ही सूचना माझ्या संघाकडून आली आणि मला त्यात फार चांगला अर्थ जाणवला. मी लेखकांच्या ज्या चमूबरोबर काम करतो, त्यांना मी संपूर्ण कथा सांगतो आणि त्याबद्दलचं संशोधन साहित्य वाचायला देतो. मग ते पहिला खर्डा लिहितात, आणि मी त्यावर काम करतो. त्यामुळे कथाबीज आणि अंतिम लेखन हे मी करतो, तर माझा चमू पहिला खर्डा तयार करतो. रायटर्स सेंटरमधून आलेलं पुस्तक वाचकांना माझ्या अन्य कोणत्याही पुस्तकासारखंच वाटेल याची पूर्ण काळजी आम्ही घेतो. पण आम्हाला, प्रामाणिकपणाने, सुरुवातीलाच हे सांगायचं होतं की हे पुस्तक ही सांघिक प्रयत्नांची परिणती आहे, आणि माझं एकट्याचं काम नाही.

पुस्तकाचं नशीब कसंही निघालं तरी रायटर्स सेंटरच्या लेखकांना मानधन दिलं जातं आणि त्यांना हवं तर, त्यांची नावे मुखपृष्ठावर येतात. त्यांना कोणत्याही कारणासाठी अज्ञात राहायचं असेल, तर पुस्तकाचं सह-श्रेय रायटर्स सेंटरला दिलं जातं.

तर, आता हे पुस्तक आहे कशाबद्दल?

गेल्या दोन हजार वर्षांच्या इतिहासाची एक महाकाय लाट भयंकर हिंसेच्या पुराने भरली होती. तिने जगातील प्राचीन संस्कृती वाहून नेल्या: पेगन रोम, गूढ इजिप्त आणि ग्रीस, झोराष्ट्रियन पर्शिया, मूर्तिपूजक मध्य अमेरिका आणि आणखी कितीतरी. पण एका प्राचीन संस्कृतीने नामशेष होणं हट्टीपणाने नाकारलं. एका स्वाभिमानी संस्कृतीने मोडून

जाणं किंवा खोडून नव्याने लिहिले जाणं नाकारलं. तिने काही वेळा माघारही घेतली, पण अजूनही उभी असलेल्या काही दुर्मिळ संस्कृतींपैकी ती एक आहे. आणि ती आहे भारतीय संस्कृती.

जेव्हा जेव्हा आपल्या भूमीवर परचक्र आलं, तेव्हा आपल्याला मार्ग दाखवण्यासाठी, आपलं रक्षण करण्यासाठी आपल्याला वीरनायकांची आणि वीरनायिकांची गरज होती. आणि लढण्याचं धैर्य आणि जिद्द असलेले अनेक स्त्री-पुरुष आपल्याकडे होते. पण आपण जर आपल्या इतिहासाचा बारकाईने अभ्यास केला, तर आपल्याला दिसेल की या वीरपुरुष आणि वीरांगनांसमोरचं सर्वात कठीण आव्हान होतं ते या परकीयांविरुद्ध लढण्यासाठी आपल्या विभाजनस्वभावी समाजाची काहीतरी करून एकजूट करणे. आपल्याला राष्ट्रीयत्वाचं भान निश्चितच होतं, हजार वर्षांपूर्वीच्या विष्णुपुराणात त्याचे दाखलेही आहेत, पण आपणा भारतीयांचा मूळ स्वभाव एकमेकांशी भांडण्याचाच असतो. आपसांत भांडणे हा आपला आवडता छंद आहे, त्यात किंचित खंड पडतो तो कुणी शत्रू दाराशी येऊन ठेपला तरच. तर आपल्या सर्व वीरपुरुष आणि वीरांगनांसमोरचं—अगदी हरिहर आणि बुक्करायापासून ते महाराणा प्रताप, ते छत्रपती शिवाजी, ते लछित बडफुकन, ते राणी अब्बक्का, ते महाराजा रणजित सिंह, ते महात्मा गांधी, ते नेताजी सुभाषचंद्र बोस, ते अगणित थोर स्त्रीपुरुषांसमोरचं हे सर्वात कठीण आव्हान होतं. सततचं आव्हान होतं ते आपली सततची अंतर्गत भांडणं कशी थांबवायची.

इतर लोक जिथे हरले, तिथे हे नेते यशस्वी झाले. आपली एकजूट करण्यात त्यांना यश आलं.

दुःखाची गोष्ट म्हणजे या नायक-नायिकांना आपल्या इतिहासाच्या पुस्तकांच्या पानांवरून पार पुसून टाकलं आहे. या महान स्त्रीपुरुषांना आपल्याकडून, त्यांच्या वंशजांकडून कोणती एक गोष्ट हवी असेल, तर ती म्हणजे आपण त्यांच्या कथा लक्षात ठेवाव्यात. त्यांच्या कथा एकमेकांना सांगाव्यात. त्यांच्या कार्याचा उत्सव करावा. आणि त्यांच्या कथांपासून काही शिकावं.

आज तर त्यांच्या कथा ऐकण्याची, आपली एकजूट घडवणाऱ्या आणि आपल्याला क्रूर परकी आक्रमकांचा सामना करायला लावून, त्यांना पराभूत करून पळवून लावून, टिकून राहायला लावणाऱ्या या महान व्यक्तींच्या बखरी ऐकण्याची कधी नव्हे इतकी आपल्याला गरज आहे.

हे पुस्तक म्हणजे अशाच एका वीरनायकाची, सत्य घटनांनी प्रेरित काल्पनिक कथा आहे. अकराव्या शतकातील विलक्षण राजा सुहेलदेवची कथा.

आधुनिक भारतभरातील बहुतांश लोकांनी त्याची कथा तर सोडाच, पण भारतमातेच्या या महान सुपुत्राचं नावसुद्धा ऐकलेलं नाही, हे फार निराशादायी आहे.

त्याहूनही निराशादायी आणि दुःखद गोष्ट म्हणजे आपण आज विभाजित भारतामध्ये आहोत. आणि त्यामुळे, तो कोणत्या जातीचा अथवा समाजाचा होता, यावरून भांडणं चालू आहेत. तो आमचा होता असा अनेक समाजांचा दावा आहे. या अनन्यसाधारण योद्ध्याच्या कालानंतर कित्येक शतकांनी ब्रिटिश गॅझेटमध्ये केलेल्या नोंदी या एकमेकांच्या विरुद्ध केलेल्या दाव्यांच्या पुष्ट्यर्थ वापरल्या जातात. सत्य काय ते मला माहीत नाही. माझ्यासाठी सत्य हे, की तो भारतीय होता. भारतमातेचा एक स्वाभिमानी सुपुत्र. त्यामुळे मी यावर कोणतीच भूमिका घेतलेली नाही. तो कोणत्या जातीचा हे मी काहीच म्हटलेलं नाही.

या पुस्तकात मी एवढंच म्हटलं आहे की राजा सुहेलदेव हा एक अभिमानी भारतीय होता, सर्वात क्रूर अशा परकी आक्रमकांसमोर आपली भूमी थरकापत होती, अशा वेळी भारतमातेच्या रक्षणासाठी तो उभा ठाकला. त्याने सर्वांना—सर्व जातींचे हिंदू, बौद्ध आणि भारतीय मुस्लिम—त्याच्या नेतृत्वाखाली एकत्र आणलं. ते त्यांच्या मातृभूमीसाठी लढले. आणि त्यांनी एक देदीप्यमान विजय मिळवला. हा विचारच फार उत्तेजित करणारा आहे, पण या भारताच्या सुपुत्राकडून शिकण्याची आणखी एक गोष्ट आहे: आपण जेव्हा भारतीय म्हणून एकत्र येतो, तेव्हा आपण अजिंक्य असतो.

माझी देशभक्ती आणि भारतमातेबद्दलचं माझं प्रेम मला ही कथा सांगायला भाग पाडतात. पण त्याचं आणखीही एक कारण आहे.

जाती-समाजाबद्दलचे दावे काहीही असोत, सर्वांना एक गोष्ट मान्य आहे ती म्हणजे राजा सुहेलदेव शिवभक्त होता. आणि मी आधी म्हटल्याप्रमाणे, माझं कथाकथनाचं कौशल्य हेही त्या महादेवाचंच वरदान आहे. एक दिवस मी हा नश्वर देह सोडून जाईन, आणि माझ्या पुढच्या जन्मात प्रवेश करण्याआधी, मला कदाचित भगवान शिवापुढे उभे राहण्याची संधी मिळेल. आणि तेव्हा भगवान माझ्याकडून उत्तर मागतील. त्यांनी मला एक बुद्धिकौशल्य दिलं होतं: मला गोष्टी सांगता येत होत्या; मग त्यांचा परमभक्त असलेल्या राजा सुहेलदेवची कथा मी का सांगितली नाही? तेव्हा माझ्या शिवप्रभूसमोर माझी मान शरमेने खाली जाणार नाही. मला लिहिलंच पाहिजे. मी

तुम्हाला अशा एका काळाची गोष्ट सांगणार आहे, जेव्हा या महान नेत्याच्या नेतृत्वाखाली, भारत उभा राहिला, एक झाला, आणि जगाने पाहिलेल्या सर्वात क्रूर आणि कडव्या जन्मजात लढवय्यांनी बनलेल्या सैन्याला, मध्य आशियातून आलेल्या तुर्की टोळ्यांना त्याने धूळ चारली. आपण त्यांना आमंत्रण दिलं नव्हतं. आपण भांडण उकरून काढलं नव्हतं. ते आले. त्यांनी लूटमार केली. आपण लढलो. आपण जिंकलो. आपण आपल्या संस्कृतीचं रक्षण केलं. जेव्हा आपण भारतीय खांद्याला खांदा लावून एकजुटीने उभे राहतो, तेव्हा आपण अजिंक्य असतो.

जर आपण एकजूट झालो तर.

जर... तर...

माझ्या डोळ्यांसमोर त्या दिवसाचं स्वप्न आहे, जेव्हा आपण एका सुरात म्हणू:

जय सुहेलदेव! जय मा भारती!

प्रकरण १

सोमनाथ, भारत, सन १०२५

तो भारतीय योद्धा गुरगुरला, त्याच्या कपाळावरच्या शिरा तटतटल्या होत्या, त्याच्या दंडाचे बळकट स्नायू ताणाने फुगले होते, कारण त्याचे मोठाले रापलेले पंजे त्याच्या तुर्की शत्रूचे प्राण आवळत होते. त्याच्या शत्रूने आकांताने त्याच्या रुंद छातीवर बुक्के मारले, मग त्याच्या डोळ्यांना बोचकारण्याचा प्रयत्न केला, पण तुर्काची शक्ती संपली होती आणि त्याच्या या धडपडीचा त्या गंभीर योद्ध्यावर काही परिणाम झाला नाही, पायांच्या पेचात पकडलेल्या त्या माणसाचा गळा आवळणे त्याने चालूच ठेवले.

तुर्काचा चेहरा तांबडालाल झाला आणि त्याची बुबुळं बाहेर आली. मग त्याची जीभ बाहेर आली आणि मग तो निश्चेष्ट पडला. भारतीय योद्ध्याने त्यानंतरही थोडा वेळ त्याच्या शत्रूची मान तशीच दाबून धरली, मग त्याचं डोकं उचललं आणि खालच्या खडकाळ जमिनीवर जोरात आपटलं, त्याची कवटी तडकली. खात्री पटली. अचानक भरून आलेल्या थकव्याने त्याने ते मृत शरीर सोडून दिले आणि तो धडपडत उभा राहिला.

योद्धा चांगला उंच होता, त्याच्या सडपातळ शरीरावर त्याचे घट्ट स्नायू उठून दिसत होते, त्याचे खांदे आणि छाती रुंद होती, कंबर अगदी बारीक आणि पाय पीळदार होते. त्याच्या सावळ्या शरीरावर अनेक घावांचे व्रण होते. आज त्याच्या शरीरावर अनेक नव्या जखमांची भरही पडली होती. त्याने काळजीपूर्वक आपले थकलेले हातपाय ताणले, आणि शरीरात शिरू पाहणारा थकवा आणि वेदना दूर करण्याचा प्रयत्न केला.

थोड्या अंतरावरच्या एका जखमी तुर्काने ही संधी पाहिली. प्रचंड कष्टाने तो उठला, त्याने एक तलवार उचलली आणि भारतीय योद्ध्याच्या दिशेने फिरवली. इतक्या दमणुकीनंतरही योद्ध्याची अंगभूत चपळता आणि युद्धाच्या अनुभवातून

आलेली प्रतिक्षिप्तता यांनी त्याला वाचवलं. तो मागे झुकला, तलवार त्याला चाटून गेली. तलवारीच्या वाराचा झोका योद्ध्याच्या पलीकडून गेला आणि आक्रमकाची उजवी बाजू उघडी झाली. योद्ध्याने त्याच्या जबड्यावर एक जबरदस्त ठोसा मारून त्याला खाली पाडलं. तुर्काच्या हातातली तलवार निसटून खाली पडली.

बधिर झालेल्या तुर्काने हळूहळू पुन्हा उठण्याचा प्रयत्न केला. तो गुडघ्यावर आला. जमिनीवर पडलेली तलवार योद्ध्याने दोन्ही हातांनी उचलली, उंच उभारली आणि तुर्काच्या मानेत सरळ उभी घुसवली, थेट त्याच्या हृदयापर्यंत. तत्काळ मृत्यू.

योद्धा तलवारीवर जरा रेलला. थकलेला. रक्ताळलेला. पण इतक्यात विश्रांती नाही हे त्याला माहीत होतं. तो उत्तर भारतातील श्रावस्तीचा युवराज होता. तो आणि त्याचे सैनिक पश्चिम किनाऱ्यावरील गुजरातच्या सोमनाथकडे धावून आले होते. गझनीचा महमूद या तुर्की आक्रमकापासून महान शिवालयाचे रक्षण करण्यासाठी जमलेल्या भारतीयांमध्ये तेही सामील झाले होते. आत्ता कुठे त्यांच्या तुर्कांच्या बिनीच्या सैन्याशी चकमकी झाल्या होत्या. मुख्य तुर्की सैन्य अजून यायचंच आहे हे त्यांना माहीत होतं, त्यांना पुन्हा एकदा लढावं लागणार होतं. पुन्हा एकदा.

श्रावस्तीचा युवराज स्वतःशीच म्हणाला, *ऊठ मल्लदेव, उभा रहा. पुढे चल. सगळ्यांना गोळा कर.*

पण तो तिथेच उभा राहिला. वाकलेल्या तुर्काच्या शरीरात घुसलेल्या तलवारीवर भार देऊन. त्याचा श्वास जोरात चालला होता. फुफ्फुसात प्राणवायू भरून घेत होता. त्याच्या थकलेल्या शरीराला थोडा विसावा देत होता.

'युवराज...'

मल्लदेव आवाजाच्या दिशेने वळला. त्याला त्याचे निष्ठावंत साथी सर्वत्र दिसले. सारे जमिनीवर पडले होते. सारे मृत होते. एक सोडून. त्याच्या जखमांवर एक नजर टाकताच मल्लदेवाला कळलं की तोही इतरांच्याच मार्गाने निघाला होता, काही क्षणांचाच काय तो उशीर होता. पण त्याने ते चेहऱ्यावर उमटू न देण्याची काळजी घेतली.

'ऊठ रे वासिम', मल्लदेव म्हणाला. त्याचा आवाज घोगरा आणि दमलेला होता. 'असल्या किरकोळ खरचटण्याने ढेपाळणार की काय?'

वासिम कसातरी हसला, मग खोकल्याची उबळ येऊन वेडावाकडा झाला, रक्त आणि पोटातला द्राव त्याच्या ओठांतून बाहेर आला, मल्लदेवाने हळुवारपणे त्याला धरलं, त्याच्या पाठीवरून हात फिरवला.

खोकला थांबल्यावर वासिम हलकेच बोलला, 'आपण त्या हलकट तुर्कांना दाखवून दिलं... दाखवलं ना?'

'निश्चित.' किंचित हसून मल्लदेव म्हणाला.

'पण... ते आणखी येणार...' वासिम म्हणाला.

मल्लदेव गप्प होता. वासिमचं म्हणणं खरं आहे हे त्याला माहीत होतं.

'युवराज... तुम्हाला मागे जायला हवं... गाभाऱ्यात... ती शेवटची फळी आहे... संरक्षणाची.' एक एक शब्द वासिमच्या तोंडातून कष्टाने बाहेर पडत होता. मग त्याच्या शरीराने आचके दिले, आणि तो शांत झाला.

मल्लदेवाने त्याचं शरीर कवेत घेतलं, आणि मग त्याला हलकेच खाली ठेवलं. 'भारतमातेचा तुला आशीर्वाद असो, मित्रा. तुझ्या त्यागाचा तिला सदैव गौरव वाटो.'

मल्लदेव सावकाश उठून उभा राहिला. त्याला सदैव शक्ती देणारे शब्द त्याचे ओठ पुटपुटत होते. *'ओम् नमः शिवाय.'*

सारे विश्व शिवाला वंदन करते. मी शिवाला वंदन करतो.

तो लंगडत सावकाश चालू लागला. मुख्य मंदिराच्या दिशेने. वासिमचं बरोबर होतं. विश्रांतीला वेळ नव्हता. त्याचं काम पूर्ण झालं नव्हतं. त्याचं जीवन पूर्ण झालं नव्हतं. अजूनपर्यंत.

बाहेर, रोजच्यासारख्याच समुद्राच्या लाटा निवांतपणे जमिनीवर येऊन वाहून जात होत्या, किनाऱ्यावरच्या मानवी शोकांतिकेशी त्यांना काही कर्तव्य नव्हतं. सूर्याचा बराचसा भाग पाण्याखाली गेल्यावर, जवळजवळ निरभ्र आकाश लाल, केशरी, जांभळ्या रंगाच्या छटांनी झगमगून उठलं होतं. ते सुंदर दृश्य आभासी वाटत होतं. दुसरी एखादी वेळ असती तर त्याचा आस्वाद घेता आला असता. पण आत्ता जणू जगाने दुष्ट शक्तींसमोर शरणागती पत्करल्यासारखं वाटत होतं. कारण जगातील जीवित राहिलेल्या बहुधा सर्वात जुन्या धर्माच्या सर्वात पवित्र स्थानी, अति-सुसंस्कृत लोकांचे देह आणि त्यांच्या देवांची मंदिरं परकीय आक्रमकांसमोर व्यर्थ वाया गेली होती.

तुर्की सैन्य भराभर त्या प्रचंड मंदिर संकुलात सगळीकडे विखुरलं. त्या भव्य आवाराच्या केंद्रस्थानी असणाऱ्या मुख्य इमारतीकडे जाताना त्यांना अडवणारं कुणी

नव्हतं. ते होतं भगवान शिवाचं मंदिर, *चंद्रदेवाचा स्वामी* या रूपातील – *सोमनाथ.* भारतीयांना तुर्क त्यांच्या गोल चेहऱ्यांमुळे आणि बारीक फटींसारख्या डोळ्यांमुळे चिनी वाटत असत. पण खऱ्या चिन्यांना तुर्क हे मध्य भारतातले भटके टोळीवाले क्रूर योद्धे म्हणून माहीत होते आणि त्यांना घाबरून राहण्यात शहाणपण आहे असं त्यांचं मत होतं. कारण तुर्क म्हणजे असे लोक होते, ज्यांना केवळ एकाच कलेचं प्रशिक्षण मिळालं होतं: मारण्याची कला.

मंदिर संकुलातील विविध इमारतींमधून धुराचे लोट उठत होते. जमिनीवर प्रेतांचा खच पडला होता. सोन्याच्या, चांदीच्या मूर्ती जमिनीवर इतस्ततः पडल्या होत्या—तुटलेल्या, भंगलेल्या, बाटलेल्या. तुर्कांचा एक गट नंदीच्या, शिवाच्या वाहनाच्या, अजस्त्र मूर्तीच्या सोन्याच्या शिंगांशी झटापट करत हसत होता. अखेर ती शिंगं जेव्हा सैल होऊन निघून आली, तेव्हा त्यांनी मोठ्याने अभद्र आरडाओरडा करून जल्लोष केला.

तुर्कांच्या विजयाचा जल्लोष जसजसा वाढत होता, तसतशी पृथ्वीतलावरील या महानतम मंदिराच्या गाभाऱ्यात कोंडून पडलेल्या जखमी भारतीयांच्या विनवणीची आर्तता वाढत होती.

'आम्हाला वाचवा, भगवान महादेवा...'

'तुमच्या सामर्थ्याची प्रचीती द्या...'

'त्या क्रूरात्म्यांना यमसदनी धाडा...'

'का अशी आमची परीक्षा बघताय?'

फक्त एकच प्रतिसाद आला—फक्त एक.

धाड्! धाड्! धाड्!

गाभाऱ्याच्या दरवाजावर बसणारे हातोड्याचे घाव.

आतापर्यंत शांत राहिलेल्या मल्लदेवाने नजर उचलून बंद दरवाजाकडे पाहिलं. त्याचे अश्रू चेहऱ्यावरून वाहणाऱ्या रक्तात मिसळले होते. तो चिकट द्राव त्याच्या तोंडात जात होता.

कडू.

या देशाच्या भविष्यासारखंच. त्याच्या श्रद्धेच्या, त्याच्या लोकांच्या भविष्यासारखंच.

भगवान शिवाचं, देवांचा देव महादेवाचं प्रतीक असलेल्या त्या भव्य शिवलिंगाकडे त्याने डोळे भरून पाहिलं.

त्याचे साथीदार, फारतर दहाबारा असतील, एकमेकांच्या जवळ आले आणि त्यांनी चिंतातुर नजरेने एकमेकांकडे पाहिलं. जखमी, मार खाल्लेल्या पुरुषांचा हा विविधरंगी, विस्कळीत जमाव—त्यातले बरेचसे ब्राह्मण होते, ज्यांनी उभ्या आयुष्यात हातात शस्त्र उचललेलं नव्हतं—महान, अत्यंत श्रीमंत सोमनाथ मंदिराच्या रक्षणासाठी जमलेल्या पन्नासेक हजारांच्या सैन्यापैकी आता एवढाच काय तो उरला होता.

एका तुर्की अधिकाऱ्याने दरवाजाच्या दुसऱ्या बाजूने त्यांना आवाज दिला. 'दरवाजा उघडा नाहीतर हालहाल होऊन मरायला तयार व्हा!'

मल्लदेवाने एक दीर्घ श्वास घेतला. पण तो काही बोलला नाही. त्याने शिवलिंगाला घट्ट धरून ठेवले होते. त्या महान मूर्तीमधून तो शक्ती मिळवत होता.

दरवाजाच्या दुसऱ्या बाजूला, एकीकडे लूटमार आणि नासधूस चालू असतानाच, सैनिकांची एक तुकडी मात्र शिस्तीत निर्धाराने संचलन करत गाभाऱ्याच्या दिशेने पुढे सरकत होती. हे सुलतान महमूदचे वैयक्तिक रक्षक होते, युद्धात सर्वत्र त्याच्याबरोबर राहण्यासाठी वेचून निवडलेले. गझनीच्या बाकीच्या सैन्याचा गणवेश हिरव्या रंगाचा होता, पण सुलतानाच्या रक्षकांचा गणवेश मात्र वेगळा होता. शांतिकालात तो पांढरा असे, पण युद्धावर जाताना मात्र ते काळ्या कपड्यांमध्ये असत आणि त्यांच्या बाह्यांवर गर्जना करणाऱ्या सिंहाच्या प्रतिमेचे भरतकाम पांढऱ्या धाग्याने केलेले असे.

लांबलचक, दमवणाऱ्या युद्धाच्या खुणा त्यांच्यावरही दिसत होत्या, पण मंदिराच्या शेवटच्या संरक्षकांपेक्षा त्यांची अवस्था चांगली होती.

तुर्की कप्तानाकडून इशारा होताच, दहा सैनिक एका टोकाला मेंढ्याची शिराकृती असलेला एक भलामोठा ओंडका घेऊन त्या प्रचंड दरवाजावर चालून गेले. भयानक आवाज करत तो त्या दरवाजावर आपटला, पण परिणाम काहीच झाला नाही. दरवाजा तसाच उभा होता.

तुर्क मागे गेले. त्यांनी पुन्हा नेम धरला. आणि चालून गेले. ते जडशीळ लाकूड या वेळी अधिक ताकदीने दरवाजावर आपटले. दरवाजाला एक बारीकशी फट पडली. ओंडका पुन्हा सज्ज झाला. एकदम बरोबर स्थितीत तयार झाला. मध्यावरच्या जोडावर धक्का देण्यासाठी. तुर्की अधिकाऱ्याने हुकूम दिला आणि आणि ओंडका पुन्हा एकदा दरवाजावर आदळला. दरवाजाच्या काही मोठ्या बिजागऱ्या शेवटी शरण आल्या. प्रकाशाची तिरीप आत घुसली आणि आतमध्ये देशाच्या प्रतिष्ठेला आणि देवाला

वाचवण्याच्या इच्छेला घट्ट कवटाळून बसलेल्या भारतीयांच्या थरथरणाऱ्या सावल्या दिसू लागल्या.

मल्लदेवाने आता मूर्तीच्या पायथ्यावर कपाळ टेकवलं, त्याचे डोळे मिटलेले होते. त्याच्या देवाला हा त्याचा अखेरचा प्रणाम. पुन्हा संधी मिळणार नाही हे त्याला माहीत होतं.

तो पुटपुटला, 'आज आम्ही कदाचित मरून जाऊ, महान शिवा... पण आम्ही परत येऊ. लाखांच्या संख्येने परत येऊ...' भारतभूमीच्या त्याच्या साथी रक्षणकर्त्यांकडे वळला, त्याचा आवाज वाढला. 'आम्ही परत येऊ! आम्ही पुन्हा उभारू! आमच्या प्रभूची प्रतिष्ठा परत मिळवू! सर्वात पवित्र भगवान शिवाच्या नावाची मी शपथ घेतो!'

त्याच्याभोवती कोंडाळं केलेल्या पुरुषांच्या अंगात त्याच्या शब्दांनी जणू दैवी शक्ती संचारली. त्यांचे कणे ताठ झाले. निश्चय दृढ झाला.

मल्लदेवाने हात उंचावला, तलवारीचे टोक दरवाजाकडे वळवले. 'मरेपावेतो!'

'मरेपावेतो!' त्याच्या शेजारी उभ्या असलेल्या अभिमानी भारतीयांनी प्रतिसाद दिला.

आणि मग, त्यांच्यातल्या एकाने ते प्राचीन शक्तिशाली शब्द उच्चारले. या शब्दांनी हजारो वर्षं भारतीयांमध्ये चैतन्य फुंकलं होतं. याच शब्दांनी भारतीयांना आठवण करून दिली होती की तेच देव आहेत. त्यांच्यातला प्रत्येकजण महादेव आहे.

'हर हर महादेव!'

आम्हीच देव आहोत!

धाड. धाड. धाड.

लाकडी ओंडका अजूनही यंत्रवत अचूकतेने दरवाजावर आदळत होता. तुर्कांच्या हाहाकार करण्याच्या उन्मादी आरोळ्यांचा आवाज वाढत चालला होता.

'हर हर महादेव!'

आम्ही देवांसारखे मरू!

एका मोठ्या आवाजासरशी गाभाऱ्याचे भव्य दरवाजे धाडकन उघडले.

'हर हर महादेव!'

आम्ही देवांसारखे पुन्हा परतून येऊ!

जगातील एका सर्वात पवित्र मंदिराच्या शुद्ध गाभाऱ्यात तुर्क श्वापदांसारखे आरोळ्या मारत शिरले.

'हर हर महादेव!' पावित्र्य विटाळणाऱ्या तुर्कांवर भारतीय साथींबरोबर चालून जात मल्लदेवाने गर्जना केली.

रक्षकांच्या त्या आवेशाने आणि पवित्र्याने पुढे येणारे तुर्क थबकले. त्यांना हा प्रतिकार अनपेक्षित होता. पहिल्या झटापटीत अनेक तुर्क मारले गेले. पण रक्षणकर्त्या भारतीयांपेक्षा आक्रमक तुर्कांची संख्या कितीतरी जास्त होती. ते आणखी आणखी येतच होते. येतच होते. येतच होते.

एकेका भारतीयाने खाली पडण्याअगोदर किमान पाच तुर्कांना कंठस्नान घातले होते. पण ते सारे धारातीर्थी पडले.

सारे धारातीर्थी पडले.

फक्त एकच जण उभा होता तो म्हणजे मल्लदेव. तो कमालीचा थकला होता. त्याच्या जखमा मानवी सहनशक्तीच्या पलीकडल्या होत्या. तो रक्ताने न्हाला होता. सतत ओरडत होता. सतत लढत होता.

लढत होता.

एकटा.

असंख्यांच्या विरुद्ध एकटा.

त्याने शरणागतीने तलवार खाली ठेवली नाही. तो विचलित झाला नाही. त्याने दयेची भीक मागितली नाही. तो लढत होता.

मल्लदेवाने त्याची तलवार एका आक्रमकाच्या पोटात खुपसली. बळी जमिनीवर पडताच मल्लदेवाच्या रक्ताने माखलेल्या हातातून तलवार निसटली. त्याने झटकन कमरेचा शेवटचा खंजीर काढला. एका घावात त्याने एका तुर्काचा गळा चिरला. काही शत्रूंनी त्याला भिंतीकडे ढकलले. खंजीर त्याच्या हातातून निसटला.

त्याच्या भोवती दहा माणसं होती. ते सगळे त्याला भोसकत होते. तलवारी त्याच्या शरीरात घुसत होत्या. पुन्हा. पुनःपुन्हा.

आणि पुन्हा. क्रौर्याने. सतत.

आणि तरीही, मल्लदेव लढतच होता, कोणत्याही शस्त्राशिवाय.

तो लढत राहिला. नखांनी शत्रूचे डोळे फोडत होता, आणखी एकाच्या गळ्यावर गुद्दा मारत होता. सर्व काळ संतापाने ओरडत होता.

एक मोठा अधिकारयुक्त आवाज ऐकू आला. 'मागे व्हा!'

तुर्कांनी तत्काल आज्ञापालन केले. त्यांच्या माना आदराने झुकल्या होत्या. कुरूप, घावांचे व्रण असलेल्या चेहऱ्याचा एक धिप्पाड माणूस पुढे आला.

मल्लदेव भिंतीला टेकला होता. धापा टाकत होता. रक्ताने न्हाला होता. वेदनेत बुडत होता. त्याच्या समोरच्या राक्षसी आकाराच्या माणसाकडे बेदरकारपणे रोखून बघत होता.

सुलतान. यामिन-उद-दौला अबुल-कासिम महमूद इब्न सेबुक्तेगिन. प्रचलित नाव गझनीचा महमूद.

महमूदचा उजवा हात पुढे सरसावला. त्याची रक्ताने निथळणारी, युद्धातली अवजड तलवार दृष्टीस पडली.

मल्लदेव महमूदकडे रोखून बघत होता, त्याच्या डोळ्यांत शुद्ध, कडवा बेदरकारपणा होता. मृत्यूसमयी जे शब्द त्याला ओठांवर हवेसे होते, ते त्याने पुटपुटले, *'ओम् नमः शिवाय.'*

सारे विश्व शिवाला वंदन करते. मी शिवाला वंदन करतो.

'नरकात जा,' भयकारी, खरखरीत आवाजात महमूद गुरगुरला. आणि त्याने तलवार फिरवली, एकाच घावात मल्लदेवाचं मस्तक धडावेगळं केलं.

'छे, त्या काफिराच्या घाणेरड्या शरीरात बरंच रक्त होतं,' चेहऱ्यावर उडालेले मल्लदेवाच्या रक्ताचे शिंतोडे टिपता टिपता महमूदने तक्रार केली.

'सुलतानाचा विजय असो!' रक्षकांनी जयजयकार केला.

मल्लदेवाच्या हत्याऱ्याने मानेनेच त्यांच्या जयजयकाराचा स्वीकार केला, मग तो गाभाऱ्यात मध्यभागी असलेल्या सोन्याने मढवलेल्या शिवलिंगाकडे वळला.

गझनीच्या महमूदच्या तिरकस नजरेलासुद्धा समोरचं दृश्य भव्यदिव्य दिसत होतं. त्याने त्याच्याकडे बराच वेळ टक लावून पाहिलं. खोली हळूहळू शांत झाली, मध्येमध्ये फक्त बाहेर मंदिर संकुलात पेटलेल्या आगींच्या तडतडण्याचाच काय तो आवाज येत होता.

तेवढ्यात सुरक्षारक्षकांच्या कड्यातला एक पंधरा वर्षांचा मुलगा आत आला, जमिनीवर साचलेल्या रक्ताच्या थारोळ्यांनी चिकट झालेल्या फरशीवरून काळजीपूर्वक वाट काढत तो पुढे आला.

तो मुलगा होता महमूदचा भाचा, सालार मक्सूद. तो चांगला दणकट आणि मध्यम उंचीचा होता, पण ढालतलवारीचा तासंतास केलेला सराव आताच कमावलेले त्याचे रुंद खांदे आणि पीळदार बाहू दाखवत होते. त्याचा रंग गोरा होता, गालाची हाडं उंच होती. त्याच्या गोलसर चेहऱ्यात काही विशेष नव्हतं, एक त्याचे मोठाले डोळे सोडल्यास, जे तुर्कांच्यात अगदीच दुर्मिळ होते. त्याच्या डोळ्यांचा तपकिरी रंग प्रकाशानुसार हलक्या हिरव्या रंगापासून ते गडद तपकिरी रंगापर्यंत बदलत असे. त्या मुलाला भेटणाऱ्या बहुतेक जणांना, त्याच्या डोळ्यांची भुरळ पडत असे; फक्त तो जेव्हा संतापाच्या भरात असेल तेव्हा, त्याच्या नजरेला नजर देण्याच्या कल्पनेनेच भल्याभल्यांना कापरं भरत असे.

'हा फार महान क्षण आहे, हुजूर,' मामासमोर मान तुकवत सालार मक्सूद म्हणाला. 'तुमचं मनापासून अभिनंदन.'

महमूदच्या चेहऱ्यावर रुंद हास्य पसरलं. तो चारचौघांत कधी भावनांचं प्रदर्शन करत नसे, पण आत्ता भाच्याच्या डोक्यावरचे केस विस्कटताना त्याच्या डोळ्यांत खरोखरची ममता होती. 'मक्सूद, मुला!' त्याने शिवलिंगाकडे निर्देश केला. काळ्याशार रंगाची ती मूर्ती जडवलेल्या मौल्यवान रत्नांनी झळाळत होती. अगदी विशेष म्हणजे ती हवेत मध्यभागी तरंगत होती. 'तुला काय वाटतं याच्याबद्दल?'

'हे काय चेटूक आहे?' मक्सूद पुटपुटला. 'अल्ला आमचे रक्षण करो.'

महमूद मोठ्याने हसला. 'काही चेटूकबिटूक नाही. त्या लबाड मूर्तिपूजकांची काहीतरी युक्ती असणार. याच्यामागचं गुपित काय आहे याची कुणाला कल्पना आहे का?'

'कदाचित काहीतरी अदृश्य आधार असेल, हुजूर?' एका सैनिकाने प्रयत्न केला.

महमूदने शिवलिंगाच्या खालून त्याची तलवार फिरवली. काहीच नव्हतं.

महसूल आणि हिशोबाची जबाबदारी असणारा गझनीचा मुख्य प्रधान ख्वाजा हसन पुढे झाला. 'आपण वरची मंडपी काढून टाकायला हवी, हुजूर.'

सुशिक्षित पर्शियन असलेल्या हसनने या प्रदेशाबद्दल पुष्कळ ज्ञान मिळवलं होतं. त्याला माहीत होतं की लिंगाच्या वरची मंडपी ज्या पाषाणात केलेली होती तो लिंगासाठी नैसर्गिक चुंबक म्हणून काम करत होता, कारण लिंगातही चुंबकपाषाण आणि अन्य धातूचे मिश्रण होते.

महमूदने मान डोलावली. मंडपीचा पहिला दगड निघताच, मूर्ती एका बाजूला कलली. पुढचा दगड काढल्यानंतर मूर्ती जाणवण्याइतपत खाली आली. मूर्ती पूर्णपणे जमिनीवर टेकेपर्यंत मंडपीचा एक एक तुकडा निघत गेला आणि सगळी मंडपी मोकळी झाली.

'पाहिलंस, मुला?' महमूद मक्सूदला म्हणाला. 'इथे काही जादू नाही. फक्त एक लबाड युक्ती.' त्याने पुन्हा एकदा *लिंगा*कडे पाहिलं. 'तर याचं रक्षण करण्याच्या प्रयत्नात इतके निर्बुद्ध लोक मेले,' महमूदच्या स्वरात उपहास होता. 'ते काही इतक्यात हा दिवस विसरणार नाहीत, पण आपण हा दिवस आणखी संस्मरणीय करू.' तो सैनिकांकडे वळला. 'हातोडा आण रे.'

सैनिकाने तत्काळ हातोडा हजर केला. गुडघ्यांवर बसून अत्यंत आदरपूर्वक त्याने ते हत्यार सुलतानाला सादर केले. महमूदने हातोडा तोलला, हसनच्या आवाजाने त्याला अडवले. 'हजार वेळा माफी असावी, हुजूर, पण बाहेर व्यापाऱ्यांचं एक शिष्टमंडळ आलं आहे. त्यांनी आदरपूर्वक विनंती केली आहे की तुम्ही जर ही मूर्ती सोडून दिली, तर तुम्हाला योग्य वाटेल तो नजराणा द्यायला ते तयार आहेत, तो शाही खजिन्यात दर वर्षी जमा होईल.'

महमूद चेष्टेने हसला. 'हसन, माझे मुख्य प्रधान, तुमची आकडेमोड नेहमी तयार असते, काय! काय वाटतं तुम्हाला, ही मूर्ती सोडून देण्यासाठी किती मागावे मी?'

मुख्य प्रधान मऊ आवाजात बोलला. 'हुजूर तुम्ही म्हणाल ती रक्कम हे लोक द्यायला तयार आहेत. मूर्ती नष्ट झाली तर तिचं काहीच मूल्य राहणार नाही. ही जर सुरक्षित ठेवली, तर येणाऱ्या काही वर्षांत हा उत्पन्नाचा एक चांगला स्रोत राहील. त्या पैशाने तुम्ही काय काय करू शकाल याचा विचार करा. तुम्हाला सैन्य उभं करायचं आहे, भव्य इमारती बांधायच्या आहेत, तुमच्या राज्यातील लोकांवर कृपेचा वर्षाव करायचा आहे.'

महमूदने दाढी थोपटत विचार केला. 'हं, मोह पडतोय खरा,' तो म्हणाला, 'विशेषतः मी जर धन आणि सुख यांच्यावर लक्ष एकवटलेला पर्शियन असतो तर.' त्याचा आवाज कठोर झाला. 'पण मी पर्शियन नाही, मी श्रद्धावान तुर्क आहे. अंतिम निवाड्याच्या दिवशी, विश्वाचा निर्माता मला शोधेल. त्या दिवशी तो काय म्हणेल? "कुठाय तो महमूद ज्याने सगळ्यात भव्य मूर्ती सोन्याच्या बदल्यात अश्रद्धांना विकली?"'

हसन चुपचाप मागे सरकला. मान खाली घालून. बाह्यतः क्षमा मागत. पण त्याच्या मनात खोल दडलेले विचार काही वेगळेच होते. *टोळ-खाऊ... हे अरब आणि तुर्क...*

मक्सूदने मान हलवली, त्याचे डोळे त्याच्या नायकाच्या भक्तीने चमकत होते. 'सुलतान चिरायु होवो!'

महमूदने डावा पाय मूर्तीच्या पायथ्यावर ठेवला. जास्तीत जास्त मोठा झोका मिळावा म्हणून तो मागे वाकला आणि सगळी शक्ती एकवटून मूर्तीवर घाव घालताना त्याच्या तोंडून जोरात एक हुंकार उमटला.

प्रकरण २

महाकाय पहिलवान बल्लाळने पुढे झेप टाकत बाहू फैलावून एक आरोळी ठोकली. पण ती तशीच विरली, कारण त्याचा चपळ प्रतिस्पर्धी चटकन बाजूला झाला आणि बल्लाळच्या जाडजूड बाहूंमध्ये केवळ हवाच पकडली गेली. चिडून फुस्कारत तो त्या तरुणाच्या दिशेने वळला, ज्याने आत्ताच त्याला बावळट ठरवलं होतं.

पहिलवानाचा चेहरा श्रमाने आणि रागाने लाल झाला होता, अंग आखाड्यातील मातीने माखलं होतं. फुफ्फुसांत हवा भरून घ्यायचा प्रयत्न करताना त्याची पुष्ट छाती धपापत होती. याउलट त्याचा प्रतिस्पर्धी कुस्ती खेळतोय असं वाटतच नव्हतं. तो उंच आणि पीळदार होता. एरवी मोकळे सोडल्यावर खांद्यांपर्यंत येणाऱ्या केसांचा त्याने व्यवस्थित बुचडा बांधला होता. त्याच्या प्रतिस्पर्ध्यासारखाच त्यानेही लंगोट कसला होता, ज्यातून त्याचं अतिशय कमावलेलं संपूर्ण शरीर दिसत होतं.

त्याच्या सडपातळ शरीरयष्टीच्या मानाने त्याचे खांदे फारच रुंद होते, आणि त्याचं शरीर कमरेपर्यंत अगदी निमुळतं होत वीतभर कंबर आणि सपाट पोटापर्यंत येत होतं. छाती आणि बाहूंचे स्नायू घट्ट कसलेले होते. पाय सडपातळ आणि पीळदार होते. त्याच्या हालचाली चित्त्यासारख्या होत्या—सहज आणि डौलदार, पण त्यात ऊर्जा होती, नजरेचं पातं लवण्याच्या आत तो अचानक, स्फोटक कृती करू शकेल हे त्यातून जाणवत होतं.

तो तरुण जेमतेम अठराचा असला, तरी त्याच्या शरीरावर अनेक व्रण होते, तळवे खरखरीत होते आणि डाव्या हाताचं मधलं बोट पूर्वी कधीतरी मोडल्याने वाकडं झालं होतं. उजव्या बरगडीच्या खाली एक व्रण होता. ती जखम जुनी होती, भरली होती, पण आपली खूण ठेवून गेली होती.

तरुण चेष्टेने हसला. त्याच्या कपाळावरच्या घामाच्या एक पातळ रेषेमुळेच कळत होतं की तो काहीतरी मेहनत करत आहे. पण वरकरणी सहज वाटलं, तरी तो त्याच्या

पावलांवर सारखा नाचत होता, प्रतिस्पर्ध्यावर लक्ष ठेवून होता आणि त्याच्या पकडीच्या बाहेर राहण्याची काळजी घेत होता.

आखाड्याच्या भोवती चेकाळलेली गर्दी ज्या पक्षाकडून आहे त्यानुसार वाहवा करत होती किंवा धिक्कार करत होती.

'हाल, बल्लाळा, मूर्खा! मी माझा घोडा लावलाय तुझ्या पैजैवर!' एक माणूस ओरडला.

'अरे वेड्या, गाढवावर घोड्याची पैज लावायची नसते!' आणखी एकजण ओरडला.

'कुत्र्याच्या अंगावरच्या लाख पिसवा शिरोत तुझ्या काखेत!' पहिला माणूस चिडचिडला.

'त्या पिसवा बल्लाळाच्या लंगोटात ठेवून बघ. मग जरा वेगाने हालचाल करेल बघ!' समोरून तितक्याच मजेत उलट टोला आला.

गर्दीने आनंदाने आरडाओरडा केला.

हे टोमणे ऐकून बल्लाळचा चेहरा काळवंडला. तो प्रतिस्पर्ध्यावर गुरगुरला, 'नाचतोयस सगळ्या सकाळभर. एका जागी उभा राहून पुरुषासारखा लढ की.'

'मला पकडायला जमतंय का बघ म्हाताऱ्या,' तरुण छळवादी हसत होता.

चिडलेल्या पहिलवानाने डोकं खाली घातलं आणि मारक्या बैलासारखा धावून गेला. तरुणाने त्याला येऊ दिलं आणि अगदी शेवटच्या क्षणी तो बाजूला झाला, जमिनीवर पडला आणि उजवा पाय पहिलवानाच्या पायात घालून त्याला धाडकन जमिनीवर आपटलं, त्याचा आवाज सगळ्या प्रेक्षकांच्या गोंगाटात मिसळला. तो स्तब्ध होऊन तसा पडलेला असतानाच त्याचा प्रतिस्पर्धी उडी मारून त्याच्या अंगावर आला, त्याने त्याला उलटं केलं आणि त्याची पाठ आणि खांदे जमिनीवर दाबून धरले.

बहुतांश गर्दी खूश झाली होती, पण काही लोक मात्र मोठ्यांदा शिव्या देत होते. 'नरकात जा, बल्लाळ, मूर्ख बैलोबा,' खांद्यावर टाकलेल्या फडक्याने घाम पुसत एक जाडजूड माणूस ओरडला. एक हाडकुळा माणूस त्याच्या खांद्यावर टकटक करत होता, त्याने वैतागून तो मागे वळला.

'आता मी माझे पैसे घेतो,' या कानापासून त्या कानापर्यंत हसत तो हाडकुळा माणूस म्हणाला.

'हे घे, धर. एखादी वेश्या चोरू दे हे पैसे तुझ्याकडून! यातून तू घाणेरडी दारू विकत घेशील आणि तुझं डोकं ठणकेल! तुला नासकं अन्न मिळेल आणि तुझ्या पोटाची वाट लागेल!' जाड्या ओरडला आणि त्याने नाण्यांची थैली त्या माणसाकडे फेकली. 'घे, हे पण घे,' खांद्यावरचं घामाने भिजलेलं फडकं त्राग्याने भिरकावून देत तो ओरडला, त्याची ओघळलेली थुलथुलीत छाती उघडी पडली.

'काही काळजी करू नको, मी हे पैसे सत्कारणीच लावेन,' समोरून मजेमजेत उत्तर आलं. 'आणि माझे सगळे पैसे खर्च करून झाले की मी आणखी एक पैज लावायला येईन. आणि ते फडकं तुझ्याचजवळ ठेवलंस तर बरं. एखाद्या बाईलासुद्धा लाज वाटेल.'

दरम्यान, बल्लाळचा तरुण आव्हानवीर डौलाने उठून उभा राहिला होता. त्याने दोन्ही हात जोडून डोक्यावर धरले आणि चारी बाजूच्या गर्दीला अभिवादन केले.

'प्रणाम, गुरुदेव,' युवक त्याच्या गुरुजींना म्हणाला.

त्या वयस्कर माणसाने त्याची पाठ थोपटली. 'चांगले खेळलात, राजकुमार सुहेलदेव, पण तुम्ही बल्लाळाला जरा जास्तच खेळवलं. हा डाव तुम्ही लवकर संपवायला हवा होता.'

सुहेलदेव खोडकर हसला, त्या हास्याने कित्येक स्त्रियांची हृदयं विरघळून जात. 'मुलांना थोडी गंमत पण हवीच ना, गुरुदेव!'

गुरुशिष्य दोघे हसले, तितक्यात काही सेवक ओले पंचे आणि राजकुमाराची वस्त्रे घेऊन पुढे आले. सुहेलदेवाने त्यातील काही सुगंधी पंचांनी चेहऱ्यावरची आणि अंगावरची माती पुसून काढली. मग अजूनही तिथे रेंगाळणाऱ्या, राजकुमाराकडे स्वप्नाळू डोळ्यांनी बघणाऱ्या तरुणींच्या कौतुकाच्या नजरांकडे दुर्लक्ष करत त्याने सफाईदारपणे धोतर नेसले. सुहेलदेवाच्या गुरूंनी शिवलिंगाची एक छोटी प्रतिकृती त्याच्या हातात दिली. त्याने भक्तिभावाने ती दोन्ही डोळ्यांना लावली, ओठांवर टेकवली आणि मंत्र म्हणत ते गळ्यात घातले.

'ओम् नमः शिवाय.'

सारे विश्व शिवाला वंदन करते. मी शिवाला वंदन करतो.

अचानक एक घाबरलेला, काळ्या रंगाचा अन् पांढऱ्या केसांचा माणूस वाट काढत सुहेलदेवकडे आला.

'राजकुमार,' तो नम्रपणे, पण घाईघाईने म्हणाला.

'इक्बाल,' सुहेलदेवने विचारलं. 'काय झालं?'

काहीतरी बिनसल्याचं सुहेलदेवला जाणवलं. त्याच्या वडिलांचा विश्वासू सेवक इक्बाल आत्ता दुपारच्या नमाजमध्ये असायला हवा होता. काही मोठं संकट आलं तरच त्याचा नमाज चुकला असता.

इक्बाल हादरलेला दिसत होता. 'तुमची उपस्थिती राजवाड्यात तत्काळ आवश्यक आहे, राजकुमार.'

'चला,' सुहेलदेव तत्काळ म्हणाला.

'तुम्ही मल्लदेव दादाला थांबवायला हवं होतं! मी तुम्हाला सांगितलं होतं!'

राजा मंगलध्वज आणि राणी विजयालक्ष्मी यांच्याकडे आरोपभरल्या नजरेने सुहेलदेव रोखून बघत होता. त्याच्या रंध्रारंध्रातून राग आणि दुःख उसळत होतं.

सुहेलदेवचा मोठा भाऊ आणि श्रावस्तीच्या राज्याचा युवराज मल्लदेव जेव्हा सोमनाथ मंदिराच्या रक्षणासाठी जायला निघाला होता, तेव्हा धाकट्या राजकुमाराने त्याला थांबवायचे बरेच प्रयत्न केले होते. हट्ट कायम ठेवत मल्लदेवाने सुहेलदेवला खात्री दिली होती की विजय निश्चित होता आणि तो काही लढताना मरणार नव्हता. गझनीच्या महमूदला रोखण्यासाठी उत्तर भारतातले राजे एकत्र आले आहेत असंही त्याने सांगितलं होतं. सुहेलदेवने प्रतिवाद केला होता की, प्रत्यक्षात कुणीही येणार नाही, भारतातल्या राज्यांमध्ये इतकी फाटाफूट आहे की सगळे एकत्र येऊन, अगदी महमूदसारख्या आक्रमकाशीसुद्धा लढणार नाहीत. पण मल्लदेवाने ऐकलं नव्हतं. मग सुहेलदेवने डोळ्यांत पाणी आणून आईवडिलांना मल्लदेवला थांबवण्याची गळ घातली होती. पण उलटंच झालं होतं. त्यांनी तर त्याला घोड्यावर स्वार होऊन, राज्यातल्या उत्कृष्ट सैनिकांच्या पथकासह सोमनाथकडे प्रयाण करण्यासाठी अभिमानाने आशीर्वाद दिले होते.

'मल्लदेव वीर आहे,' विजयालक्ष्मी शांतपणे म्हणाली. दुःखाची छाया तिच्या चेहऱ्यावर झाकोळून आली असली, तरी तिचं सौंदर्य लपत नव्हतं. केसांत उमटलेल्या पांढऱ्या रेषा लपवण्यासाठी लावलेल्या मेंदीने तिच्या केसांना लालसर झाक आली होती. तिने घातलेल्या जांभळ्या रंगाच्या पोलक्याखाली किंचित सुटलेली कंबर वगळता

तिच्या शरीरावर चाळिशीचं कुठलंही चिन्ह नव्हतं. तिच्या डोळ्यांत दुःख साठलं असलं तरी अश्रूचा टिपूस नव्हता; तिचा आवाज स्थिर होता.

'दादाचा मृत्यू तुमच्या माथी आहे!' सुहेलदेव किंचाळला, त्याच्या डोळ्यांतून घळघळा अश्रू वाहत होते. 'तुम्ही त्याला थांबवू शकला असता! पण नाही थांबवलं तुम्ही!'

'मल्लदेवासाठी रडून त्याचा अपमान करू नको सुहेलदेव. त्याचा गर्व कर. तो ज्या पद्धतीने मृत्यू पावला त्याबद्दल गर्व कर. देशाला त्याच्या त्यागाचं स्मरण सदैव राहील.'

'या देशाला आपल्यासारख्या लोकांच्या त्यागाचं स्मरण राहील असं वाटतं तुम्हाला? आपल्या खालच्या जातीच्या लोकांचं?'

'जे खरे देशभक्त आहेत त्यांना राहील. बाकीच्यांची पर्वा मी करत नाही. एका महान कार्यासाठी माझा एक पुत्र मला देता आला याचा मला अभिमान आहे. आणखी गरज पडली तर मी आनंदाने आणखी त्याग करीन.'

राजा मंगलध्वज हा संवाद शांतपणे ऐकत होता. तो म्हणजे सुहेलदेवचीच कमी उंचीची आणि बऱ्याच वयाची आवृत्ती होता. त्याचा सावळा रापलेला चेहरा म्हणजे कित्येक तास उघड्यावर, तळपत्या उन्हात काढल्याची परिणती होती. त्याच्या डाव्या गालावर डोळ्याखाली सुरू होऊन पार जबड्यापर्यंत जाणारा एक व्रण होता. त्याच्या मोठ्या पीळदार मिशा त्याच्या रुबाबात भर घालत होत्या, आणि सतत काळजी घेतली नाही तर पोटाला एक वळी पडण्याची शक्यता होती. पण त्याच्या ऐन जवानीत तो जो प्रखर योद्धा होता, ती शरीरयष्टी त्याने अजूनही बऱ्यापैकी राखलेली होती. त्याच्याही डोळ्यांत सुहेलदेवच्या डोळ्यांत आत्ता जसा होता तसा उत्कटपणा आणि राग असू शकला असता, पण तो त्याच्या मुलाकडे सौम्यपणे आणि काळजीने पाहात होता.

मंगलध्वज उठून चालत सुहेलदेवकडे गेला आणि त्याने त्याच्या खांद्याभोवती हात टाकला. 'मुला, तू राजकुमार आहेस. तसाच वाग. तू रडायचं नाहीस. मल्लदेवाच्या शौर्याचा उत्सव कर. त्यापासून शीक.'

'माझा विश्वास बसत नाहीये!' सुहेलदेव ओरडला. 'उत्सव? दादाच्या मरणाचा उत्सव?'

पुढे एक शब्दही न बोलता कुमार झंझावातासारखा खोलीतून निघून गेला.

त्या लहानशा तलावाच्या काठी सुहेलदेव शांतपणे बसला होता. खरं तर ते एक छोटंसं तळंच होतं, आणि होय, त्याच्यासाठी फार विशेष होतं. इथेच मल्लदेवाने त्याला पोहायला शिकवलं होतं. इथेच ते दोघे नेहमी येत असत. बोलायला. कुस्ती खेळायला. पाण्यात दगड फेकायला. वाद घालायला. गप्पा हाणायला.

काहीच न करता थांबायला.

भाऊ भाऊ म्हणून.

'सगळा मनगटाचा खेळ आहे, सुहेल,' मल्लदेव कुजबुजला.

दहा वर्षांचा सुहेलदेव पाण्यावरचे तरंग पाहून हरखला होता. त्याच्या सोळा वर्षांच्या मोठ्या भावाने, मल्लदेवाने पाण्यात टाकलेला चपटा दगड सहा वेळा पाण्यावर उड्या मारून उडाला होता. आपल्यापेक्षा कितीतरी उंच असलेल्या आपल्या भावाकडे, आपल्या दैवताकडे सुहेलदेव पाहातच राहिला. मग अवघडून त्याने हातातल्या दगडाकडे पाहिलं.

दगडाच्या एका बाजूला तर्जनी दाबून त्याने पकड सारखी केली. 'असंच ना, दादा?'

'होय,' मल्लदेव म्हणाला. 'आणि तुझ्याकडे बघणाऱ्या पोरींवरचं लक्ष काढून टाक.'

थोड्या अंतरावर सुहेलदेवकडे टक लावून बघणाऱ्या मुलींमध्ये खसखस पिकली. इतक्या लहान वयातही सुहेलदेवकडे एक धाडसीपणा, खोडकरपणा होता. तो अनेक मुलींना फारच आवडायचा. सुहेलदेवने हसून भावाकडे पाहिलं आणि पुन्हा पाण्याकडे पाहिलं. एकाग्र होऊन.

दगड पाण्यावर आदळला आणि धप्पकन बुडून गेला. एकदासुद्धा उडाला नाही.

सुहेलदेवने डोळ्यातला पाण्याचा थेंब पुसला. त्याला अजूनही धड जमत नव्हतं. एक साधा दगडसुद्धा फेकता येत नव्हता. मल्लदेवाने शिकवायचा इतका प्रयत्न करूनही.

त्याला कोणतीच गोष्ट मल्लदेवाइतकी चांगली करता येत नव्हती. युद्धकला नाही. ज्ञान नाही. किंवा राज्यातल्या प्रजेची काळजी घेणं नाही. किंवा आईवडिलांचा आदर करणं नाही.

सुहेलदेवने आकाशाकडे पाहिलं.

त्यालाच का? तो जास्त चांगला होता.

मी नेहमीच होतो एक निरुपयोगी उडाणटप्पू.

त्यालाच का?

तो मी असायला हवा होतो... मी मरायला हवा होतो.

एका आवाजाने त्याच्या विचारांची तंद्री भंगली.

सुहेलदेव मागे वळला. व्यत्यय आणल्याबद्दलची नाराजी लपवण्याचा प्रयत्न करत उठून उभा राहात तो म्हणाला, 'गुरुदेव,'

'बस, बस,' आपल्या विद्यार्थ्याशेजारी बसत काशीनाथ म्हणाले. त्यांनी एक सुस्कारा टाकला. 'आहा, बसून बरं वाटतं. वृद्धत्व म्हणजे शाप आहे...'

सुहेलदेव काहीच बोलला नाही.

'मलासुद्धा मल्लदेवाची उणीव भासेल,' काशीनाथ मृदुपणे म्हणाले. त्यांनी थेट सुहेलदेवकडे पाहिलं. 'आता तू युवराज होशील.'

'मी दादाची जागा कधीच घेऊ शकणार नाही. तो...' सुहेलदेवचा कंठ दाटून आला.

काशीनाथनी हलकेच त्याच्या खांद्यावर थोपटलं.

'तो विलक्षण होता...'

काशीनाथ मृदुपणे बोलले. 'तो होताच तसा... पण आता तो इथे नाही. आणि आपल्याला ते मान्य करायला हवं, बरोबर ना?'

सुहेलदेव पुन्हा गप्प झाला.

'जो जन्माला येतो त्याला एक ना एक दिवस मरावंच लागतं, बाळा. त्या दोन्हींच्या मध्ये आपण काय करतो, ते महत्त्वाचं असतं.'

सुहेलदेव गप्प राहिला.

'तू आत्ता कसलीच चर्चा करण्याच्या मनःस्थितीत नाहीस हे समजतंय मला, पण माझ्या म्हाताऱ्याशी चार शब्द बोलशील जरा?'

सुहेलदेवने निःश्वास टाकला आणि दुसरीकडे पाहिलं.

'मल्लदेव नेहमी माझ्या प्रश्नांची उत्तरं देत असे. मी त्याला काहीही विचारलं तरी.'

सुहेलदेवने पुन्हा वळून काशीनाथांकडे पाहिलं.

काशीनाथ हलकेच हसले. 'धन्यवाद, राजकुमार. आता, माझा प्रश्न... आपला समाज महाशिवरात्री कशी साजरी करतो?'

सुहेलदेव कोऱ्या नजरेने त्याच्या गुरूकडे बघत राहिला. त्याला प्रश्नाचा रोखच समजत नव्हता. कारण उत्तर अगदी उघड होतं. गावातल्या पोराटोरांनाही माहीत होतं.

'कृपा करून सांग ना मला,' त्याच्या गुरूच्या चेहऱ्यावर स्मितहास्य होतं. 'मल्लदेवसाठी.'

'महाशिवरात्रीला आपले पुरुष एक भव्य शिवलिंग खांद्यावरून नेऊन भगवान शंकरावरची भक्ती प्रकट करतात,' सुहेलदेवच्या उत्तराला महाशिवरात्रीच्या जुन्या प्रथेचा संदर्भ होता.

'अगदी बरोबर,' गुरूंनी मान हलवली. 'आपण आपल्या पद्धतीने भगवान शिवाची उपासना करतो, बरोबर?'

सुहेलदेवने मान डोलावली. होय.

'आता माझा पुढचा प्रश्न. कोणत्या विष्णूला आपण आपलं आराध्य दैवत मानतो?'

सुहेलदेवने त्रासून श्वास रोखून धरला, आधीच उत्तरं माहीत असलेले प्रश्न काशीनाथ का विचारत आहेत असा प्रश्न त्याला पडला होता. 'सहावा विष्णू, भगवान परशुराम,' सुहेलदेवने एकदाचं सांगून टाकलं. 'आपल्या पूर्वजांनी एक सैन्यसमूह म्हणून त्यांची सेवा केली आणि पापकर्म्यांशी लढण्यासाठी त्यांना मदत केली. आपण त्यांची तलवार होतो.'

सुहेलदेवाच्या आवाजातल्या त्राग्याकडे दुर्लक्ष करत काशीनाथांनी संमतिदर्शक स्मित केलं. 'आणि भगवान परशुराम कुणाची उपासना करत असत?'

'अर्थातच, महादेवाची,' सुहेलदेवने उत्तर दिलं.

'धन्यवाद. आता मला सांग, आपल्या लोकांना पूर्णपणे क्षत्रिय मानलं जात नाही. मग आपल्याकडे आपलं स्वतःचं राज्य कसं काय आहे?' काशीनाथांनी विचारलं.

'कारण माझ्या आजोबांनी आपल्या लोकांना एकत्र केलं आणि त्यांच्यातून लढवय्ये निर्माण केले आणि एक राज्य स्थापन केलं.'

'होय. आणि आपल्याला काय एकत्र बांधून ठेवतं?' काशीनाथांनी मृदुपणे विचारलं. 'आपण कशामुळे एक संघ होतो?'

'भगवान शिवाची भक्ती,' सुहेलदेव म्हणाला, गुरुजींच्या बोलण्याचा रोख कुठे होता हे आता शेवटी त्याच्या ध्यानात येऊ लागलं.

काशीनाथ किंचित हसले. 'आपले सर्व लोक एक परिवार आहेत कारण भगवान शिव आपला देव आहे. मल्लदेव तुझा भाऊ होता, राज्यातल्या प्रत्येक कुटुंबातला प्रत्येक मुलगाही तुझ्यासाठी तसाच आहे. मल्लदेवाला हे समजलं होतं. त्याला माहीत होतं, अगदी त्याच्या मनाच्या तळाशी, की आपल्या स्वामीच्या मंदिराचं रक्षण हा आपला प्रश्न नाही असं आपल्याला म्हणता येणार नाही.'

सुहेलदेव गप्प राहिला.

'तुला माहीत आहे, सोमनाथजी शिवलिंगाच्या भंगलेल्या तुकड्यांचं काय झालं?'

सुहेलदेवने मानेनेच नकार दिला. नाही.

'महमूद गझनीला जाताना ते बरोबर घेऊन जाणार आहे, राजकुमार. तो तिथे बांधत असलेल्या नवीन मशिदीच्या पायऱ्यांमध्ये शिवलिंगाचे ते भंगलेले तुकडे बसवण्याचा मनोदय त्याने घोषित केला आहे. दररोज शेकडो पावलं त्या पायऱ्या तुडवत जातील आणि महादेवाच्या मूर्तीचे अवशेष अपवित्र करत राहतील.'

सुहेलदेव काही बोलला नाही, पण त्याचा जबडा आवळला गेला आणि उजव्या हाताची मूठ घट्ट वळली.

त्याचे गुरुजी काही वेळ शांतपणे त्याच्यासोबत बसले, मग हलकेच त्याच्या खांद्यावर थोपटून निघाले.

सुहेलदेव दूरवर एकटक बघत राहिला. तलावाच्या खोल पाण्याकडे. एक छोटासा बुडबुडा पाण्याच्या पृष्ठभागावर येऊन फुटला. त्या बुडबुड्यात कोंडलेली खोल पाण्यातली हवा बाहेरच्या स्वच्छ उजेडातील वाऱ्याने मुक्त झाली.

जाण्यापूर्वी मल्लदेवाने उच्चारलेल्या शब्दांचा पूर पुन्हा त्याच्या मनात वाहू लागला.

'हे तुर्क अफगाणिस्तान आणि बलुचिस्तान इथे थांबणार नाहीत. तीही एके काळी आपलीच भूमी होती. ते पवित्र सिंधू नदीपर्यंत थांबले नाहीत. तीही एके काळी आपलीच नदी होती. संपूर्ण भारतमातेवर सत्ता प्रस्थापित केली, तरी ते थांबणार नाहीत. त्यांचं क्रौर्य थांबणार नाही. त्यांचं युद्ध थांबणार नाही. त्यांची हत्या थांबणार नाही. आपण जितका अनुनय करू, तितक्या त्यांच्या मागण्या वाढत जातील. त्यांना थांबवण्याचा एकच मार्ग आहे तो म्हणजे कुणीतरी भारतीयाने त्यांच्यासमोर ठामपणे उभं राहणं आणि सांगणं: झालं एवढं पुरे झालं.'

सुहेलदेवाच्या गालांवरून हलकेच काही अश्रू ओघळले. त्याने गळ्यातलं शिवलिंग मुठीत घट्ट धरून ठेवलं.

त्याला त्याच्या भावाचा प्रेमळ आणि आश्वासक आवाज जवळजवळ ऐकूच आला.

'तुझ्यात ते आहे, सुहेल. मला माहीत आहे, तू ते करू शकशील. माझ्यासाठी लढ. भगवान शिवासाठी लढ. आपण जिच्या अंगाखांद्यावर वाढलो त्या भूमीसाठी लढ. भारतमातेसाठी लढ.'

प्रकरण ३

कन्नौजसम्राट अजितपालने दंडावर झालेला कीटकदंश खाजवताना तोंड वाकडं केलं. एके काळी, तो काळही फार पूर्वीचा नव्हता, त्याची राजधानी म्हणजे एका सामर्थ्यशाली साम्राज्याचा मुगुटमणी होती. अजितपालचे पूर्वज महान मिहिर भोज यांच्या काळात कन्नौज उत्तरेला हिमालयाच्या पायथ्यापासून दक्षिणेला नर्मदा नदीपर्यंत आणि वायव्येला सतलजपासून पूर्वेला बंगालपर्यंत विस्तारलं होतं.

पण आता, राज्य म्हणजे केवळ पूर्वीच्या तेजाची लहानशी सावली उरलं होतं, पण अजितपाल अजूनही सम्राट या पदवीला चिकटून होता, जी त्याला पूर्वजांकडून वारशाने मिळाली होती. पण खाजगीत मात्र त्याचा उल्लेख बऱ्याच कमी पातळीच्या संबोधनाने होऊ लागला होता: राजा. काही वर्षांपूर्वी जेव्हा त्याने गझनीच्या सैन्याला प्रतिकार करण्याचा प्रयत्न केला आणि पराभवाच्या नामुष्कीने त्याला महमूदचं मांडलिकत्व पत्करण्यावाचून पर्याय उरला नव्हता, तेव्हापासून ही कुजबूज मोठ्या आवाजात होऊ लागली होती.

अजितपालने डोळे वटारून मंत्र्याकडे पाहिलं. 'कोण कुठला खालच्या कुळातला उपटसुंभ आमच्याशी बरोबरीचा असल्यासारखा आमची भेट मागतो, आणि आमचं मन त्याबद्दल वळवायची चक्क आम्ही तुम्हाला मुभा देतो.'

त्याच्या मंत्र्याने, वृषभने, बाहेर पडू पाहणारा सुस्कारा दाबला. वृषभ सडसडीत अंगकाठीचा वृद्ध होता, पण त्याचा अनैसर्गिकरीत्या तरुण चेहरा त्याच्या बऱ्याच पांढऱ्या होऊ लागलेल्या केसांशी विसंगत दिसत होता. त्याच्या माथ्यावरचे केस लांब वाढले होते, आणि त्याची ब्राह्मण पार्श्वभूमी दर्शवणारी शेंडीची गाठ त्याने बांधली होती. त्याची व्यवस्थित राखलेली दाढी बरीचशी पांढरी झाली होती, आणि त्यात कुठेकुठे अजूनही काळ्या रेषा शिल्लक होत्या. त्याच्या वागण्यात एक आब होता आणि त्याच्या तपकिरी डोळ्यांत सहसा विनोद आणि गमतीची चमक असे. पण या क्षणी मात्र तो आपला वैताग झाकण्याचा प्रयत्न करत होता. दुर्गम वनराजीच्या या

मोकळ्या भागात ही गुप्त भेट घडवून आणण्यासाठी कित्येक आठवडे वाटाघाटी कराव्या लागल्या होत्या.

भेटीचं स्थान कन्नौजच्या शेजारच्या हरद्वय राज्याला लागून असलेल्या सीमेजवळ होतं. हरद्वयला हरिद्रोही म्हणजे हरीचा शत्रू असंही नाव होतं. असं मानलं जात होतं की भगवान विष्णूचा भक्त प्रल्हाद याचे वडील हिरण्यकश्यपू हा इथे राज्य करत होता. आपला मुलगा विष्णूच्या भक्तीला लागल्याचा हिरण्यकश्यपूला इतका संताप होता की, त्याने त्याला ठार मारण्याचेही अनेक प्रयत्न केले. पण त्याऐवजी भगवान नरसिंहाने, म्हणजे विष्णूच्या चौथ्या अवताराने हिरण्यकश्यपूचाच वध केला.

अजितपालने इथे येण्यासाठी शिकारीला जाण्याचा बहाणा केला होता, मंगलध्वजाबरोबरची ही भेट गुप्त ठेवण्याची तो फार काळजी घेत होता. पण म्हणून त्याची सततची कुरकूर थांबत नव्हती. वृषभाने त्याला शांत करण्याचा पुन्हा एकवार प्रयत्न केला. 'महाराज, संदेश अगदी स्पष्ट आहे. राजा मंगलध्वज—'

'आमच्यासमोर त्याचा उल्लेख असा फुगवलेल्या संबोधनाने करू नका,' अजितपालने फटकारलं.

'क्षमा असावी, महान सम्राट. मंगलध्वजाने भेटीची विनंती केली आणि म्हणाला की हे दोघांसाठी लाभदायक ठरू शकतं. काहीतरी महत्त्वाचं असल्याशिवाय सहसा कुणी अशी विनंती करत नाही. त्याचं म्हणणं काय ते तरी एकदा ऐकून घेण्यात काय अडचण आहे?'

'ठीक आहे, ऐकू आम्ही, पण त्याच्याबरोबर एकाच हवेचा श्वास घ्यायचा या कल्पनेनंही मला मळमळतं.' अजितपालचं अंग शहारलं, जणू याची अनुमती दिल्याबद्दल त्याच्या आत्म्याला यातना होत होत्या. त्याने पुन्हा एकदा मनगटावर चापट मारली. 'छे, हे किडे. हे तर मला जिवंतच खाऊन टाकताहेत. या दरिद्री ठिकाणी यायला आम्ही का तयार झालो?'

वृषभ काही बोलला नाही, पण त्याची नजर चहूकडे फिरली. सोनेरी धाग्यांनी भरतकाम केलेल्या मखमलीने बनवलेल्या त्या प्रचंड तंबूच्या बऱ्याच मोठ्या जमिनीवरचा प्रत्येक इंच मऊ रुजाम्याने झाकला होता. चौथऱ्यावर ठेवलेल्या सिंहासनावर अजितपाल आरामात बसला होता.

एके काळी हा राजा दणकट देखणा युवक होता. पण त्याचं शरीरसौष्ठव कधीच लोपलं होतं आणि आत्ता तंबूत बसलेला ओघळलेल्या गालांचा हा माणूस जवळजवळ

लठ्ठच होता. अजितपालची सैल पडलेली त्वचा आणि तांबारलेले डोळे त्याच्याभोवतीची दुर्गतीची भावना अधिकच गडद करत होती.

एक सेवक अजितपालला जोरजोराने वारा घालत होता, तर आणखी काही त्याला अन्न आणि मद्य देण्यासाठी आणि त्याची प्रत्येक इच्छा पूर्ण करण्यासाठी धावपळ करत होते. दोन सशस्त्र रक्षक चौथऱ्याच्या पायापाशी उभे होते आणि आणखी दोन तंबूच्या प्रवेशद्वाराशी उभे होते. बाहेर वीस सैनिकांचं एक पथक संपूर्ण तंबूच्या भोवती गोलाकारात उभं होते, जेणेकरून कुणीही कोणत्याही ठिकाणाहून अतिक्रमण करू शकणार नाही.

क्वचित कुठेतरी पक्ष्याचं ओरडणं किंवा वन्य श्वापदाचा आवाज सोडला, तर ते अरण्यात आहेत असं वाटलंसुद्धा नसतं.

अजितपालला वृषभच्या गप्पपणातील टीका लक्षात आली आणि त्याने तो आणखी वैतागला. 'बरं बरं, नुसते उदासवाण्या चेहऱ्याने तिथे उभे राहू नका. कधी येतायत तुमचे "सन्माननीय" पाहुणे?'

'ते कोणत्याही क्षणी इथे पोचू शकतात, महान सम्राट,' वृषभाने उत्तर दिलं.

'बरं, जा आणि माहिती काढा. आणि कुणालातरी ही आसनं दूर करायला सांगा. त्यांची काही आवश्यकता पडणार नाही.'

'महाराज...' वृषभाने भयचकित आवाजात बोलायला सुरुवात केली, पण अजितपालच्या क्रुद्ध मुद्रेकडे नजर जाताच तो गप्प झाला.

अजितपालचे संतप्त मौनातले विचार जवळजवळ स्पष्ट ऐकता येत होते. *तो माझ्या बरोबरीचा नाही. मंगलध्वज जमिनीवर बसेल, त्याची योग्य जागा तिथेच आहे.*

वृषभच्या मनात खोलवर कितीही शंका असल्या तरीही त्याने राजाच्या सेवकांना आसने बाजूला करायला सांगितली आणि त्याच्या सम्राटाला वंदन करून तो त्या वैभवशाली तंबूतून बाहेर पडला. त्याला याहीपेक्षा तिरस्कार वाटणाऱ्या कितीतरी आज्ञांचं पालन त्याच्या सम्राटाने त्याला करायला लावलं होतं.

अजितपालने वृषभाच्या वंदनाचा स्वीकार करण्याचेसुद्धा कष्ट घेतले नाहीत. त्याने एका सेवकाला खूण केली, त्याने त्वरेने मिठाईची एक थाळी त्याच्यासमोर आणून ठेवली. अजितपालने रसिकतेने ती हुंगली, आणि मग अन्नाचे बकाणे भरायला सुरुवात केली.

सुहेलदेवने मंगलध्वजबरोबर येण्यास मान्यता दिली होती खरी, पण आपल्या वडिलांच्या कल्पनेबद्दल त्याच्या मनात शंका होतीच. 'यातून काहीही निष्पन्न होणार नाही, बाबा.'

सुहेलदेव आणि मंगलध्वज शरीररक्षकांच्या एका ताफ्याबरोबर गेले काही दिवस घोड्यावरून प्रवास करत होते.

सुहेलदेवच्या बरोबरीने राहण्यासाठी मंगलध्वजाने त्याच्या घोड्याचा लगाम सारखा केला. 'गझनीचं सैन्य भारतातल्या आपल्या भागाकडे वळणार याची मला खात्री आहे. आपल्याला एकट्याला त्याला अंगावर घ्यायला कदाचित जमणार नाही. आपल्याला मित्र हवे. अजितपाल गझनीसमोर पराभूत झाला हे खरं आहे, पण तरीसुद्धा या क्षेत्रातलं सर्वात बलाढ्य सैन्य त्याच्याकडे आहे. तो कदाचित आपल्याशी हात मिळवायला तयारही होईल. आपणा भारतीयांमध्ये कितीतरी भिंती आहेत. कदाचित एक सामाईक धोका आपल्या सर्वांना एकत्र आणेल.'

'बाबा, तुम्हाला खरंच असं वाटतं, त्याला आपल्या आणि त्याच्या जातीच्या पलीकडे बघता येईल?'

मंगलध्वजने खांदे उडवले. 'मला ठाऊक नाही. पण इतिहास आपला मित्र असेल. भारताच्या महानतम सम्राटांना आठव. चंद्रगुप्त मौर्य आणि बिंदुसार, समुद्रगुप्त आणि विक्रमादित्य. यातले कुणीच जन्माने क्षत्रिय नव्हते. माणसाचं स्थान त्याच्या जन्मावरून नाही तर कर्मावरून ठरत होतं त्याला फार काळ लोटला नाही.'

'बाबा,' डोळे फिरवत सुहेलदेव म्हणाला, 'त्याला खूप, खूप काळ लोटला...'

'असेल. पण आपण स्वतःला त्या दिवसांची आठवण करून द्यायला हवी. तेव्हा आपल्यावर आक्रमण करायचं आक्रमकांचं धारिष्ट्य होत नव्हतं. आपण अजिंक्य होतो.'

'होय, कारण त्या काळात परकीयांबरोबर आपण खरोखरच एकत्रितपणे लढलो. आज, आपल्याला एकमेकांशी लढण्यात अधिक रस आहे.'

'मग त्या काळाचं पुनरुज्जीवन करण्याचा प्रयत्न करूया. कोणास ठाऊक, अजितपाल आपल्याला चकितही करेल.'

सुहेलदेव फुरफुरला आणि किंचित हसत त्याने मान हलवली. मंगलध्वजने डोळे वटारून त्याच्या मुलाकडे पाहिलं आणि मान वळवली. त्याची नजर पुढे लागली होती. फार फार पुढे लागली होती.

अजितपाल समोरच्या तबकातली मिठाई उगाच चिवडत होता. दिवसाचा दुसरा प्रहर संपत आला होता. थोडक्यात, दुपार होत आली होती, आणि दुपारच्या जेवणाची वेळ फार दूर नव्हती, पण आतापर्यंत अस्वस्थतेपोटी आणि कंटाळ्यापोटी अजितपाल जे अन्न आणि मद्य चरत होता, त्याने त्याचं पोट आधीच फुटायला आलं होतं. त्याने ढेकर दिली आणि त्याच्या तोंडात आंबूस चव आली. त्याने त्याची आंबलेली मनःस्थिती आणखीच वाईट झाली.

मी महान मिहिरभोजाच्या वंशातला आहे! माझ्या राज्यातल्या या क्षुद्र प्रजाजनांनी मला योग्य तो आदर दिलाच पाहिजे!

तोच विचार मनात घोळवत त्याने चषक उचलला आणि त्यातलं मद्य घशात ओतलं. थोडा द्रव हनुवटीवर सांडला. वैतागून, त्याने पालथ्या हाताने तोंड पुसलं.

'महान सम्राट, आपले सन्माननीय पाहुणे आले आहेत,' मंगलध्वज आणि सुहेलदेव यांना अत्यंत आदरपूर्वक घेऊन तंबूच्या आत प्रवेश करत वृषभ म्हणाला.

'सुस्वागतम्,' अजितपाल म्हणाला. आपल्या पाहुण्यांचं स्वागत करायला तो उठून उभा राहिला नाही. त्याऐवजी त्याने जमिनीकडे निर्देश केला. 'कृपया स्थान ग्रहण करा.'

सुहेलदेवचे डोळे रागाने चमकले पण मंगलध्वजाने रोखणारा हात त्याच्या खांद्यावर ठेवला आणि नजरेनेच त्याला गप्प केलं.

'धन्यवाद, पण आम्हाला उभं राहायला आवडेल, महाराज,' मंगलध्वज सौजन्यपूर्वक म्हणाला, वृषभ क्षमायाचनेने त्याच्याकडे बघत असल्याचं त्याने टिपलं.

'तसं तर तसं,' अजितपालने खांदे उडवले. 'तुम्हाला मला भेटायचं होतं. तर, इथे आहोत आपण. बोला.'

मंगलध्वजने चटकन स्वतःला सावरलं, आणि सुरुवात केली. 'महान सम्राट, गझनीचा महमूद आपल्या भूमीच्या शांतीला आणि एकतेला असलेला सर्वात मोठा धोका आहे याच्याशी तुम्ही सहमत असाल. तुम्हालाही त्याच्यामुळे फटका बसला आहे. सोमनाथजी मंदिराला त्याने जे काही केलं त्यामुळे भारतात संतापाची—'

'त्याला आता काही काळ होऊन गेला,' अजितपालने मध्येच तोडलं. 'त्यानंतर वसंत ऋतू संपला आणि ग्रीष्म ऋतूसुद्धा संपत आला. ते लवकरच विस्मरणात जाईल. काही असो, आपल्याला नंतर पुन्हा देऊळ बांधता येईल...'

अजितपालला वाटत होतं की वसंत आणि ग्रीष्म हे दोन ऋतू उलटून जाणं म्हणजे बराच मोठा काळ होता.

मंगलध्वजला धक्का बसला. त्यांच्या देवाचा अपमान इतका लवकर विसरला जातो? पण तरीदेखील त्याला मैत्रीसाठी प्रयत्नात कुठलीही कसर ठेवायची नव्हती. त्याला कन्नौजच्या बलाढ्य सैन्याची मदत हवी होती. 'महाराज, शेजाऱ्याचं घर जळत असताना जो शांतपणे बघत बसतो, तो मूर्खच म्हणायला हवा, कारण तीच आग त्याच्याही घरापर्यंत नक्कीच येणार असते. महमूद सोमनाथपाशी थांबणार नाही. तो भारतात आणखी आत आत येत राहणार. आपल्यापैकी कुणीही सुरक्षित राहणार नाही.'

'तू माझ्या सुरक्षिततेची काळजी करायची गरज नाही,' आढ्यतेने अजितपाल म्हणाला. 'माझं सैन्य कशाचीही काळजी घेऊ शकतं.'

'महाराज, आम्ही आपल्यापुढे मैत्रीचा प्रस्ताव ठेवू इच्छितो. एकदा आपण आपल्या मनोदयाची घोषणा केली, की इतर राजांनाही धीर येईल आणि ते या उद्देशाभोवती एकत्र होतील. आपण एक शब्द टाकावा, आम्ही आपल्या खांद्याला खांदा लावून उभे राहू. मग आपण कुठल्याही तुर्कांचा पराभव करू शकू!'

अजितपाल कुत्सित हसला. 'खरं म्हणताय की काय? काही पिढ्यांपूर्वीपर्यंत, तुमचे पूर्वज आम्हा उच्चवर्णीयांची गुरं राखत होते आणि शेती कसत होते. आणि आज, तुला आमच्या खांद्याला खांदा लावायची स्वप्नं पडतात, एक शुद्ध क्षत्रियाच्या? मी मिहिरभोजचा वंशज आहे! मी साक्षात महान देव भगवान लक्ष्मणाचा वंशज आहे!'

मंगलध्वजने त्याचा नम्र स्वर अगदी तसाच ठेवला. 'होय, महाराज. मिहिरभोज एक महान सम्राट होते, प्रत्येक भारतीय त्यांचा आजही आदर करतो. पण कृपा करून याचीही आठवण ठेवा की ते सर्व भारतीयांना आपलेपणाने वागवत. आणि तुम्ही आणि तुमचा समाज भगवान लक्ष्मणाचे वंशज आहात हेही खरं आहे. पण हेही विसरू नका की भगवान लक्ष्मणाचे मोठे बंधू भगवान राम यांनी सर्वांना, अगदी निम्न जातीच्या लोकांनासुद्धा सन्मानाने वागवलं.'

'होय, मी भगवान राम नाही!' अजितपाल गुरगुरला. 'आपल्या योग्यतेप्रमाणे वर्तन ठेवलंस तर मी तुला दया दाखवीन. भूतकाळात तुम्ही कोण होतात हे विसरू नको.'

'भूतकाळाचा याच्याशी काय संबंध?' सुहेलदेवचा उद्रेक झाला. 'आपण वर्तमानात राहतो आणि माझे वडील एका राजाने दुसऱ्या राजाशी व्यवहार करावा तसे तुम्हाला भेटायला आले आहेत.'

अजितपालने रागाने हात वर केला. 'मंगलध्वज, तुम्हा लोकांना चांगल्या शिक्षणाचे संस्कार मिळत नाहीत हे समजतं मला, पण तू या उद्धट पोरट्याला शिकवायला हवं की चार चकमकी जिंकून आणि चतकोर जमीन बळकावून कुणी राजा होत नसतं. खऱ्या राजपदासाठी तुम्हाला क्षत्रिय म्हणून जन्म घ्यावा लागतो.'

'इतिहासात महान राजे आणि सम्राट होऊन गेले जे क्षत्रिय म्हणून जन्मले नव्हते—' मंगलध्वजने बोलायला सुरुवात केली.

'तो भूतकाळ झाला,' अजितपालने मध्येच त्याला तोडून फटकारलं. 'आणि तुझ्या उद्धट पिल्लाने आत्ताच सांगितलं तसं, आम्ही वर्तमानात राहतो, आणि तुम्हाला माझ्याशी व्यवहार करायचा आहे.'

सुहेलदेवने मंगलध्वजाचा आवरणारा हात बाजूला केला आणि ओरडला, 'होय, परकीय लोकांसमोर माना तुकवून तुमचा फार सन्मान होतो, पण भारतीय साथीदारांबरोबर हात मिळवला तर तुमचा अपमान होतो, उद्धट मूर्ख!'

'चूप!' अजितपाल गरजला, हाताच्या एका फटकाऱ्याने समोरच्या मेजावरच्या सगळ्या बशा त्याने उधळून दिल्या. 'अरे उद्दाम दळभद्र्या, तुझ्या या धारिष्ट्याबद्दल आम्ही तुझी जीभ खेचून काढायला हवी होती.'

'महाराज, ते आपले पाहुणे आहेत,' वृषभने विनवलं. 'कृपा करा, माझी विनंती आहे आपल्याला.'

अजितपाल त्याच्या मंत्र्याकडे वळला. 'ही सगळी तुमची चूक आहे! तुम्ही गोड बोलून आम्हाला यात ओढलंत! तुमच्याकडे आम्ही नंतर बघू!' मग त्याने मंगलध्वज आणि सुहेलदेवला सुनावलं. '*तुम्ही* धर्म विसरला असाल, पण *आम्ही* नाही. या पहिल्या आणि शेवटच्या वेळी तुमच्या औद्धत्याबद्दल आम्ही तुम्हाला क्षमा करतो. आमच्या राज्यातून चालते व्हा आणि पुन्हा कधीही परत येऊ नका. जर तुमचे चेहरे पुन्हा आमच्या दृष्टीस पडले तर दिसताक्षणी तुम्हाला देहदंड मिळेल.'

सुहेलदेव त्यावर उत्तर देणार, तितक्यात मंगलध्वजाने त्याच्या हाताला धरून त्याला ओढत तिथून दूर नेले.

साधारण दीडशे सैनिकांचे पथक मंगलध्वज आणि सुहेलदेव यांच्या बरोबर घोड्यावरून घरी परत निघाले. ते सगळे श्रावस्तीचे सैन्य होते, पण त्यातल्या कुणीच गणवेश घातला नव्हता. आपल्याला कुणी ओळखावं अशी त्यांची इच्छा नव्हती. काहीजणांजवळ धनुष्य आणि बाणांचे भाते होते; बाकीच्यांजवळ भाले, बरच्या आणि गदा होत्या. त्या सगळ्यांच्या कमरेला तलवारी आणि सुरे लटकत होते आणि पाठीवर ढाली बांधल्या होत्या.

पथकाचा मोठा भाग मध्यावर होता, त्यात मध्यभागी मंगलध्वज आणि सुहेलदेव त्यांच्या घोड्यांवर स्वार झाले होते, तर पिछाडीला वीसजणांचा गट होता. टेहळणीसाठी दोघे स्वार पुढे गेले होते, त्यांच्या मागे बिनीचा वीस जणांचा गट होता.

'भगवान महादेव त्या मूर्ख अजितपालला शाप देवो!' सुहेलदेव फुत्कारला. 'आपल्या देशात जोवर असली गाढव खोडं राज्य करत आहेत, तोवर भारताचं काहीही भलं होणं शक्य नाही.'

मंगलध्वजने खेदाने मान हलवली. 'आपल्याकडे असले भारतीय असताना, आपल्याला हरवायला तुर्कांची गरजच नाही. आपल्या स्वतःला हरवण्याचं कसब चांगलं आहे आपल्याकडे. फोडलेलेच राहिलो, तर आपला अधःपात होतच राहणार.'

तितक्यात, टेहळणीचा एक स्वार वेगाने दौडत आला आणि त्याने हातानेच सैनिकांना थांबण्याची खूण केली. स्वार थांबले आणि त्या स्वाराला राजापर्यंत जाण्यासाठी त्यांनी त्याला मधून वाट करून दिली.

'काय गडबड आहे?' मंगलध्वजाने विचारलं.

'तलावाजवळ काही सैनिक आहेत, महाराज,' टेहळणीस्वाराने उत्तर दिलं. 'साधारण पन्नास असावेत. त्यांनी गझनीचा गणवेश घातला आहे.'

टेहळणीस्वार ज्या तलावाबद्दल बोलत होता, ते वाटेवरचं एक नेहमीचं विश्रांतीस्थान होतं, तिथे वाटेवरचे सगळे काफिले थांबून घोड्यांना पाणी पाजत आणि थोडा विसावा घेत. जंगलातील रस्त्याने तो आणखी काही किलोमीटर दूर होता.

मंगलध्वजने टेहळणीस्वाराच्या पलीकडे पाहिलं. 'वरिष्ठ टेहळणीस्वार कुठे आहे?'

'तो त्यांच्यावर नजर ठेवून थांबला आहे, महाराज. तुम्हाला कळवण्यासाठी त्याने मला मागे पाठवलं.'

मंगलध्वजने संमतीदर्शक मान हलवली, प्रमाणित पद्धतींचे पालन होताना बघून त्याला आनंद झाला. 'चला जाऊन बघूया,' तो म्हणाला. त्याने सुहेलदेवला आणि आणखी दोन सैनिकांना खूण केली. 'तुम्ही आमच्याबरोबरच चला. बाकी सगळेजण, मागे राहा. आमच्यावर नजर असू द्या, पण तुम्ही कुणाच्या नजरेत येऊ नका.'

तो लहानसा गट तलावाच्या दिशेने दौडत निघाला. वरिष्ठ टेहळणीस्वार एका झाडामागे लपला होता, त्याचा घोडा आणखी अलीकडे एका झाडाला बांधला होता. टेहळणीस्वार दचकू नये म्हणून जरा जवळ गेल्यावर एका स्वाराने हलकेच खुणेची शीळ घातली.

टेहळणीस्वार मागे वळला, त्याने स्वारांना पाहिलं आणि गप्पपणे मुजरा केला. मंगलध्वज आणि सुहेलदेव घोड्यावरून खाली उतरले, त्यांच्या घोड्यांचे लगाम सर्वात लहान वयाच्या सैनिकाकडे दिले आणि चालत टेहळणीस्वाराकडे गेले.

'काय आहे, अब्दुल?' मंगलध्वजने हळू आवाजात विचारले.

अब्दुलने काही माहीत नाही अशा अर्थाची मान हलवली, आणि तलावाकडे निर्देश केला. त्याच्या शेजारी एक मोठा तंबू उभारला होता. साधारण पन्नासेक सैनिक गझनीच्या उठून दिसणाऱ्या हिरव्या पोशाखात एका शेकोटीभोवती बसले होते, तर दोघे पहाऱ्यावर होते, तसे ते फारसे सावध दिसत नव्हते.

'काय त्यांच्या मनात आहे ते शोधून काढूया चला,' मंगलध्वज म्हणाला. त्याने मागे वळून पाहिलं. बाकीचे सैनिक थोड्या दूर अंतरावर होते, पण नजरेच्या टप्प्यात होते. तो एका तरुण सैनिकाकडे वळला. 'माझ्या सूचना घेऊन त्यांच्याकडे जा. त्यांनी जवळ थांबायचं आहे आणि लपून राहायचं आहे. काही गडबड होईल असं वाटत तरी नाहीये, पण तसं जर काही दिसलं तर त्यांनी ताबडतोब आमच्या मदतीला यावं.'

सैनिकांनी जागा घेतल्यावर, मंगलध्वज, सुहेलदेव, अब्दुल आणि आणखी एक सैनिक घोड्यावरून छावणीकडे निघाले, आपल्या घोड्यांचा वेग त्यांनी मुद्दामच कमी ठेवला होता. संध्याकाळ होत होती, आणि मंद वारा वाहात होता.

जंगलाची कड तलावापासून साधारण दोनशे मीटर दूर होती, पण तिथपर्यंतचा भाग म्हणजे बिनाअडथळ्याचा सपाट गवताळ भाग होता.

घोड्यांना चरायला अगदी योग्य—किंवा घोडदळाने हल्ला करायला, सुहेलदेवच्या मनात विचार आला.

'तिथेच थांबा,' स्वार छावणीकडे येऊ लागले तसे एका पहारेकऱ्याने हटकले. 'कोण आहात तुम्ही?'

मंगलध्वजने हात उंचावले. 'आम्ही घोड्यांचे व्यापारी आहोत, बहराइचकडे निघालो आहोत. पुढे येऊ का?'

पहारेकरी किंचित चाचरला, एक धिप्पाड, तुर्की दिसणारा, मऊ रेशमी अंगरखा घातलेला एक माणूस तंबूबाहेर आला. त्याला संपूर्ण टक्कल होतं, पण ती उणीव त्याने छातीपर्यंत रुळणाऱ्या भरघोस दाढीने भरून काढली होती. सर्व तुर्कांसारखा त्याचाही चेहरा गोलाकार आणि डोळे फटीसारखे बारीक होते. त्याचा अंगरखा त्याच्या भल्यामोठ्या दोंदाभोवती घट्ट ताणला गेला होता. 'काय चाललंय?'

त्या तुर्काच्या वावरण्यात असा एक माज होता की सुहेलदेवचे दात एकमेकांवर दाबले गेले.

पहारेकऱ्याने त्यांच्याकडे हात दाखवला. 'हे घोड्यांचे व्यापारी आहेत, महाराज. त्यांनी पुढे येण्याची परवानगी मागितली.'

'घोड्यांचे व्यापारी, अं?' त्या माणसाने विचारले. 'तुमचे घोडे कुठायत?'

मंगलध्वज कमरेत वाकला. 'ईश्वराच्या कृपेने, आम्हाला सगळ्या घोड्यांची कन्नौजमध्ये विक्री करता आली. आता आणखी माल घेण्यासाठी परत घराकडे निघालो आहेत. तुमची परवानगी असेल, तर तलावाकाठी घटकाभर थांबण्याची इच्छा होती.'

'आंधळा आहेस का, मूर्खा?' तुर्कने उद्धटपणे विचारले. 'ही जागा आम्ही घेतली आहे, दिसत नाही का? नीघ पुढे!'

'पण आपल्या सगळ्यांना पुरेल इतकी जागा आणि पाणी नक्कीच आहे इथे,' मंगलध्वज नम्रपणे म्हणाला.

'ए उद्धट हरामी, तू कुणाशी बोलतो आहेस माहीत आहे का तुला?' तो माणूस गरजला. 'महान सुलतान, खुद्द गझनीचा महमूद यांचा राजदूत आहे मी. तुझ्या पाठीवर चामडी शिल्लक आहे तोवरच इथून चालता हो, फालतू घाण कुठली.'

मंगलध्वजने घाईघाईने वाकून प्रणाम केला. 'क्षमा असावी, महाराज. इतक्या थोर माणसाशी आपण बोलतोय याची कल्पनाच नव्हती मला. आम्ही लगेच निघतो इथून. पण त्याआधी, एक विचारू का, जर—'

राजदूत मोठ्यांदा ओरडला, 'मी तुझ्याकडून काहीही विकत घेणार नाहीये, फालतू भारतीय उंदरड्या! चल नीघ! तुला जिवंत सोडतोय हेच नशीब समज. नाहीतर आम्ही

सोमनाथच्या देवळात पोटं चिरल्यावर ती डुकरं ओरडत होती ना, तसेच तुम्हीसुद्धा आतापर्यंत किंचाळत राहिला असतात.'

सुहेलदेवने जोरात श्वास घेतला. त्याने घोड्याला टाच दिली आणि सरळ राजदूताकडे दौडत निघाला. चकित झालेला तुर्क भीतीने ओरडू लागला, सुहेलदेवने घोड्यावरून झेप घेतली आणि त्याच्या अंगावर कोसळला. दोघेही एकमेकात अडकून जमिनीवर पडले.

इतर पहारेकरी धावतच त्या दोघांकडे आले, पण मंगलध्वज आणि त्याच्या बरोबरच्या सैनिकांनी वळकट्यांमध्ये लपवलेल्या तलवारी झटक्यात बाहेर काढल्या आणि त्यांच्यावर हल्ला केला. काही सेकंदांत टापांचा आवाज घुमवत उरलेली श्रावस्तीची तुकडी दौडत त्यांच्या मदतीला पोचली.

सुहेलदेवने राजदूतावर लाथाबुक्क्यांचा वर्षाव केला, त्याने आधी प्रतिकार करण्याचा प्रयत्न केला, पण शेवटी दोन्ही हातांनी तोंड झाकून घेऊन त्याने पाय पोटाशी घेऊन मुटकुळं केलं. थोड्या वेळाने मजबूत हातांनी सुहेलदेवला त्या असहाय माणसापासून दूर खेचलं. राजदूत कसाबसा गुडघ्यांवर उठून बसला.

'तंबूंची झडती घ्या,' मंगलध्वजने एका सैनिकाला सांगितले. मग तो चालत त्या तुर्काकडे गेला. 'तू म्हणालास तू महमूदचा राजदूत आहेस. सुलतानाचा काय संदेश तू घेऊन चालला होतास? आणि कोणाकडे?'

राजदूत त्याच्यावर थुंकला. त्याचा एक थेंब मंगलध्वजाच्या उजव्या जोड्यावर पडला.

'मी विचारतो त्याला,' सुहेलदेव म्हणाला.

त्याने त्या माणसाच्या उजव्या गालावर उलट्या हाताची एक जोरदार थप्पड लगावली. राजदूत मागे हेलपाटला, मग खोकला आणि दोन दात आणि रक्त त्याच्या तोंडातून बाहेर पडलं.

'पुन्हा विचारू?' सुहेलदेवने विचारलं. 'मी हे दिवसभर करू शकतो.'

'कुत्र्या, सुलतान याबद्दल तुझं मस्तक धडावेगळं करतील,' राजदूत गुरगुरला.

सुहेलदेव हसला, पण त्यात कुठलीही गंमत नव्हती, ते केवळ ओठ आवळणं होतं. 'चुकीचं उत्तर,' राजदूताच्या नाकावर ठोसा मारत तो म्हणाला. तुर्काच्या नाकाचं हाड मोडल्याचा आवाज आला. त्याचं नाक ताबडतोब सुजलं आणि नाकातून रक्त वाहू लागलं. तो श्वास घेण्यासाठी धडपडू लागला आणि थोडी हवा आत घेण्यासाठी त्याने तोंड उघडलं, हे करताना त्याला घरघर लागली.

'आम्हाला काहीतरी सापडलंय,' अब्दुल ओरडला, तो राजदूताच्या तंबूची झडती घेत होता. त्याने बऱ्याचशा गुंडाळ्या बाहेर आणल्या. 'या प्रदेशातल्या वेगवेगळ्या शासकांच्या नावाने मोहोरबंद पत्रं. श्रावस्तीचे महान राजे, त्यातलं एक तुमच्यासाठीही आहे.'

अब्दुलने एक गुंडाळी मंगलध्वजच्या हातात दिली. ते संबोधन ऐकून राजदूताचे डोळे मोठे झाले.

'मंगलध्वज!' राजाकडे रोखून पहात तुर्क घशातल्या घशात म्हणाला. 'तुझी बायकामुलं गुलाम म्हणून विकली जातील. तू आणि तुझे सगळे सैनिक मारले जाल, अगदी तुझ्या त्या भ्याड मुलासारखेच. सुलतानाने त्याचं मुंडकं उडवायच्या आधी तो कसला ओरडला होता. आम्ही सगळे पोट धरधरून हसलो तेव्हा.'

सुहेलदेवच्या डोळ्यांसमोर तांबडं धुकं पसरलं. त्याने तलवार उपसली. 'आता तू माझ्यासाठी ओरड, कुत्तरड्या,' तुर्काच्या पोटात तलवार खुपसत तो ओरडला.

तुर्काने पोट आवळले आणि तो वेदनेने विव्हळत खाली पडला. तडफडू लागला. त्याच्या फाटलेल्या पोटातून रक्त उसळू लागलं आणि त्याची बुळबुळीत आतडी जमिनीवर पडली.

'या वेळी तो खरोखरच पोट धरून हसला असं दिसतंय,' फटकन सुहेलदेव म्हणाला, आणि त्याने त्याची तलवार स्वच्छ केली. त्याच्याकडे टक लावून बघत असलेले वडील त्याला दिसले. 'काय? तो दादाबद्दल काय म्हणाला तुम्ही ऐकलं ना?'

'श्वास घे,' मंगलध्वज शांतपणे म्हणाला 'रागाचीसुद्धा एक जागा असते. पण शत्रूकडून मिळणारी माहिती ही तत्काळ सूडापेक्षा कितीतरी जास्त महत्त्वाची असते.'

सुहेलदेव गप्प राहिला. धीटपणे.

'असो, जे झालं ते झालं,' मंगलध्वज म्हणाला. 'पत्रं काय म्हणतात ते पाहूया.'

मंगलध्वजने एक गुंडाळी उचलली, मनाशी विचार करत त्याने वर पाहिलं. तो अब्दुलकडे वळला. इतरही गुंडाळ्याही उघडून श्रावस्तीच्या राजाच्या हातात दिल्या गेल्या.

मंगलध्वजने भराभर इतरही पत्रे वाचली, मग हाताच्या इशाऱ्याने सुहेलदेवला जरा बाजूला थोड्या अंतरावर नेलं.

मंगलध्वज शांतपणे बोलत होता. 'त्या पत्रांमध्ये मुख्यतः असं म्हटलंय की प्रत्येक राजाने गझनीशी मैत्रीची शपथ घ्यावी, दर वर्षी उत्पन्नाचा अर्धा वाटा त्याला पोचवावा, आणि तो मागेल तेव्हा त्याला सैन्याची मदत द्यावी, अन्यथा आक्रमणासाठी तयार राहावं. त्यातल्या काही गुंडाळ्यांवर असलेल्या मुद्रांवरून असं वाटतंय की बऱ्याच राजांनी या अटी मान्य केल्या आहेत—अजितपाल धरून.'

'तो दांभिक माणूस आपल्याला सन्मानावर भाषण देत होता,' सुहेलदेव कडवटपणे म्हणाला. मनात काहीएक विचार येऊन त्याचे डोळे विस्फारले. 'अजितपाल कदाचित आपल्याला भेटण्यापूर्वी लगेच आधी या माणसाला भेटलेला असू शकतो. कदाचित या लाजिरवाण्या शरणागतीबद्दल त्याच्या लोकांना कळू नये अशी त्याची इच्छा असेल.'

'खरं आहे, पण रागाच्या भरात तू काय करून बसला आहेस तुला कळतंय का, मुला? तू गझनीच्या राजदूतावर त्याच्या अंगरक्षकांसमोर हल्ला केलास, आणि आम्हाला तुला मदत करण्यावाचून काहीही पर्याय नव्हता, नाहीतर तू मारला गेला असतास. हे महमूदला कळलं, तर त्याचा सगळा संताप आपल्या डोक्यावर बरसणार आहे. आणि त्याला शिंगावर घेण्याची आपली तयारी अजून झालेली नाही.'

'आता आपण काय करायचं?'

'जेवढा काळ शक्य आहे तेवढा काळ ही छोटीशी चकमक लपवून ठेवायची.' मंगलध्वज तंबूच्या दिशेने वळला आणि श्रावस्तीच्या रक्षकांच्या पथकाच्या नायकाला जवळ येण्याची खूण केली. गझनीचे बरेचसे सैनिक मारले गेले होते. वाचलेल्यांना बंदी बनवण्यात आले होते. मंगलध्वजाने नायकाला दिलेल्या सूचना स्पष्ट होत्या. 'इथे काय झालं, त्याचा एकही साक्षीदार राहता कामा नये.'

नायकाने तत्काळ तलवार उपसली आणि तो गझनीच्या बंदींकडे चालत गेला. त्याच्या रक्षकांना काय ते समजलं आणि त्यांनीही आपापल्या तलवारी उपसल्या. पुढे काय होणार हे उमजून गझनीचे बंदी रडू लागले. सन्मान आणि युद्धबंदींना दयेने वागवणे या भारतीय संकल्पना त्यांनी ऐकल्या होत्या. सुलतान महमूदच्या विरुद्ध जाण्याच्या आणाभाका घेत त्यांनी दयेची भीक मागितली. ते आकांताने रडत होते. त्यांना चटकन गुडघ्यावर बसायला लावून आणि त्यांची मस्तके धडावेगळी करून त्यांची रडारड चटकन थांबवली गेली.

'आपलं किती नुकसान झालंय?' देहांत शासन पूर्ण झाल्याबरोबर मंगलध्वजने विचारलं.

'थोडे जखमी आहेत. फारसं गंभीर नाही,' त्याला सांगण्यात आलं.

'त्यांची मलमपट्टी करा आणि इथून बाहेर पडूया,' मंगलध्वज म्हणाला. 'पण प्रथम, आपल्याला त्या मृतदेहांची विल्हेवाट लावायला हवी. ते जंगलात न्या आणि त्यांना खोलवर पुरून टाका म्हणजे जंगली जनावरांना त्यांच्यापर्यंत पोचता येणार नाही. पुरताना त्या देहांवर थोडं मीठ टाका. त्याने शरीरं कुजल्याचा वास जरा कमी येईल. मीठ त्यांच्या भांडारातून घ्या. त्यांच्याकडे मीठ असणारच. पुरल्याची जागा वर फांद्या आणि पानं टाकून झाकून टाका म्हणजे तिथली माती विस्कटल्याचं कुणाच्या लक्षात येणार नाही. जे जे उपयुक्त आहे ते ते सर्व घ्या आणि बाकीचं नष्ट करा. काय घडलं याचा मागमूसही शिल्लक ठेवू नका.'

मंगलध्वजने जांभई दिली आणि शेकोटीजवळच अंग जरा ताणलं. सूर्य उगवल्यावर त्याने त्याला वंदन केले आणि चटकन प्रार्थना म्हटली. थोडे सूर्यनमस्कार घालण्याचा त्याने विचार केला पण मग तो रहित केला. कालच्या दिवसाचा शीण अजून शिल्लक होता आणि आज घोड्यावरून मोठी मजल मारायची होती.

गझनीचा राजदूत आणि त्याचं पथक यांच्याशी झालेल्या सगळ्या खुणा नष्ट करेपर्यंत काल रात्री बराच उशीर झाला होता. त्यानंतर ते घोड्यांवर बसून लगेचच तिथून निघाले होते, त्या ठिकाणापासून त्यांना जास्तीत जास्त दूर जायचं होतं. अंधारामुळे त्यांना वेग कमी ठेवावा लागत होता, पण रात्रीचा पडाव टाकण्याअगोदर दमलेल्या माणसांना आणि जनावरांना मंगलध्वजाने शक्य तितक्या दूर नेलं होतं. त्यांना जेमतेम दोन तास झोप मिळाली असेल, तोवर उठायची वेळही झाली.

'प्रणाम, बाबा,' वडिलांजवळ येत आणि त्यांच्या पायांना स्पर्श करत सुहेलदेव म्हणाला.

मंगलध्वजने सुहेलदेवला शेजारी बसण्याची खूण केली. 'तू फारसा झोपला नसावास असं दिसतंय.'

सुहेलदेवने मान हलवली. 'माझ्या डोक्यात अति विचार चालू होते.'

'आणि कसले विचार होते ते?'

'आपण जवळपास असल्याचं अजितपालला माहीत आहे. गझनीचा राजदूत गूढरीत्या अदृश्य झाल्याची बातमी बाहेर एकदा का फुटली, की त्याला दोन अधिक दोन बरोबर चार हे गणित करायला... किंवा निदान संशय तरी घ्यायला फार वेळ लागणार नाही... पण आणखी एक गोष्ट आहे. काल सैनिक काय बोलत होते ते तुम्ही ऐकलं का? ते उत्साहित झाले होते. गझनीचं सैन्य अजिंक्य नाही याची त्यांना आता जाणीव झाली आहे. सैनिकांवर जर अचानक छापा घातला तर आपण त्यांना मारू शकतो.'

'मग, मनात काय आहे तुझ्या?' मंगलध्वजने विचारलं. त्याचेही विचार त्याच दिशेने जात होते, पण आपल्या मुलाच्या मनात काय आहे हे ऐकायचं होतं.

सुहेलदेवने एक मोठा श्वास घेतला, जणू काही स्वतःचा अंतिम निर्णय पक्का करण्यासाठी तो मोठ्यांदा बोलून दाखवत होता.

'बाबा, मी तुमच्याबरोबर घरी परत येणार नाही. आपण अशी बोलवा पसरवून देऊ की तुम्ही तर पुढे निघून गेला होता आणि राजदूताच्या मृत्यूला मी जबाबदार आहे. या सैनिकांपैकी जे कुणी माझ्या बरोबर यायला तयार असतील त्यांना घेऊन मी भूमिगत होतो. मी एखाद्या दरोडेखोरासारखा राहीन आणि या भागात हिंडत राहीन, जिथेजिथे संधी मिळेल तिथे गझनीच्या सैन्यावर हल्ले चढवत राहीन. आणखी बरेच जण मला येऊन मिळतील याची मला खात्री आहे. तुम्हाला सांगता येईल की मी तुमच्या इच्छेविरुध्द वागतो आहे आणि तुमचा याच्याशी काहीही संबंध नाही. आपण गुप्तपणे संपर्कात राहू.'

'तुला असं जगणं कष्टाचं जाईल रे बाळा.'

'कष्टाचं मला भय वाटत नाही... दादाचा सूड घ्यायची शपथ मी घेतली, आणि मी ते करीन, त्यासाठी काहीही करावं लागलं तरी.'

'मूठभर सैनिकांनिशी तू गझनीचा सामना करायला निघाला आहेस. मुंगीने हत्तीशी लढण्यासारखं आहे हे.'

'मला माहीत आहे, पण एक मुंगीसुद्धा हत्तीला जेरीस आणू शकते,' सुहेलदेव म्हणाला आणि हसला. 'फक्त कधी आणि कुठे चावा घ्यायचा हे माहीत असायला हवं.'

मंगलध्वज बराच वेळ आपल्या पुत्राकडे रोखून बघत राहिला. त्याने बोलायला सुरुवात केली तेव्हा त्याचा आवाज भावनातिरेकाने दाटून आला होता.

'नेता होणं म्हणजे लढता येणं किंवा भांडता येणं किंवा भाषणं देणं नव्हे. अधिक मोठ्या भल्यासाठी काय करायलाच पाहिजे याची प्रत्यक्षात जाणीव असणं आणि ते करणं हे आहे. मग त्यासाठी कितीही वैयक्तिक किंमत मोजावी लागली तरीही...'

सुहेलदेवने श्वास रोखून धरला, वडिलांकडून अशा खुल्या कौतुकाची त्याला सवय नव्हती. कौतुकाचे शब्द चांगल्या पुत्रासाठी, मल्लदेवसाठी राखून ठेवलेले असत.

मंगलध्वजने आपल्या धाकट्या मुलाला कवेत ओढून घेतले. 'मल्लदेवला तुझा अभिमान वाटला असता, माझ्या बाळा... मला तुझा अभिमान वाटतो आहे...'

ते दोघे पुरुष बराच वेळ तसेच उभे होते. मग सुहेलदेवने हलकेच स्वतःला वडिलांपासून सोडवून घेतले.

मंगलध्वजने सुहेलदेवच्या चेहऱ्याला स्पर्श केला आणि पुटपुटला, 'भगवान शिवाबरोबर जा, माझ्या मुला. भारतमातेसाठी लढ.'

'हर हर महादेव...'

'हर हर महादेव...'

सुहेलदेवने पुन्हा एकदा वडिलांच्या चरणांना स्पर्श केला आणि निघून गेला.

त्याने मागे वळून पाहिलं नाही.

प्रकरण ४

'ते हरीण मेलंय कधीच, सुहेलदेव. तू पुन्हा त्याला मारण्याची गरज नाहीये. आण इकडे, ते सोलतो मी.'

सुहेलदेवने चिडून अब्दुलकडे पाहिले. काही आठवड्यांपूर्वी तो स्वतःहून भूमिगत झाला तेव्हा त्याच्याबरोबर आलेल्या पन्नास माणसांपैकी हा एक टोकदार नाकाचा, कुरळ्या केसांचा हेर होता. तेव्हापासून ही टोळी कन्नौज आणि हरिद्वय या राज्यांच्या सीमांवर दोन्ही बाजूंना पसरलेल्या जंगलात जास्त करून राहात होती.

तिथल्या घनदाट झाडीमुळे, या सीमेत अनेक फटी होत्या. दोन वेळा सुहेलदेव आणि त्याच्या सैनिकांनी कन्नौजमध्ये किरकोळ धाडी घातल्या होत्या, मग निसटून परत हरिद्वयमध्ये आले होते, तिथे काही कन्नौजचे सैनिक त्यांचा पाठलाग करू शकत नव्हते. याच काळात कन्नौजच्या सीमेवरून बाहेर पडताना लागणाऱ्या जवळजवळ शेवटच्या वस्तीतील लोकांशीही त्यांनी मैत्रीचे संबंध प्रस्थापित केले होते.

त्या खेड्यातले लोक गरीब पण आतिथ्यशील होते, आणि या टोळीला लागणारी कोणतीही मदत ते यथाशक्ती करत होते.

'कळतंय मला, तू फक्त माझं काम स्वतःकडे घेतोयस, अब्दुल,' सुहेलदेव म्हणाला. 'पण मी तुला या आधीही सांगितलंय, मला कोणतीही विशेष वागणूक नको आहे. इथे आपण सारे समान आहोत. बाकी सगळे करतात तीच कामं मीही करीन.'

अब्दुल हलकेच हसला आणि त्याने मान हलवली. 'तू अगदी तुझ्या थोरल्या भावासारखा आहेस.'

सुहेलदेवची नजर सौम्य झाली. अब्दुलच्या वडिलांनी मंगलध्वजचा अंगरक्षक म्हणून काम केलं होतं, आणि राजाचं संरक्षण करतानाच त्यांना मृत्यू आला होता. कृतज्ञ मंगलध्वजने अब्दुलच्या आईला राजवाड्यात काम दिले होते आणि स्वतःच्या

मोठ्या मुलाबरोबरच तिच्याही मुलाला उत्तम शिक्षण मिळेल याकडे जातीने लक्ष दिले होते.

अब्दुल आणि मल्लदेव एकाच वयाचे होते आणि लवकरच अब्दुल मल्लदेवच्या जिवाचा सखा बनला. अब्दुलने जेव्हा सैन्यात भरती होण्याचा त्याचा मनोदय दर्शवला, तेव्हा मल्लदेवइतका आनंद कुणालाच झाला नव्हता.

अब्दुल अनेक मोहिमांवर मल्लदेवबरोबर गेला होता. शरीर आणि चारित्र्य दोन्ही मजबूत असलेल्या अब्दुलने लवकरच स्वतःला एक कणखर आणि कल्पक सैनिक म्हणून सिद्ध केले होते. पण अगदी अलीकडच्याच एका मोहिमेत तो गंभीर जखमी झाला होता. मल्लदेवने सोमनाथच्या रक्षणासाठी स्वतःहून जाण्याचे ठरवले तेव्हा त्याच्या जखमा अजून भरून येत होत्या. मल्लदेवने आपल्याला त्याच्याबरोबर न्यावे म्हणून अब्दुलने त्या जखमी अवस्थेत सुद्धा पुष्कळ गयावया केल्या होत्या. पण भविष्यात पुढे आणखी लढाया लढायच्या आहेतच असं सांगून मल्लदेवने नकार दिला. मल्लदेवच्या निधनाची वार्ता श्रावस्तीला पोचली तेव्हा अब्दुलच्या जखमा जेमतेम भरल्या होत्या. त्याचा ठाम विश्वास होता की तो जर सोमनाथला असता, तर मल्लदेव आत्ता जिवंत असता.

सुहेलदेवने हलकेच अब्दुलच्या खांद्याला स्पर्श केला. 'दादाशी माझी बरोबरी करणं यापेक्षा माझ्यासाठी मोठा गौरव कुठलाच नाही. पण तुला आणि मला दोघांनाही ठाऊक आहे की मी त्याच्याइतका महान नाही. त्याच्या जवळपास सुद्धा नाही.'

अब्दुलने सुहेलदेवकडे पाहिलं, त्याच्या चेहऱ्यावर केवळ वेदना होती. 'मी सोमनाथजीमध्ये त्याच्याजवळ असायला हवा होतो.'

सुहेलदेवने निःश्वास सोडला. 'मग तूही मारला गेला असतास.'

'माझे मित्र आणि सहकारी मरून पडलेले असताना मी असं जगत राहण्यापेक्षा ते कितीतरी चांगलं.'

'अब्दुल, तुझी दुखापत ही काही तुझी चूक नाही. काही असो, आपल्याला कालचक्र काही उलटं फिरवता येणार नाही. तुझ्या मित्रांबद्दल शोक करत राहण्याऐवजी, त्यांचा बदला घेण्यावर लक्ष केंद्रित कर.'

अब्दुलने मान डोलावली, चेहऱ्यावरून खसाखसा हात फिरवला, जणू तो त्याच्यावरची वेदनाच पुसून टाकत होता. 'बरोबर आहे तुझं... त्या हरणाला सोलण्याचं काम पूर्ण करून टाकतोस का? त्यातलं थोडं मांस कदाचित आपल्याला आपल्या त्या

गावातल्या मित्रांसाठी घेऊन जाता येईल आणि त्याच्या बदल्यात थोडं घरचं जेवणं मिळवता येईल?'

सुहेलदेवने मान डोलावली. 'मी तुला यातला साधारण पाव भाग देतो. एका सैनिकाला बरोबर घे आणि जा.'

'कृपा करा, महाशय, आमच्यावर दया करा,' बोलताना त्या म्हाताऱ्या खेडुताच्या गालांवरून आसवं ओघळत होती, घोड्यावर बसलेल्या स्वाराचा पाय त्याने घट्ट पकडला होता. 'तुम्ही आमचं सगळंच धान्य घेऊन गेला, तर आम्ही काय खायचं? आम्ही उपाशी मरून जाऊ.'

तुर्की अधिकारी, सालिक खानने रिकिबीतला त्याचा पाय काढून घेतला आणि क्रूरपणे त्याच्या तोंडावर एक लाथ मारली, म्हातारा झेलपाटत जमिनीवर पडला, त्याच्या नाकातून रक्त वाहू लागलं.

'तोंड बंद कर, मूर्खा,' सालिक गुरगुरला. 'तुमच्या राजाची आज्ञा अगदी स्पष्ट आहे. गझनीच्या महान सुलतानाला व्यवस्थित नजराणा पाठवायचा आहे आणि प्रत्येकाने त्यातला वाटा उचललाच पाहिजे.'

भारतातील ज्या राज्यांनी गझनीच्या सुलतानापुढे आपल्या साम्राज्यांची शरणचिठ्ठी दिली होती, तिथे राहण्याचं महमूदच्या सैन्यातल्या बऱ्याच तुर्कांनी स्वखुशीने कबूल केलं होतं. तांत्रिकदृष्ट्या ते तिथल्या स्थानिक भारतीय राज्यांचे अधिकारी होते. पण खरं तर ते या क्षेत्रांमधील महमूदचे प्रतिनिधीच होते, सैनिकांवर अधिकार चालवत होते, आणि गझनीच्या सूचना पाळल्या जात आहेत याची खात्री करत होते. आणि अर्थातच वैयक्तिक स्वतःसाठी लुटालूट तर ते निश्चितच करत होते. जगातील सर्वात श्रीमंत देशातून, भारतातून लूट नेणे म्हणजे तुर्कांना येणाऱ्या कित्येक पिढ्यांसाठी बख्खळ माया जमवून ठेवण्याची नामी संधीच होती.

म्हातारा धडपडत कसातरी उठून उभा राहिला. 'आणि राजा काय आमच्यासारखा उपाशी राहणार का?'

'ए उद्धट मूर्खा,' तलवार उपसत सालिक गरजला. 'याबद्दल मी तुझं मुंडकंच छाटणार.'

एक तरुण धावत पुढे आला, खाली वाकून त्याने सालिकला मुजरा केला. 'कृपा करा महाराज, त्याला सोडा! त्याला सोडा! मी भीक मागतो... तो तसाही अर्धवटच आहे...' तरुणाने त्या म्हाताऱ्या शेतकऱ्याला मागे ओढलं. 'चला, बाबा, जाऊया. जिवंत आहोत तोवर अन्न शोधून काढता येईलच की.'

अधिकाऱ्याने संमतीची मान हलवली. 'तू बरा हुशार दिसतोस. काय नाव तुझं?'

'किश्ना, महाराज,' डोळे जमिनीला खिळवून तरुणाने उत्तर दिलं.

'हंऽऽ... ठीक, किश्ना, या वेड्या म्हाताऱ्याला माझ्या नजरेपासून दूरच ठेव. आणि त्याला जरा जिभेवर ताबा ठेवायला सांग, नाहीतर मला ती त्याच्या तोंडातून उपटून टाकावी लागेल.'

किश्ना वडिलांना हात देत, थोडं खेचत घाईघाईने बाजूला घेऊन गेला. ते जात असताना सालिक त्यांच्याकडे बघत होता. तेवढ्यात त्याचा नाईक म्हणून काम करणारा एक ज्येष्ठ सैनिक घोड्यावरून त्याच्याकडे आला. 'आपण त्यांच्याकडचं सगळं धान्य घेऊन गेलो, तरी आपलं उद्दिष्ट पूर्ण होणार नाही, महाराज.'

'वैताग! असलं दळभद्री राज्य माझ्याच नशिबी यायचं होतं.' त्याची नजर सर्वत्र फिरली, तसं गावातलं देऊळ त्याच्या नजरेस पडलं. 'मला खात्री आहे, तिथे काहीतरी मौल्यवान चिजा ठेवलेल्याच असणार.'

नाइकाला धक्का बसल्यासारखा दिसला. शेवटी तो एक भारतीयच होता. 'म्हणजे तुम्ही मंदिर लुटायचं म्हणताय का, महाराज?'

सालिकने निर्विकार मुद्रेने नाइकाकडे पाहिलं, पण त्याच्या स्वरात विखार होता. 'तुला काही शंका आहे का?'

'महाराज... मी... पण राजे याला संमती देतील?'

'राज्याच्या प्रत्येक कानाकोपऱ्यात घडणारी प्रत्येक बारीकसारीक गोष्ट राजाला समजलीच पाहिजे असं काही नाही. काही झालं तरी महान सुलतान गझनीचा महमूद याने भारतात मंदिरं लुटण्याची परंपरा निर्माण केली आहे. आणि तो आता राजाचाही सम्राट आहे त्यामुळे तुमच्या राजाला तक्रार करण्याचं काही कारणच असता कामा नये. आपण फक्त परंपरेचं पालन करतो आहोत!'

शेवटचं वाक्य बोलून सालिक जोरात हसला.

नाईक अस्वस्थ झालेला वाटला, पण तरी त्याने वाकून मुजरा केला. नेहमीप्रमाणे तुर्कांपुढे शरणागती पत्करली.

अंधार बळकट असतो म्हणून तो जिंकत नाही. तो जिंकतो कारण दिवे लढायचे थांबतात.

म्हातारा वेड लागल्यागत ओरडत होता, मदतीसाठी हाका मारताना त्याचा आवाज फाटत होता. 'ते हरामी देऊळ लुटणार आहेत. त्यांना कुणीच थांबवणार नाही का? तुम्ही नुसते बघत बसणार का?! भेकड!'

'बाबा, बस करा! तुम्ही स्वतःचा जीव घालवणार आहात अशाने. महादेवाची शपथ, इथून एकदाचे बाहेर पडूया.' किश्नाही रडत होता, पण निर्धाराने वडिलांना मुख्य रस्त्याकडे ढकलत होता, तो रस्ता गावाबाहेर जात होता.

'इथे काय चालू आहे?' अक्षरशः अख्खा गाव पळून चाललेला पाहून आश्चर्यचकित झालेल्या अब्दुलने विचारलं. त्यातले काही रक्ताळलेले होते किंवा काहींची तोंडं सुजलेली होती, पण बहुतेकांच्या अंगावर जखमा नसल्या, तरी ते प्रचंड भेदरलेले दिसत होते.

किश्नाने दचकून वर पाहिलं, आणि मग अब्दुलला पाहून सुटकेचा श्वास टाकला. 'राजाचे शिपाई आलेत...' तो म्हणाला, आपसूकच त्याने मागे वळून गावाकडे पाहिलं, तो उघडच भेदरला होता. 'एक तुर्की माथेफिरू त्यांचा मुख्य आहे. त्यांनी आमच्या सगळ्या चीजवस्तू लुटल्या. आणि आता ते देवळाची नासधूस करायला निघाले आहेत.'

'युवराजांकडे जाऊ आणि मदत घेऊन येऊ,' अब्दुलचा सोबती तत्काळ म्हणाला.

किश्नाचे वडील अचानक पुढे झाले. 'तोवर फार उशीर झालेला असेल. देऊळ नुसतं लुटून थांबतात का कुणास ठाऊक. त्या तुर्कांनी ते नष्ट केलं तर? त्यांनी सोमनाथजीला जे केलं तेच इथे केलं तर?'

अब्दुलने घोडा अर्धा परत वळवलाही होता. म्हाताऱ्याचे शब्द ऐकून तो जागीच गोठला.

'चल, अब्दुल,' त्याचा सोबती घाई करत म्हणाला.

अब्दुलने मान हलवली. 'तू जा आणि मदत घेऊन ये. मी मंदिराकडे जातो आहे.'

त्याचा सोबती जवळ आला आणि त्याने अब्दुलच्या दंडावर हात ठेवला, मृदुपणे म्हणाला, 'ऐक माझं, अब्दुल... ही कल्पना फारशी चांगली नाही...'

अब्दुलने त्याचा थांबवणारा हात हलकेच दूर केला. 'नाही, ही कल्पना वाईट नाही... मला एक भूमिका घेण्यासाठी अल्लाने मला दिलेली ही एक संधी आहे... निघ आता.'

अब्दुलने घोड्याला मंदिराच्या दिशेने वळवले तर त्याचा सोबती भरधाव दूर गेला. काही मिनिटांतच अब्दुल मंदिराजवळ आला. त्याला लांबून काही सैनिक दिसले. मंदिरातील दानपेट्या आणि कपाटं ते बाहेर आणत होते.

दाट झाडीच्या मागे लपलेला अब्दुल आवाज न करता घोड्यावरून उतरला आणि त्याने घोड्याला सुरक्षित अंतरावर बांधलं. त्याने धनुष्य पुढे घेतलं आणि दबकत मंदिराच्या दिशेने निघाला.

आता तो सैनिकांचं बोलणं ऐकू येईल इतक्या जवळ पोचला होता, पण तरी अंधारामुळे आणि झाडांमुळे तो लपला होता.

'मूर्ती आणि दागदागिनेपण घेऊन या,' सालिकने हुकूम केला.

अब्दुलने शांतपणे बाण काढला, धनुष्याला लावला, चटकन नेम धरला आणि बाण सोडला.

चांगल्या धनुर्धारीला नेम धरायला खूप वेळ घालवावा लागत नाही. बाण सणसणत गेला, टोकेरी आणि अचूक, एका सैनिकाच्या छातीत घुसला. त्या धक्क्याने तो सैनिक मागे धडपडला, ते शस्त्र त्याच्या हृदयात खोलवर घुसलं होतं, त्याच्या हातातले दागिने जमिनीवर इतस्ततः विखुरले.

सैनिकांमधून एकदम रागीट गोंधळाच्या आरोळ्या उठल्या.

'आडोसा घ्या!' सालिक ओरडला.

अब्दुल झटकन दुसऱ्या जागी गेला. आधी जिथे होता, तिथून एकदम दुसऱ्या टोकाला गेला. त्याने झटकन आणखी एक बाण काढला, धनुष्याला लावला आणि हवेत सोडून दिला. त्याने बरोबर लक्ष्य गाठलं. सालिकचा आणखी एक सैनिक गारद झाला.

सालिक आता किंचाळत होता. 'शत्रू खूप आहेत! माझ्याकडे या! जवळजवळ राहा! ढाली स्थिर!'

सालिक माणूस निर्दयी होता, पण उत्तम सैनिक होता. त्याने त्याच्या पथकाला प्रशिक्षणही चांगले दिले होते. त्यांनी लगेच बचावाची एक घट्ट फळी तयार केली. मंदिर त्यांच्या मागे होतं. समोर जंगल होतं. ते खाली बसले होते. त्यांना ढालींचं संरक्षण होतं.

अब्दुल झाडांच्या मागे वेगवेगळ्या ठिकाणी धावत होता. वेगवेगळ्या दिशांनी बाण सोडण्याचा त्याचा प्रयत्न होता. काही बरोबर लागले. त्यांनी सैनिकांना पाडलं. पण बरेचसे ढालींना लागून खाली पडले.

सालिकला काहीतरी चुकत असल्याचा संशय येऊ लागला. दोन बाणांच्या मध्ये फार जास्त वेळ जात होता. शत्रू बरेच असते, तर बाण यापेक्षा भराभर यायला हवे होते.

कदाचित मला वाटलं त्यापेक्षा शत्रू कमी असतील.

सालिकने सैनिकांना तसंच स्थिर राहायचा हुकूम दिला. आणि अंधाराच्या पडद्याआड मागच्या बाजूने बाहेर सटकला.

काही मिनिटांतच तो जंगलरेषेच्या मागच्या बाजूला पोचला होता. त्याने तलवार उपसली होती. शत्रूसैनिकांच्या मागावर तो निघाला होता. शत्रूच्या स्थानाच्या मागे जाण्याच्या प्रयत्नात तो लांब गोलाकार वळसा घेत चालत होता.

जो शिकार होता, त्याला बाजी पलटवायची होती आणि स्वतःच शिकारी व्हायचं होतं.

लपतछपत, आधीच्या बाणाच्या आवाजाच्या आणि पावलांच्या अस्पष्ट चाहुलीच्या अनुरोधाने सालिक पुढे सरपटला.

सालिकला त्या तंत्राचे आणि काळजीपूर्वक केलेल्या हालचालींचे कौतुक वाटत होते. *शत्रू जे कुणी आहेत, ते चांगले प्रशिक्षित आहेत.*

त्याला एक पुसट आवाज ऐकू आला. त्यात चूक होणं शक्यच नव्हतं. बाण लावताना धनुष्य ताणल्याचा आवाज. अगदी समोर. सालिक हळूहळू पुढे सरकला. सावकाश. लपतछपत.

त्याचे डोळे आता अंधाराला सरावले होते. त्याला एका माणसाची अस्पष्ट आकृती दिसली.

च्यामारी तिच्या मरतुकड्या घोडीच्या! फक्त एक माणूस! माझ्या अख्ख्या पथकाला वेठीस धरणारा फक्त एक माणूस!

आणखी एक बाण सोडल्याचा आवाज आला तशी सालिकने चटकन हालचाल केली. मंदिराच्या समोर असलेल्या सालिकच्या सैनिकांवर अब्दुलने आणखी एक अस्त्र सोडलं होतं. खुद्द सालिक चोरपावलांनी त्याच्या मागे आल्याचं त्याच्या लक्षातच आलं नाही.

आणि जेव्हा त्याच्या लक्षात आलं, तेव्हा फार उशीर झाला होता. सालिकने पाठीमागून अब्दुलच्या डोक्यावर तलवारीच्या मुठीने जोरात प्रहार केला. आणि अब्दुल कोसळला. बेशुद्ध झाला.

चाबकाचा हवेत सपकन आवाज झाला आणि तो अब्दुलच्या पाठीवर बसला. त्याची त्वचा त्याने ओढून काढली. रक्त काढलं. तोंडातून चीत्कार बाहेर पडू नये म्हणून त्याने ओठ घट्ट चावून धरले होते, पण तरी एक अस्फुट आवाज फुटलाच. त्याचे गुडघे खचले आणि त्याला जर झाडाच्या फांदीला बांधलेल्या दोरखंडाने बांधून ठेवलं नसतं, तर तो खालीच पडला असता.

अब्दुलला सालिकच्या आधिपत्याखालील तात्पुरत्या छावणीत परत आणलं होतं. गावातल्या धान्याच्या कोठारात सैन्याच्या तुकडीच्या राहण्याची सोय केली होती. आणि त्याच्या शेजारचं गावच्या मुखियाचं घर सालिकचं वैयक्तिक निवासस्थान म्हणून वापरलं जात होतं. सालिकचे आणि राजाचे सैनिक सोडता गाव रिकामंच होतं. काही तासांपूर्वीच सगळे गावकरी पळून गेले होते. त्या तात्पुरत्या सैनिकनिवासाच्या समोरच्या मोकळ्या चौकात अब्दुलचा छळ चालला होता.

'च्, च्,' थट्टेच्या स्वरात सालिक चुकचुकला. हातात मद्याचा प्याला घेऊन, तुर्की अधिकारी अब्दुलच्या भोवती फिरला आणि त्याने त्याची पाठ पाहिली. ती रक्तबंबाळ झाली होती, जिथे चाबकाने त्वचा सोलून काढली होती, तिथे खोल जखमा दिसत होत्या.

'अरे अरे, फारच वाईट दिसतंय हे,' खोट्या खोट्या काळजीने सालिक म्हणाला. त्याने मद्याचा एक घोट घेतला, अब्दुलच्या पाठीचं बारीक निरीक्षण चालवलेलं असताना, त्याच्या तोंडावर छद्मी हसू होतं. मग, अचानक, अब्दुलच्या चिंध्या झालेल्या पाठीवर त्याने त्या मद्याची चूळ टाकली.

एकदम झटका बसून, अब्दुल वेदनेने कळवळून पुढे झुकला, दारू त्याची जखमी पाठ जाळत होती. 'या अल्लाह!' तो ओरडला.

सालिक एक क्षणभर थिजला. सुन्न झाला. तो चटकन अब्दुलला वळसा घालून त्याच्या समोर आला, त्याचा कान धरला आणि त्याचं डोकं वर खेचलं, जेणेकरून त्याला बंदीच्या डोळ्यांत पाहता येईल. 'तू मुस्लिम आहेस?!'

अब्दुलने उत्तर दिलं नाही. सालिककडे रोखून बघताना, त्याच्या शरीरातून संतापाच्या ठिणग्या उडत होत्या.

'मंदिराला वाचवण्याचा प्रयत्न करतोस?! असला कसला मुस्लिम तू?!'

अब्दुल उघड उघड हेटाळणीच्या नजरेने त्याच्या नजरेला नजर देत होता. 'तुझ्यापेक्षा... चांगला...'

'मला विरोध करण्याची तुझी हिंमत कशी होते?!' सालिक गरजला. 'तू मुस्लिम आहेस!'

'मी... आधी भारतीय...'

सालिकने अब्दुलला एक जोरदार थप्पड मारली. 'माझ्यासारख्या मुस्लिमाच्या बाजूने लढण्याऐवजी तू त्या अश्रद्ध हिंदूंच्या बाजूने लढतोस?!'

'मी माझ्या... भारतीय बांधवांच्या बरोबरीने लढतो... एका तुर्की राक्षसाविरुद्ध...'

सालिकने अब्दुलला जोरात मारलं, त्याच्या नाकाचं हाड मोडलं. आणि तरीही तो मारतच राहिला. पुन्हा. आणि पुन्हा. पुनःपुन्हा. तो स्वतः थकून जाईपर्यंत.

आणि मग त्याने अब्दुलला आणखी मारलं. अब्दुल जेव्हा बेशुद्ध होऊन दोरावर लटकला, तेव्हाच तो थांबला.

सालिक त्याच्या सैनिकांकडे वळला. 'या हराम्याला इथेच लटकू दे रात्रभर. याला नक्की कसं मारायचं याचा निर्णय मी उद्या घेईन.'

रक्षकाने हातपाय ताणले आणि एक जांभई दिली, मग दुःखाने आपल्या सहकाऱ्यांकडे पाहिलं, ते कधीच आपल्या नेमलेल्या जागा सोडून जमिनीवर मुळकुटी मारून मस्त घोरत पडले होते. पथकातला वयाने सगळ्यात लहान शिपाई म्हणून रात्रभर जागं राहण्याचं आणि कैद्यावर नजर ठेवण्याचं काम त्याच्या गळ्यात आलं होतं.

अब्दुल अजूनही तिथे लटकलेला होता. निःस्तब्ध.

मेलाय का हा?

सैनिकाने मान हलवली आणि खांदे उडवले, मनातल्या मनात स्वतःच स्वतःच्या प्रश्नाचं उत्तर दिलं. *मला काय करायचंय?*

थोड्या अंतरावर असलेल्या सैनिकांच्या वसतिस्थानाकडे त्याने पाहिलं, त्याचे बरेचसे साथी-सैनिक तिथे होते.

मी सुद्धा आत्ता झोपलेला असतो.

याची खरं म्हणजे काहीच गरज नाही. सैनिकांच्या तळावर हल्ला करायची कुणाच्या अंगात एवढी हिम्मत आहे? आपली स्वतःची घरंसुद्धा वाचवू न शकलेले ते बिचारे गावकरी येणारेत?

एकवार पटकन इकडेतिकडे बघत, कुणी बघत नाही ना याची खात्री करून घेत, तो जमिनीवर बसला. झाडाच्या बुंध्याला टेकून बसत त्याने एकवार पाय लांब केले आणि सुखाचा सुस्कारा सोडला. काही मिनिटांतच त्याला डुलकी लागली. लपतछपत येऊन सुरा उगारून त्याच्या अंगावर ओणवलेली आकृती त्याला दिसली नाही. किंवा त्याचा हात जवळ येतानाही त्याला जाणवला नाही. त्याच्या तोंड जेव्हा दाबलं गेलं, तेव्हाच तो झोपेतून सावध झाला. पण त्याचा सावधपणा फारच संथ होता. सुरा त्याची मान कापून पलीकडे गेला तेव्हाही तो अर्धवट झोपेतच होता. गाढ झोपेत. तो खरं म्हणजे पूर्ण जागा झालाच नाही.

सालिकने झोपेतच वास घेतला. तो दचकून जागा होण्यापूर्वीच, काहीतरी जळल्याचा वास त्याच्या सुप्त मेंदूपर्यंत पोचला होता. त्याने सेवकांना हाक मारली, तलवार उचलली आणि बाहेर धाव घेतली.

तो त्याच्या अधिकारी निवासस्थानातून बाहेर आला आणि समोरचं दृश्य पाहून गोठलाच. जिथे त्याचं सैन्य झोपलं होतं, त्या सैन्याच्या तात्पुरत्या निवासस्थानाचे दरवाजे बंद केले होते आणि ती इमारत पेटवून दिली होती. ती इमारत मुळात धान्याचं कोठार असल्याने तिला खिडक्या नव्हत्या. आता त्याला आतून आर्त किंकाळ्या ऐकू येऊ लागल्या, त्याचे सैनिक आत सावकाश जिवंत जळत होते. त्यातले काही जण दरवाजांवर धडका देऊन ते तोडण्याचा प्रयत्न करत होते. पण सालिकच्या जड अंतःकरणाने दरवाजांवर धनुष्ये ताणून उभ्या असलेल्या आक्रमकांचीही नोंद घेतली. कुणी चुकून बाहेर आलाच तर त्याच्या समाचारासाठी ते सज्ज होते.

त्या चौकात साधारण शंभर सैनिक असावेत. रात्रीचे पहारेकरी म्हणून नेमलेल्या त्याच्या स्वतःच्या सैनिकांचे मृतदेह त्याला दिसले.

हे हरामी आले तरी कुठून?

सालिकच्या हे लक्षात आलं नाही की चौकात जमलेल्या शस्त्रधारी भारतीयांपैकी अनेक जण हे, काल त्याने ज्यांना हुसकून लावलं होतं, ते गावकरीच होते. ते परत आले होते. ते लढायला उभे ठाकले होते. त्याने कधीच ज्याच्याबद्दल ऐकलंही नव्हतं, अशा नेत्याने त्यांना लढायला उभं केलं होतं.

सालिकने इकडेतिकडे पाहिलं. त्याच्याबरोबर अवघे चार सैनिक होते. त्याने पुन्हा तात्पुरत्या निवासस्थानाकडे पाहिलं. त्याच्या सैनिकांच्या आर्त किंकाळ्या रात्रीत घुमत होत्या. तो घाईघाईने बरोबरच्या चौघांना पुटपुटला, 'काही आशा नाही. आपण त्यांना मदत करू शकत नाही. इथून बाहेर पडू या. दोन माझ्या पुढे. दोन मागे. चला!'

सैनिक झटक्याने डावीकडे झेपावले. ते वेगाने झाडांच्या दिशेने जात होते. फक्त काहीशे मीटर दूर. एकदा का ते जंगलरेषेच्या पलीकडे गेले असते, की मग ते सहज अदृश्य होऊ शकले असते. किंवा सालिकची तशी योजना होती.

त्याच्या दुर्दैवाने, त्या प्रचंड आगीमुळे सर्वत्र चांगला उजेड पडला होता. त्या मोकळ्या जागेवरच्या बऱ्याच मोठ्या भागावरच्या रात्रीच्या सावल्या त्याने पुसून टाकल्या होत्या.

आणखी एक दुर्दैव म्हणजे, सालिकची गाठ एका निर्दयी शत्रूशी होती, ज्याला गनिमी काव्याची चांगली जाण होती.

तो आणि त्याचे सैनिक त्यांची वाट पाहणाऱ्या चाळीस सैनिकांच्या हातात अलगद जाऊन पडले.

काय होतं आहे हे सालिकला कळण्याच्या अगोदरच, त्याचे आघाडीचे दोन सैनिक कापले गेले होते. तो त्याची तलवार चौ दिशांना फिरवून शत्रूला दूर ठेवत होता. त्याला पाठीमागून किंकाळ्या ऐकू आल्या. पाठीमागच्या दोघांची हत्या झाली आहे हे कळण्यासाठी त्याला मागे वळून पाहण्याचीही गरज नव्हती.

तो एकटा होता. तो तलवार फिरवत राहिला होता. शत्रूला दूर ठेवत होता. जोरात ओरडत होता. 'मी असा सहज पडणार नाही! आधी तुमच्यातल्या दहा जणांना तरी लोळवीन! या पुढे!'

पण ते जवळ आले नाहीत. ते अंतर राखून होते. हल्ला केल्यासारखं दाखवून शेवटच्या क्षणी मागे जात होते. सालिक तलवार घुमवतच होता. आपण त्यांना दूर

ठेवतो आहोत असं त्याला वाटत होतं. भारतीय भेकड असतात असा त्याचा जो कायमचा समज होता त्याला साजेसंच ते वागत आहेत असं त्याला वाटत होतं.

त्याच्या डोक्यात थोड्या वेळाने वास्तवाचा उजेड पडला.

ते त्याला फसवत होते. खेळवत होते. एखाद्या कोंडलेल्या श्वापदाला निर्दय शिकाऱ्याने खेळवावं तसं.

अचानक, पाठीमागून कुणीतरी लांब तलवारीने त्याच्यावर वार केला. त्याच्या उजव्या मांडीच्या मागे. त्या पात्याने सालिकच्या गुडघ्याच्या स्नायूचा वाभाडा काढला, आणि त्याचा पाय लुळा पडला तसा सालिक वेदनेने ओरडला. रक्ताचं कारंजं उसळलं. तो धुळीत तोंडावर खाली पडला.

त्याला सभोवती हसण्याचा आवाज ऐकू येत होता.

कुत्सित.

अर्वाच्य शिव्यागाळीचा.

सालिक पाठीवर वळला, अजूनही तो जमिनीवरच पडलेला होता. तलवार फिरवत होता. सर्व दिशांना. पण त्याचे शत्रू अंतर राखून होते. पुन्हा.

सालिक संतापाने ओरडला. 'मारा मला, अश्रद्ध हरामी!'

तो तलवार फिरवतच होता. फक्त हवा कापली जात होती. संताप आणि निराशा त्याला घेरून टाकत होती. एक दगड अत्यंत अचूकतेने त्याच्याकडे मारला गेला. बरोबर त्याच्या उजव्या मनगटावर बसला. त्याच्या हातातून तलवार गळून पडली. एक भारतीय झटक्यात पुढे आला, त्याने सालिकची तलवार उचलली, आणि सावकाश चालत परत गेला. सगळा वेळ तो हसत होता.

'मारून टाका मला!' सालिक किंचाळला. 'हलकट भेकडांनो! मारा मला!'

'मारू की, काय घाई आहे...'

त्या आवाजावरूनच सालिकला कळलं की हा त्या भारतीयांच्या नेत्याचा आवाज होता. तुर्कने मान वळवून पाहिलं, त्याला एक उंच, सडपातळ तरुण सावल्यांमधून पुढे येताना दिसला. ज्वाळांच्या उजेडात आता तो अधिक स्पष्ट दिसला. त्या भारतीय नेत्याची त्वचा सावळी होती. लांब केसांचा बुचडा बांधला होता. खुरट दाढी वाढली होती. शरीरावर घावांचे वण होते. कित्येक अजून ताजे होते. युद्धाच्या गौरवशाली खुणाच त्या. त्याची चाल चित्त्याची होती. संमोहक. आकर्षक, भीतीदायक.

सालिकला जाणवलं, भीतीने त्याच्या मनाचा ताबा घेतला होता. आतून त्याला जाणवलं की चटकन मृत्यू येणार नाही. खूप वेदना सहन कराव्या लागणार आहेत. अगदी शक्य त्या शेवटच्या क्षणापर्यंत त्याला जिवंत ठेवलं जाणार आहे. त्याने शत्रूला चिथावण्याचा प्रयत्न केला. 'मी तुमच्या मंदिरातल्या मूर्ती नष्ट केल्या. तुमच्यात धमक असेल, तर मारा की मला! तुमच्या दुबळ्या भुक्कड देवांचा सूड घ्या!'

सालिकला हलकं हसू ऐकू आलं. आणि त्याचं हृदय आणखीच खचलं. हा सामान्य शत्रू नव्हता. सालिकला आतापर्यंत भेटलेल्या भारतीयांसारखा हा मूर्ख नव्हता. कारण भारतीयांच्या देवांचा आणि अंधश्रद्धांचा अपमान केला की त्यांना भडकवणं अगदी सोपं होतं. थंड डोक्याने, हिशोबीपणाने कठोर शासन करण्याऐवजी भडक माथ्याने सूड घेणं त्यांना अधिक पसंत होतं.

पण हा वेगळा होता. हा भारतीय नेता वेगळा होता.

'होय, मारणार मी तुला. पण रागाने नाही. मी ते काम सावकाश करीन. आरामात करीन. मी खात्री करीन की तुझ्या आत्म्याला हे कायमचं लक्षात राहील. आणि परत भारताकडे वळण्याची हिंमत करणार नाही.'

पुढे काय वाढून ठेवलं आहे, त्याचा आत्मा कशाला सामोरा जाणार आहे याची सालिकला साधारण कल्पना आली. त्याचा मूत्राशयावरचा ताबा सुटला. युद्धात असं होण्याची त्याची ही एकमेव वेळ होती.

अपमानात आणखी भर म्हणजे, ही गोष्ट त्या भारतीय नेत्याच्या लक्षात आली. त्याला पुन्हा ते हलकंसं, कुत्सित हसू ऐकू आलं.

'आम्ही अजून सुरुवातदेखील केली नाहीये... आणि काय ही तुझी अवस्था...'

सालिकला दिसलं, नेता अनुयायांकडे वळला. त्याला त्याचा स्वच्छ खणखणीत आवाज ऐकू आला.

'मी तुम्हाला काय म्हटलं होतं? हे तुर्क भेकड असतात. सगळ्या क्रूर लोकांप्रमाणे, ते भेकड असतात. भारताबद्दल विचारसुद्धा करण्याचा त्यांना पश्चात्ताप होईल असं आपण केलं पाहिजे. त्यांनी भारतावर आक्रमण करण्याचा विचार मनात आला तरी त्यांना चळचळा मुतायला होईल असं आपण केलं पाहिजे.'

सालिकला आजूबाजूला भारतीयांच्या हसण्याचा आवाज आला. तुर्कांशी बोलताना त्याने भारतीयांचा हा स्वर कधी ऐकला नव्हता. त्याने नेत्याकडे पाठ केली. भीती त्याच्या हाडांच्या आतपर्यंत पोचली होती.

'माझं नाव तुझ्या आत्म्याला कायमचं लक्षात राहील असं बघ. म्हणजे पुन्हा ते ऐकलं तर तो भीतीने ग्रासून जाईल.'

सालिक मागे सरपटला, आपलं शरीर दूर नेण्याचा त्याने प्रयत्न केला. भारतीय नेत्याने त्याच्या छातीवर जोरदार लाथ मारली, त्याचा श्वास अडकला.

'माझं नाव लक्षात ठेव. लक्षात ठेव श्रावस्तीचा सुहेलदेव.'

अब्दुलने डोळे उघडले. त्याच्या शरीराचा प्रत्येक भाग ठणकत होता. जणू त्याची पेशी न् पेशी कुणीतरी वादळात भिरकावून दिली असावी, एक युगपर्यंत फटकारली असावी आणि मग त्या भीषण शरीरात परत शिवून टाकली असावी.

त्याच्या चांगल्या परिचयाचा आवाज त्याच्या कानांवर पडला. 'तू लवकरच बरा होशील.'

अब्दुलने उठण्याचा प्रयत्न केला. 'सुहेल...'

सुहेलदेवने हलकेच अब्दुलला पुन्हा बिछान्यावर ढकलले. 'पाठीवर पडून राहा.'

'मी काय... किती वेळ...'

'जवळजवळ पूर्ण दिवस.'

सुहेलदेव आणि त्याचे सैनिक अजूनही गावातच होते. आणि अब्दुल बरा होईपर्यंत तिथेच राहण्याचा त्यांचा विचार होता. गावकरी लढाईच्या खुणा साफ करण्यात गुंतले होते. त्यांची घरं दुरुस्त करत होते. गावातल्या देवळाची डागडुजी करत होते. राजाच्या सैनिकांशी झालेल्या लढाईच्या सर्व खुणा पुसून टाकत होते. सालिक त्याच्या सैनिकांबरोबर सगळी लूट घेऊन तिथून निघून गेला असंच ते भासवणार होते. आणि सालिक त्यानंतर कुठे गेला याची त्यांना काहीच कल्पना नव्हती.

'ते... मंदिर... वाचलं?' अब्दुलने विचारलं, आदल्या रात्री सालिक आणि त्याच्या शिपायांकडून भयंकर मार खाल्ल्याने त्याला अजूनही अशक्तपणा होता. पण त्याचं मन तल्लख होतं. स्थानिक वैद्य चांगलाच होता.

सुहेलदेवने त्याच्या प्रश्नाकडे दुर्लक्ष केलं. त्याने ठामपणे सांगितलं. 'पुन्हा असं करू नकोस.'

'सुहेलदेव...'

'तुझा प्रयत्न काय होता ते कळतंय मला. तुला काहीही सिद्ध करण्याची गरज नाही. पुन्हा असं करू नकोस.'

'पण तो तुर्क... मंदिरातल्या मूर्ती...'

'आपण नव्या मूर्ती घडवू.'

अब्दुल गप्प राहिला.

सुहेलदेव पुढे बोलू लागला. 'आपली श्रद्धा ही आपली शक्ती असते. पण या तुर्कांनी आपल्या श्रद्धेला आपली कमजोरी बनवलं. त्यांना कळलंय की आपल्या मूर्ती वाचवण्यासाठी आपण कोणत्याही टोकाला जाऊ, प्राणसुद्धा देऊ. आणि हे ते दबावतंत्र म्हणून वापरतात. आपला निर्धार तोडायला. आपल्याला सहज हरवायला.'

'पण...'

'माझं ऐक. हा माझा धर्म आहे. मला माहीत आहे... देव सर्वत्र असतो. ताऱ्यांत असतो आणि वाऱ्यात असतो, नभात असतो, नदीत असतो, झाडांत असतो, आपल्यापैकी प्रत्येकात असतो. आपल्या श्रद्धेमुळे मूर्तीला साक्षात देवत्व प्राप्त होतं. आपण सगळे मेलो, तर आपला धर्मही मरेल. आपला धर्म मेला, तर मूर्तींची पूजा कोण करेल? लक्षात ठेव, नव्या मूर्ती कधीही घडवता येतात आणि त्यांची प्राणप्रतिष्ठा करता येते. पण आपला धर्मच मेला, तर काहीच शिल्लक राहणार नाही. आणि आपला धर्म अस्तित्वात असतो तो आपल्या धडधडणाऱ्या हृदयांमध्ये. त्यामुळे मूर्ती आणि आपण यांच्यातील एकाला वाचवायची निवड करावी लागली, तर मी कधीही आपल्यालाच वाचवेन.'

अब्दुलने नजर वळवली. एक बारीकसा अश्रू त्याच्या गालांवर ओघळला. 'तुला... नाही समजत आहे.'

आता गप्प राहायची पाळी सुहेलदेवची होती. त्याने अब्दुलला बोलू दिलं.

अब्दुलच्या अश्रूंना वेग आला होता. 'मला अपराधी... वाटतं... मी काहीतरी करायला पाहिजे होतं... मला लढायलाच हवं होतं...'

'तुला अपराधी वाटून घ्यायचं काहीच कारण नाही. त्या तुर्कांशी किंवा त्यांनी चालवलेल्या पापांशी तुझा काहीच संबंध नाही.'

अब्दुलने सुहेलदेवकडे पाठ केली.

सुहेलदेवचा आवाज किंचित कापत होता, त्याच्या तीव्र भावना त्यातून ओसंडत होत्या. 'तू त्यांच्यातला एक नाहीस. तू आमच्यातला एक आहेस.'

अब्दुलचे डोळे अधिकच वाहू लागले.

सुहेलदेवने अब्दुलचा हात घट्ट पकडला. 'तू आमच्यातला एक आहेस. माझा तुझ्यावर विश्वास आहे. पूर्णपणे. तू माझ्या खांद्याला खांदा लावून लढायचं आहेस. पण लढण्याचं ध्येय असतं जिंकणं, हुतात्मा होणं नव्हे.'

अब्दुल गप्प राहिला.

'मी तुला याआधी काय सांगितलं होतं ते लक्षात ठेव. जे मी बाबांकडून शिकलो. गझनीच्या राजदूतावरच्या हल्ल्याच्या त्या दिवसातून मी काय शिकलो. चिडून सूड घ्यायचा नाही. थंड डोक्याने, निर्दय बदला घ्यायचा.'

अब्दुलने आदराने सुहेलदेवकडे पाहिलं. आतापर्यंत, त्याने केवळ राजपुत्राच्या जन्मामुळे त्याला मान दिला होता. पण आता, जो पुरुष तो बनत होता, त्यासाठी त्याला त्याचा आदर वाटत होता. तो जो नेता बनत होता, त्यासाठी.

अब्दुल कुजबुजला, 'होय, धनी.'

सुहेलदेव हसला आणि त्याने अब्दुलच्या खांद्याला स्पर्श केला. 'मला सुहेलदेवच म्हणत जा.'

अब्दुलने मान हलवली. 'नाही, धनी.'

प्रकरण ५

पेशावर, इ.स. १०२७

धनुर्धारीने डाव्या हाताने धनुष्य स्थिर धरलं. उजव्या हाताने त्याने सावकाश प्रत्यंचा ताणली, अगदी त्याच्या ओठांना स्पर्श करेपर्यंत. उजवं कोपर जमिनीला समांतर उंच उचललं, आता बाण आणि त्याचा हात मिळून एकच रेषा तयार होत होती. त्यामुळे ताण तुलनेने कमकुवत असणाऱ्या कोपरावर येण्याऐवजी त्याच्या मजबूत पाठ आणि खांद्यावर येत होता. मग त्याने प्रत्यंचा आणखी थोडी ताणली आणि बाण सोडला.

त्याच लक्ष्य होतं बौद्ध भिक्षूची वस्त्रे घातलेला एक तरुण. त्याची छाती बांबूच्या तुटक्याफुटक्या तुकड्यांच्या चिलखताने संरक्षित केलेली होती, उघडच त्या चिलखताने यापेक्षा बरे दिवस पाहिलेले होते. त्याच्या उजव्या हातात एक दंड सैलपणे धरलेला होता. त्याची शरीरयष्टी लहानखुरी, पण सडपातळ आणि स्नायूंनी पिळदार बनलेली होती. त्याच्या शरीरावर तोळाभरसुद्धा जास्तीचं मांस नव्हतं.

बाण त्याच्याकडे वेगाने येत असताना तो भिक्षू पुतळ्यासारखा स्थिर होता. मग अगदी शेवटच्या निमिषात, त्याचे हात प्रचंड वेगाने हलले. दंड बाणावर आपटला, बाणाची दिशा बदलली आणि तो दगडी भिंतीवर जाऊन आदळला.

वरून जल्लोष झाला. बरेचसे नवशिके भिक्षू, त्यांच्यातल्या बऱ्याच जणांचं पोरवय आत्ता कुठे संपत होतं, हे सगळं दृश्य वाळूच्या वर्तुळाकार खड्ड्याभोवती असलेल्या उंच खडकांवर बसून सुरक्षित उंचीवरून बघत होते. त्या दोघा साहसी मुलांनी वर पाहिलं आणि ते हसले. पण तेवढ्यात एक कडक आवाज ऐकू आला आणि लगेचच त्यांचं हसू विरलं.

'अश्वघोष! संघमणि! तुम्ही तासाभरापूर्वीच मठात परत पोचायला हवे होतात. अश्वघोष, महंतांनी बोलावलंय तुम्हाला.'

ते दोघे युवक एकदम खोडी करताना पकडल्या गेलेल्या लहान मुलांसारखे दिसू लागले. त्यांनी त्यांची साधनं घाईघाईने एका कोनाड्यात ठेवली, सराव करण्याच्या वाळूच्या खड्ड्यातून पटकन चढून बाहेर आले आणि टेकडीच्या उभ्या चढणीवरून धावत निघाले. टेकडीच्या एका बाजूने ओबडधोबड पायऱ्या खोदल्या होत्या, जवळजवळ शंभर तरी पायऱ्या होत्या. चढण अवघड होती, पण टेकडी चढून मठाच्या मुख्य संकुलाच्या लाकडी दारांसमोर पोचेपर्यंत, किंचित फुललेला श्वास सोडला, तर त्या दोघांमध्ये दमणुकीचं काही चिह्न नव्हतं. ते घाईघाईने संकुलात शिरले, त्यांच्या लहानपणाचा बराचसा काळ हेच त्यांचं घर आणि शाळा होती. अश्वघोषला अनेकदा वाटायचं की डोळे बंद करून तो या आवारात कुठेही फिरू शकेल आणि केवळ स्पर्शावरून प्रत्येक खोली त्याला ओळखता येईल. आणखी कुठेही राहिल्याचं त्याला आठवतच नव्हतं.

एका आयताच्या आत आणखी एक आयत अशी मठाची रचना होती. बाहेरच्या आयतात विद्यार्थ्यांची वसतिगृहे, भांडार, धान्यकोठार आणि अभ्यागत यात्रेकरूंच्या खोल्या होत्या. चार मार्गिका आतल्या आयतात जात होत्या, तिथे शिक्षकांच्या छोट्या खोल्या, वर्ग, जेवणाची खोली आणि ग्रंथालय होतं.

संकुल प्रशस्त होतं आणि सुबक रचनेचं होतं, पण त्याची वास्तुरचना साधी आणि डामडौल नसलेली होती. इमारती विटांनी बनवलेल्या, बैठ्या आणि जास्तकरून मातकट रंगाच्या होत्या—संकुलाच्या बांधणीत सौंदर्यापेक्षा उपयुक्ततेवर अधिक भर दिलेला होता. याला अपवाद फक्त आतल्या आयताच्या अंगणाचा. तिथे प्रार्थनामंदिर आणि एक भव्य स्तूप होता आणि त्यावर एक देखणा पांढराशुभ्र घुमट होता. पेशावर – किंवा त्याचं एके काळचं नाव पुरुषपूर – च्या गजबजलेल्या नगरापासून साधारण पन्नास किलोमीटर्सवर हे संपूर्ण संकुल वसलं होतं.

'महंत कुठे आहेत?' अश्वघोषने एका लहान भिक्षूला विचारलं.

'प्रार्थनामंदिरात,' उत्तर आलं.

अश्वघोष आभाराचे शब्द पुटपुटला आणि गडबडीने प्रार्थनामंदिराकडे धावला. अश्वघोषने लाकडी दरवाजावर शक्य तितक्या हलकेच टकटक केलं, महंत खोल ध्यानात असतील आणि त्यांना आवाज ऐकू जाणार नाही अशी त्याला अंधुक आशा होती.

'आत ये,' महंतांनी आनंदी स्वरात आवाज दिला.

अश्वघोषने निराशेचा सुस्कारा सोडला आणि तो सभागृहात शिरला. तीन मजले उंच असलेली ही इमारत संकुलातील सर्वात उंच इमारत होती. बसलेल्या बुद्धाच्या भव्य मूर्तीने त्यातील बराच भाग व्यापला होता. एका टोकाला असलेली ती मूर्तीच दोन मजले उंच होती. बुद्धाच्या जीवनातील विविध प्रसंग दर्शवणाऱ्या अलंकारिक आणि बहुरंगी भित्तिचित्रांनी भिंती संपूर्णपणे आच्छादल्या होत्या. अश्वघोष इथे कितीतरी वेळा आला होता, पण प्रत्येक वेळी बुद्धाच्या मूर्तीच्या भव्यतेने आणि त्या चित्रांच्या सौंदर्याने तो दिपून जात असे.

नावाजलेले तत्त्वज्ञ आणि शिक्षक, महंत चंद्रकीर्ती, मूर्तीसमोर एका जाजमावर बसले होते. त्यांनी अश्वघोषला थांबण्याची खूण केली, आणि पुन्हा ध्यानात मग्न झाले. थोड्या वेळाने त्यांनी हात जोडले आणि मूर्तीसमोर ते नतमस्तक झाले. मग ते मागे अश्वघोषकडे वळले, तो विनयपूर्वक दाराजवळ उभा होता.

'इकडे ये, बाळा,' आपल्या शेजारची जागा थोपटत ते म्हणाले, 'माझ्याजवळ बस.'

चंद्रकीर्तींच वय सांगता येणं कठीण होतं. त्यांच्या डोक्याचं मुंडण केलेलं होतं, चेहरा गोलसर गुलाबी होता आणि शरीरयष्टी मजबूत होती. चेहऱ्यावर सुरकुत्या अशा नव्हत्या, पण जिवणीच्या बाजूंना असलेल्या रेषा त्यांच्या विनोदबुद्धीची साक्ष देत होत्या. पण आत्ता अश्वघोषकडे बघताना त्यांच्या तोंडावर हसू नव्हतं.

तो युवा भिक्षू सभागृह पार करून महंतांजवळ गेला, त्यांना वाकून वंदन केलं आणि त्यांच्यासमोर मांडी घालून बसला. 'तुम्ही मला बोलावलंत, आचार्य?'

'होय, अश्वघोष,' चंद्रकीर्ती म्हणाले. 'तुझ्या शिक्षकांना तुझी काळजी वाटते. तू नेहमीच आमचा एक चांगला विद्यार्थी राहिला आहेस. पण अलिकडे माझ्या अधिकाधिक कानावर येऊ लागलं आहे की तुझं चित्त द्वंद्वयुद्धकलेच्या आखाड्यातच जास्त गुंतलेलं असतं, अगदी तू वर्गात असतोस तेव्हादेखील तुझं चित्त तिकडेच असतं.'

'क्षमा करा, आचार्य. एवढंच की...'

'एवढंच की काय?'

'एवढंच की मला ते आवडतं... आणि तुम्हीच नेहमी म्हणता ना, की प्रत्येकाने आपला *स्वधर्म* आचरावा म्हणून? द्वंद्वयुद्धकला शिकणं हा माझा *वैयक्तिक धर्म* नाही का? मठाच्या भल्यासाठी?'

'ही कौशल्यं केवळ स्व-संरक्षणासाठी असतात, अश्वघोष. तुला हे अनेकदा सांगितलंय.'

'मला माहीत आहे, आचार्य, पण...'

'पण काय?'

'कृपा करून माझ्या प्रश्नाने रागावू नका, आचार्य.'

'मी कधीच रागावत नाही.'

अश्वघोषने धीर एकवटला. असं काहीतरी तो आजवर कधीच महंतांना बोलला नव्हता. 'आपल्या मातृभूमीचं रक्षण करणं हा सुद्धा स्व-संरक्षणाचाच एक भाग नाही का? आपण या कौशल्यांचा सराव करतो, पण ती कधीच वापरत नाही, अगदी क्रूर परकीय आक्रमक आपल्या भूभागाचे लचके तोडत असले तरीही.'

चंद्रकीर्तींनी सुस्कारा सोडला आणि मान हलवली. 'तू बाह्य जगाबद्दल विचार करण्यात फार वेळ घालवतोस. भिक्षूसाठी चांगलं नाही हे.'

'पण आचार्य, आपल्या आजूबाजूला सर्वत्र पाप घडत असताना आपण मात्र त्या जगापासून स्वतःला तोडून घ्यायचं आणि चांगलं जगत राहायचं हा स्वार्थीपणा नाही का?'

'आणि तू म्हणतो आहेस त्या पापाशी लढायचं कसं? हिंसेने? हत्येने?'

अश्वघोष थबकला. त्याचं उत्तर महंतांना आवडणार नाही हे त्याला माहीत होतं, पण तरी त्याने ते दिलं. 'गरज असेल तर तसंही.'

'हिंसा हे कशाचंच उत्तर होऊ शकत नाही, अश्वघोष. त्याने फक्त एक क्रिया-प्रतिक्रियांची साखळी सुरू होते, ज्यात शेवटी सर्वांचाच नाश होतो. सूडाच्या इच्छेची आग लक्ष्याला आणि सूडाची इच्छा करणाऱ्याला दोघांना भस्मसात करते. तिरस्कारावर तुम्ही आणखी तिरस्काराने, किंवा रागावर आणखी रागाने विजय मिळवू शकत नाही. तुमच्या शत्रूला जिंकण्याचा एकमेव मार्ग म्हणजे प्रेम आणि क्षमा. त्याने तुमच्या एका गालावर थप्पड मारली, तर तुम्ही दुसरा गाल पुढे करा.'

'क्षमा करा, आचार्य, पण मला वाटतं लोक सहसा शांतिप्रियतेला दुर्बलता समजण्याची चूक करतात. जे प्रेमाबद्दल अवहेलनेने बोलतात आणि त्यांना रेटत राहातात, त्यांच्याबद्दल लोकांना आदर वाटतो. मी दुसराही गाल पुढे केला आणि कुणी त्यावरही थप्पड मारली, तर तेव्हा मी काय करावं?'

चंद्रकीर्ती गप्प राहिले. निर्विकार.

'क्षमा करा, आचार्य,' क्षमायाचनेसाठी दोन्ही हात जोडून अश्वघोष म्हणाला, 'मी जरा अधिकच बोललो.'

चंद्रकीर्तींनी पुढे होऊन अश्वघोषच्या खांद्यावर हलकेच थोपटलं. 'माझ्या बाळा, तुला इथे अनाथ म्हणून सोडून दिलं होतं, तेव्हा तू लहानसं रांगणारं बाळ होतास. इथे दर वर्षी अनेक लहान मुलं येतात. त्यातली बरीचशी इथल्या जीवनाशी जुळवून घेतात. पण मला भीती आहे की बुद्धाचा मार्ग बहुधा तुझ्यासाठी नसावा. कदाचित तू बाहेरच्या जगाचाच असशील.

'असं म्हणू नका, आचार्य. हा मठ एवढं एकच घर मला माहीत आहे. कृपा करून माझ्यावर रागावू नका हो.'

मोठ्याने घंटानाद झाला. भिक्षूंचा दिनक्रम बहुतांशी ठरलेला होता, घंटानादाशी आणि त्या वेळात करण्याच्या कामाशी बांधलेला होता. महंत सौम्य हसले. 'मला आता परत माझ्या कामाकडे वळलं पाहिजे.' ते उठून उभे राहिले, आणि त्यांनी अश्वघोषच्या मस्तकावर हलकेच थोपटलं. 'मी तुझ्यावर रागावलो नाही रे बाळा. पण जाता जाता एक विचार तुझ्या मनात सोडून जातो. तुला खरंच वाईटाशी लढायचं आहे? की हिंसा करायला मिळावी म्हणून तू एक चांगलंसं पटण्याजोगं कारण शोधतो आहेस? या मार्गावर पाऊल टाकणं सोपं आहे, पण तिथून परत फिरणं कठीण आहे.'

अश्वघोषला तसंच गहन विचारात सोडून चंद्रकीर्ती चालत बाहेर निघून गेले.

मार्गिकेवरून संथपणे चालताना एक फार पुराणी आठवण महंतांच्या मनात उसळी मारून वर आली. क्षणभर थांबून त्यांनी डोळे मिटले. त्यांच्या कानांत तो आवाज स्पष्ट घुमला. आजही. इतक्या वर्षांनंतरही.

तो आवाज एका व्याकुळ स्त्रीचा होता. *कृपा करा, कृपा करा गुरुजी, याला तुमच्या मठात घ्या! मी भीक मागते! हा बाहेर जिवंत राहणार नाही!*

चंद्रकीर्ती अश्वघोषकडे पाहण्यासाठी मागे वळले, दूर अंतरावर तो अजूनही गौतम बुद्धाच्या भव्य मूर्तीसमोर स्तब्ध बसला होता.

तो खरा कोण आहे हे कृपया कुणालाही सांगू नका... त्यालासुद्धा नाही...

चंद्रकीर्तींनी निःश्वास सोडला. त्यांनी त्या दिवशी दिलेलं वचन पाळलं होतं. पण त्यांच्या ऋजु मनावर या रहस्याचं ओझं जड झालं होतं.

पालखीचे भोई अचानक थांबले, आणि मग त्यांनी अगदी कसंतरीच त्यांच्या खांद्यावरचं ते ओझं जमिनीवर टाकलं.

सरदार स्त्रीने आतून खास तुर्की हेल काढून जोरात विचारलं, 'काय गडबड आहे?'

भोयांनी तिच्याकडे लक्षच दिलं नाही आणि ते पाठीला पाय लावून पळून गेले. पालखीच्या आतमध्ये, हमीदा तिच्या दोन लहान मुलांना छातीशी घट्ट धरून बसली होती, सहा वर्षांचा मुलगा आणि तीन वर्षांची मुलगी. दोन मुलं होऊन—आणि अवघड गर्भारपणात तिसरं मूल गमावूनही—तिचा बांधा सडपातळ राहिला होता. तिचे आकर्षक हिरवे डोळे, दुधाळ शुभ्र कांति आणि लांबसडक काळेभोर केस यांमुळे तिचं सौंदर्य असं काही झळाळत असे की पाहणाऱ्याची नजर तिच्यावर खिळूनच राहात असे.

'मी बघतो काय झालं आहे ते, अम्मी,' सुटण्याची धडपड करत तिचा मुलगा म्हणाला. 'जाऊ दे ना मला.'

हमीदाने उलट त्याला आणखीच घट्ट धरले, बाहेरचे चढलेले आवाज, वेदनेच्या किंकाळ्या आणि तलवारींच्या खणाखणाटाचे आवाज वाढले, तशी तिची चिंताही वाढली. काही क्षणांनंतर शांतता पसरली. मग पालखीवरचा पडदा दूर केला गेला.

एक अतिशय सौजन्यपूर्ण आवाज आला. 'कृपया बाहेर यावं, बाईसाहेब.'

हमीदा भीतीने पाषाणवत् झाली होती, पण मुलांचा विचार मनात आल्यावर तिने धैर्य गोळा केलं. 'माझ्या प्रवासात व्यत्यय आणायची हिंमत कशी झाली तुमची? मी कोण आहे तुम्हाला ठाऊक आहे का? माझे पती यासाठी तुमचा शिरच्छेद करतील.'

'कृपा करून बाहेर यावं. मी वचन देतो, तुम्हाला किंवा तुमच्या मुलांना काहीही इजा होणार नाही.'

हमीदाला कळलं होतं तिच्यासमोर काही पर्याय नव्हता. ती पालखीच्या बाहेर आली, मुलांना तिने जबरदस्तीने आतच बसायला लावले. तिच्या हृदयाची धडधड वाढली. भीतीने.

तिच्या बरोबरच्या सर्व सैनिकांनी शस्त्रं काढून दिली होती आणि त्या सगळ्यांना, मेंढरांच्या कळपासारखं, एकत्र उभं केलं होतं. तिने निर्भत्सनेने त्यांच्याकडे पाहताच त्यांनी तिची नजर चुकवली, ते तिच्या डोळ्याला डोळा भिडवू शकत नव्हते.

हमीदा तिच्याशी बोलणाऱ्या माणसाकडे वळली. तो एक उंच, सडपातळ माणूस होता, तिच्याकडे पाहणाऱ्या त्याच्या नजरेत एक चमक होती.

'या सगळ्याचा अर्थ काय?' तिने जाब विचारला.

तो माणूस काही उत्तर देणार तेवढ्यात, हमीदाचा मुलगा पालखीतून उडी मारून बाहेर आला, त्याची खेळण्यातली तलवार त्याने उगारली होती. 'कुणाला लढायचं आहे माझ्याशी? पुढे या, मी तुमच्या सगळ्यांशी लढेन.'

'बापरे... जरा दमानं, वाघोबा,' मुलाचे हातवारे चुकवत चपळपणे उडी मारत तो माणूस म्हणाला. 'लागलं असतं ना मला.'

'माझ्या आईला काही केलंस ना, तर ठार मारेन मी तुला.'

'बरं झालं मग तुझ्या आईला इजा करण्याचा माझा काही विचार नाही ते.'

तो मुलगा शांत झाला. आणि अचानक त्याचं लक्ष त्या माणसाच्या देखण्या घोड्याकडे गेलं. क्षणार्धात तो आपला युद्धाचा आवेश विसरून गेला.

'घोड्यावरून रपेट मारायची का?' रुंद हसत त्या उंच माणसाने विचारलं.

'बसू मी?' त्या मुलाने विचारलं, त्याचे डोळे लकाकत होते. 'खरंच?'

त्याने आईकडे बघितलंही नाही, कारण तिने नक्कीच नकार दिला असता, त्या मुलाने हात पसरले. तो अपरिचित माणूस हसला, त्याने त्याला उचलून घेतलं आणि आपल्या घोड्यावर बसवलं. मग त्याने घोड्याचा लगाम त्याच्या पथकप्रमुखाकडे दिला. 'अब्दुल, याला एक छोटी चक्कर मारून आण. त्याच्या आईच्या नजरेच्या टप्प्यातच ठेव त्याला.'

'तुम्ही आम्हाला का थांबवलं?' हमीदाने विचारलं. 'काय हवं आहे तुम्हाला?'

तो माणूस निवांत हसला आणि त्याचा एक खास बिनधास्त लोभसपणा हमीदाला जाणवल्यावाचून राहिला नाही. 'असं आहे, बाईसाहेब, खरं सांगायचं तर, हे लोक कन्नौजच्या खजिन्यात जमा करायला जो पैसा घेऊन निघाले आहेत ना, त्यात मला जास्त रस आहे. पण मला कबूल केलंच पाहिजे, तुमच्या सौंदर्याच्या कथा अजिबातच अतिशयोक्त नाहीत. खरं म्हणजे त्या तुम्हाला पुरेसा न्याय देत नाहीत.'

'मी कोण आहे ते माहीत आहे तुला?' हमीदाने विचारलं. 'मग तुला हेही माहीत असेल की माझे पती कोण आहेत? आणि जर का तू काही—'

हमीदाला अडवत तो माणूस पुन्हा हसला. 'होय, मला माहीत आहे तुमचे पती कासर खान आणि ते कन्नौजच्या राजाकडे गझनीच्या महमूदचे राजदूत म्हणून सेवा करतात. मला हेही माहीत आहे की तुम्ही त्यांच्याकडे निघाला आहात. मला हेही माहीत आहे की तुमचे सैनिक घेऊन जात असलेला प्रचंड पैसा, पुढे, यथावकाश गझनीला

पाठवला जाईल... आम्हाला याला परवानगी देता येणार नाही. मी गेले काही दिवस तुमचा ताफा इथून जाण्याची वाट बघत होतो.'

हमीदा त्याच्याकडे बघत राहिली, तिला कोडं पडलं होतं. *पैशाची माहिती हे गुपित होतं. ते याला कळलं कसं?*

'माझे अनेक माहितगार मित्र आहेत,' जणू तिच्या मनातले विचार ऐकल्यासारखं त्या माणसाने उत्तर दिलं. 'पण मी तुमच्या मुलाला सांगितलं तसं, तुम्हाला किंवा तुमच्या मुलांना माझी भीती बाळगण्याचं काहीच कारण नाही. तुम्हाला लवकरच तुमच्या पतीकडे पोहोचतं केलं जाईल.'

हमीदाने नजर झुकवली. अचानक सुटका झाल्याच्या भावनेने तिला बळ गेल्यासारखं झालं. 'आभारी आहे,' ती म्हणाली, तिचा आवाज अगदी कातर होण्याच्या सीमेवर होता. मग एकाएकी तिला काहीतरी सुचलं. 'थांबा... तुम्ही... सुहेलदेव आहात?'

तो माणूस हसला आणि त्याने मान झुकवली. 'तुमचा आरोप बरोबर आहे! म्हणजे, तुम्हीसुद्धा माझ्याबद्दल ऐकलंय का?'

'होय, तुमच्याबद्दलच्या कथांमध्ये काहीही अतिशयोक्ती नाही,' हमीदा हसत म्हणाली. 'खरं तर, म्हणजे त्या तुम्हालासुद्धा पुरेसा न्याय देत नाहीत.'

सुहेलदेव मान मागे टाकून गडगडाटी हसला.

'सही, बाईसाहेब. आणि तुम्ही माझ्याबद्दल ऐकलेल्या गोष्टी नेमक्या काय बरं आहेत?'

हमीदा एक क्षणभर घुटमळली. 'की तू एक भूतपूर्व राजपुत्र आहेस... आणि दरोडेखोर आहेस. आणि सगळ्या तुर्कांनी तुझ्यापासून लांब राहायला हवं.'

सुहेलदेव हसला आणि त्याने मस्तक झुकवलं. 'फक्त त्याच तुर्कांनी जे आम्हाला त्रास देतात... बाकीच्यांनी, म्हणजे तुमच्यासारख्यांनी, ज्यांनी आमचं काही नुकसान केलं नाही, त्यांनी आमची भीती बाळगायचं काही कारण नाही.'

हमीदा हसली. तिला भूल तर उघडच पडली होती.

सुहेलदेवने त्याच्या एका सैनिकाकडे पाहिलं. 'हमीदा बाईसाहेब आणि त्यांच्या मुलांना सन्मानपूर्वक कन्नौजच्या सीमेपर्यंत घेऊन जा.' हमीदाकडे वळत, सुहेलदेव पुढे म्हणाला. 'तुमच्या पतीला आणि राजा अजितपालला माझे नमस्कार नक्की सांगा.'

हमीदा हसली. 'मी त्यांना नक्की सांगेन की दरोडेखोर राजपुत्राने त्याचे नमस्कार सांगितले आहेत.'

'तू हे केलंच पाहिजेस का?' तिने विचारले.

तिने हा प्रश्न त्याला आतापर्यंत अगणित वेळा विचारून झाला होता. भीक मागून झालं होतं. मनधरण्या करून झाल्या होत्या. वाद घालून झाला होता. पण तिचा मुलगा आपल्या निश्चयापासून असा सहज ढळणारा नव्हता, विशेषतः एखादी गोष्ट त्याच्या मनाने घेतली असेल, तर नाहीच.

पण ती एक आई होती. तिला प्रयत्न करायलाच हवा होता. एकदा शेवटचा.

'आई, आपलं बोलून झालंय याच्याबद्दल,' तरुणाने ठाम उत्तर दिलं.

त्या बाईने सुस्कारा सोडला. 'प्रवास फार लांबचा आणि धोक्याचा आहे. अल्लाह तुला रस्ता दाखवो आणि तुझं रक्षण करो.'

तिने मुलाला घट्ट मिठी मारली, मग झटक्याने दूर झाली, तिच्या चेहऱ्यावरून अश्रू ओघळत होते.

काही तासांनी, रात्री उशीरा, तरुणाने शांतपणे घर सोडले. त्याने याची संपूर्ण तयारी केली होती. त्याला सुलतानाचे विचार माहीत होते. तो काय करायला निघाला होता हे फार जणांना विश्वासाने सांगता येण्यासारखं नव्हतं. जोखीम मोठी होती. गुप्तता हीच त्याच्या कार्याच्या यशाची गुरुकिल्ली होती. त्याने फकिराचा जाडाभरडा अंगरखा घातला होता, त्याच्या आवडत्या घोड्यावर तो स्वार झाला होता आणि सामान लादलेल्या आणखी एका घोड्याचा लगाम त्याच्या हातात होता.

पहारेकऱ्यांना त्याच्या येण्याची खबर होती. त्यांनी शांतपणे मान डोलावली आणि त्याला पुढे जाऊ दिलं. तो शेवटच्या पहारेकऱ्याजवळ आला, तेव्हा एक हात समोर आला आणि त्याच्या घोड्याच्या लगामावर पडला. तो हात एका धट्ट्याकट्ट्या सैनिकाचा होता, त्याच्या उजव्या गालावर अश्रूसारखी एक जन्मखूण होती. पुष्कळ वेळ उन्हात काम केल्यामुळे त्या माणसाच्या चेहऱ्यावर अकाली सुरकुत्या पडल्या होत्या. त्याच्या बारीक कापलेल्या काळ्या केसांमध्ये अधूनमधून करड्या केसांचे तुकडे होते.

सैनिक हळू आवाजात म्हणाला, 'मालिक, मी स्वतः सगळी व्यवस्था चोख केली आहे, पण तुम्हाला माहीत आहे कधीही काहीही घडू शकतं. त्यामुळे काळजी घ्या.'

स्वाराने कळेल न कळेल इतकीच मान हलवून याचा स्वीकार केला. 'होय, ऑझग्युर.'

ऑझग्युरने लगाम सोडून दिला, पण त्याआधी तो बोलला, 'तुमचं कार्य पवित्र आहे, पण अवघड आहे, मालिक. मी तुमच्या यशासाठी प्रार्थना करेन. अल्लाहसाठी. आणि पवित्र भूमीसाठी.'

'अल्लाहसाठी. आणि पवित्र भूमीसाठी.' एवढं बोलून, त्या तरुणाने आपल्या घोड्याला टाच दिली आणि तो अंधारात विरघळून गेला, गुपचुप गझनीच्या बाहेर पडला.

प्रकरण ६

अर्धवट शुद्धीत असलेल्या अश्वघोषला चंद्रकीर्तींनी घाईघाईने ढकलत प्रार्थनागृहात आणले. 'दरवाजांचा अडसर लावून टाका,' त्यांनी सूचना दिली. तिथे जमलेल्या भिक्षूंपैकी काहीजण लगेच ते काम करायला धावले.

अश्वघोष गळपटून जमिनीवर बसला होता, त्याच्या उजव्या भुवईच्या वर झालेल्या घावातून जोराचा रक्तस्राव होत होता.

'अश्वघोष,' चंद्रकीर्ती म्हणाले.

त्या तरुण मुलाने वर पाहिलं.

'ही किती बोटं आहेत?' एक बोट वर उचलून चंद्रकीर्तींनी विचारलं.

दृष्टीला अडथळा आणणारं रक्त अश्वघोषने पुसलं. 'एक,' त्याने उत्तर दिलं.

महंतांनी त्यांचं बोट आधी उजवीकडे नेलं, मग मधे आणि मग डावीकडे नेलं. अश्वघोषचे डोळे त्या हालचालीबरोबर फिरले.

'छान,' चंद्रकीर्ती म्हणाले. 'तुझ्या या जाड कवटीला काही फारसा मार बसलेला नाही.'

त्यांनी सभोवार पाहिलं आणि तिथे जमलेल्या भिक्षूंच्या संख्येचा एक धावता अंदाज घेतला. ते आणि अश्वघोष सोडून दहाजण होते.

'बाकीचे?' चंद्रकीर्तींनी विचारलं.

'ते नाही पोहोचू शकले, स्वामी,' धम्मज्योतींनी उत्तर दिलं, अश्वघोषच्या मातापित्यांचं सत्य महंतांव्यतिरिक्त फक्त त्यांनाच माहीत होतं.

दु:खाची तीव्र कळ येऊन चंद्रकीर्तींनी डोळे मिटले. लढाईचा आवाज जवळ येत होता. हातात केवळ दंड असलेले मूठभर भिक्षू बाहेर गझनीच्या सैनिकांशी शेवटची झटापट करत होते.

तिथले स्थानिक शासक, मेसंकचा राजा बलव्रत, आणि पुष्कळावतीचा राजा दैशिम शरण गेले होते आणि त्यांचं इस्लाममध्ये धर्मांतर करण्यात आलं होतं. तसंच

त्यांच्या अनेक प्रजाजनांचंही झालं होतं. पण तरी तुर्कांचं समाधान झालं नव्हतं. त्यांचं पुढचं लक्ष्य होतं मठ. बौद्धांच्या बाबतीत तुर्क विशेष क्रूर होते—स्वतःचे नुकतेच धर्मांतर होण्यापूर्वी तुर्कांचा तोच धर्म होता. आणि इस्लाममध्ये धर्मांतर होण्यापूर्वी, ज्या बौद्ध धर्माचे ते आचरण करत होते, त्याची मूर्तिपूजेवर श्रद्धा होती. *'बुत'* हा तुर्की शब्द 'बुद्ध' पासून आला होता.

पण, आताच्या तुर्कांच्या मतानुसार, मूर्तींची पूजा करणं हा गुन्हा होता, आणि तो देहदंडास पात्र होता. अर्थात, ज्या मूर्तिपूजकांनी, मूर्तिपूजा नाकारणाऱ्यांवर कधीच आक्रमण केलं नव्हतं किंवा त्यांची कत्तल केली नव्हती त्यांना, मूर्तिपूजेमुळे तुर्क इतके का बिथरतात हे समजूच शकत नव्हतं.

मठातील प्रत्येक इमारत पेटवून दिल्याने धूर उंच उठू लागला. त्यांच्या आत दडून बसलेले भिक्षू बाहेर येऊ लागले. त्यांना धुरामुळे काही दिसत नव्हते आणि फुफ्फुसात हवा भरून घेण्यासाठी ते प्राणांतिक खोकत होते. त्यांना क्रूरपणे मारून टाकण्यात आलं.

मठाच्या मुख्य मोकळ्या चौकात तुर्कांनी एक मोठी आगोटी पेटवली. प्रेमपूर्वक लिहून काढलेले आणि सहस्त्रकभर काळजीपूर्वक जतन केलेले पवित्र ग्रंथ खोल्याखोल्यांमधून आणि ग्रंथालयातून बाहेर आणले गेले आणि आगोटीत भिरकावले गेले.

आक्रमक अजून प्रार्थनागृहापर्यंत पोचले नव्हते. अजून तरी.

'ते लवकरच इथे पोचतील,' एक भिक्षू घाबरून म्हणाला. 'बुद्ध आपले रक्षण करो.'

'बुद्ध आपले रक्षण करेल, बाळा,' चंद्रकीर्तींनी उत्तर दिलं. ते बुद्धाच्या प्रचंड मूर्तीकडे चालत गेले आणि त्याच्या चरणांशी वाकले. भिक्षू बघत होते, त्यांनी मूर्तीचा उजवा अंगठा जोरात खाली दाबला.

भिक्षू आ वासून बघत राहिले, ती मूर्ती फिरून उघडली आणि साधारण दोन माणसं उभी राहू शकतील एवढी पोकळ जागा दिसू लागली. जमिनीत एक झडप होती. चंद्रकीर्तींनी ती जोर लावून उघडली आणि खाली उतरणाऱ्या पायऱ्यांकडे निर्देश केला. 'हा मठ ज्यांनी बांधला त्यांनी काळजीपूर्वक नियोजन केलं होतं... हे भुयार तुम्हाला इथून कित्येक मैल दूर घेऊन जाईल. धम्मज्योती, तू आता प्रमुख आहेस. त्यांना सुरक्षित स्थळी घेऊन जा. आता घाई करा. घालवायला आपल्याकडे वेळ नाही.'

सगळे भिक्षू गर्दी करून पायऱ्या उतरून गेले, आता तिथे फक्त अश्वघोष, त्याचा मित्र संघमणि, आणि महंत एवढेच राहिले होते.

'चला घाई करा,' चंद्रकीर्ती म्हणाले, त्यांना जिवापाड प्रिय असलेली प्रत्येक गोष्ट नष्ट होत असूनही त्यांचा आवाज स्थिर होता.

'आधी तुम्ही, आचार्य,' अश्वघोष म्हणाला.

'गुप्त दार बंद करायला कुणीतरी तर मागे राहायला हवं ना,' महंत म्हणाले. 'मी जरा तुमच्यासाठी काळ काढायचा प्रयत्न करतो. निघा आता.'

अश्वघोषने हट्टाने मान हलवली. 'तुम्हाला सोडून नाही.'

चंद्रकीर्तींनी हुंकार दिला, मग निर्धाराने खांदे उडवले. 'ठीक आहे,' ते म्हणाले. मग त्यांचे डोळे विस्फारले, त्यांना अश्वघोषच्या उजव्या खांद्यावरून मागे काहीतरी दिसलं होतं. 'बाप रे, नाही!'

'काय...?' अश्वघोष मान वळवू लागला.

एक निमिषात, महंतांची मूठ त्याच्या जबड्यावर बसली होती, त्या आघाताने त्याची शुद्ध हरपली. चंद्रकीर्तींनी त्याला पकडलं नसतं, तर तो खालीच कोसळला असता.

'हं, ह्याला घे,' बेशुद्ध अश्वघोषला संघमणिकडे सोपवत चंद्रकीर्ती म्हणाले. 'हा मठात कसा आला हे याला सांगायला धम्मज्योतीला सांग. निघा आता, बाळांनो. बुद्धाचा आशीर्वाद तुमच्यावर सदैव राहो.'

'येतो, आचार्य,' संघमणि म्हणाला, त्याचा आवाज कापत होता, त्याच्या हृदयासारखाच. त्याने अश्वघोषला खांद्यावर टाकले आणि तो पायऱ्या उतरून गेला.

महंत चालत चालत परत आले आणि त्यांनी मूर्तीचा अंगठा पुन्हा वरती खेचला आणि मूळच्या जागी आणला. वाट आता पुन्हा अदृश्य झाली होती.

चंद्रकीर्ती बुद्धाच्या मूर्तीसमोर खाली बसले. शांतीसाठी मी माझं जीवन समर्पित केलं आणि आता माझा मृत्यू हिंसेतून होणार आहे. माझ्या गतजन्मातलं कोणतं *कर्म* याचं कारण असेल असा मला प्रश्न पडला आहे. महाभगवान.' त्यांनी डोळे मिटले आणि एक खोल श्वास घेतला. 'चांगलं मरण्याचं धैर्य मला द्या, महान बुद्धा. तिरस्कार न करता. न रागावता.'

दरवाजावर जोरात थापा पडल्या. तुर्कांच्या दरवाजाशी चाललेल्या झटापटीचा, धडकांचा आवाज त्यांना ऐकू येत होता, दार तोडण्याचे त्यांचे जोरदार प्रयत्न चालले होते. मग एका तुर्काचा मोठा आवाज त्यांच्या कानांवर पडला.

'जाळून टाका ही जागा! आत शिल्लक राहिलेल्या काफिर कुत्र्यांना आपण धुराने गुदमरवून बाहेर काढू!'

चंद्रकीर्तींनी मूर्तीसमोर मस्तक झुकवलं आणि ते उठून उभे राहिले. बुभुक्षित ज्वाळा इमारतीला चाटत होत्या. ते शांतपणे चालत दरवाजापर्यंत गेले आणि त्यांनी दरवाजे उघडले. ते उंबरठ्यावर उभे असताना त्यांच्या लांब अंगवस्त्राने पेट घेतला.

चंद्रकीर्ती आणखी थोडं चालत पुढे गेले, जमिनीवर पद्मासनात बसले आणि मंत्रोच्चार करू लागले. त्यांचं पेटतं अंगवस्त्र त्यांच्या पाठीशीच जरा मागे पडलं होतं.

'बुद्धम् शरणं गच्छामि.'

मी त्या महान बुद्धाच्या चरणांना शरण जात आहे.

वाऱ्याचा एक झोत आला आणि त्या भिक्षूच्या भगव्या अंगवस्त्राने आणखी पेट घेतला. ते उंच उडालं आणि त्याने त्यांच्या धोतराला स्पर्श केला. ज्वाळांनी पुढे झेपावून भिक्षूच्या पायांना स्पर्श केला. पण ते स्थिर होते. शांत.

'बुद्धम् शरणं... गच्छामि.'

दुष्ट वारा अजून शांत झाला नव्हता. त्याचं पुन्हा पुन्हा फुंकर मारून ज्वाळांना प्राणवायू पुरवणं चालूच होतं. ज्वाळा अधिकच तळपू लागल्या. जळक्या मांसाचा वास आसमंतात भरून राहिला.

चंद्रकीर्तींच्या मंत्रोच्चाराचा आवाज वाढला. पण त्यांचा चेहरा शांत होता. त्यांचे डोळे मिटलेले होते. त्यांच्या शरीराला जाळणाऱ्या वेदनेपासून त्यांचं अस्तित्व अलग झालं होतं. अहिंसा, शांती आणि करुणा यांचा पुरस्कर्ता असलेल्या भगवान गौतम बुद्धावर त्यांचा आत्मा एकाग्र झाला होता.

'बुद्धम्... शरणं... गच्छामि.'

त्यांच्या त्वचेचा बाहेरचा थर जळू लागला आणि काही ठिकाणी तो सुटून आला. आग तीव्र झाली, तरी महंतांचा चेहरा शांत होता.

'बुद्धम्... शरणं...'

त्यांचा कापरा आवाज त्यांच्या देहाचा उघडच चाललेला झगडा दाखवत होता. त्यांचा शांत चेहरा त्यांच्या आत्म्याची असीम शांती दाखवत होता.

'... गच्छामि...'

सैनिक त्यांच्याकडे टक लावून बघत होते, आधी भीतीने आणि नंतर वाढत्या विस्मयाने. त्यांच्यातले काहीजण गुडघ्यांवर बसले, भयानक मृत्यूच्या तोंडावर चंद्रकीर्तींचे अतुलनीय धैर्य, आत्मसन्मान आणि उघडच दिसणाऱ्या आत्मशक्तीचे दर्शन घडताना त्यांच्या डोळ्यांतून अश्रुधारा वाहू लागल्या. अवघ्या काही वर्षांपूर्वीपर्यंत

ते आचरण करत असलेल्या धर्माचे त्यांना स्मरण झाले. त्यांना हा मंत्र चांगलाच परिचित होता. कारण हे तुर्कसुद्धा एके काळी शांती आणि प्रेमाचे हेच शब्द जपत होते. हे शब्द विसरून जायला त्यांना सांगितले होते. त्यांना सांगितले होते, की हे शब्द 'पापी मूर्तिपूजकांचे' होते.

एका मोठ्या आवाजातील आज्ञेने हे संमोहन भंग पावले. 'धनुर्धारी, कापून काढा याला.'

'बुद्धम्...'

काही क्षणांत, महंतांच्या शरीरावर बाणांच्या फैरी कोसळल्या, त्या माऱ्याने ते मागे कोसळले.

... शरणं... गच्छामि...

भिक्षूचे शरीर मृत झाले होते.

पण त्यांच्या शरीराला झालेल्या वेदना आणि छळाचं ओझं त्यांच्या अमर आत्म्यावर नव्हतं. आत्मा शांतीमध्ये गेला. करुणापूर्वक गेला. प्रेमपूर्वक गेला.

भगवान बुद्धाच्या चरणकमलांशी विलीन झाला.

प्रकरण ७

दोन वर्षांनंतर, ख्रिस्ताब्द १०२९

कव्वालीचे भारून टाकणारे शेवटचे स्वर हळूहळू विरत गेले. गर्दी स्तब्ध बसली होती, ते सर्वजण एका निराळ्याच विश्वात पोचले होते. सूफी संत शेख नुरुद्दिन, आणि त्याचे अनुयायी राहात असलेल्या इमारतीच्या अंगणात ते बसले होते. पांचाल नगरीच्या अनेक उभ्या आडव्या गल्ल्यांपैकी एका गल्लीत ही इमारत होती, पांचाल नगरीला काही जण तिच्या तुलनेने अलीकडच्या नावाने, म्हणजे बरेली म्हणूनही ओळखत असत.

ज्या इमारतीत हा सूफी संत राहात होता, ती एक समूहवस्ती केंद्र, निःशुल्क स्वयंपाकघर आणि त्या भागातील रहिवाशांसाठी प्राथमिक रुग्णालय म्हणूनही उपयोगात येत होती. ते एक साधंसं, मातीने लिंपलेलं घर होतं. भिंती ओक्याबोक्या होत्या, आणि इतर कपाटं, आसनं वगैरे सामानही फारसं नव्हतं. तिथे राहाणारे सूफी सरळ जमिनीवर चादरी पसरून त्यावर झोपी जात.

त्या घराजवळची वस्ती हिंदूबहुल असल्याने या सूफी केंद्राबद्दल रहिवाशांच्या मनात सुरुवातीला जरा साशंकता होती, पण नुरुद्दिन आणि त्याच्या शिष्यांच्या सहृदयतेने त्यांना लवकरच जिंकून घेतले. सूफींकडे संपत्ती अशी फारशी नव्हती, पण आपल्याजवळ जे आहे ते इतरांना वाटण्यात त्यांना आनंद होता, आणि हे औदार्य—आणि प्रेम आणि सोशिकता यांच्या आधारावर उभं राहिलेलं त्यांचं तत्त्वज्ञान—यांमुळे लवकरच त्यांना अनेक मित्र मिळाले.

गायकाने घसा साफ केला आणि दुसऱ्या गीताला सुरुवात केली. त्याची पहिली ओळ संपते न संपते, तोच दहा जणांचा एक जमाव दांडगाईने आत घुसला.

'धर्मद्रोहाचा हा मूर्खपणा ताबडतोब बंद करा,' त्यांचा नेता म्हणाला, बाकदार नाकाच्या, पागोटं बांधलेल्या त्या धटिंगणाच्या चेहऱ्यावर प्रचंड राग दिसत होता.

त्याच्या एका साथीदाराच्या हातात तलवार आणि बाकीच्यांच्या हातांमध्ये गावठी भाले आणि कुऱ्हाडी होत्या.

गायक थांबला आणि नुरुद्दिनकडे पाहू लागला. गोड चेहऱ्याचा तो सूफी आचार्य उठून उभा राहिला आणि गाण्याच्या तालावर जोरजोरात मान हलवताना विस्कटलेल्या आपल्या लांब कुरळ्या केसांवर त्याने हलकेच थोपटले. 'स्वागत, मौलवीसाहिब. मी आपल्यासाठी काय करू शकतो?'

मौलवी झायानने, उघड तिरस्कार आणि घृणेने त्याच्याकडे रोखून पाहिले. 'मी तुला याआधीही सांगितलं आहे, नुरुद्दिन, हा फालतूपणा बंद कर. याने अल्लाहचा आणि सर्व सच्च्या आस्तिकांचा अपमान होतो.'

'जो खरोखरच थेट अल्लाहशी बोलू शकतो अशा कुणालातरी भेटून मला फार आनंद झाला,' नुरुद्दिनने उपहासाने उत्तर दिलं. 'पण कृपा करून मला सांगा, यात इतकं अपमानास्पद काय आहे?'

'तुम्ही इथे द्रौपदीच्या सन्मानाची गाणी म्हणता, की... की...'

नुरुद्दिनने झायानला अडवलं, त्याचा स्वर नम्र होता. 'राणी द्रौपदीबद्दल तुम्ही जे बोलाल, ते जरा जपून, झायान. ती आपल्या भूमीची राजकन्या आहे. बरेलीची. इथे तिचा मान राखला जातो.'

द्रौपदी काही हजार वर्षांपूर्वी होऊन गेली. *महाभारत* या महान भारतीय ऐतिहासिक काव्याचे प्रसिद्ध नायक पांडव यांची ती पत्नी. ती याच भूमीची, पांचालची राजकन्या होती. बरेलीचे सर्व लोक, मग ते कोणत्याही धर्माचे असले, तरी या महान पुरातन राजकन्येला देवी मानून तिचा सन्मान करत असत.

'द्रौपदी आपल्यातली नव्हती!' झायान ओरडला. 'ती होती... ती होती... तिचं जाऊ दे! या अश्रद्ध क्रूरकर्म्यांबरोबर मोकळेपणाने मिसळण्याची तुझी हिंमत कशी झाली?'

'कसले क्रूरकर्मा?' नुरुद्दिनने विचारलं. 'मला फक्त सारे माझे भारतीय बांधवच दिसतात. त्यांचा धर्म कोणताही असला, तरी ते सर्व मला सारखेच प्रिय आहेत.'

'तुझं इमान कुठे आहे हे तू लवकर ठरवलंस तर बरं,' झायान गुरगुरला, त्याचा स्वर हिंस्र वाटेल इतका खालचा होता. 'तू मुस्लिम आहेस की तथाकथित भारतीय?'

'काय हा मूर्खपणाचा प्रश्न.'

झायान संतापाने खवळला. 'मूर्ख? मला मूर्ख म्हणण्याची तुझी हिंमत कशी झाली?'

'मी तुला मूर्ख म्हणालो नाही. मी तुझ्या प्रश्नाला मूर्ख म्हटलं. कारण तू हृदयाला विचारतो आहेस की तू शरीराचा आहेस का.'

'काय?'

'माझ्या हृदयात अल्लाहचा संदेश आहे. पण माझ्या शरीरातील प्रत्येक पेशी भारतमातेच्या मातीने बनलेली आहे. माझं शरीर या भूमीतून निर्माण झालं. आणि माझ्या मृत्यूनंतर ते पुन्हा एकदा याच पवित्र भूमीशी एकरूप होणार आहे.'

'पवित्र भूमी?' झायानने वेडावले, त्याचा आवाज चढला. 'या अश्रद्ध माणसांच्या देशाला पवित्र भूमी म्हणण्याची तुझी हिंमत?'

'मौलवी साहिब, तुम्हाला कदाचित हे माहीत नसेल, पण तुर्कांनी इस्लामचा स्वीकार करण्याच्या कितीतरी आधीपासून या भूमीत इस्लामचे मित्र होते,' नुरुद्दिनने उत्तर दिलं. 'प्रेषितांचे नातू इमाम हुसेन यांच्याबरोबर करबलाच्या लढाईत दत्त कुळातील ब्राह्मण त्यांच्या खांद्याला खांदा लावून लढले होते, आणि कित्येक त्यांच्या बरोबर शहीद झाले होते. त्यांचे वारस अजूनही भारतात आहेत आणि त्यांना हुसैनी ब्राह्मण म्हणतात. सिंधचा हिंदू राजा दाहिर याने इमाम हुसैन यांच्या कुटुंबातील काही सदस्यांना आश्रय दिला होता. मोहम्मद बिन कासिमशी लढताना राजा दाहिर जेव्हा हुतात्मा झाला, तेव्हा इमाम हुसैन यांच्या कुटुंबाचीही कत्तल झाली. तर मग, मला सांग, इस्लामचा खरा मित्र कोण वाटतो तुला? प्रेषितांच्या कुटुंबियांना आश्रय देणारे भारतीय राजा दाहिरसारखे लोक, की त्यांची कत्तल करणाऱ्या मोहम्मद बिन कासिमसारखे अरब लुटारू?'

मौलवी यावर क्षणभर निरुत्तर झाल्यासारखा दिसला, मग त्याने एकदम पवित्रा बदलला. 'आणि या गाण्याचं काय? तुला माहीत आहे इस्लाममध्ये संगीत वर्ज्य आहे.'

'असं का?' नुरुद्दिनने विचारलं. 'पण पवित्र कुराणाच्या सुरा-अल-अस्रा च्या ५५व्या ओळीत तर स्पष्ट म्हटलं आहे की अल्लाहने डेविडला प्रार्थना दिल्या. जर संगीत निषिद्ध असतं, तर अल्लाहने, इतक्या विचाराने, डेविड आणि त्यांच्या अनुयायांना गायला आणि संगीत निर्माण करायला का परवानगी दिली असेल? कितीतरी अभ्यासकांनी हदिथचे दाखले दिले आहेत की प्रेषितांना फक्त तेवढंच संगीत अमान्य होतं जे वाईट वर्तणूक आणि स्वैराचार यांचा पुरस्कार करते, बाकी संगीत हे त्यांना अप्रिय होतं असं नाही.'

'या अश्रद्ध लोकांना त्यांच्या खोट्या देवांपासून दूर नेण्यासाठी तू का प्रयत्न करत नाहीस?' झायानने जाब विचारला, आपल्या अनुयायांसमोर त्याला निरुत्तर व्हायचं नव्हतं.

नुरुद्दिनने मान हलवली. 'तू पवित्र कुराण वाचलं आहेस. ही ओळ तू कसा विसरू शकतोस, "तुझ्यासाठी तुझा धर्म, माझ्यासाठी माझा?" वाचली नाहीस का तू ती?'

झायानच्या बरोबर असलेल्या तरुणांपैकी एकाला या शाब्दिक द्वंद्वाचा कंटाळा येऊ लागला होता. 'तुमच्या दोघांचं हे रात्रभर चालणार आहे का?' आपली तलवार म्यानातून अर्धवट बाहेर काढत सूफीकडे वळून तो फिस्कारला. 'ऐक नुरुद्दिन, तुझा हा धर्मद्रोह आम्ही खूप ऐकून घेतला. आम्ही इथे तुझ्याशी धर्मग्रंथांवर चर्चा करायला आलो नाही. आम्हाला आमच्या देवाच्या शब्दांचा खरा अर्थ माहीत आहे. ही तुला शेवटची ताकीद आहे. सामान गोळा कर आणि इथून चालता हो नाहीतर आम्ही तुझी आणि तुझ्या अनुयायांची कत्तल करू.'

नुरुद्दिनचं मत स्पष्ट होतं. 'आम्ही काही जाणार नाही, तरुण माणसा. आम्ही तुमच्याशी लढणारही नाही.'

त्या उत्साही तरुणाचा संयम संपत आला होता. तो उघडच त्रासला होता. त्याने त्याची डाव्या हाताची मूठ मागे खेचली आणि एक जोरदार बुक्का सूफीवर मारला. ती मूठ नुरुद्दिनच्या चेहऱ्याला भिडणार तेवढ्या क्षणार्धात एका उघड्या पंजाने ती अडवली. त्या आघाताचा प्रतिध्वनी संपूर्ण अंगणात उमटला. उत्साही तरुणाने त्या हातामागच्या व्यक्तीकडे गुरकावून पाहिलं, तो एक रुंद खांद्यांचा, भरदार छातीचा तरुण होता. तो नुरुद्दिनचा चेला वाटत होता, पण बाकीच्या सौम्य भक्तांपेक्षा अगदी वेगळा वाटत होता. त्याचे लाटा-लाटांसारखे केस, गालाची उंच हाडं ही सगळी तुर्की ठेवण होती. त्याचे बदामी डोळे आग ओकत होते.

'तू संताच्या अंगाला हात लावलास तर मी जीवच घेईन तुझा,' तरुण तुर्कने अगदी सहज आवाजात धमकी दिली.

'अस्लन, मागे हो,' नुरुद्दिन तीव्र स्वरात तरुण तुर्काला म्हणाला.

अस्लनने त्याच्या गुरूकडे दुर्लक्ष केलं आणि त्या उत्साही वीरावरची एकटक नजर ढळवली नाही. तो गुरगुरला आणि त्याने एक पाऊल मागे येत नजर वळवली. ही शरणागतीच वाटली. पण एक क्षणभरानंतर त्याने झटकन तलवार उपसली आणि अस्लनवर वार केला.

पण अस्लनला छुप्या हल्ल्याची अपेक्षा होतीच. तो मागे लवला, पात्याला त्याच्या छातीला अगदी लागून अलगद जाऊ दिलं. हल्लेखोराच्या वाराची कमान पूर्ण होताच अस्लन पुढे झाला आणि त्याने त्याचं मनगट पकडलं आणि पिरगाळलं. तलवार खणखणत जमिनीवर पडली. आता त्या माणसाचा तोल गेला आणि तो पुढे वाकला. आपल्या मोकळ्या हाताने अस्लनने त्याच्या कानाच्या बरोब्बर खाली एक ठोसा मारला. तो माणूस लोळागोळा होऊन जमिनीवर पडला.

अस्लनने तलवार उचलली. त्याच्या हातालाच जणू ती फुटलेली असावी, इतक्या सहजतेने त्याने ती धरली.

कित्येक वर्षांपूर्वी ऐकलेल्या सूचना त्याच्या मनात पुरासारख्या घोंघावू लागल्या.

श्वासाकडे लक्ष दे. तो जोरात चालला आहे का? हा तुझ्या शरीराचा ताणाला दिलेला प्रतिसाद आहे. तो लढताना तुला निरुपयोगी करून टाकेल. एक खोल श्वास घे. तो धरून ठेव. मग सावकाश श्वास सोड. अगदी सावकाश. पुन्हा. आणि पुन्हा. तुझा श्वासोच्छ्वास सहज आणि स्थिर होईपर्यंत. छान. आता, दोन पायांमध्ये अंतर घे; खांद्यांइतकं; जास्त नको, कमी नको. तू उजव्या हाताने लढतोस, त्यामुळे तुझा उजवा पाय पुढे घे. त्याने तुझा पल्ला वाढतो. पण वजन दोन्ही पायांवर सारखं आहे याची काळजी घे. पायाच्या चवड्यांवर राहा, म्हणजे कोणत्याही दिशेला हालचाल करणं तुला शक्य होईल. गुडघे किंचित वाकलेले असू देत. एका गुंडाळलेल्या फिरकीसारखं आपण होणं अशी कल्पना आहे. उत्तम. आता तलवार किंचित हलव. हवं तर एक-दोनदा उलटी-सुलटी फिरव. तिचा अदमास घे. आता, पवित्रा घे. तलवार बाहेर उगार. मनगट सैल हवं आणि बाहूच्या रेषेत हवं. तलवारीचं वजन पाठीवर, खांद्यांवर आणि दंडाच्या स्नायूंवर आलेलं जाणवेपर्यंत तुझा बाहू सारखा कर. हे स्नायू मोठे असतात. ते वापरल्यामुळे न दमता तुला दीर्घकाळ लढता येईल.

अस्लनने हा सगळा क्रम काही सेकंदांच्या अवधीत पूर्ण केला, त्याने हा क्रम हजारो वेळा पुन्हा पुन्हा केला होता, त्याच्या स्नायूंना या सर्व कृती इतक्या पाठ झाल्या होत्या की त्याच्या शरीराकडून त्या प्रतिक्षिप्त क्रियाच घडत होत्या. त्याचे डोळे डावीकडून उजवीकडे आणि परत वेगाने फिरत होते, जमलेल्या माणसांपैकी कुणाकडून आपल्याला धोक्याची शक्यता आहे याचा अंदाज घेत होते.

हल्लेखोर क्षणभर थांबले. झायानने एक जमाव गोळा केला होता आणि काही निरुपद्रवी, घाबरट भक्तांवर दंडेली करण्याची त्याची अपेक्षा होती. आपण काय

करतोय ते पक्कं ठाऊक असलेल्या योद्ध्याशी सामना करावा लागल्यावर ते जरा बिचकले.

'चला रे,' शेवटी त्यांच्यातला एक, पोक असलेला तरुण बोलला. 'तो एकटा आहे. आपण त्याला घेऊ शकतो.'

'कदाचित... पण माझ्याबरोबर तुमच्यातल्या काहींना तरी घेऊन जाईन,' अस्लनने बजावले. 'कुणाला प्रथम मरायचं आहे?'

'अस्लन, हे ताबडतोब बंद कर,' नुरुद्दिन म्हणाले. 'मला माझ्यासाठी अजिबात रक्तपात व्हायला नको आहे.'

एक क्षणभर, अस्लनचे डोळे नुरुद्दिन उभे होते त्या दिशेला वळले. त्या पोकवाल्या तरुणाने या व्यत्ययाचा फायदा घ्यायचं ठरवलं. त्याने पाय पुढे टाकला, त्याची कुऱ्हाड वर्मी घाव घालण्याच्या तयारीने उगारली.

डोळ्यांच्या कोपऱ्यातून बघण्याच्या शक्तीमुळे अस्लन वाचला. काय होतं आहे याचं त्याला संपूर्ण आकलन होण्याआधीच त्याच्या सुप्त मेंदूने प्रतिक्रिया दिलीसुद्धा. त्याचा हात फिरला, जणू काही स्वचालित गतीने. तलवारीने हल्लेखोराच्या गळ्यातील धमनीचा थेट काप घेत त्याचा गळा चिरला.

त्या तरुणाने हातातील कुऱ्हाड खाली टाकली आणि तो गुडघ्यांवर बसला. त्याने स्वतःचा गळा पकडला, जणू तो ती भेग सांधायचा प्रयत्न करत होता. त्याच्या बोटांच्या मधून रक्त उसळ्या मारून बाहेर येत होतं आणि त्याचं जमिनीवर एक थारोळं तयार झालं. एक अस्फुट श्वास टाकून तो कलंडला, त्या रक्ताळलेल्या जमिनीवर तोंडावर खाली पडला.

झायानने संतापाने आरोळी ठोकली. आता मृत्यू पावलेला तो तरुण त्याचा भाचा होता. 'ए भित्रा भेकड, घेरा रे त्या हरामखोराला! ठार करा!'

'एका दिवशी एवढी हत्या पुरे झाली,' एक अधिकारयुक्त आवाज अंगण भेदून आला. गर्दीतून एक उंच माणूस उठून उभा राहिला. त्याने अंगाभोवती शाल लपेटलेली होती, ती दूर करताच तलवार दिसू लागली. त्याच्या बरोबर वीस पुरुष उठून उभे राहिले. सगळेच्या सगळे तशाच प्रकारे शस्त्रसज्ज होते.

तो पुरुष चालत झायानजवळ गेला. 'त्या मुलाचा मृत्यू हा तुझ्या चुकीने झाला आहे. आता तुला जर जिवंत राहायचं असेल, तर त्याचं शरीर घे आणि शांतपणे चालू लाग. नाहीतर मी त्याच्याच शेजारी तुलाही झोपवीन.' झायानबरोबरच्या इतर लोकांकडे त्याने निर्देश केला. 'तुम्हा सर्वांनाही मी तेच सांगतोय.'

झायानच्या माणसांनी घाईघाईने त्यांच्या पडलेल्या सहकाऱ्याला उचललं. आता ते भयंकर घाबरले होते. त्यांना तिथून बाहेर निघायची घाई झाली होती. जमाव हा सहसा भ्याडांचा बनलेला असतो. त्यांच्यापाशी कसला निर्धार नसतो. त्यांच्या अंगात तेव्हाच पटकन धैर्य संचारतं, जेव्हा त्यांना असं वाटतं की नियंत्रण त्यांच्याकडे आहे. पण तेच धैर्य त्यांना सोडूनही पटकन जातं. काही नमुन्याचे वार पुरेसे असतात. ते घाईघाईने तिथून पसार झाले.

जमावातून उरलेला झायान एकटाच तिथे उभा होता. त्याने अस्लन आणि नुरुद्दिनकडे एक जळजळीत विखारी कटाक्ष टाकला. 'हे संपलं नाहीये,' तो फुत्कारला.

अस्लननेही डोळे वटारून झायानकडे पाहिलं. त्याच्या डोळ्यांत रक्तपिपासा स्वच्छ दिसत होती. 'तू इथे परत आलास ना, झायान, तर जे शरीर उचलून घेऊन जावं लागेल, ते तुझं असेल.'

झायान झटकन तिथून निघाला.

तो उंच अनोळखी माणूस चालत अस्लनजवळ आला. त्याच्या तोंडावर पुसट हसू होतं. 'तू शूर पुरुष आहेस.'

'धन्यवाद,' अस्लन म्हणाला. 'तुम्ही माझा जीव वाचवून माझा आत्मा खरेदी केला आहे. माझ्या आत्म्याच्या आताच्या मालकाचं नाव काय?'

'माझं नाव सुहेलदेव,' त्या अनोळखी माणसाने उत्तर दिलं.

अस्लन किंचित हसला. *शेवटी एकदा... अखेरीस, आपण भेटलो.* पण त्याने आपले विचार स्वतःपाशीच ठेवले. 'डाकू राजपुत्र...'

'तर, तू माझ्याबद्दल ऐकलं आहेस?'

'कुणी ऐकलं नाही?' अस्लनने उत्तर दिलं. 'तुम्ही एक दंतकथा आहात.'

हे खरं होतं. वडिलांच्या छत्राखालून बाहेर पडल्यानंतरच्या, गेल्या काही वर्षांमध्ये सुहेलदेव संपूर्ण उत्तर भारतात प्रसिद्ध झाला होता. त्याच्या लहानशा लढाऊ पथकानिशी तो गझनीचे मांडलिकत्व पत्करलेल्या राज्यांवर छापे घालत होता. त्याच्या मर्जीनुसार राज्यांमध्ये ये जा करत होता. तिथे असलेल्या तुर्कांना मारत होता. आपल्या भेकड शासकांनी जे जे करावं असं त्या राज्याच्या प्रजाजनांना वाटत होतं, ते सगळं तो करत होता.

तो आधी ज्या ठिकाणी दिसला होता, त्याच्यापासून खूप दूर कुठेतरी तो अचानक उत्पन्न होत असे आणि मग शत्रूची प्रचंड जीवितहानी करून आणि स्वतःचे फारसे

नुकसान करून न घेता तो अदृश्य होत असे. अगदी जरी त्याचे सैनिक लढाईत पडले, तरी कुणालाही मागे सोडून देण्यात येत नसे.

प्रत्येक यशस्वी चढाईनंतर, सुहेलदेवभोवतीचं वलय अधिकाधिक गडद होत होतं, शेवटी काही लोकांनी त्याला अतींद्रिय शक्ती असल्याचा दावा करायला सुरुवात केली. पण त्याने कधीही नागरिकांवर हल्ला केला नाही आणि त्याला माहिती दिल्याबद्दल किंवा त्याने त्यांच्याकडून काही वस्तू-सामान घेतल्यापोटी तो त्यांना भरघोस बक्षिसी देत होता. त्यामुळे शासकांच्या मनात त्याच्याबद्दल जेवढा तिरस्कार आणि जेवढी भीती होती, तेवढीच त्याच्या प्रजाजनांच्या मनात त्याच्याबद्दल प्रीती होती.

अस्लनच्या डोळ्यांत स्पष्ट दिसलेल्या आदराने सुहेलदेवच्या चेहऱ्यावर हसू उमटल्यावाचून राहिलं नाही. अस्लनने अजूनही हातात धरलेल्या तलवारीकडे त्याने निर्देश केला. 'हिचा उपयोग कसा करायचा तुला माहीत आहे असं दिसतं.'

'सैनिक म्हणून माझं प्रशिक्षण झालंय,' अस्लन म्हणाला. 'पण आता मी ते आयुष्य सोडून दिलं आहे. आता, मी इथे राहातो आणि महान सूफी संत नुरुद्दिन यांची सेवा करतो.'

अस्लनने झायानच्या भाच्याला मारल्यापासून नुरुद्दिन अवाक झाले होते. आता ते बोलले, त्यांचा आवाज घोगरा झाला होता. 'अस्लन, आता तुला इथे राहाता येणार नाही. खुन्यांसाठी इथे जागा नाही.'

'पण नुरुद्दिन साहिब, मी फक्त तुमचं रक्षण करण्याचा प्रयत्न करत होतो.' अस्लनने बाजू मांडली.

'मी तुला माझं रक्षण करायला सांगितलं नव्हतं,' नुरुद्दिन म्हणाले. सूफींचा आवाज शांत होता पण त्यांच्या डोळ्यातली वेदना आणि दुःख स्पष्ट दिसत होती. 'मला रक्तपात नको आहे असं मी तुला सांगितलं होतं. त्या बिचाऱ्या पोराच्या हत्येचं पाप माझ्या माथ्यावर घेऊन जगण्यापेक्षा मी मेलो असतो. कृपा करून आत्ताच्या आत्ता निघून जा.'

नुरुद्दिन मागे वळले आणि वेगाने निघून गेले, तसा अस्लनचा चेहरा पडला. त्याने जमिनीकडे दृष्टी लावली, तो उघडच खचलेला दिसत होता. त्याने तलवार खाली टाकली, पालथ्या हाताने डोळे पुसले आणि मान किंचित हलवली. त्याने वर पाहिलं, तेव्हा सुहेलदेव टक लावून त्याच्याकडे पाहात होता. त्याचे डोळे सहानुभूतीने काठोकाठ भरले होते.

'असो, माझ्या मित्रा,' सुहेलदेव सौम्यपणे म्हणाला, 'तू हिंसा सोडून दिली असशील, पण हिंसेने तुला सोडलेलं दिसत नाही. मौलवी नक्कीच तुझ्यावर खुनाचा खटला भरणार. तुझ्यापुढे दोन पर्याय आहेत: खटला चालवण्यात तू नशीब आजमावू शकतोस, किंवा जिवासाठी पळू शकतोस. मी तुझ्या जागी असतो, तर मी दुसरा पर्याय निवडला असता.'

अस्लनने असहायपणे दोन्ही हात पसरले. 'मी कुठे जाऊ? मी काय करू?'

सुहेलदेवने गप्पपणे बराच वेळ त्याच्याकडे बराच वेळ पाहिलं, जणू काही तो काही निर्णय जोखत होता. 'तुला आवडत असेल, तर तू माझ्याबरोबर सवारी करू शकतोस. तुझ्याकडे कौशल्यं आहेत, जी मी वापरू शकतो आणि तुझ्यासारख्या कुणाचा अंत कुणा अतिरेकी वेड्यांमुळे झाडावर लटकून व्हावा ही खरंच लाजिरवाणी गोष्ट आहे. काय म्हणतोस?'

सुहेलदेवच्या मागे उभा असलेल्या अब्दुलला या निर्णयाचा फार आनंद झालेला दिसत नव्हता. त्याचा तुर्कांवर विश्वास नव्हता.

अस्लनला निर्णय घ्यायला फार वेळ लागला नाही. 'मार्ग दाखवा, महान राजपुत्र.'

अस्लनच्या पडलेल्या तलवारीकडे सुहेलदेवने बोट केलं. 'तुला लागेल ही.'

अस्लन खाली वाकला आणि त्याने तलवार उचलली. आता ते त्याचं शस्त्र होतं. जमिनीच्या पातळीवरून कुणी त्याच्याकडे पाहिलं असतं तर वाकलेल्या अस्लनच्या चेहऱ्यावरचं पुसट हसू त्याला दिसलं असतं. जणू त्याला हवं होतं ते नेमकं त्याला मिळालं होतं.

प्रकरण ८

‘हुजूर, या व्यापाऱ्यावर, हलिलवर, त्याच्या याझिदी पूर्वजांच्या विधर्मी प्रथा गुप्तपणे चालू ठेवल्याचा आरोप आहे, पण तो स्वतः इस्लाम स्वीकारल्याचा दावा करतो,’ गझनीचा पंतप्रधान हसन म्हणाला. ‘त्याच्या घरी घातलेल्या धाडीत त्यांच्या खोट्या देवाची मूर्ती सापडली.’

साखळदंडांनी बांधलेल्या त्या गोऱ्या, हिरव्या डोळ्यांच्या माणसाकडे महमूदने रागाने पाहिलं. याझिदींची श्रद्धा होती की देवाने हे जग सात देवदूतांच्या देखरेखीखाली ठेवले आहे, त्यांच्यातला प्रमुख म्हणजे मेलेक तौस, मयूर देवदूत. त्यांच्या या श्रद्धेबद्दल त्यांना कधीच शासन करून झाले होते. याझिदी श्रद्धेनुसार, मेलेक तौसने देवाविरुद्ध बंड केले आणि त्याला नरकात ढकलून देण्यात आले. तो चाळीस हजार वर्षे तिथे राहिला, शेवटी त्याच्या अश्रूंनी पाताळलोकातील आगी विझल्या. मग देवाने त्याला माफ केले आणि त्याच्या जागेवर पुन्हा त्याची स्थापना केली. परंतु अब्राहमिक श्रद्धेला मेलेक तौसच्या आणि सैतानाच्या कथेत साम्य दिसले, सैतानालाही देवाने नरकात धाडले होते.

परिणामी, याझिदींना सैतानपूजक ठरवण्यात आले आणि त्यांना निर्दय हत्याकांडाला आणि कत्तलींना सामोरे जावे लागले. त्यांच्या मूर्तिपूजक असण्याने ते हिंसेचे आणि हत्येचे अधिकच मोठे लक्ष्य बनले.

‘हे गंभीर आरोप आहेत,’ महमूद म्हणाला. ‘हे खरे आहेत, हलिल?’

महमूदला हलिल हा भरपूर कर देणारा एक अत्यंत यशस्वी व्यापारी म्हणून माहीत होता. त्या दृष्टीने राजाला त्याच्याबद्दल काही तक्रारी नव्हत्या. अजून तरी.

‘नाही, महान सुलतान,’ अगदी खाली वाकून हलिल म्हणाला. ‘हे खोटे आहेत, माझ्या संपत्तीचा मत्सर वाटणाऱ्या माझ्या स्पर्धकांनी या थापा पसरवल्या आहेत. माझे वडील याझिदी मार्गाचे अनुयायी होते हे खरं आहे, पण मला प्रकाश दिसला आहे आणि मी आता खरा सश्रद्ध आहे.’

'हंऽऽ, आणि त्या मूर्तीचं काय?' महमूदने विचारलं.

'ती माझ्या शत्रूंनी मुद्दाम माझ्या घरात सापडेल अशी ठेवली असणार.'

महमूद पंतप्रधानांकडे वळला. 'त्याच्याविरुद्ध आणखी काही पुरावा आहे का?'

'नाही, हुजूर,' हसनने उत्तर दिलं.

महमूद काही बोलणार, तितक्यात त्याच्या भाच्याने त्याला अडवले. 'हुजूर, आपली परवानगी असेल तर, मी या माणसाची चौकशी करू का?'

संपूर्ण भरलेल्या दरबाराचे डोळे सालार मक्सूदकडे वळले. सुलतानाकडे बघून त्याने आत्मविश्वासाने स्मितहास्य केले.

'ठीक आहे, कर.' महमूद म्हणाला.

मक्सूदने कृतज्ञतापूर्वक मान तुकवली, मग तो पंतप्रधानाकडे वळला.

'जप्त केलेली मूर्ती कुठे आहे?' त्याने विचारले. 'मला ती बघायची आहे. आणि एक छिन्नी आणि हातोडाही द्या मला.'

एक सेवक धावत बाहेर गेला आणि थोड्या वेळाने सर्व वस्तू घेऊन परत आला. ती सोन्याची सुंदर मूर्ती म्हणजे जवळजवळ पूर्ण मानवाकृतीच होती, फक्त तिला पंख होते आणि मोरासारखे पावलांना पडदे होते. त्याच्या डोक्यावर एक निळ्या, मोरपंखी आणि हिरव्या रंगाने रंगवलेल्या पिसांचा मुकुट होता, जसा कृष्ण भगवंताच्या डोक्यावर असतो तसाच. मेलेक तौसच्या मूर्तीच्या पोटावर एक लखलखता काळा सर्प कोरलेला होता. हिंदू मान्यतेनुसार प्रकृतीची सुप्त शक्ती असलेल्या कुंडलिनीच्या जवळ जाणारी ही प्रतिमा होती. मेलेक तौसच्या डोळ्यांच्या जागी दोन तेजस्वी पाचू बसवलेले होते.

'धन्यवाद,' मक्सूदने जरा अती नम्रपणे सेवकाचे आभार मानले. मग तो व्यापारी हलिलकडे वळला. 'तर, तुम्हाला या तुकड्याबद्दल काहीच वाटत नाही?'

'फक्त घृणा आणि तिरस्कार,' त्या माणसाने आग्रहाने सांगितले.

सालार मक्सूदच्या तपकिरी डोळ्यांत एक भेदक चमक होती, तिने हलिलला नमवून दुसरीकडे बघायला भाग पाडले.

एका दीर्घ अवकाशानंतर, मक्सूद पुन्हा बोलला. 'कृपया तो हातोडा घ्या आणि मूर्तीचा उजवा पंख तोडा.'

'काय?' हलिल हादरलेला दिसत होता.

'तुम्ही ऐकलं मी काय बोललो ते,' मक्सूद म्हणाला, त्याचा आवाज स्थिर आणि शांत होता. 'हे करा, नाहीतर मी तुमचा उजवा हात तोडायला सांगेन.'

हलिल घुटमळला, मग त्याने गुपचुप हातोडा उचलला आणि मूर्तीवर जोरात मारला. मेलेक तौसच्या उजव्या पंखाचा चुराडा झाला.

'छान,' हलकेच टाळ्या वाजवत मक्सूद म्हणाला. 'खऱ्या मार्गावरील तुमच्या निष्ठेचे मी कौतुक करतो. आता दोन्ही डोळे उचकटा.'

हलिलचा चेहरा पांढरा पडला.

'काहीतरी बाहेर येणार, मित्रा,' मक्सूद म्हणाला. तो मृदूपणे बोलत होता, पण त्याच्या आवाजातून दुष्टपणा ठिबकत होता. 'एकतर मूर्तीचे डोळे, नाहीतर तुमचे.'

हलिलचे हात कापत होते, पण त्याने छिन्नी चालवून मूर्तीचा एक डोळा बाहेर काढला, मग दुसरा. काम पूर्ण झालं, त्याच्या चेहऱ्यावरून अश्रुधारा ओघळत होत्या.

'काफिरांचा मूर्खपणा बघा,' मक्सूद जोरात हसला. 'त्यांच्या तथाकथित जगाच्या स्वामीकडे स्वतःचं रक्षण करायची शक्ती नाही, आणि त्यांना खरंच वाटतं की तो त्यांचं रक्षण करेल.' मग तो व्यापाऱ्याकडे वळला. 'पण तुम्हाला इतकं दुःख कसलं होतं आहे? तुम्हाला या मूर्तीचं इतकं महत्त्व वाटतं का?'

हलिल भावनावेगाने थरथरत होता पण कसाबसा स्वतःवर नियंत्रण ठेवून होता. 'मी जाऊ शकतो का?' त्याने अखेरीस विचारले, त्याचा आवाज घोगरट येत होता.

'आता मी तुम्हाला फक्त एकच काम सांगणार आहे,' मक्सूद हसला. 'हा कचरा जमिनीवर फेका आणि त्याच्यावर थुंका.'

निखळ संतापाने एक आरोळी ठोकून, हलिलने मक्सूदवर छिन्नीने वार केला. मक्सूदने मागे उडी मारली आणि प्रतिक्षिप्त क्रियेने डावा हात वर केला. छिन्नी तळव्यावरून फिरली, तिने फारसं नुकसान झालं नाही, पण थोडं रक्त काढलंच.

हलिलने पुन्हा वार करण्याच्या आधीच एक उंच, सडपातळ आकृती मागून जोरात पुढे आली आणि तिने त्याला जोराचा धक्का दिला, हलिलचा तोल जाऊन तो एकदम खाली पडला. हलिल धडपडला, ती संधी साधून मक्सूदने त्याचं, अजूनही छिन्नी धरलेलं, उजवं मनगट पकडलं, आणि निर्दयपणे पिरगाळलं.

हलिल वेदनेने ओरडला आणि गुडघ्यांवर खाली बसला. छिन्नी खणखणत जमिनीवर पडली. 'थांबा, दया करा, थांबा!' तो गयावया करू लागला.

थांबण्याऐवजी, मक्सूदने त्याचं मनगट आणखी एकदा पिळवटलं. काडकन् आवाज साऱ्या दरबारात घुमला, आणि हलिलचं एखाद्या दोरखंडासारखं लोंबणारं मनगट पाहून तिथल्या कित्येकांचा श्वास अडकला.

आता दुःख आणि भीतीने कळवळून रडत असलेल्या त्या माणसाला दरबारी रक्षकांनी चटकन पकडलं, आणि ओढत बाहेर नेलं. मक्सूदच्या मदतीला धावून आलेल्या उंच माणसाने त्याचा हात धरला आणि काळजीने तो तपासला.

'मी ठीक आहे, करीम,' मक्सूद मृदूपणे म्हणाला, त्याचा आवाज सौम्य आणि प्रेमळ होता. 'जरासं खरचटलंय.'

'तुम्ही हकिमाकडे जायला हवं,' मक्सूदच्या हाताची मागची बाजू जपून कुरवाळत असताना करीम काळजीने भरलेल्या आवाजात म्हणाला.

सुलतान महमूदने त्यांच्या संभाषणात व्यत्यय आणला. 'मक्सूद, माझ्या सिंहा,' तो उद्गारला, त्याचा बुलंद आवाज साऱ्या दरबारात दणाणत होता. 'तू म्हणजे रत्न आहेस. मी तुला काय बक्षीस देऊ?'

'आपली सेवा करण्याचा मान मिळावा हेच माझं बक्षीस, हुजूर,' मक्सूद म्हणाला.

उत्तरादाखल महमूद स्नेहाने हसला. त्याने टाळी वाजवली. 'दरबार बरखास्त.' मग त्याने मक्सूदला जवळ बोलावले. 'आज रात्रीच्या खान्यासाठी माझ्या खाजगी महालात ये. मला तुझ्याशी एका गोष्टीबद्दल बोलायचं आहे.' त्याने इकडेतिकडे पाहिलं आणि जवळ उभ्या असलेल्या मक्सूदच्या वडिलांकडे त्याचं लक्ष गेलं, त्यांचं लग्न सुलतानाच्या बहिणीशी झालं होतं. 'खरं म्हणजे, तुझ्या कुटुंबाला घेऊन ये. बऱ्याच दिवसांत मी माझ्या बहिणीलाही भेटलो नाही. आणि तुम्हा सगळ्यांबरोबर वेळ घालवायला मला नक्कीच आवडेल. पण आधी या तुझ्या गोड छोकऱ्याचं ऐक आणि तुझ्या हातावर उपचार करून घे.'

मक्सूद आणि त्याच्या कुटुंबाने सुलतानाच्या आलिशान सजवलेल्या खाजगी दालनात प्रवेश केला, तेव्हा संध्याकाळ टळून गेली होती. जमीन आच्छादणाऱ्या मऊ पर्शियन गालिच्यात त्यांची पावलं बुडत होती. लढाया आणि शिकारीच्या प्रसंगांच्या कशिदाकारीने भरलेल्या पडद्यांनी भिंती मढल्या होत्या. ज्या दिवाणावर सुलतान पहुडला होता, त्यावर भारतातून आयात केलेल्या रेशमापासून बनवलेले कापड अंथरले होते.

महमूद एका संशयास्पद दिसणाऱ्या व्यक्तीशी बोलत होता, तो त्याच्या हेरखात्याचा प्रमुख असल्याचं म्हटलं जात असे. पाहुणे दिसल्याबरोबर, त्याने घाईघाईने संभाषण आवरते घेतले आणि त्या अधिकाऱ्याला निरोप दिला. महमूदने स्वतःच्या बहिणीसह संपूर्ण कुटुंबाला आमंत्रण दिलेले असले, तरी आपला लाडका

भाचा सोडून त्याने बाकीच्यांकडे दुर्लक्षच केले. 'ये, ये. आरामात बस.' त्याने मक्सूदच्या पट्टी बांधलेल्या हाताकडे बोट केलं. 'ठीक आहे ना सगळं?'

मक्सूदने मान वाकवली. 'होय, हुजूर. हकिमाला सगळं तपासून नीट खात्री करून घ्यायची होती.'

महमूदने मान डोलावली. 'ते बरंच आहे. तू हकिमाकडे गेला नसतास तो तुझा गोडसा गुलाम छोकरा तुझं डोकं खात राहिला असता. तो पोरगा चांगला देखणा आहे. कधीकधी त्याला तुझ्याकडून मागून घ्यायचा मोह होतो मला.'

मक्सूद गप्प राहिला पण त्याच्या चेहऱ्यावरून सरकून गेलेले भाव महमूदच्या लक्षात आले.

'काळजी करू नको,' गडगडाटी हसत महमूद म्हणाला. 'तरुण असणं आणि प्रेमात पडणं म्हणजे काय ते चांगलं आठवतंय मला.'

गझनीच्या सुलतानाचा चेहरा विचारमग्न झाला. मक्सूदच्या लगेच लक्षात आलं की महमूद अयाझबद्दल, त्याच्या स्वतःच्या गुलामाबद्दल आणि प्रेमपात्राबद्दल विचार करत होता. तो सुलतानाला इतका प्रिय होता, की त्याने त्याच्या डोक्यावर लाहोरचा राजमुकुट ठेवला होता.

मोठ्या कष्टाने, महमूदने स्वतःला त्या मनःस्थितीतून बाहेर आणले. 'प्रेमाच्या गप्पा पुरे.' तो मक्सूदच्या आईकडे वळला. 'तुझा नवरा तुझी चांगली काळजी घेत असावा अशी मला आशा आहे.'

'खूपच घेतो, विचारल्याबद्दल धन्यवाद,' ती म्हणाली. 'भाऊ, तुझा आधीचा पाहुणा जे सांगत होता, त्याने तू काहीसा त्रासल्यासारखा दिसतोस. सारं ठीक आहे ना?'

महमूदच्या कपाळाला आठी पडली. 'असं दिसतंय की कुणी एक भारतीय राजकुमार आहे आणि तो फारच त्रासदायक झाला आहे. मला लवकरच त्या संदर्भात काहीतरी करावं लागणार आहे. त्याचं नाव आहे सुहेलदेव.'

'अस्लन! जागा हो!'

अस्लन दचकून जागा झाला. अंतःप्रेरणेने, त्याचा हात तलवारीकडे गेला. त्याने डोळ्यांची उघडझाप केली, क्षणभर तो अर्धवट झोपेतच होता.

'हो हो, जरा दमानं घे.' सुहेलदेव प्रतिक्षिप्त क्रियेने मागे झाला. 'तुला याची गरज नाही. तू मित्रांबरोबर आहेस.'

अस्लनने गोंधळून त्याच्याकडे पाहिलं, मग त्याला त्याच्या म्यानातून अर्धवट बाहेर काढलेल्या तलवारीची जाणीव झाली. त्याचे केस घामाने भिजले होते आणि त्याचा श्वास जोरात चालला होता. त्याने एक खोल श्वास घेतला आणि तलवार म्यान केली. मोठ्या कष्टाने तो नीट उठून, झाडाला टेकून बसला. त्याने पालथ्या हाताने कपाळ पुसलं.

हळूहळू, त्याचा श्वास जागेवर आला आणि त्याला वास्तवाचं भान आलं. *मी आता सुहेलदेवच्या टोळीत आहे. आम्ही या जंगलात रात्र काढली.*

सुहेलदेव त्याच्याकडे जिज्ञासेने निरखून पाहात होता. 'तू ठीक आहेस ना?'

अस्लनने मान डोलावली. 'मी ठीक आहे. ते फक्त एक स्वप्न होतं.'

'आता जागा झाला आहेस तू. निघायची वेळ झाली.'

प्रकरण ९

भारत, ख्रिस्ताब्द १०३०

मृत आणि मृतवत माणसं विखुरलेल्या त्या क्षेत्रावरून सूर्य अस्ताला गेला. त्यांच्याकडे लक्ष न देता, हजारो माणसं जिद्दीने लढत होती. तितक्यात त्या दिवशीच्या लढाईचा शेवट दर्शवणारी तुतारी वाजली. त्याबरोबरच शस्त्रे खाली ठेवण्याचा पुकाराही झाला.

तुतारीचा ध्वनी ऐकल्यावर गोवर्धन थबकला. त्याने नुकतेच त्याच्याशी लढणाऱ्या योद्ध्याला निःशस्त्र केले होते आणि एका दीर्घ, निर्दयी द्वंद्वानंतर त्याला गुडघ्यावर आणले होते. *एक प्राणघातक वार करण्याइतका वेळ आहे अजून,* त्याने ठरवले आणि त्या माणसाच्या मस्तकाचा वेध घेऊन त्याची गदा उंच उगारली.

'थांब, गोवर्धन,' दूर अंतरावरून महिपाल तोमर ओरडला. 'युद्धाचा दिवस संपला आहे. स्वतःचा अपमान करू नको. तुझ्या राजाचा अपमान करू नको.'

दिल्लीचा राजा महिपाल, गोवर्धनचा दूरचा नातेवाईक होता, पण गोवर्धनच्या आईने जेव्हा त्यांचं लांबच लांब नातं आणि कुटुंबाचे धागेदोरे सांगायला सुरुवात केली, तेव्हा अर्ध्यातच त्याचं डोकं गरगरायला लागलं होतं. त्याला त्यातून एवढाच बोध झाला की त्याचे वडील आणि महिपाल एकमेकांचे दूरचे चुलतभाऊ होते, त्यांच्यात निदान पाच तरी पायऱ्या होत्या.

गोवर्धनने सुस्कारा सोडला. राजा भला माणूस होता, पण कधीकधी तो स्वतःला अहितकारक होईल इतका न्यायीपणाने वागत असे.

याचं उदाहरण म्हणजे, सल्लागारांनी त्याला त्याच्या कडेकोट राजधानीतच थांबायला सांगितलेले असतानाही, दिल्लीच्या पश्चिमेला जेमतेम २० किलोमीटरवर असलेल्या शत्रूला जाऊन भिडण्याचा त्याचा निर्णय.

महिपालने त्याच्या सल्लागारांची सूचना धुडकावून लावली होती. 'काय? शत्रूची पावलं माझ्या भूमीवर फिरत असताना मी माझ्या राजधानीच्या कोटाआड दडून

बसायचं? माझ्या छत्राखालची गावं त्याला लुटू द्यायची? आणि मला वाटतं, तसं बसून राहिल्यावर, बांगड्या भरलेल्या काय वाईट? सिंह कोल्ह्यापासून दडून बसत नाही. आपल्या हद्दीत येण्याचं धारिष्ट्य दाखवल्याबद्दल त्याला फाडून त्याचे तुकडे तुकडे करून टाकतो.'

खाजगीत, गोवर्धनचं मत धाडसी राजापेक्षा शहाण्या सल्लागारांशी जुळत होतं. पण राजाच्या सैन्यातला अधिकारी म्हणून, त्याला राजाज्ञेचं पालन करण्याशिवाय दुसरा पर्याय नव्हता. खरं तर तुर्कांना आणखी पुढे, ते दिल्लीपासून दूर असतानाच भिडावं, अशी महिपालची इच्छा होती. पण तसं करता आलं नव्हतं, कारण तुर्क ज्या वेगाने पुढे आले होते, त्यामुळे तो जरासा बेसावधच पकडला गेला होता आणि युद्धाचं हे क्षेत्र त्याला स्वतःला निवडता आलं नव्हतं.

तुर्कांना इतिहासातील सर्वोत्कृष्ट सैन्यांपैकी एक गणलं जात असे, ते उगाच नाही. निर्दय, वेगाने हालचाली करणारे, भयानक प्रहार करणारे. आपल्या केवळ निर्दयीपणाने आणि क्रौर्याने शत्रूला धडकी भरवणारे.

पण राजपूत सैन्यही भक्कमपणे पाय रोवून उभं राहिलं आणि त्याने तुर्कांना रोखून धरलं. गोवर्धनही दिवसभर शत्रुसैन्याच्या तुकड्यांशी लढून दमला होता, त्याचा शेवट गझनीच्या एका सैनिकाशी झालेल्या जीवघेण्या द्वंद्वात झाला होता, आणि आता त्या सैनिकाचं जीवनमरण त्याच्या हातात होतं.

तो माणूसही चांगलाच लढवय्या होता आणि आता त्याला सोडून देणं अगदीच मूर्खपणाचं झालं असतं, कारण दुसऱ्या दिवशी सकाळी तो ताजातवाना होऊन लढायला आला असता. पण क्षत्रियांचा गौरव त्याला आदेश देत होता की, त्या दिवशीचं युद्ध समाप्त झाल्यानंतर शस्त्राचा वापर करायचा नाही.

मग त्याला एक कल्पना सुचली.

बधिर झालेला तुर्क जमिनीवर उताणा पडला होता, त्याचे दोन्ही तळवे त्याच्या दोन्ही बाजूंना उघडे होते. गोवर्धनने गदा खाली आणली आणि तो त्या माणसाजवळ गेला, जणू काही तो त्याला मदतच करत असावा. असं करतानाच त्याने सहजच आपला पाय त्याच्या उजव्या हातावर ठेवला. मग त्याने पाऊल पुढे टाकताना जोरात फिरवलं, आपल्या शरीराचा संपूर्ण भार काही सेकंद शत्रूच्या बोटांवर आणि मनगटावर येईल अशी दक्षता घेतली.

अनेक वर्षे, गोवर्धनचं नाव अगदी सार्थ आहे, असं त्याला सांगितलं जात होतं. कारण तो होताच पर्वतप्राय: महाकाय, राकट आणि रुबाबदार. तो बहुतेक पुरुषांपेक्षा

चांगलाच उंच होता, आणि जेवढा उंच होता, जवळजवळ तेवढाच रुंदही होता. रुंद खांदे, भरदार छाती, जाड कंबर आणि फुगलेले दंड, मांड्या आणि पोटऱ्या. या सगळ्यांचं एकत्रित वजन त्याच्या शत्रूला असह्य झालं. बोटांच्या आणि मनगटाच्या हाडांचा चुराडा होताना तो वेदनेने कळवळला. पण युद्ध संपवणाऱ्या हजारो सैनिकांच्या आवाजात त्याची किंकाळी बुडून गेली.

'आता तुला काही धोका राहणार नाही,' रुंद हसत गोवर्धन म्हणाला. मग तो सहज खाली वाकला आणि त्याने त्या तुर्काच्या डोक्यावर थोपटलं. तो वळला आणि चालू लागला. तोमर छावणीपर्यंत अंतर बरंच होतं.

त्याच्याबरोबर चालणाऱ्या दिल्लीच्या सैनिकांकडे पाहून तो मैत्रभावाने हसला. तोमर सैन्यासाठी तो दिवस चांगला ठरला होता. त्यांनी गझनीच्या पथकांना एका जागी रोखून धरलं होतं.

आपल्या घोड्याचा मृत्यू आठवून गोवर्धनच्या चेहऱ्यावर दुःखाची छाया पसरली. आताच त्याने ज्याला असहाय केलं होतं, त्याचा भाला त्याच्या घोड्याच्या आरपार गेला होता. मग तो शहारला. त्याहूनही वाईट घडू शकलं असतं. तो अजूनही जिवंत होता, आणि फारसा जखमी झाला नव्हता. आज सकाळी युद्धाला सुरुवात केलेल्या बऱ्याच सैनिकांबद्दल तसं म्हणता आलं नसतं.

त्याने त्याच्या वैयक्तिक तंबूत प्रवेश केल्याबरोबर एक सहायक धावत आला आणि त्याने त्याचे चिलखत उतरवायला मदत केली, मग त्याला एक बादली भरून थंड पाणी दिले. अंगावरचे कपडे काढायचीही तसदी न घेता गोवर्धनने ते थंड पाणी अंगावर ओतून घेतले. दुखणाऱ्या स्नायूंना गार पाण्याचा स्पर्श होताच त्याच्या तोंडून सुखाचा आणि आरामाचा एक संमिश्र हुंकार उमटला. सहायकाने त्याच्या हातात कोरडे वस्त्र दिले. गोवर्धनने त्याचे सिंहाच्या आयाळीसारखे केस खसाखसा पुसले. मग आपल्या भरदार मिशा पुसून त्यांना पुन्हा एकदा झटकन छान पीळ दिला.

एक निरोप्या आल्याची वर्दी आली. गोवर्धनने त्याला आत येऊ देण्याची अनुमती दिली.

कमरेत वाकून निरोप्याने संदेश सांगितला, 'राजा महिपाल आपली चौकशी करत आहेत, सेनापती.'

'महाराजांना सांग आम्ही लगेच येत आहोत.'

गोवर्धनने घाईघाईने स्वच्छ कपडे चढवले आणि तो चालत राजाच्या तंबूकडे गेला. त्याची अपेक्षा होती की, तिथे तुर्की सेनापती करीमच्या, जो तुर्कांच्या भारतीय सेनापतीचे, सालार मक्सूदचे प्रेमपात्र असल्याचीही बोलवा होती, त्याच्या नवीन व्यूहरचनेबद्दल चर्चा होईल.

त्याची व्यूहरचना फारच चांगली होती. महमूदसारखी ती छापे घालण्याची पद्धत नव्हती. ती शत्रूची-युद्धक्षमता-नष्ट-करा पद्धत होती. छापा घाला आणि लूटमार करा यापेक्षा ही पद्धत जिंका आणि राज्य करा यासाठी जास्त साजेशी होती. त्याने असंही ऐकलं होतं की करीमची ही उत्तम व्यूहरचना दिल्लीला पोहोचेपर्यंतच्या, त्याने जिंकलेल्या लढायांमध्ये दिसून आली होती. आणि ती एकाच ठरावीक प्रकारची व्यूहरचना नव्हती. ती प्रत्येक लढाईगणिक, त्या त्या भूप्रदेशानुसार बदलत होती. ज्या शत्रूविरुद्ध लढायचे आहे आणि ज्या रणांगणावर लढायचे आहे, त्याला ती रणनीती योग्य होती. असं वाटत होतं की, जणू करीमला आणि त्याच्या स्वामीला, सालार मक्सूदला इथली संस्कृती, त्यातले बारकावे, भारतातील वेगवेगळ्या समाजांच्या वेगवेगळ्या रणनीती यांची सखोल समज होती. तोमर सैन्याच्या प्रचंड संख्याबलामुळेच त्यांचा आजचा दिवस निभावला होता; पण हा दिवस दोन्ही सैन्यांची कोंडी होऊन संपला होता. पण ही लढाई जिंकायची असेल, तर तोमर सैन्याने दुसऱ्या दिवशी काहीतरी अगदी वेगळंच करणं आवश्यक होतं. याच विषयाला धरून चर्चा होईल अशी गोवर्धनची अपेक्षा होती.

मात्र शाही तंबूचा पडदा सरकवताच गोवर्धनची निराशा झाली. आनंदोत्सवाला सुरुवात झाली होती, राजाच्या मर्जीतले बरेच लोक त्याच्याभोवती घोळका करून उत्साही स्वरात बडबडत होते. मद्य वाहात होते आणि मोठाल्या थाळ्यांमध्ये स्वादिष्ट पदार्थ वाढले जात होते.

त्यांना युद्ध म्हणजे मेजवानी वाटतेय, गोवर्धनचं मन कडू झालं.

त्या तंबूत उपस्थित असलेल्या बहुसंख्य माणसांसारखं गोवर्धनचं बालपण सुखाचं गेलं नव्हतं. तो अगदी रांगतं बाळ असण्याच्या वयात त्याचे वडील रणांगणात मारले गेले होते, आणि वडिलोपार्जित संपत्ती काकांनी आपल्या ताब्यात घेतली होती. गरिबी ओढवलेल्या सरदार कुटुंबांना जेव्हा आपल्या अधिक संपन्न नातेवाइकांच्या आश्रयाने राहावे लागते, तेव्हा वाट्याला येणाऱ्या अपमानाचे चटके गोवर्धनने आणि त्याच्या आईने रोज सोसले होते.

जितक्या लवकर शक्य झालं तितक्या लवकर गोवर्धन सैन्यात भरती झाला. पुढचं एक दशक त्याने लढाया खेळत आणि सैन्यात एक एक पायरी वर चढण्यात घालवलं, आणि आता त्याच्या हाताखाली एक हजार सैनिकांची तुकडी होती, आणि स्वतःची एक लहानशी स्थावर मालमत्ता होती. त्याचे काका त्यानंतर थोड्याच काळात वारले, पण वंचित अवस्थेतील बालपणाचा कडवटपणा अजून गोवर्धनच्या मनातून गेला नव्हता. त्याशिवाय इतकी वर्षं त्याने सोसलेल्या हालअपेष्टांमुळेही, त्याची जीवनाकडे बघण्याची दृष्टी विशेष तिरकस झाली होती. राजा महिपाल आणि त्याच्या सरदारांचं तसं नव्हतं, प्रतिष्ठा, स्त्रीदाक्षिण्य आणि सभ्यता यांच्या क्षत्रिय शिष्टाचारांवर त्यांचा पूर्ण विश्वास होता.

'ये, ये, गोवर्धन,' महिपाल म्हणाला. 'आज तू चांगला लढलास.' दाढी राखलेला, बळकट बांध्याचा, मध्यम उंचीचा महिपाल आनंदाने प्रफुल्लित झाला होता. 'उद्या, देवी भवानीच्या आशीर्वादाने, आपण त्या महमूदच्या पिल्लाला पायात शेपटी घालून गझनीला परत हाकलून देऊ.'

'आज त्याने बरेच सैनिक गमावले, महाराज,' गोवर्धन नम्रपणे म्हणाला. 'आपल्यापेक्षा जास्त, हे तर नक्कीच.'

'उद्या आपण याचा शेवट करून टाकू. समोरून केलेला एक हल्ला तुर्कांना झोपवून टाकेल.'

'महाराज, त्याचं घोडदळ अजूनही धोकादायक आहे. आणि माझा असा संशय आहे की त्याच्याकडे राखीव सैन्य आहे, आणि ते—'

गोवर्धनचं बोलणं महिपालने हाताच्या फटकाऱ्याने उडवून लावलं. 'त्याने कसाही प्रयत्न केला, तरी आपण तयार आहोत. ये. उद्याच्या व्यूहरचनेची जरा चर्चा करूया.'

दिल्लीचा राजा मंचाकडे चालत गेला, त्यावर अनेक छोट्या छोट्या हस्तिदंती मूर्ती ठेवल्या होत्या, त्यांनी घोडदळ, पायदळ, धनुर्धारी पथक आणि सैन्याचे इतर विभाग यांची रचना दर्शवलेली होती. त्याच्या मागोमाग त्याचे सरदार आणि सेनाधिकारी आले. त्या सर्वांच्या हातात वारुणीने भरलेले चषक होते

शेवटी गोवर्धन त्याच्या तंबूकडे परत निघाला, तेव्हा काही तास उलटून गेले होते, त्याचं डोकं भणभणत होतं. चर्चा प्रदीर्घ झाली होती, आणि शेवटी चर्चा संपली, तोवर मद्याच्याही अनेक फेऱ्या झाल्या होत्या.

'चांगली झोप घ्या, मेरे शेरों,' असं उत्साहाच्या स्वरात म्हणत गटागटाने बाहेर पडणाऱ्या आपल्या सैनिकांना महिपालने निरोप दिला होता. इतकं मद्य प्राशन करूनही राजाचे पाय स्थिर होते, आणि आवाजही. स्वतःवर काहीही परिणाम होऊ न देता मद्य रिचवण्याची महिपाल तोमरची क्षमता बघून चकित होण्याची गोवर्धनची ही पहिली वेळ नव्हती.

गोवर्धन तंबूत शिरला आणि बिछान्यावर कोसळला. त्याने कपडेही बदलले नाहीत. की चूळही भरली नाही. त्याने डोळे मिटले आणि त्याचं मन अंधारात बुडालं.

अंधार.

आणि मग उजेड पडला.

तो एका शेतात होता.

त्याने आजूबाजूला पाहिलं.

मी काय करतोय इथे?

काहीतरी चुकत होतं. प्रकाश काहीतरी विचित्र पडला होता. जणू काही सूर्य थरथरत असावा.

चाललंय तरी काय?

अचानक तो पुढे लोटला गेला. शेतातून. त्याच्या सभोवती वाढलेल्या उंच गवतातून तो वेगाने जात होता. इतक्या वेगाने जाणं कुणाही माणसाच्या शक्तीबाहेरचं होतं. तो ध्वनीच्या वेगाने चालला होता.

आणि मग अचानक तो थांबला.

मोकळं मैदान.

रांगेत मांडून ठेवलेले अनेक मृतदेह. त्याच्या सैनिकांचे देह. त्यांचं दहन होत होतं.

पार्श्वभूमीवर, त्याला रडणं ऐकू आलं. धुराने त्याचे डोळे चुरचुरले. ज्वाळांच्या धगीने त्याला घाम आला.

मग त्याला एक चिता दिसली, जी पेटवलेली नव्हती. तिच्यावर एक देह होता. जखमी. हा तोच तुर्क होता ज्याच्याशी तो युद्धाच्या दिवसाच्या शेवटी लढला होता. ज्याचा हात त्याने ठेचला होता. तुर्काच्या जखमी हातातून घळघळा रक्त वाहात होतं. अचानक, तुर्काने डोळे उघडले. काहीतरी बोलत असल्यासारखं त्याचं तोंड हललं. पण आवाज काही फुटला नाही.

काय चाललंय तरी काय?

मग, तुर्काच्या चितेनेही पेट घेतला. आग गोवर्धनला अधिकच भाजून काढत होती. तो आणखी जवळ ओढला गेला. धुराने श्वास कोंडू लागला.

आणि मग त्याला तुर्काचा आवाज ऐकू आला. स्वच्छ. भयानक. *यानंतर तुझा क्रमांक,* काफिर.

गोवर्धन दचकून जागा झाला, त्याचं हृदय धडधडत होतं. त्याने आजूबाजूला पाहिलं, आणि एकदम त्याला जाणीव झाली, सर्वत्र धूर होता, आणि तंबू धुराने भरून जायला सुरुवात झाली होती. त्याने बिछान्याच्या बाहेर उडी घेतली, गदा उचलली आणि तंबूच्या बाहेर धावला.

त्याला बाहेर दिसलेलं दृश्य थेट नरकाची आठवण करून देणारं होतं. आकाश अजूनही काळंच होतं, पण सगळीकडे उजेड होता. पेट घेतलेल्या अनेक तंबूंमधून येणारा उजेड. घोडे भीतीने जागच्या जागी थयथयत होते, त्यांना थांबवण्याचा प्रयत्न करणाऱ्या सैनिकांना तुडवत होते. काही सैनिकांनी दुसऱ्या सैनिकांवर हल्ला केला आणि त्यांना खाली पाडलं, तेव्हा युद्धाच्या आरोळ्या आणि किंचाळ्या घुमल्या. एक माणूस बेंबीच्या देठापासून ओरडत येऊन त्याच्यावर धडकला. त्याने तोल सावरल्यावर गोवर्धनला दिसलं की त्याचा पूर्ण चेहरा रक्ताळलेला होता. त्याच्या उजव्या डोळ्यातून भयंकर रक्त वाहात होतं आणि त्याचं बुबुळ खोबणीतून जवळजवळ बाहेर निघालं होतं, एका शिरेच्या आणि थोड्याशा शक्तीच्या आधाराने ते लोंबत होतं.

किंचित बाजूला, गोवर्धनला एक स्वार उजवीकडून त्याच्या अंगावर येत असलेला जाणवला. त्याच्यावर आलेला तलवारीचा घाव त्याने अगदी अखेरच्या क्षणी अडवला. तलवार त्याच्या गदेवर आदळताच ठिणग्या उडाल्या. तुर्की स्वाराने घोडा थांबवला. त्याने पुन्हा तलवार उंचावली आणि शेवटचा घाव घालण्यासाठी तो सज्ज झाला. पण त्यापूर्वीच गोवर्धनने त्याची गदा फिरवली. गोवर्धनच्या धिप्पाड उंचीची आणि पाशवी स्नायूंची शक्ती घेऊन ती गदा घोड्यावर स्वार असलेल्या तुर्कावर आदळली आणि त्याच्या फासळ्या तुटल्या तशी त्याच्या तोंडून वेदनेची किंचाळी बाहेर पडली. काही क्षणांनतर गोवर्धनच्या एका सैनिकाने तुर्काच्या गळ्यातून आरपार भाला घुसवला. तो घोड्यावरून खाली पडला. गोवर्धनने घोडा उधळण्यापूर्वीच त्याचा लगाम पकडला आणि एका झेपेत तो त्यावर स्वार झाला.

'हे काय चाललंय?' गोवर्धनने भालाइताला विचारलं.

'दगाबाज तुर्कांनी आपण झोपेत असताना आक्रमण केलं, महोदय,' युद्धाच्या कानठळ्या बसवणाऱ्या आवाजाच्या वर आवाज काढून सैनिक ओरडला. 'त्यांनी आपल्या पहारेकऱ्यांना मारलं असणार.'

गोवर्धनने सभोवार पाहिलं. त्याला अनिष्टाची कल्पना आली. *छे. हा सर्वनाश आहे. मला राजाला इथून बाहेर काढलंच पाहिजे.*

'मी राजाच्या तंबूकडे जातो आहे,' गोवर्धनने ओरडून सांगितले. 'आपल्या जमेल तितक्या लोकांना गोळा कर आणि इथे ये. ताबडतोब!'

गोवर्धनने घोड्याला टाच दिली आणि तो महिपालच्या तंबूकडे दौडत निघाला. दोन वेळा तुर्कांच्या पायदळाचे सैनिक त्याच्यावर चालून आले. न थांबता, त्याने त्याच्या गदेनेच त्यांना पिटाळून लावले आणि तो दौडत राहिला.

तो महिपालच्या तंबूजवळ पोचला, तेव्हा त्याला राजा संपूर्ण चिलखत घालून बाहेर येताना दिसला. त्याचा लाडका घोडा दारापाशी उभाच होता. सुमारे पन्नास घोडेस्वार तंबूच्या रक्षणासाठी होते. गोवर्धनने घोडा थांबवला आणि उडी मारून तो पायउतार झाला.

'देवाची कृपा, आपण सुरक्षित आहात, महाराज,' गोवर्धन म्हणाला.

'आपल्याला निघालं पाहिजे! चटकन!'

महिपाल त्याच्याकडे बघत राहिला. 'रणांगणातून पळ काढायचा? वेडा आहेस का? तोमर आहे मी!'

गोवर्धनचा कानांवर विश्वास बसत नव्हता. 'महाराज, शत्रूने रात्री आक्रमण केले आहे. नियम त्याने तोडले आहेत, तुम्ही नव्हे. अशा परिस्थितीत स्वतःचा जीव वाचवण्यात लाज नाही. आणखी युद्धे होतील, पण आपण वाचला पाहिजेत. आपण पडलात, तर दिल्ली पडेल!'

महिपाल विचलित झाला नाही. 'असा कसा रे तू क्षत्रिय, गोवर्धन? मी घरी जाईन तो गौरवाने, जिवंत वा मृत. आता, माझ्या मागे ये, नाहीतर वाटेतून बाजूला हो!' तो घोड्यावर स्वार झाला, मग दूर दिसणाऱ्या एका ध्वजाच्या दिशेने तलवार उंचावून म्हणाला, 'सैनिक हो, त्यांचा भेकड सेनापती, करीम, तिथे लपून बसला आहे. मी म्हणतो आपण थेट त्याच्यावरच आक्रमण करू आणि हे युद्ध एकदाच समाप्त करून टाकू. माझ्याबरोबर कोण कोण आहे?'

इतरांनी तलवारी उंचावल्या आणि मोठ्या आवाजात पाठिंबा दिला.

महिपालने गर्जना केली, 'जय भवानी!'

'जय भवानी!'

दिल्लीचा राजा तुर्कांच्या दिशेने वेगाने दौडत निघाला. त्याचे शूर सैनिक बेभानपणे त्याच्या पाठोपाठ गेले.

ही आत्महत्या आहे, गोवर्धनला निराश वाटलं. एक क्षणभर त्याला वाटलं, घोड्यावर बसावं आणि दूर जावं. पण त्याच्या सर्व तर्कसंगत विचारांच्या पलीकडे, क्षत्रिय आचारसंहिता त्याच्या अंतरंगात खोलवर ठसली होती.

हा एक शेवटचा आघात तर आहे, त्याने मनाची समजूत घातली, रिकिबीत पाय टाकला आणि एका झोक्यानिशी स्वतःला वर उचललं. हे करतानाच त्याला एक तुर्क धनुर्धारी त्याच्यावर नेम धरताना दिसला. अगदी त्याच क्षणी एका भारतीय सैनिकाने पाठीमागून त्या धनुर्धारीच्या छातीत तलवार खुपसली. तरीही त्या धनुर्धारीच्या हातून बाण सुटला, तो गोवर्धनला चाटून गेला. पण तो बाण घोड्याच्या डोक्याजवळून झपकन गेला, तसं घाबरून ते जनावर मागच्या दोन पायांवर उभं राहिलं आणि त्याने वरच्या बेसावध स्वाराला फेकून दिलं. गोवर्धन वाईट रीतीने पाठीवर पडला आणि त्याचं डोकं जमिनीवर आपटलं आणि त्याच्या डोळ्यांसमोर असंख्य काजवे चमकले.

आणि मग सगळीकडे अंधार झाला.

'दलपती, दलपती, तुम्ही ठीक आहात ना?'

गोवर्धनला आवाज ऐकू आला. पण तो खूप दुरून आल्यासारखा वाटत होता. पुसट. खूप खूप दूरचा.

आपण एका विहिरीच्या तळाशी अडकलो आहोत अशी विचित्र भावना त्याला होत होती.

मी इथे कसा आलो?

त्याने पोहून वरती यायचा प्रयत्न केला पण त्याचे हातपाय गळाठले होते. ते त्याच्या आज्ञा ऐकत नव्हते.

'दलपती, तुम्हाला माझं बोलणं ऐकायला येतंय का?'

कुणीतरी खरंच शोधतंय मला... मला त्यांनी फक्त झोपू द्यावं असं वाटतंय...

मग आपला खांदा कुणीतरी गदागदा हलवतंय असं त्याला जाणवलं. त्याच क्षणी तो पूर्ण जागा झाला आणि त्याला जाणवलं की तो ताठ बसला आहे, एका सैनिकाने त्याला आधार दिला आहे आणि दुसरा त्याच्याकडे काळजीने बघतो आहे.

'मी... ठीक आहे...' तो म्हणाला, पण त्याच्या घशातून नुसताच एक चिरका आवाज निघाला.

त्याने सैनिकाकडे बघून मान डोलावली, आणि डोक्याच्या मागच्या बाजूने आलेल्या तीव्र कळेने त्याचे डोळे मिटले.

'जपून, दलपती... वाईट रीतीने पडलात तुम्ही,' सैनिक म्हणाला. गोवर्धनने ज्याचा घोडा घेतला त्याला मारणारा हाच सैनिक होता.

मग त्याला एकदम आठवलं की युद्ध चालू होतं.

'कुठे... आहेत...'

'मी आपल्या तीसेक सैनिकांना गोळा करून आणलं आहे,' घोडेस्वारांच्या एका गटाकडे निर्देश करत तो सैनिक म्हणाला. 'तुम्ही सांगितल्याप्रमाणे आम्ही इथे आलो. राजा आणि त्याचे सैनिक तुर्कांवर चाल करून गेले आहेत. आता आपण काय करायचं, महोदय?'

'आपण त्यांना सामील व्हायचं... अर्थातच,' स्वतःच्या पायांवर उठून उभा राहात गोवर्धन म्हणाला. अजून किंचित तोल जात होता. 'माझ्यासाठी आणखी एक घोडा मिळवा.'

एवढे शब्द बोलून होईपर्यंत, गोवर्धनला दुरून विजयाच्या आरोळ्या ऐकू आल्या. काही क्षणांनी त्यापाठोपाठ वेदनेच्या किंकाळ्याही घुमल्या.

महिपाल ज्या दिशेने चाल करून गेला होता, तिकडे गोवर्धनने पाहिलं, आणि त्याच्या छातीत कळ उमटली. त्याच्या डोळ्यांत पाणी आलं. 'नाही नाही... प्रभू राम, दया करा...'

महान राजा महिपाल तोमरचं कापलेलं मस्तक भाल्याच्या टोकावर टोचून गझनीचे सैनिक नाचत होते आणि उन्माद करत होते. दिल्लीच्या राजाच्या तोंडावर वेदना गोठली होती. त्याचे उघडे डोळे अजूनही संतापाने आग ओकत होते. भाल्यावरच्या त्याच्या मस्तकातून रक्त ठिबकत होते.

ते भयानक दृश्य बघून, काही भारतीय सैनिकांनी शस्त्रे खाली टाकली आणि शरणागती पत्करत हात वर केले. गझनीच्या सैनिकांनी त्यांची निर्दयपणे कत्तल केली.

तुर्की बाजूने मोठ्यांदा आरोळ्या ऐकू येऊ लागल्या. 'कैदी नकोत! कैदी नकोत! सगळ्या काफिरांना ठार मारा!'

तुर्क कुठल्याच बाबतीत युद्धाचे नियम पाळत नव्हते. त्यांना फक्त विजय हवा होता.

गोवर्धन भान हरपल्यासारखे टक लावून ते दृश्य बघत होता, जे डोळ्यांना दिसत होतं, त्याचा अर्थ लावण्यासाठी त्याचा मेंदू झगडत होता. त्याच्या खांद्यावर एका हाताचा स्पर्श त्याला जाणवला आणि तो खाडकन भानावर आला.

'दलपती...' तो सैनिक घुटमळला.

गोवर्धनने त्याच्याकडे पाहिलं, मग त्याच्या सर्व सैनिकांकडे पाहिलं. प्रत्येकाचे डोळे त्याच्याकडे लागले होते, त्याच्या पुढच्या शब्दांची वाट पाहात होते.

निवड स्पष्ट होती. *मृत्यू किंवा अप्रतिष्ठा.*

एक सैनिक बोलला. 'आपण काय करायचं, महोदय?'

नाही. खरं तर, निवड वेगळी होती. *आज मरा, किंवा वेगळ्या दिवशी लढण्यासाठी जिवंत राहा.*

'दूर जायचं,' शेवटी गोवर्धन बोलला, आणि त्याच्या सैनिकांच्या डोळ्यांतले सुटकेचे भाव त्याला दिसले.

आणि मग ते दौडत दूर निघाले. आपली प्रतिष्ठा कायम ठेवून हरलेल्या त्यांच्या न्यायी राजाच्या धडावेगळ्या केलेल्या मस्तकापासून दूर. लबाडी करून जिंकलेल्या दगाबाज तुर्कांपासून दूर.

पण गोवर्धनच्या मागोमाग दौडत जाणाऱ्या प्रत्येक सैनिकाच्या मनात एकच विचार होता. *तुर्क कसे जिंकले याला काहीच महत्त्व नव्हते. ते जिंकले. तेवढंच महत्त्वाचं असतं.*

प्रकरण १०

पंथनिवासाचा मालक त्याची वाटच बघत होता. कित्येक तास वेगाने घोडदौड करून दमलेल्या त्या तरुणाने स्वतःला खोलीत बंद करून घेतले आणि उरलेला सगळा दिवस झोप काढली. रात्री तो उठून ताजातवाना झाला आणि पुढे मार्गस्थ झाला. हाच क्रम पुढील काही दिवस चालू राहिला.

सुरुवातीला तो अगदी सावध होता, पण या एकांड्या प्रवासाच्या एकसुरीपणाने, आणि जोडीला घोड्याच्या एका ठरीव लयीने, त्या तरुणाला गुंगी आल्यासारखं झालं. त्याने एकदोन वेळा जांभया दिल्या, मग हळूहळू त्याच्या पापण्या मिटू लागल्या, हनुवटी छातीवर...

'थांब, कोण चाललं आहे ते?'

तरुण खाडकन झोपेतून जागा झाला, स्वतःच्या निष्काळजीपणामुळे वैतागला. अर्थातच आता त्याबद्दल काहीही करण्यासाठी बराच उशीर झाला होता.

'मी शांतता इच्छितो, भाऊ,' तरुणाने शांत स्वरात सांगितले.

'सावकाश पुढे ये आणि तुझे हात मला दिसतील असे ठेव.' तरुणाने तसे केले. तो आवाजाच्या स्रोताच्या जवळ गेला, तशा त्याला दोन शेकोट्या दिसल्या. साधारण आठ माणसं त्यांच्याभोवती बसली होती. दोन माणसं त्या गटातून बाहेर आली आणि स्वाराकडे येऊ लागली. त्यातल्या एकाचा चेहरा गोल होता, डोळे फटींसारखे होते आणि गालाची हाडं उंच होती आणि तो अगदीच तुर्क दिसत होता. दुसरा सावळ्या रंगाचा महाकाय माणूस होता आणि तो सतत चारी बाजूंना बघत होता. दक्ष. सावध.

तू कोण असशील असा मला विचार पडलाय. तरुणाच्या मनात सावळ्या माणसाबद्दल विचार आला. तू भारतीय दिसतोस. पण त्याने आपला विचार स्वतःपाशीच ठेवला.

तुर्की दिसणाऱ्या माणसाने या आगंतुक पाहुण्याकडे निरखून पाहिले. रात्रीच्या अंधारामुळे तो तरुण घोडेस्वार नीट दिसत नव्हता. पण त्याची दणकट आकृती, रुंद खांदे, पीळदार बाहू आणि बळकट छाती उठून दिसत होती.

'कोण आहेस तू?' तुर्की दिसणाऱ्या माणसाने तरुण स्वाराला विचारलं, त्याच्या उच्चारावरून त्याच्या मुळाची खात्री पटत होती.

तरुण स्वाराने आपले हात पसरले. 'मी ईश्वराचा शोधक आहे, भाऊ. माझ्या आध्यात्मिक प्रवासात मला मार्गदर्शन करील असा गुरू शोधतो आहे. मी असं ऐकलं आहे की भारतात काही महान सूफी संत राहतात. कदाचित माझा शोध मला त्यांच्यापर्यंत घेऊन जाईल.'

'भारत, हं?' तुर्कीने विचारलं. 'हा फारच रंजक योगायोग आहे. इथल्या शेकोटीभोवतीचे काही बंधू तिथलेच आहेत. त्यांनी नुकताच खऱ्या धर्माचा स्वीकार केला आहे. गझनीच्या महान सुलतानाने बांधलेल्या प्रसिद्ध मशिदी पाहण्यासाठी ते तिकडे निघाले आहेत.'

'अच्छा, तर मग त्यांना तिथे फारच आनंद मिळणार आहे,' तरुण स्वाराने उत्तर दिलं. 'त्या इमारती खरोखरच फार सुंदर आहेत.'

'आमच्याबरोबर रात्रीचं जेवण घेणार का? तू इथे रात्री राहू शकतोस आणि सकाळी पुढे जाऊ शकतोस.'

तरुण स्वार अजिबात विचलित झाला नाही. धोका खूपच जास्त होता. 'तुमच्या स्नेहशील आमंत्रणाबद्दल धन्यवाद. पण मी माझी दौड कायम ठेवू इच्छितो.'

तुर्कीने तरुण स्वाराकडे बराच वेळ टक लावून पाहिलं. शेवटी, त्याने मान डोलावली. 'ठीक, आम्ही काही तुला थांबवत नाही.' मग, तरुण स्वाराचा घोडा दुडकत निघाल्यावर त्याने आवाज दिला. 'तुझं नाव काय म्हणालास?'

भारतातील आपल्या मोहिमेसाठीचं खोटं नाव त्या तरुण स्वाराने आधीपासूनच ठरवून ठेवलं होतं. त्याला सल्ला चांगला मिळाला होता. 'अस्लन... माझं नाव आहे अस्लन.'

'होय, मला माहीत आहे तुझं नाव अस्लन आहे ते.'

अस्लनने डोळे उघडले तर त्याला त्याच्या अगदी जवळ, तोंडावर एक आढ्य हसू घेऊन उभा असलेला सुहेलदेव दिसला.

'पुन्हा स्वप्न का, अं?'

अस्लनने काही न बोलता मान हलवली, तो उठला आणि हाताने कपडे साफसूफ करू लागला. तो संकोचला होता. त्याने काही बोलून टाकलं होतं का? मग, जणू काही घडलंच नाही असं दाखवत त्याने तो ज्यावर झोपला होता ते पातळ कांबळं उचलून त्याची वळकटी केली.

सुहेलदेव बराच वेळ त्याचं निरीक्षण करत होता. 'तुझी खात्री आहे, तुला पुन्हा मोहिमेवर नक्की जायचं आहे?'

सुहेलदेवच्या जत्थ्यातून दीर्घकाळ बाहेर राहण्याची प्रथा अस्लनने पाडली होती. जिंकण्याच्या मोहिमेवर उत्तर भारतात परत आलेल्या तुर्कांवर आपण हेरगिरी करतो असं त्याने सुहेलदेवला सांगितलं होतं. त्यांच्या नवीन व्यूहरचनेबद्दलची कोणतीही माहिती सुहेलदेवसाठी अत्यंत मौल्यवान होती. आणि अस्लन सहसा उपयुक्त माहिती घेऊन परत येत होता. त्यामुळे अस्लनच्या जाण्यावर राजपुत्राचा काही आक्षेप नव्हता. पण अर्थातच अशा कोणत्याही मोहिमेत धोका असतोच.

'आपण याबद्दल पूर्वीच चर्चा केली आहे,' अस्लन म्हणाला. 'मी तुर्क आहे. मला त्यांची भाषा आणि रीतीरिवाज माहीत आहेत. तुमच्यासाठी त्यांच्यावर मी हेरगिरी करणं शहाणपणाचं आहे. काळजी करू नका. मी अगदी ठीक असेन. आता मी निघतो आणि काही काळात तुम्हाला परत भेटतो.'

'ठीक. पण दक्ष राहा, मित्रा.'

अस्लनने स्मित केले. 'दक्ष हे माझं मधलं नाव आहे.'

'मग ते तू लावत नाहीस वाटतं?'

अस्लनला जोरात हसू फुटलं. हसणाऱ्या सुहेलदेवला त्याने आलिंगन दिलं. 'तुम्हीही स्वतःची काळजी घ्या, कुमार.'

प्रकरण ११

ती चालत त्याच्याकडे गेली, त्याला आपल्या उरोजांच्या उभाराचं दर्शन घडवत खाली वाकली, आणि कुजबुजली, 'मला तुझ्या एकट्याशी बोलायचंय.'

'धन्यवाद, पण नको,' गोवर्धन म्हणाला, तो क्षणात लालबुंद झाला.

गोवर्धन बाहेरून दिसायला कसाही दिसत असला, तरी बायकांसमोर त्याची अवस्था अत्यंत अवघडलेली असायची. आणि ही बाई, तारुण्याचा पहिला बहर ओसरला असला, तरी अजूनही अतिशय आकर्षक होती. पण तरी तिच्या चेहऱ्यात एक उग्रपणा होता आणि त्याच्या अभिरुचीच्या मानाने तिने केलेलं प्रसाधन जरा भडकच होतं.

'अरे मूर्खा, मी तुझ्या सैनिकांचे आणि तुझे प्राण वाचवू शकते!' ती हळू आवाजात फिस्कारली. 'माझ्या तंबूत ये!' तिने त्याचे केस विस्कटले आणि सगळ्यांना ऐकू जाईल अशा खणखणीत आवाजात, चेष्टेच्या सुरात म्हणाली, 'ये रे आता, थोराड पोरा... लाजू नको...'

ती बाई उठली आणि नितंबांना झोके देत, रेंगाळत तिच्या तंबूकडे निघाली. जाता जाता तिने गोवर्धनकडे एक मादक कटाक्ष टाकला. गोवर्धन उठला आणि तिच्या मागोमाग जाऊ लागला, बाकीचे लोक उत्साहाने ओरडून त्याला प्रतिसाद देत होते आणि फालतू विनोद करत होते, त्याची कानशिलं तापली होती.

आता फक्त आणखी काही तास, त्याने स्वतःला आठवण करून दिली. *उद्या सकाळी, आम्ही सिरतमध्ये असू.*

सिरत ही मेरठ शेजारच्या मनोहरगड या लहानशा राज्याची राजधानी. तोमर सैन्याचा दारुण पराभव झाल्यानंतर, गोवर्धन आणि त्याच्या सैनिकांनी तिकडे जायचे ठरवले होते. तिथला शासक आणि महिपाल तोमरचा जावई जयचंद याची सेवा करता येईल अशी त्यांना आशा होती. मनोहरगडच्या सीमेवर पोचल्यावर गोवर्धनने तिथल्या रक्षकांना तसं बोलूनही दाखवलं होतं.

रक्षकांच्या नायकाने सहानुभूतीने मान हलवली होती. 'तुम्हाला भेटून राजाला फार आनंद होईल याची मला खात्री आहे,' गोवर्धनला पुढे जाऊ देताना तो म्हणाला होता.

आता ते सिरत नगरापासून काही तासांच्या अंतरावर होते. रात्री विश्रांती घ्यावी आणि सकाळी उठून पुढे जावं असा त्यांनी विचार केला होता. भटक्या गायक-वादक आणि नर्तकांचा जत्था कुठूनसा अचानक उपटला होता आणि गोवर्धनच्या सैनिकांनी जिथे रात्रीसाठी तळ ठोकला होता, त्याला खेटूनच आपलाही डेरा टाकला होता.

त्यांच्या निमंत्रणावरून, गोवर्धन आणि त्याचे सैनिक गायकवृंदाकडे रात्री जेवायला गेले होते.

आणि आता तो एका नर्तकीच्या तंबूत उभा होता.

'ये आणि इथे बैस,' बिछान्यावर आपल्या शेजारची जागा थोपटत ती म्हणाली.

'मी इथेच बरा आहे, धन्यवाद,' तो अवघडून म्हणाला.

त्या बाईने उसासा सोडला. 'बावळट. मी काही तुझा विनयभंग करणार नाहीये. मी सांगते तसं कर.'

गोवर्धन जपून तिच्याजवळ बसला. त्याच्या लक्षात आलं की आपण तंबूच्या कापडाच्या फिकट सावलीचं मनःपूर्वक निरीक्षण करत आहोत. त्याने तिच्याकडे वळून पाहिलंसुद्धा नाही. त्याचे गाल लालबुंद झाले होते.

'हां, हे जरा बरं आहे आधीपेक्षा,' ती बाई मोठ्याने म्हणाली. मग ती त्याच्या अगदी जवळ झुकली आणि अगदी खालच्या आवाजात बोलू लागली.. 'जयचंदकडे जाऊ नका. तो गझनीचा मित्र आहे. तो तुला बहुधा तुर्कांच्या ताब्यात देईल.'

'पण तो राजा महिपालचा जावई आहे,' चकित झालेल्या गोवर्धनने प्रतिवाद केला.

'हळू बोल!' बाईने कडक कुजबुजत्या आवाजात दटावले.

गोवर्धनने लगेच आपला आवाज खाली आणला. 'क्षमा... पण तो तर राजा महिपालचा जावई आहे.'

'होय, आणि ज्या युद्धात राजा महिपाल मृत्यू पावला त्या युद्धात तो लढताना दिसला का तुला? त्याने तटस्थ राहण्याचं ठरवलं आणि ज्याचा विजय होईल त्याची बाजू घेतली. वदंता तर अशी आहे की, त्याची बायको त्याच्यावर इतकी भडकली आहे, की त्याला आपल्या बिछान्यात येऊदेखील देत नाही.'

'हे सगळं तुला काय माहीत?'

बाई हसली. 'अरे, महाबलाढ्य माणसं "बिनडोक बायकां" समोर काय काय बडबडतात... विशेषतः ते सगळे आनंदाच्या तारेत असताना... हे कळलं तर आश्चर्याचा धक्का बसेल तुला.'

'आणि हे सगळं तू मला का सांगते आहेस?'

'कारण आमच्यापैकी काहींना अजून हा देश प्यारा आहे. एका खऱ्या देशभक्तासाठी आम्ही गुप्तपणे काम करतो. खऱ्या नेत्यासाठी. तो एकच आहे जो लढायला तयार आहे आणि ज्याच्यात जिंकण्याची क्षमता आहे.'

ती कुणाबद्दल बोलत होती ते गोवर्धनच्या तत्काळ लक्षात आलं. *श्रावस्तीचा सुहेलदेव.*

गोवर्धन पुढे झुकला. 'तू ओळखतेस त्याला? तू माझा त्याच्याशी संपर्क घडवून देऊ शकशील?'

बाई मागे रेलली, तिच्या बिछान्याच्या बाजूला लटकणाऱ्या बटव्यात तिने काहीतरी चाचपडले. त्यातून तिने एक छोटेसे शिवलिंग बाहेर काढले आणि गोवर्धनच्या हाती दिले. 'याच रस्त्यावर पुढे, सिरतच्या विरुद्ध दिशेला वीस मैलांवर एक गाव आहे. तिथल्या प्रमुखाच्या घरी जा. शक्यतो रात्री जा. तुझ्याबरोबर एक दोघांपेक्षा जास्त माणसं नेऊ नको. तुमचा सगळा जमाव घोड्यावरून गावात गेला तर गावातल्या जिभा वळवळायला लागणारच. त्याला शिवलिंग दाखव, म्हणावं उर्वशीने हे मला दिलंय. आणि महादेवाच्या खऱ्या भक्ताशी तुझी ओळख करून द्यायला त्याला सांग.'

गोवर्धनने आदरपूर्वक ते शिवलिंग दोन्ही हातांत घेतलं, आणि श्रद्धेने आपलं कपाळ त्यावर टेकवलं.

'धन्यवाद,' तो म्हणाला. मग त्याच्या चेहऱ्यावर वरमल्याचे भाव दिसू लागले. 'तुला काहीतरी उचित पारितोषिक देण्याची माझी इच्छा आहे, पण माझ्याजवळ मौल्यवान असं काहीच नाही.'

'मी तुला ज्या माणसाबद्दल सांगितलं त्याला जाऊन मिळालास आणि निदान वीस तुर्कांना ठार केलंस, तर तुझ्यावरचं माझं कर्ज फिटलं असं समज.'

गोवर्धनच्या मनात आणखी अनेक प्रश्न होते. तुर्कांनी उर्वशीचं काय नुकसान केलं होतं? तो तिला कुठल्याही प्रकारे मदत करू शकत होता का? ती नक्की होती तरी कोण? पण तिच्या मुद्रेवरून हे स्पष्ट होतं की, संभाषण संपलं होतं.

गोवर्धन उठला. अवघडलेल्या शांततेत काही वेळ तसाच उभा राहिला. आणि मग आपल्या तंबूकडे गेला.

'उत्तिष्ठत आणि जाग्रत,' गोवर्धनला हलवत वाटाड्या म्हणाला.

दलपतीने डोळे किलकिले केले आणि झाडांच्या दाट छायेतून वाट काढत येणारी उगवतीच्या सूर्याची किरणे रोखण्यासाठी डोळ्यांवर हात धरला.

त्याच्या आजूबाजूला, वनात आणखी एक सकाळ उगवली होती आणि पक्षी मोठ्या आवाजात कलकलाट करत होते.

हा माझा सावधपणा, गोवर्धनच्या मनात विचार आला, त्याने स्वतःचाच धिक्कार केला.

हा एक सापळा असेल अशी भीती त्याच्या काही सैनिकांनी बोलून दाखवली असली, तरी त्याने उर्वशीच्या सूचना ऐकल्या होत्या. त्यालाही थोडी शंका होती, पण त्याची अंतःप्रेरणा सांगत होती की ठेवलेला विश्वास व्यर्थ ठरणार नाही.

तर, तीन वेगवेगळी गावं, एका गावाचा मुखिया, एक सावकार, आणि आणखी एक शेतकरी इतक्यांना भेटून झाल्यावर, त्याला उजव्या पायाने किंचित लंगडत चालणारा एक माणूस भेटला होता. गोवर्धन आणि त्याच्या सैनिकांना जिथे पडाव टाकायला सांगितलं होतं, त्याच्यापासून उत्तरेला थोड्या अंतरावर असलेल्या वनातून हा उपटला होता. तिथून दक्षिणेला काही किलोमीटरवर उसाची दोनशे एकरांची शेतं होती, तर जवळच जंगलाला समांतर एक झरा वाहात होता.

'तुझं नाव काय?' गोवर्धनने त्याला विचारलं होतं.

'तुला इतक्यात ते कळण्याची गरज नाही,' त्या माणसाने उत्तर दिलं होतं. 'पण जर भेट व्यवस्थित झाली, तर मी तुला सांगेन.'

तेव्हापासून या गूढ माणसाने त्यांना जंगलातून फिरवलं होतं, त्यांना इतक्या वेड्यावाकड्या वाटांनी नेलं होतं की शेवटी गोवर्धनच्या हेरांनासुद्धा त्यांचा माग ठेवणं अशक्य झालं. अनेक झाडांच्या, विशेषतः वडाच्या झाडांच्या फांद्या हातांसारख्या आडव्या लोंबत होत्या, त्यामुळे संपूर्ण वाटेवर सावल्या पडत होत्या आणि आधीच तणावाखाली असलेल्या त्या माणसांचा अंत बघत होत्या. झुडपं गोवर्धन आणि त्याच्या

सैनिकांना ओरबाडत होती. जंगली जनावरांकडे आणि विषारी काट्याकुट्यांकडे बारीक लक्ष ठेवत ते काळजीपूर्वक वाट काढत होते. अनेक ठिकाणी रस्त्यात इतकं उंच गवत आणि वेली माजल्या होत्या की त्यांना ते तोडून वाट करावी लागत होती.

अचानक, त्यांचा वाटाड्या एका मोकळ्या जागी थांबला, तिथे थोडे दगडगोटे होते आणि रानातून वाहणारा झरा खोल झाला होता. सगळ्यांनी इथेच थांबून वाट पाहायची असं वाटाड्याने ठरवलं. आणि हे वाट बघणं पुष्कळ लांबलं, खरं तर पूर्ण रात्रभर.

'मला किती वेळ झोप लागली होती?' गोवर्धनने वाटाड्याला विचारलं.

त्याने खांदे उडवले. 'असेल काही तास. तुला बऱ्याच काळात शांत झोप मिळालेली दिसत नाही.'

'आपला मित्र आला नाही अजून?' गोवर्धनने विचारलं. त्याने त्याची चामड्याची पाण्याची पिशवी काढली आणि त्यातलं थोडं जीवनदायी अमृत प्याला. त्यातलं थोडं, गेल्या काही महिन्यांत वाढलेल्या त्याच्या दाट दाढीवर पडलं.

'कदाचित तुझ्या घोरण्याने घाबरून पळाला असेल तो,' वाटाड्याने चेष्टा केली. 'चला, तुमच्या तळावर परत जाऊ.'

तळावर परत गेल्यावर गोवर्धनचे सैनिक आशेने त्याच्याकडे बघू लागले. त्याने थकून मान हलवली. 'आज रात्री पुन्हा प्रयत्न करू,' असं म्हणून तो झऱ्यात शिरला.

त्याने तोंडावर पाणी मारलं आणि आता तो झऱ्याचं पाणी पिणार इतक्यात त्याला घोड्याच्या खिंकाळण्याचा आवाज ऐकू आला.

गोवर्धनने झटकन वर पाहिलं आणि त्याच्या समोर झऱ्याच्या पलीकडे उभे असलेले अनेक घोडेस्वार त्याला दिसले. त्यांच्या लोखंडी साखळ्यांच्या चिलखताच्या आत त्यांनी भडक पिवळे लांब अंगरखे आणि पांढरी धोतरं नेसली होती. लाल कमरबंद बांधले होते – हे मनोहरगडच्या ध्वजाचे रंग होते. ते उसाच्या शेतामधून आल्याने, ते झऱ्यापर्यंत येईपर्यंत दिसू शकले नव्हते.

एक क्षणभर एकमेकांना आमनेसामने पाहून दोन्ही बाजू दचकून स्तब्ध झाल्या. मग गोवर्धन धडपडत उभा राहिला आणि वळला तसा एका स्वाराने खांद्यावरच्या भात्यात हात घालून एक बाण काढला.

'पळा!' गोवर्धन सैनिकांना उद्देशून ओरडला. 'पळा!'

मनोहरगडच्या सैनिकाने बाण सोडेपर्यंत तो एका झेपेत घोड्यापर्यंत पोचला होता. बाण त्याच्यापासून काही फुटांवर जमिनीत घुसला.

'जंगल,' वाटाड्या उत्तेजित होऊन ओरडत होता. 'जंगलात घुसा.'

गोवर्धन उडी मारून घोड्यावर बसला, वाटाड्याला ओढून आपल्यामागे खोगिरावर बसवलं. त्याच्यामागे त्याला बाण चढवल्याचा आणि सोडल्याचा आवाज येत होता. पाठीत बाण लागल्यावर गोवर्धनच्या एका सैनिकाने किंकाळी फोडली. आणखी एका सुदैवी बाण एका घोड्याच्या मानेवर वर्मी बसला आणि ते जनावर कोसळलं. त्याच्यावरच्या स्वाराने हलके लोळण घेतली आणि त्याच्यामागून दौडत येणाऱ्या स्वाराने त्याला उचलून आपल्या घोड्यावर घेतलं.

शत्रुसैन्य धडधडत झऱ्यात शिरलं आणि गोवर्धन आणि त्याच्या सैनिकांचा पाठलाग करत जंगलात शिरलं.

अचानक एक बाण सणसणत आला आणि पाठलाग करणाऱ्या एका सैनिकाच्या गळ्यात घुसून त्याला घोड्यावरून खाली पाडलं. चकित होऊन गोवर्धन मागे वळला.

एक मोठा आवाज कानी पडला. 'हवं तसं मारा!'

उंच झाडांमधून आणखी तीर सरसरत येऊ लागले आणि पाठलाग करणारेच लक्ष्य झाले. भयचकित होऊन गोवर्धन बघत असतानाच भुईतून उपटावेत तसे सैनिक उत्पन्न होत होते आणि मनोहरगडच्या सैनिकांवर हल्ला करत होते.

ते पानांच्या आड दडून बसले आहेत, गोवर्धनच्या लक्षात आलं. *ते सगळा वेळ इथेच होते!*

अचानक वाटाड्या गोवर्धनच्या घोड्यावरून खाली उतरला आणि लढाईकडे धावला, धावता धावता त्याने कमरेची तलवार उपसली.

'चला, सैनिकहो, आपल्या मित्रांना मदत करूया,' त्या रणधुमाळीत घुसताना गोवर्धन ओरडला. तसं करतानाच त्याला एक उंच माणूस ओरडून सूचना देताना दिसला. मनोहरगडच्या एका स्वारानेही त्याला टिपलं आणि तो दौडत त्याच्याकडे निघाला. घोडा त्या माणसाच्या जवळ येताच स्वाराने आपल्या तलवारीने त्याच्यावर वार केला. लक्ष्याने तो वार स्वतःच्या तलवारीने अडवला, पण त्या वाराच्या जोरामुळे त्याचा तोल गेला आणि त्याला खाली एका गुडघ्यावर बसावं लागलं.

स्वाराने पुन्हा तलवार उगारली आणि मागच्या हाताच्या एका जोरदार वाराचा पवित्रा घेतला. पण त्याचा वार पूर्ण होण्याअगोदरच, गोवर्धनने त्याची गदा त्याच्या दिशेने भिरकावली. ती थेट त्याच्या कपाळावर जाऊन आदळली. सैनिकाने डोक्याच्या रक्षणासाठी शिरस्त्राण घातलेलं असलं तरी तो प्रहार इतका जोरदार होता, की तो सैनिक

बधिर झाला. तो खोगिरातच खाली पडत असतानाच गोवर्धनने दौडत जाऊन त्याची मानगूट पकडली आणि त्याला घोड्यावरून खाली पाडलं. त्या उंच माणसाने त्याच्या गळ्यावर एकच वार करून काम पूर्ण केलं.

गोवर्धन पायउतार झाला, त्याने गदा उचलली आणि आणखी कुठे मदतीची गरज आहे याचा इकडेतिकडे पाहून अंदाज घेतला. तशी गरज नव्हती. पुष्कळसे शत्रुसैनिक पडलेच होते आणि बाकीचे पळून गेले होते. तो वळला आणि त्याला तो उंच माणूस त्याच्याकडे येताना दिसला.

'मदतीसाठी आभार,' तो माणूस म्हणाला.

'आभार मी तुमचे मानायला हवेत,' गोवर्धनने उत्तर दिलं. 'राजपुत्र सुहेलदेव, बरोबर?'

सुहेलदेव हसला. 'अगदी बरोबर, महाराज.'

गोवर्धन चाचरला. 'तुम्हाला मी दुसरा कुणीतरी वाटलो आहे बहुतेक.'

सुहेलदेवची भुवई उंचावली. 'होय का? मग तुमचं नाव काय?'

'गोवर्धन,' महाकाय माणसाने उत्तर दिलं.

सुहेलदेव हसला. 'म्हणजे पर्वत? तुमच्यासाठी चांगलं आहे हे नाव.'

गोवर्धनने डोळे फिरवले. 'मला हे सांगणारी तुम्ही पाच हजारावी व्यक्ती आहात.'

'म्हणजे तुम्हाला उत्तम विनोदबुद्धी असणाऱ्या पाच हजार बुद्धिमान लोकांना भेटण्याचं सौभग्य प्राप्त झालेलं आहे तर!'

गोवर्धन मनापासून हसला.

सुहेलदेव त्याच्या सैनिकांकडे वळला. 'मनोहरगडचे वाचलेले सैनिक आपल्यात सामील होणार असतील तर त्यांना अभय द्या. आपलं भांडण त्यांच्या राजाशी आहे, त्यांच्याशी नाही.'

सुहेलदेवच्या सैनिकांनी प्रणाम केला आणि ते आज्ञापालनासाठी धावले.

सुहेलदेव गोवर्धनकडे वळला. 'मला वाटतं तुम्हाला वाईट बातमी कळलेली नसावी. म्हणूनच मी तुम्हाला "राजा" म्हटल्यावर तुम्हाला आश्चर्य वाटलं.'

'कोणती वाईट बातमी?'

सुहेलदेवने एक खोल श्वास घेतला आणि गोवर्धनच्या खांद्यावर थोपटलं. 'राजा महिपाल तोमरला मारल्यानंतर, तुर्कांनी दिल्लीत हत्याकांड आरंभलं. तिथे असलेल्या

सर्व पुरुषांना मारून टाकलं आणि बायकामुलींना गुलाम म्हणून विकून टाकलं. देवळं लुटली, घरं जाळली, कलाकारांच्या जागा उद्ध्वस्त केल्या.'

'पण का?' भयचकित झालेल्या गोवर्धनने विचारलं. 'सैनिकांना मारणं मी समजू शकतो, निष्पाप माणसांशी हे वर्तन का?'

'कारण तुर्क याला संपूर्ण युद्ध म्हणतात,' सुहेलदेव म्हणाला. 'ते केवळ त्यांच्या शत्रुसैनिकांना मारत नाहीत, ते संपूर्ण नगरं भस्मसात करतात. सर्व पुरुष, अगदी मुलगेसुद्धा मारले जातात. सर्व स्त्रिया एकतर गुलाम म्हणून विकल्या जातात किंवा अत्याचार करण्यासाठी त्यांच्या सैनिकांच्या हातात दिल्या जातात. त्यांचा असा विश्वास आहे की अशाने त्यांचा शत्रू त्यांच्याविरुद्ध पुन्हा कधीच उभा राहू शकत नाही, कारण त्याची लढण्याची क्षमताच नष्ट केलेली असते. सैनिक नुसते आपापले लढत नाहीत, नाही का? त्यांना इतरांच्या आधाराची गरज असते, उदाहरणार्थ शेतकरी त्यांना अन्न देतात, लोहार त्यांच्यासाठी हत्यारं घडवतात. तुम्ही जर त्या सर्वांना नष्ट केलं, तर शत्रू उभाच कसा राहू शकेल?'

'हे भयानक क्रूर आहे.'

'होय, खरं तर... तुर्कांना स्वतःचं हे नामाभिधान आवडतं. काही असो, हत्याकांडाचा एक भाग म्हणून, तोमर वंशाशी जोडलेला प्रत्येक पुरुष मारला गेला आहे. राजा महिपालचे पुत्र, भाऊ, पुतणे, चुलत भाऊ—अगदी लहान बाळांनादेखील सोडलं नाही. राजा महिपालचे दोनच पुरुष नातेवाईक सध्या जिवंत आहेत, जे दिल्लीच्या सिंहासनावर आपला हक्क सांगू शकतात. एक आहे जयचंद, पण त्याचा हक्क अप्रत्यक्ष आहे, त्याच्या पत्नीच्या माध्यमातून. आणि दुसरा रक्ताने दूरच्या नात्यात असलेला, तुम्ही.'

'पण... पण, मी राजाचा फक्त एक दूरचा नातेवाईक आहे.'

'तुम्ही त्याचे एकमेव जीवित वारस आहात. तुर्कांना हे माहीत आहे, तसंच जयचंदलाही. त्यांना तुम्ही मेलेले हवे आहात, महाराज. तुमच्या हत्येचे आदेश निघाले आहेत.'

'तुम्हाला हे सगळं कसं माहीत?' गोवर्धनने विचारलं.

सुहेलदेवने गोवर्धनच्या प्रश्नाचं उत्तर दिलं नाही. त्यांना आदल्या रात्रभर जंगलात फिरवून आणणारा माणूस त्यांच्याकडे येत होता, त्याच्याकडे बघून तो हसला. 'अब्दुलने तुमची चांगली काळजी घेतली अशी मला खात्री आहे?'

गोवर्धन होकारार्थी मान हलवणार, इतक्यात वाटाड्याचं नाव लक्षात येऊन तो स्तब्ध झाला. त्याची मुद्रा बघून सुहेलदेव आणि अब्दुल खो खो हसू लागले.

'शांत व्हा, महाकाय महोदय,' अब्दुल हसत होता. 'तुम्हाला काही इजा करायचीच असती, तर मी काल रात्रीच तुमचा गळा चिरला असता.'

गोवर्धन गप्प राहिला.

'तुम्हाला काही विचारायचं आहे का?' अब्दुलने विचारलं. 'विचारा ना, जरूर विचारा. तुमच्या मनात काहीतरी प्रश्न आहेत हे समजतंय मला.'

'म्हणजे... अं... तुम्ही त्यांच्याविरुद्ध कसे काय, म्हणजे, तुमच्या मुस्लिम बांधवांविरुद्ध कसे काय लढताय?'

'कारण मी एक भारतीय आहे आणि तुर्की मुस्लिम भारताचे शत्रू आहेत,' अब्दुल सहजपणे म्हणाला. 'तुम्ही आताच मनोहरगडच्या काही सैनिकांना मारलं. तुम्ही हिंदू बांधवांविरुद्ध कसे काय लढता असं मी तुम्हाला विचारलं का? तुम्ही भारतमातेच्या भल्यासाठी लढलात, बरोबर?'

गोवर्धन हसला, त्याला हा तर्क पटला होता. अब्दुल रुंद हसला, त्याने गोवर्धनच्या खांद्यावर थोपटलं, आणि निघून गेला. गोवर्धन दूर जाणाऱ्या त्याच्या आकृतीकडे बघत राहिला.

सुहेलदेव गोवर्धनच्या एक पाउल जवळ आला. 'माझा भारतीय सैनिक कुठला आहे याची मी चिंता करत नाही. जोवर तुर्कांच्या विरुद्ध लढायची त्याची तयारी आहे, तोवर तो आपल्यातलाच एक आहे. पटतंय ना तुम्हाला, महाराज?'

'कृपा करून मला तशी हाक मारणं थांबवा,' बोलताना गोवर्धन शहारला होता. 'माझ्या राजा महिपाल तोमरचे मारेकरी जोवर जिवंत आहेत, तोवर मी दिल्लीचा राजा म्हणून दुसऱ्या कुणाची कल्पनाही करू शकत नाही. आणि काही असलं तरी, मला राजा होण्याची मुळीच इच्छा नाही. मी एक शिपाईगडी आहे आणि एका चांगल्या नेत्याचं अनुयायित्व करावं एवढीच माझी इच्छा आहे.'

सुहेलदेव गप्प राहिला.

'मला अशा कुणाचं तरी अनुयायित्व करायचं आहे जो केवळ तुर्कांशी लढायला तयार आहे एवढंच नाही, तर त्यांचा पराभव कसा करायचा हेसुद्धा ज्याला माहीत आहे,' गोवर्धन पुढे बोलत होता. 'तुर्क कसा विचार करतात हे ज्याला समजतं आणि त्यांना धूळ चारण्यासाठी जे लागेल ते करण्याची ज्याची तयारी आहे. राजा महिपाल हा

थोर माणूस होता, पण शत्रूच्या मानाने तो फारच जास्त सुसंस्कृत होता, आणि त्यापायी त्याला जिवाची किंमत मोजावी लागली. तुर्कांशी लढण्यासाठी जयचंद फारच नेभळट आहे आणि बाकी कितीतरी राजेही तसेच आहेत. खरं तर मला वाटतं की संपूर्ण उत्तर भारतात तुर्कांचा पराभव करू शकेल असा फक्त एकच पुरुष आहे आणि मला वाटतं आत्ता मी त्याच्याशीच बोलतो आहे.'

सुहेलदेवची मुद्रा गंभीर झाली आणि त्याने थेट गोवर्धनच्या नजरेला नजर भिडवली. 'तुम्ही क्षत्रिय राजवंशातील आहात. तुम्हाला माझ्याकडून आज्ञा घेता येतील?'

'काही क्षणांपूर्वी, तुम्ही म्हणालात की सैनिकाच्या पार्श्वभूमीशी तुम्हाला काही कर्तव्य नाही. तो आपल्या मातृभूमीसाठी लढायला तयार आहे की नाही एवढंच तुम्ही पाहाता.'

सुहेलदेव किंचित हसला.

'हरणाऱ्या बाजूकडे राहायचा मला तिटकारा आणि कंटाळा आहे,' गोवर्धन म्हणाला. 'मला फक्त त्या हरामखोर तुर्कांना हरवायचं आहे.'

सुहेलदेवच्या चेहऱ्यावर मोठं हसू पसरलं. त्याने गोवर्धनच्या खांद्यांना धरलं. 'माझ्या टोळीत तुमचं स्वागत आहे, वीर गोवर्धन. जय मा भारती!'

भारतमातेचा विजय असो.

'जय मा भारती!'

गोवर्धन आणि सुहेलदेव यांचे सैनिक त्यांच्या जंगलातल्या वास्तव्याच्या सर्व खुणा पुसून टाकत होते. मनोहरगडच्या पडलेल्या सैनिकांना विधिवत अग्नी दिला गेला होता. जे वाचले त्यांच्याकडून सुहेलदेवशी इमान राखण्याची शपथ घेववली गेली. आता ती टोळी बाहेर पडायला काही तास उरले होते.

अब्दुल सुहेलदेवकडे आला आणि कुजबुजला, 'अस्लन परत आला आहे.'

'तू त्याच्या पाळतीवर कुणाला तरी पाठवलं होतंस का?'

अब्दुलने मान डोलावली. 'सलीमने आपली ओळख कळू न देता त्याच्यावर नजर ठेवली. त्याच्या बहुतेक सर्व वेळांचा माग ठेवत आला. पण काही वेळा अशा होत्या

की तो अगदी अदृश्यच झाला. अस्लन अतिशय सावध आहे आणि फार फार खबरदारी घेतो. जेव्हा सलीमला त्याचा पुन्हा पत्ता लागला, तेव्हा तो घाईघाईने आपल्याकडे परत निघाला होता. त्याच्या आधी पोचण्यासाठी माझ्या माणसाला जवळचा रस्ता पकडावा लागला.'

क्षणभरानंतर, अस्लन धावत त्या जोडगोळीपर्यंत पोचला.

सुहेलदेव त्याच्याकडे वळला. 'काय आहे?'

'मला वाटतं तुर्क इथून काही तासांच्या मजलेवर असलेल्या एका असहाय गावावर छापा मारणार आहेत,' अस्लन म्हणाला. 'मी काही सैनिकांना एका लहानशा वस्तीवर हल्ला करण्याच्या आदेशांबद्दल बोलताना आडून ऐकलं, पण त्यांना त्याचं नेमकं कारण ठाऊक नव्हतं.'

'तू कुणाच्या नजरेस पडण्याची काही शक्यता?' सुहेलदेवने विचारलं. 'हा सापळाही असू शकतो.'

'मी छावणीजवळच्या झुडुपांमध्ये लपून बसलो होतो,' अस्लनने उत्तर दिलं. 'पण पहारेकऱ्यांचं आपसांतलं बोलणं मला ऐकू येत होतं.'

सुहेलदेव आणि अब्दुलने एकमेकांकडे पाहिलं नाही. पण अब्दुलने एक जोरात श्वास घेतला. आणि सुहेलदेवने एक लांब, खोल श्वास सोडला. या दोघांमधील ही काहीतरी सांकेतिक भाषा असणार हे अस्लनच्या लक्षात आलं. त्याने चेहऱ्यावर काही दर्शवलं नाही.

बरोबर आहे. त्या सलीम पोराने तुम्हाला सांगितलेल्या गोष्टीशी माझं सांगणं जुळणारच. तुम्हाला खरंच असं वाटतं, की जगातील सर्वोत्कृष्ट योद्ध्यांकडून प्रशिक्षण घेतल्यावर, आपल्यावर कुणीतरी नजर ठेवून आहे एवढंही माझ्या लक्षात येणार नाही?

प्रत्यक्षात अस्लन मोठ्यांदा एवढंच म्हणाला, 'त्या बिचाऱ्या लोकांना मदत करायची असेल, तर आपल्याला लगेच निघावं लागेल. आपल्याला आताच उशीर झाला असेल.'

किती काळ ते माझा संशय घेतील? माझं खरं कार्य काय आहे ते त्यांना कधी समजेल?

प्रकरण १२

गिधाडं अत्यंत नाराजीने उठून हवेत उडाली, पण आपल्या मेजवानीत व्यत्यय आणल्याबद्दलचा निषेध त्यांनी चीत्कार करून व्यक्त केला. होरपळलेलं मांस आणि जळलेल्या झोपड्या यांचा एकत्रित विचित्र दर्प आसमंतात भरून राहिला होता. जमिनीवर शरीरांचे अवयव इतस्ततः विखुरलेले होते. तिथे इतकी प्रेतं होती, की कुठेकुठे कोणता अवयव कोणत्या देहाचा आहे हेदेखील ओळखणं कठीण होतं.

'अल्लाह दया कर,' नाका-तोंडाभोवती कापड गुंडाळता गुंडाळता अस्लन पुटपुटला.

सुहेलदेव आणि त्याचे सैनिक गोवर्धनबरोबर त्यांच्या भेटीच्या ठिकाणाहून जितक्या जलदीने शक्य होतं तितक्या जलदीने त्या वस्तीवर पोचले होते, पण त्यांना पोचायला उशीर झाला होता. जळणाऱ्या झोपड्या एका आयताकृती क्षेत्रात एकवटलेल्या होत्या. हमरस्ता असावा अशी एक कच्ची सडक आयताच्या मध्यातून गेली होती. याच रस्त्याच्या दोन्ही बाजूंना जास्तीत जास्त देह पडले होते.

हत्याकांडाच्या ठिकाणी ते गंभीर आणि जड मनाने संथपणे घोड्यावरून फेरी मारत असताना, सुहेलदेवच्या गटात नुकताच भरती झालेला एक पोरसवदा तरुण एकाएकी पुढे वाकला आणि त्याला जोरदार उलटी झाली. पोट रिकामं झाल्यावरसुद्धा काही वेळ त्याला कोरडे उमासे येतच राहिले.

अस्लन घोड्यावरून त्या मुलाजवळ गेला आणि त्याने त्याला जरा थोपटलं. त्या पोराने ओशाळून दुसरीकडे पाहिलं.

'माफ करा,' तो पुटपुटला.

'असू दे,' अस्लन म्हणाला. 'तू तरी माणूसच आहेस... इथे हे करून ठेवलेल्या राक्षसांबद्दल तेवढंही म्हणता येणार नाही.'

'मला वाटतं तिथे कुणीतरी जिवंत आहे,' मुख्य हत्याकांडापासून जराशा अंतरावर धुळीत पालथ्या पडलेल्या एका म्हाताऱ्याकडे—किंवा त्याचं जे काही शिल्लक होतं त्याच्याकडे—बोट दाखवत गोवर्धन म्हणाला. त्याचा उजवा हात आणि डावा पाय दोन्ही कापले गेले होते. ते जिथे घडलं तिथपासून ते कोसळून पडेपर्यंत त्याने स्वतःला जिथपर्यंत ओढत आणलं होतं, तिथपर्यंत रक्ताचा एक मागच तयार झाला होता.

'जा बघा त्याला,' सुहेलदेव म्हणाला, आणि तो धोक्याचा अंदाज घेण्यासाठी इकडेतिकडे बघू लागला.

अस्लन आणि गोवर्धन दौडत त्या म्हाताऱ्याकडे गेले, त्याच्या पाठोपाठ आणखी दोघेजण गेले. ते घोड्यावरून खाली उतरले आणि अत्यंत जखमी झालेल्या त्या माणसाजवळ गेले. अस्लन खाली वाकला आणि हळूच त्याने त्याला पाठीवर वळवलं.

त्या गोऱ्यापान माणसाचे केसही पांढरेशुभ्र झाले होते, आणि त्याचा चेहरा सुरकुतलेला आणि रापलेला होता. तो ज्या भयानक अनुभवातून गेला होता तो त्याच्या एकूण अस्तित्वावरच ठसला होता.

'पाणी...' त्याचा आवाज चिरकला, उन्हाच्या तिरिपीने त्याचे डोळे दिपले. 'मला थोडं... पाणी द्या... प्रभू श्रीरामाच्या नावाने.'

अस्लनने त्याची चामड्याची पाणपिशवी त्याच्या ओठांना लावली. अधाशासारखे त्याने काही घोट घेतले आणि कृतज्ञतेने मान डोलावली.

'धन्य... वाद...' तो माणूस हळू आवाजात म्हणाला, आणि प्रथमच त्याने डोळे उघडून पाहिलं. अचानक त्याच्या चेहऱ्यावर प्रचंड भीतीची भावना उमटली. 'नको... नको... दया... दया...' तो ओरडला, त्या अचानक आवाजाने त्याच्या आजूबाजूचे लोकही दचकले.

गोवर्धन खाली वाकला, म्हाताऱ्याशी अगदी मायेने बोलू लागला,'घाबरू नका, माझा मित्र...'

एक क्षणभर, अस्लनच्या चेहऱ्यावर सरकून गेलेली प्रचंड काळजी मात्र गोवर्धनच्या नजरेतून सुटली.

हे लोक माझा चेहरा ओळखतात?

गोवर्धन म्हाताऱ्याशी प्रेमाने बोलतच होता, त्याला आपल्या चामड्याच्या पाणपिशवीतलं पाणी पाजत होता. 'या माणसाचं नाव आहे अस्लन. तो तुर्क असेल, पण आमच्यातलाच आहे.'

पण अस्लनचं तिकडे लक्ष नव्हतं. *महान अल्लाह, कृपा करून माझी ओळख सुरक्षित ठेवा. माझं तुमच्याप्रति कार्य पूर्ण होईपर्यंत ती सुरक्षित ठेवा.*

म्हाताऱ्याने डोळे मिटले आणि पुन्हा त्याची शुद्ध हरपल्यासारखी वाटली. त्याचा श्वास संथ आणि कष्टाने चालला होता.

अस्लन गोवर्धनकडे झुकला आणि हलकेच कुजबुजला, 'हा वाचेल असं काही मला वाटत नाही. रक्त पण खूप गेलंय... त्याला वेदनाही फार होत आहेत... आपण... आपण त्याच्यावर दयेचं काम करावं का?'

गोवर्धन काही उत्तर देणार तितक्यात, त्याला डोळ्यांच्या कोपऱ्यातून काहीतरी हालचाल दिसली. अस्लनला आणि स्वतःला झाकण्यासाठी त्याने पुढे झेप घेतली आणि त्याच वेळी आपली ढाल पुढे केली.

निमिषार्धात, एक बाण ढालीवर आपटला.

अस्लनने तत्काळ स्वतःची ढालही पुढे धरली. 'स्वतःचं रक्षण कर, गोवर्धन!'

'आपल्यावर आक्रमण झालं आहे,' आपल्या ढालीमागे दुबकून बसत गोवर्धन ओरडला. 'सगळेजण खाली! ढाली वर!'

सैनिकांनी ताबडतोब छत्र घेतलं. आणखी काही बाण त्यांच्या दिशेने आले, पण ढालींवर आपटून खाली पडले. गोवर्धनची सावधानतेची सूचना ऐकताच घोड्यावरून खाली उतरलेल्या सुहेलदेवच्या लक्षात आलं की, सगळे बाण गावाच्या सीमेवरच्या एका विशिष्ट झोपडीच्या मागून येत होते. तो मुख्य सडकेच्या शेजारी असलेल्या एका झोपडीच्या मागे लपला.

मी जर का या झोपड्यांच्या मागून मागून गेलो, तर मी या धनुर्धारीच्या मागे पोहोचेन.

फारसा आवाज होणार नाही याची काळजी घेत तो शेतातून धावत सुटला.

याच्या आसपास ठीक राहील.

काळजीपूर्वक, त्याने उंच दर्भ गवतातून डोकावून पाहिलं. बरोबर, त्याच्यापासून पन्नासेक फुटांवर एक धनुर्धारीने एका झोपडीच्या मागे गुडघ्यावर बसून पवित्रा घेतला होता. हातातलं धनुष्य लहान, पण चांगल्या रचनेचं, चांगला बाक असलेलं होतं, भात्यात थोडे बाण होते. मधूनच तो बाण सोडत होता, मग झोपडीच्या मागे दडत होता, पुढचा बाण काढत होता आणि धनुष्यावर चढवून संधीची वाट पाहात होता.

धनुर्धारीचं तोंड आणि डोकं एका निळ्या कापडाने झाकलेलं होतं. त्याच्या अंगावर एक फाटकं चामड्याचं चिलखत होतं. त्याच्या छोट्याशा आकृतीवरून वाटत होतं की त्याचं वय फारतर पंधरा-सोळा वर्षांपेक्षा जास्त नसेल.

सुहेलदेवच्या मनात राग उफाळून आला. *एक गुडघ्याएवढा पोरगा, आणि माझ्या अख्ख्या टोळीला वेठीला धरलं आहे.*

त्याने खंजीर बाहेर काढला आणि वेगाने धनुर्धारीजवळ गेला. लपतछपत. शक्य तितका कमीत कमी आवाज करत. सुहेलदेव काही फुटांवर असताना, एका अंतःप्रेरणेने धनुर्धारीला सावध केलं. तो गर्रकन मागे वळला आणि त्याच क्षणी सुहेलदेव त्याच्यावर झेपावला, त्याचं धनुष्य बाजूला पडलं. बाण असाच हवेत उडाला.

एका क्षणानंतर, सुहेलदेवने धनुर्धारीचा गळा पकडलेला होता आणि त्याला जमिनीवर पाडलं होतं. गुरगुरत तो त्याच्यावर चढला आणि खंजिराचा वार करण्यासाठी त्याने उजवा हात उगारला...

आणि जागीच थिजला.

धनुर्धारी जमिनीवर पडल्यावर त्याचा चेहरा झाकणारं कापड बाजूला पडलं आणि त्यातून दिसला... एका तरुण मुलीचा रेखीव चेहरा. धारदार नाक, त्याखाली टपोरे, मोठाले ओठ. पण तिच्या चेहऱ्यातील सर्वात आकर्षक गोष्ट होती तिचे डोळे. मोठाले, काळेभोर आणि कमळासारखे डोळे. आणि आता ते त्याच्याकडे बघून आग ओकत होते.

अहाहा...

तिच्याकडे पाहात असताना सुहेलदेवला त्याच्या आत, छातीत काहीतरी पिळवटल्यासारखं वाटलं, त्याचं तोंड तसंच उघडं राहिलं. एका क्षणभरात, एका नाजूक वेदनेचं रूपांतर वेदनेच्या एका लाटेत झालं होतं, कारण तिने त्याच्या नाजूक जागी गुडघा मारला होता.

सुहेलदेव वेदनेने कळवळला. तो अंग दुमडून पुढे झुकला आणि अगदी स्वाभाविकपणे त्याचे दोन्ही हात दुखऱ्या भागाला झाकण्यासाठी पुढे झाले, तसा त्याच्या हाताला खंजीर गळून पडला.

डोळ्यांचं पातं लवतं तोच त्या स्त्रीने त्याला बाजूला ढकललं. तो जमिनीवर धडपडला, तशी तिने त्याचा खंजीर हिसकावून घेतला आणि गुडघ्यावर बसून त्याच्यावर स्वार झाली. आता त्यांच्या जागांची अदलाबदल झाली होती.

एक जोराची आरोळी ठोकून त्या स्त्रीने सुहेलदेवच्या छातीवर जोरात प्रहार केला. भयानक वेदना होत असूनही, त्याने ऐन क्षणी कसंबसं तिचं मनगट पकडलं. तिने आपल्या दुसऱ्या हाताचा पंजा त्याच्या डोळ्यांकडे आणला होता. सुहेलदेवने तोही हात पकडला आणि त्या दोघांची चांगलीच कुस्ती जुंपली. ती स्त्री सुहेलदेवपेक्षा आकाराने फारच लहान होती, पण तिच्यात ताकद जबरदस्त होती.

अचानक एका हाताचा विळखा त्या तरुणीच्या मानेभोवती पडला आणि त्या हाताने तिला मागे ओढले. तिचा श्वास अडकला आणि तिच्या हातातून खंजीर खाली पडला. एका झटक्याने सुहेलदेवच्या पकडीतून आपले हात सोडवून घेऊन तिने तिचे पंजे त्या हाताकडे वळवले, गळ्यावरचा दाब कमी करण्याचा ती आटोकाट प्रयत्न करत होती.

'ठीक आहे... सोड तिला,' सुहेलदेव विव्हळला, अजूनही त्याच्या वेदना कमी झाल्या नव्हत्या.

तिच्यामागून हळूच आलेल्या आणि आता तिच्यावर मरणी पकड बसवलेल्या अब्दुलने सुहेलदेवकडे दुर्लक्ष केलं. त्या स्त्रीचं लाथा झाडणं, मागे झोका घेऊन अब्दुलला कोपराने मारण्याचा प्रयत्न करणं चालूच होतं. ती तोंडाने मोठामोठा श्वास घेत होती. तिच्या गळ्यावरच्या दाबामुळे तिची तडफड होती होती.

'अब्दुल, सोड तिला!' सुहेलदेवचा आवाज आधीपेक्षा जास्त ठाम होता.

शेवटी एकदाची अब्दुलने त्याची आज्ञा ऐकली. दुखऱ्या फुफुस्सांमध्ये एकदम हवा गेल्यावर ती तरुण मुलगी खोकू लागली. आपला गळा चोळत ती अब्दुलकडे त्वेषाने बघत होती.

तिच्याकडे वळून सुहेलदेवने पुढे विचारलं, 'तू कोण आहेस आणि इथे काय करते आहेस?'

ती स्त्री गुरगुरली, 'मारून टाका मला आणि विषय संपवा!'

'आम्हाला तुला मारायचं नाहीये.'

'तुम्ही त्या बिचाऱ्या गावकऱ्यांना तर आधीच मारून टाकलंय. मलाही सन्मानाने त्यांच्याकडे जाऊ द्या...'

सुहेलदेवने निश्वास टाकला. 'तुझा काहीतरी गोंधळ झालाय... आम्ही गावकऱ्यांना मारलं नाही. आम्ही मदत करायला आलो आहोत.'

'मग सुखिया काका का ओरडत होता?'

'मला माहीत नाही. त्यालाच का विचारत नाहीस तू?' सुहेलदेव जपून जपून उभा राहिला. मग त्याच्या सैनिकांना ऐकू जाईल एवढ्या मोठ्या आवाजात ओरडला, 'सब ठीक, आम्ही बाहेर येतो आहोत. बाण मारू नका.'

त्या स्त्रीने तिचं धनुष्य उचललं आणि अस्लन आणि गोवर्धन जिथे त्या जखमी माणसावर ओणवले होते, तिथे सरळ चालत गेली.

'काय जबरदस्त बाई आहे,' अब्दुल सुहेलदेवकडे बघून म्हणाला. 'मी वेळेवर आलो म्हणून तुम्ही वाचलात.'

सुहेलदेवने अब्दुलकडे पाहिलं आणि फणकारला. 'सगळं माझ्या नियंत्रणात होतं.'

'खरं?' गमतीने हसत अब्दुल म्हणाला, 'ते जे काही चाललं होतं त्याला आता तुम्ही नियंत्रण म्हणता का?'

दरम्यान, ती अस्लनजवळ पोचली होती, तिच्या मागोमाग सुहेलदेव आणि अब्दुल होते. अस्लनचा चेहरा पाहिल्यावर ती गोठून गेली.

'तुर्क!' खांद्यावरचं धनुष्य काढता काढता ती थुंकली.

'थांब,' सुहेलदेव घाईघाईने म्हणाला. 'बाण मारू नको! तो आमच्यापैकी आहे.'

त्या स्त्रीने काही वेळ सुहेलदेवकडे टक लावून पाहिलं, मग अस्लनकडे पाहिलं. शेवटी तिचा निर्णय झाल्यासारखा दिसला आणि तिने धनुष्य खाली केलं. ती त्या जखमी माणसाकडे परत वळली.

अस्लनने तिच्याकडे पाहिलं आणि दुःखाने मान हलवली. 'मला वाईट वाटतंय, तो गेला आहे. मला वाटतं त्याचं हृदय थांबलं. जखमा इतक्या गंभीर होत्या की, प्रश्न फक्त किती वेळ एवढाच होता.'

ती तरुणीने दोन्ही हातांनी चेहरा झाकून घेतला आणि ती कशीबशी जमिनीवर बसली. तिचे खांदे गदगदा हलत होते.

सुहेलदेव तिच्या मागे आला. 'तुझ्या दुःखात मी सहभागी आहे,' तो मृदूपणे म्हणाला.

तिने काहीच प्रतिक्रिया दिली नाही. तिचा चेहरा अजूनही हातांनी झाकलेलाच होता. तिचे खांदे हळू हळू थरथरत होते. जोरात किंचाळ्या नाहीत, आरडाओरडा नाही. अतोनात दुःख, आणि तरीही मजबूत. करारी. चिवट.

सुहेलदेवने हलकेच तिच्या खांद्याला स्पर्श केला. तिने खांद्यानेच तो झटकून टाकला.

तिने डोळे पुसले, जमिनीवर पडलेल्या वृद्धाकडे पाहिलं. *मला माफ कर. मला माफ कर, सुखिया काका.*

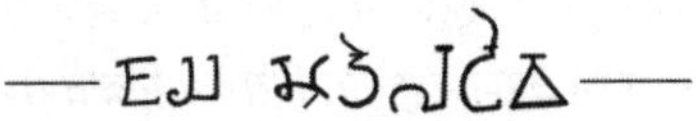

सुहेलदेव आणि त्याचा चमू त्या उद्ध्वस्त गावात पोचले त्याला काही तास होऊन गेले होते. त्यांनी मृतांवर अंत्यसंस्कार करण्याची व्यवस्था केली होती.

ती तरुण मुलगी धीराने तिथे उभी होती, त्या वद्धाचं उरलंसुरलं शरीर अग्नीच्या स्वाधीन होताना ती चितेकडे टक लावून पाहात होती. सुहेलदेवला या मुलीच्या शक्तीचं कौतुक वाटल्यावाचून राहिलं नाही. तिचं नाव तोशनी असल्याचा शोध त्याला लागला होता. यमुना नदीच्या दक्षिणेच्या जंगलात असलेल्या एका वनवासी टोळीमधील ती होती, ती टोळी कन्नौजच्या सैन्याचाही एक भाग होती. तिच्या राजाने गझनीच्या महमूदपुढे शरणागती पत्करल्यानंतर ती पथकातून बाहेर पडली होती. आता ती शिकार करून जगत होती, आणि तिची शिकार चामड्याचं काम करणाऱ्या गावातल्या कारागिरांना विकत होती. गावकरी तिने मारलेले प्राणी विकत घेत होतेच, पण एका शिकारीच्या वेळी झालेल्या जीवघेण्या जखमेतून सुखियाने तिला बरं केलं होतं. कोणताही योद्धा असतो, तशी तीही तिचा जीव वाचवणाऱ्याप्रति कृतज्ञ होती. ती रानात शिकारीला गेली होती, आणि आपल्या कृतज्ञतेचं प्रतीक म्हणून मारून आणलेला प्राणी ती या वेळी गावाला फुकट देणार होती. आणि नेमक्या याच सद्विचाराने तिला, तुर्कांनी त्या अभागी गावाच्या केलेल्या विध्वंसातून वाचवलं होतं. कारण मध्य आशियातून आलेल्या क्रूरकर्म्यांचं आक्रमण झालं तेव्हा ती तिथे नव्हतीच.

'हे लोक चामड्याचं काम करणारे कारागीर आहेत?' सुहेलदेवने विचारलं. त्याला गावात काही ठिकाणी तशी अवजारं दिसली होती.

स्त्रीचा आवाज कडवट होता. '*होते.* प्राण्यांचे मृतदेह साफ करायचे असतात आणि चामड्याच्या वस्तू बनवायच्या असतात, तेव्हा या लोकांवाचून चालत नाही. पण त्यांना हे लोक आपल्या आजूबाजूला नको असतात... त्यामुळे त्यांना आपापलं जगावं लागतं... आक्रमकांसाठी सोपं लक्ष्य असतात ते... आणि... इतकं भोगावं लागत

असूनही, मला आतापर्यंत भेटलेल्यांमधले सर्वांत सहृदय आणि उदार लोक होते ते... मी इथे त्यांच्याबरोबर असायला हवं होतं.'

'मग तू सुद्धा मेलेली असतीस.'

'अगदी बरोबर,' तोशनी म्हणाली, तिने आपलं लक्ष पुन्हा चितेकडे वळवलं.

सुहेलदेवने आजूबाजूला पाहिलं. एक विचार त्याला छळत होता. *हे देवा शिवशंकरा, चामड्याचं काम करणाऱ्या कारागिरांच्या गावात तुर्कांना एवढा रस का?*

अस्लनने तुर्की घोड्यांचा माग अभ्यासला होता. ठसे अजून ताजे होते. ते फार दूर गेले नसावेत. त्या ठशांवरून हेही कळत होतं की हे तुर्की पथक त्यामानाने लहान असावं.

आपण काय करायचं हे सुहेलदेवने अगोदरच ठरवलं होतं. त्याने तोशनीकडे पाहिलं. 'या हत्याकांडांचं कडक शासन झालंच पाहिजे. तुर्कांना याची किंमत चुकवावी लागेल. रक्ताने. मान्य?'

तोशनी सुहेलदेवकडे वळली. तिचे डोळे चमकत होते. ती एक शब्दही बोलली नाही. पण तिचं उत्तर उघड होतं.

'मग आमच्या बरोबर चल. मला तुझं रक्त दे, आणि मी तुला तुझा सूड मिळवून देतो.'

तोशनी गप्प राहिली. तिची धनुष्यावरची पकड घट्ट झाली आणि तिने कळेल न कळेल अशी मान डोलावली.

प्रकरण १३

उजव्या खांद्यात बाण घुसल्यावर तो भारतीय किंचाळला. हळू हळू, त्याच्या ओरडण्याचा स्वर खाली आला. 'मला सोडा... दया करा...' तो विनवत होता, त्याच्या चेहऱ्यावरून अश्रुधारा वाहात होत्या.

लांब अंतरावर उभ्या असलेल्या तुर्की धनुर्धारीने मोठ्या आवाजात एक शिवी हासडली, बाकीचे तुर्क मजेने हसत होते. साधारण तीसेक सैनिक होते ते. त्यातले चार आत्ता पहाऱ्यावर असायला हवे होते, पण त्यांचं लक्ष त्यांच्या तात्पुरत्या उभारलेल्या छावणीत चाललेल्या नाट्याकडेच एकवटलं होतं.

सैनिकांनी उघड्या माळावर आधीच तंबू ठोकले होते. उंच दर्भ गवताचे पट्टे—दर्भ हे हिंदू आणि बौद्ध दोघांसाठीही पवित्र, आणि त्याच्या औषधी गुणधर्मांसाठी प्रसिद्ध होतं—छावणीच्या चारी बाजूंना अस्ताव्यस्त वाढले होते. काही ठिकाणी तर ते सात फुटांपर्यंत उंच वाढले होते.

छावणी दोन समांतर रांगांमध्ये होती, जिथे दोन्ही रांगा संपत होत्या, तिथे मध्यावर दलपतीचा तंबू होता, त्यामुळे त्या रचनेला घोड्याच्या नालाचा आकार प्राप्त झाला होता. एकमेकांकडे तोंड करून असलेल्या तंबूंसमोरच्या मोकळ्या जागेत, सैनिकांनी संध्याकाळच्या मनोरंजनाची व्यवस्था केली होती, आणि त्यात बळी जात होते चार बंदी. तिघांना बांधून एका कोपऱ्यात एकत्र बसवलं होतं आणि एकाचा छळ चालला होता.

'हा साला वारा सगळा गोंधळ करतोय,' धनुर्धारी म्हणाला. भारतीय माणसाच्या डाव्या खांद्यावर कोळशाने केलेल्या खुणेचा त्याचा निशाणा हुकला होता. 'आता उजेडसुद्धा कमी झाला. सूर्य बुडलाच आहे जवळजवळ.'

'किंवा तुझाच नेम बेकार असेल,' त्याच्या तुर्की साथीदाराने चिडवलं.

'बघू बरं, यापेक्षा बरा नेम जमतो का तुला,' आणखी एकाने डिवचलं.

पुन्हा एकदा तुर्की धनुर्धारी एक पाऊल पुढे होऊन जमिनीवर आखलेल्या रेषेवर गेला, त्या असहाय भारतीय माणसाला जिथे नागडं करून खांबाला बांधून ठेवलं होतं, तिथपासून ती जागा सुमारे शंभर मीटरवर होती. संध्याकाळी हवा गरम होती, पण तो बंदी मात्र बेफाम कुडकुडत होता.

'मी पैजेचा आकडा बदलतो आहे,' एका तुर्कनि जाहीर केलं. 'बाण त्या खुणेवर लागला, तर एकाचे दहा.'

सैनिकांमध्ये तावातावाने चर्चा सुरू झाली. काहींचं म्हणणं होतं की आता पैजेचा दर बदलता येणार नाही. काहींचं म्हणणं होतं, बदलता येईल, कारण भारतीयाला बांधून ठेवलं असलं तरी तो सारखा हलत होता, आणि धनुर्धारीसाठी ते काम अवघड करत होता.

'बस करा!' काळ्या-पांढऱ्या केसांचा एक जाडजूड माणूस मध्ये पडला, त्याच्या उजव्या गालावर थेंबाच्या आकाराची जन्मखूण होती. 'त्यांना जिवंत पकडून न्यायचा हुकूम आहे आपल्याला.'

'ते ठीक आहे, ऑझग्युर,' प्रमुख अधिकारी जरा तोडून बोलला. 'हुकूम सांगतो जिवंत आणा, किती जिवंत ते नाही. अर्धमेला असला तरी चालणार आहे.' तो धनुर्धारीकडे वळला. 'चालू दे.'

धनुर्धारी नाटकीपणाने वाकला. 'धन्यवाद, महोदय.' मग तो लक्ष्याकडे वळला आणि आपला आवाज लांबपर्यंत ऐकू जावा म्हणून खणखणीत आवाजात बोलला. 'काळजी करू नका. या वेळी माझा डावा खांदा चुकणार नाही.'

धनुर्धारीचे शब्द ऐकल्यावर लक्ष्याने आणखीच गयावया करायला सुरुवात केली, तो हुंदके देऊन रडू लागला. त्याच्या पायांवरून एक बारीकशी धारही वाहताना दिसू लागली.

तुर्कांच्यात हसण्याचा कल्लोळ झाला, पण धनुर्धारीच्या कपाळाला आठी पडली. 'हा हरामी मला लक्ष एकाग्र करू देत नाहीये,' तो कुरकुरला. मग त्याच्या डोक्यात आलेल्या कल्पनेवर क्रूर हसला. हातात चाकू घेऊन तो भारतीय बंदीकडे निघाला. 'तुझी जीभ काढ बाहेर,' त्याने हुकूम सोडला.

बंदीने तोंड मिटून घेतले आणि आकांताने मान हलवली, त्याचे डोळे मोठे झाले होते आणि याचना करत होते.

'अच्छा,' तुर्क म्हणाला. 'मलाच ती बाहेर काढावी लागणार तर.'

त्याने वळलेल्या हाताची मूठ मागे नेली आणि त्याच्या पोटात गुद्दा मारण्याचा पवित्रा घेतला. मग त्याच्या चेहऱ्यावर धक्का बसल्याचे भाव दिसले. त्याने खाली आपल्या छातीकडे पाहिलं आणि तिथे एक बाण घुसलेला त्याला दिसला. त्याने बोलण्यासाठी तोंड उघडलं, पण त्याच्या घशात रक्त साठलं होतं, त्यामुळे तो खोकला.

तुर्क आपल्या साथीदारांकडे वळला, त्याने एक पाऊल टाकलं, आणि गुडघ्यांवर खाली आला. सैनिकांची बडबड आणि हसणं चालूच होतं, काय झालं आहे याचा त्यांना पत्ताच नव्हता. प्राणांतिक जखमी झालेल्या धनुर्धारीकडे लक्ष जाताच सगळं संभाषण एकदम थांबलं.

धोका प्रवेशला होता. लपून. गुपचूप.

युद्धाच्या आरोळ्यांनी शांतता भंग पावली.

'हर हर महादेव!'

छावणीच्या आजूबाजूच्या उंच गवतातून सुहेलदेव आणि त्याची टोळी अचानक अवतरली होती. तुर्कांना लांबून टिपून, ते दबकत दबकत थेट छावणीच्या परिघापर्यंत येऊन भिडले होते, दर्भ गवतातून त्यांच्या येण्याची चाहूलदेखील लागली नव्हती.

तुर्की धनुर्धारीचा वेध घेणारा बाण तोशनीने सोडला होता. तिने आणखी काही बाण सोडले, त्यांनी आपल्या लक्ष्यांचा अचूक वेध घेतला. मग कोयता घेऊन ती धुमश्चक्रीत सामील झाली.

गोवर्धन लढाईत घुसला, त्याचे डोळे रक्ताच्या लालसेने पेटले होते. तुर्की सैनिकांनी त्याच्या महाकाय आकृतीकडे एकदाच पाहिलं आणि ते त्याच्यापासून दूर दूर राहायचा प्रयत्न करू लागले. जेमतेम मिसरूड फुटलेला एक पोरगा मात्र मागे हटला नाही. तो तलवार घेऊन गोवर्धनवर चाल करून गेला. गोवर्धनने गदेने त्याची तलवार उडवून लावली, मग त्या पोराला खांद्याने एक धक्का दिला आणि जमिनीवर पाडलं. पण तो पोरगा वेगाने लगेच उठून उभा राहिला. तो वेड्यासारखा तलवार घुमवत होता. डावीकडून उजवीकडे, उजवीकडून डावीकडे.

शूर. पण वेडा आणि अननुभवी.

तो मुलगा तलवार उभी आडवी घुमवत होता, तोवर गोवर्धन त्याच्या टप्प्याच्या बाहेर राहिला. हा महाकाय माणूस आपल्यासमोर माघार घेतो आहे असं वाटून तो पोरगा आणखी बेसावध झाला. तो गोवर्धनच्या डोक्यावर वार करायला गेला, त्या नादात, प्रतिहल्ल्यापासून स्वतःचा बचाव करायला संपूर्ण विसरला. पुढच्या क्षणाला,

गोवर्धनची गदा त्याच्या बरगड्यांवर आदळली आणि तो वेदनेने गुरासारखा ओरडू लागला. फासळ्या तुटल्याचा आवाज झाला आणि तो मुलगा खाली पडला. एका हाताने त्याने जखमी बाजू दाबून धरली आणि श्वासासाठी धडपडत तो कण्हू लागला.

एवढ्याने तो काही काळासाठी तरी जायबंदी होईल.

पुढे जे झालं ते पाहून गोवर्धनचं आश्चर्य वाढत गेलं. तो पोरगा तलवार जमिनीत गाडून तिचा आधार घेऊन उठून उभा राहण्याचा प्रयत्न करत होता.

गोवर्धनने उसासा सोडला. जिथे शौर्य दिसेल तिथे त्याला कौतुक वाटत असे, मग तो शत्रू का असेना. पण आत्ता उदात्त भावनांचं प्रदर्शन करण्याची वेळ नव्हती. त्याने गदेचा आणखी एक प्रहार त्याच्या खांद्यावर केला. त्याच्या खांद्याचं हाड आणि त्याचा निर्धार दोन्ही मोडून पडले.

तो मुलगा, कसाबसा अश्रू थोपवून याचना करत होता. 'दया! दया!'

गोवर्धनने एक जीवघेणा प्रहार करण्यासाठी गदा उगारली. त्या मुलाच्या नजरेला नजर भिडताच तो क्षणभर कचरला, आईबापाकडे जायला आसुसलेल्या हरवलेल्या लहानशा मुलाचे डोळे होते ते. गोवर्धनने गदा खाली घेतली, आणि हात पुढे केला, शत्रूची शरणागती स्वीकारल्याची ती खूण होती. तेवढ्यात अब्दुल तिथे पोचला आणि तरुण तुर्कांच्या हृदयात वार केला. मरताना तो तुर्क गोवर्धनकडे टक लावून पाहात होता, त्याची नजर जणू त्याच्यावर वचनभंगाचा आरोप करत होती.

'अरे काय हे?' गोवर्धनने विरोध केला. 'तो हरामी तर शरण आला होता.'

'युद्धबंदींना ठेवायला आपल्याकडे जागा नाही.'

'पण तो लढायच्या अवस्थेतच नव्हता,' गोवर्धन म्हणाला. 'त्याच्यापासून आता काहीच धोका नव्हता.'

'आत्ता नव्हता,' अब्दुल म्हणाला. 'पण तो बरा झाला असता. आणि पुन्हा आपल्याशी लढायला आला असता. हे युद्ध आहे, खेळ नाही. तुमच्या प्रतिष्ठेच्या कल्पना इथे चालत नाहीत.'

गोवर्धनने पुढे प्रतिवाद करण्यासाठी तोंड उघडलं, पण तो काही विचार करून गप्प बसला. त्याला आठवण झाली, त्याचा आधीचा राजा महिपालची तुर्कांप्रति जी मानसिकता होती, त्याबद्दल त्यालाही अगदी असंच वाटत होतं.

मला वाटतं माझ्या महान राजाचा माझ्यावर, मला वाटत होतं त्यापेक्षा बराच जास्त परिणाम आहे.

अब्दुल हसला. 'शिकताय तुम्ही.'

गोवर्धन हुंकारला आणि त्याने आजूबाजूला पाहिलं. आश्चर्य म्हणजे, बहुतांश तुर्की सैनिक झटापटीच्या पहिल्या काही मिनिटांतच मारले गेले होते. पण काही अजूनही लढत होते, मात्र त्यांना फारशी आशा नव्हती.

एका तुर्की सैनिकाने सुहेलदेवच्या एका सैनिकाला जमिनीवर पाडले होते आणि डाव्या हाताने त्याचा गळा दाबून धरला होता. शत्रूला संपवण्यासाठी त्याने खंजीर धरलेला आपला उजवा हात उंचावला होता. पण अचानक तोशनी त्याच्यामागे अवतरली आणि त्याच्या कोपराच्या जरासं मागे तिने निर्दयपणे तिचा कोयता चालवला, तो त्याची त्वचा, मांस, स्नायू आणि नसा कापत खोल गेला तसा तो वेदनेने गुरासारखा ओरडला. त्याच्या बधिर झालेल्या हातातून खंजीर गळून पडला. पण तोशनीचं काम पूर्ण झालं नव्हतं. तिने पुन्हा कोयता फिरवला, या वेळी त्या माणसाच्या डोक्याच्या मागच्या बाजूला तो रुतून बसला. तो कोयता तसाच डोक्यात अडकलेल्या अवस्थेत तो जमिनीवर पडला.

तोशनी कोयता परत घेण्यासाठी खाली वाकली, तिचं हे कृत्य अगदी अनपेक्षित होतं, कारण आणखी एका तुर्क सैनिकाची तलवार तेव्हाच तिथून फिरली, जिथे एका क्षणापूर्वी तिची मान होती. तिला इजा करण्याऐवजी, तलवारीचं पातं नुसतंच हवेत वरून फिरलं. पात्याने हवा कापल्याच्या आवाजाने तोशनी दचकली आणि तिला धोक्याची जाणीव झाली. ती काही करणार, तितक्यात गोवर्धनने धोक्याची सूचना दिली आणि तो तिच्या मदतीला धावला. या नव्या धोक्याचा सामना करायला तुर्क वळला, तशी गोवर्धनची गदा घुमली. तुर्काच्या उजव्या डोळ्याचा बरोबर वेध घेत तिने तिथे केवळ एक रक्ताळलेला मांसाचा गोळा शिल्लक ठेवला.

तुर्क वेदनेने किंचाळला आणि त्याने शस्त्र खाली टाकलं, स्वाभाविकच त्याचे दोन्ही हात त्याच्या ठेचलेल्या डोळ्याच्या दिशेने गेले. तोशनीने तोवर कोयता परत मिळवला होता, तिने त्याच्या घशातली ग्रीवा रोहिणी चिरून त्याच्या वेदनांपासून त्याला कायमची मुक्ती दिली.

दरम्यान, अस्लन आणि सुहेलदेव, स्वयंपाकासाठी पेटवलेल्या अग्नीजवळ दोन सैनिकांशी लढत होते. त्यातल्या एकाची पाठ ज्वाळांकडे होती. अस्लनच्या माऱ्यापुढे माघार घेत तो मागे मागे जात असताना त्याच्या अंगरख्याने पेट घेतला. आगीची झळ लागताच तो ओरडला आणि ती विझवायचा आटोकाट प्रयत्न करू लागला.

अस्लनने त्याच्या मानेवर एकच घाव घालून त्याचं दुःख संपवून टाकलं. जमिनीवर पडलेलं त्याचं शरीर अजूनही जळत होतं. अस्लनला बाजूला पडलेलं एक पाण्याचं पात्र दिसलं. त्याने ते घेऊन त्या देहावरची आग विझवली. आपल्या शत्रूला संपवून आलेला सुहेलदेव कोड्यात पडून त्याच्याजवळ गेला.

'अरे बुद्धिमान माणसा, तो मेलेला होता आधीच,' सुहेलदेव म्हणाला. 'तू आग कशाला विझवलीस त्याची?'

'सश्रद्ध बंद्याला जाळणं इस्लाममध्ये सर्वथा निषिद्ध आहे,' अस्लन म्हणाला. 'माणसाचं शरीर ही अल्लाहची देणगी आहे. जिवंतपणी किंवा मेल्यावर, तिला अत्यंत सन्मानाने वागवलं पाहिजे.'

'मग... एक सश्रद्ध मुस्लिम म्हणून, तुलाही आगीपासून होणाऱ्या मृत्यूचं भय वाटत असेल?' सुहेलदेवने विचारपूर्वक विचारलं, त्याची मान एका बाजूला कललेली होती.

'मरण येण्याची ती फारच वाईट पद्धत आहे, मुस्लिमांसाठीही आणि गैर-मुस्लिमांसाठीही,' अस्लन तुटकपणे म्हणाला. 'अर्र, तो बघा एकजण पळून चाललाय.'

तो त्याचा पाठलाग करत गवतात घुसला. सुहेलदेवच्या टोळीतील इतर कुणाच्याही नजरेआड.

तुर्की सैनिक शक्य तितक्या वेगाने धावत होता, पण अस्लन सहजच त्याच्या बरोबरीने धावू शकत होता. त्याने त्याला छावणीपासून पुरेशा अंतरावर जाऊ दिलं, मग एक झेप टाकून त्याला पाठीमागून पकडलं. तो दोघेही दाणकन जमिनीवर आपटले. पकडला गेलेला तुर्क एक उडी मारून उठला, त्याच्या चेहऱ्यावर चीड होती, त्याने वार करण्यासाठी तलवार उगारली, आणि मग अस्लनला पाहून तो एकदम थांबला.

'अरे देवा!' त्याचा डोळ्यांवर विश्वास बसत नव्हता. 'तुम्ही काय करताय इथे यांच्या—'

'आवाज खाली ठेव, ऑझग्युर,' तुर्काचं तोंड हाताने दाबत अस्लन कुजबुजला.

समजतंय, अशा अर्थाने ऑझग्युरने मान डोलावली. अस्लनने त्याच्या तोंडावरचा हात काढला.

'मला आठवतंय त्याहीपेक्षा आणखी म्हातारा आणि कुरूप दिसतो आहेस तू,' अस्लन म्हणाला, त्याच्या आवाजातील स्नेह त्याच्या शब्दांना खोटं ठरवत होता.

ऑझग्युर मजेने हसला. 'मी तुम्हाला याआधी पाहिलं तेव्हा तुम्ही गझनीत होता, हुजूर. तुमच्या त्याच कामगिरीवर आहात का अजून त्या—'

'होय,' अस्लनने त्याचं बोलणं मध्येच तोडलं. 'आता मी काय सांगतो ऐक...'

अस्लन ऑझग्युरच्या जवळ झुकला आणि त्या दोघांचं घाईघाईत कुजबुजत काहीतरी संभाषण झालं, गवतात कुणी लपलं नाही ना याची त्यांनी खात्री करून घेतली होती.

संभाषण संपल्यावर, अस्लनने त्याच्या खांद्यावर थोपटलं. 'छान, आता तुला निघालं पाहिजे. मला जेव्हा तुझी गरज भासेल तेव्हा तुला मी भेटेन. पण, सध्या तू करीमजवळ राहिलं पाहिजेस. समजलं?'

'होय, हुजूर.'

'आणि जायच्या आधी माझ्या चेहऱ्यावर एक ठोसा मार.'

ऑझग्युरला धक्का बसला. 'मी तसं नाही करू शकत, हुजूर!'

'हा हुकूम आहे,' अस्लन म्हणाला. 'कर ते, नाहीतर मी तुला आता मला भोसकायला सांगेन.'

'पण, हुजूर...'

'हा हुकूम आहे, ऑझग्युर! आणि चांगला जोरदार ठोसा मारशील असं बघ.'

ऑझग्युरने एक मोठा आवंढा गिळला, मग अस्लनच्या उजव्या गालावर जीव खाऊन एक जबरदस्त ठोसा हाणला. त्वचा फाटली आणि तत्काळ रक्त वाहू लागलं.

ऑझग्युर संकोचला आणि माफी मागू लागला, पण अस्लनने हातानेच त्याला ठीक आहे अशी खूण केली आणि जोरात हातवारे करत त्याला लवकर जायला सांगितलं. ऑझग्युर निघून गेल्यावरच त्याने दाबलेला श्वास सोडला आणि जिथे फटका बसला होता तिथे स्पर्श केला.

'च्या मारी, हुकुमाची तामिली फारच गंभीरपणे केली आहे याने,' तो स्वतःशीच पुटपुटला.

'याच्यानंतर तू त्याला धडा शिकवला असशील अशी आशा आहे,' अस्लनच्या सुजलेल्या आणि लालभडक झालेल्या गालाकडे बोट दाखवत सुहेलदेव म्हणाला.

'शिकवलाच असता, पण तो साला पळून गेला.' अस्लनने नुकत्याच सोडवलेल्या भारतीय बंदींकडे इशारा केला. 'यांची काय कहाणी आहे? ती सगळी वस्ती नष्ट का केली काही समजलं का?'

'त्यांना फारसं काही माहीत नसावं बहुधा. ते एवढंच सांगत आहेत की तुर्क स्पष्ट आज्ञा घेऊन आल्यासारखे वाटत होते. चामड्याच्या वस्तू करण्याची सर्व साधने नष्ट करा आणि जास्तीत जास्त कारागिरांना मारून टाका. त्यांच्यातले जे सर्वोत्कृष्ट कारागीर आहेत त्यांना पकडा आणि मुख्य तुर्की दलपतीकडे घेऊन या. आणि ते त्यांना सारखे या भागातल्या चामड्याच्या कारागिरांच्या इतर गावांबद्दल विचारत होते. विचित्रच आहे हे.'

अस्लन काही बोलला नाही. त्याने सुहेलदेवकडे निरखून पाहिलं. राजपुत्राचा मेंदू गरगरताना त्याला चक्क दिसत होता. *त्याला हे कोडं सोडवता येईल का?*

'फक्त जर...' सुहेलदेवने बोलायला सुरुवात केली, आणि मग तो थांबला.

'फक्त काय?' अस्लनने विचारलं.

'तुर्कांचा संपूर्ण युद्धावर विश्वास आहे, बरोबर? शत्रूची लढण्याची क्षमता नष्ट करा.'

'होय... आणि...?'

'दिल्ली उद्ध्वस्त केल्यानंतर त्यांनी कुठलीही नवी मोहीम सुरू केलेली नाही. ते दिल्लीत तळ ठोकून बसले आहेत. तर्क अगदी सरळ आहे. आत्ता उन्हाळ्याचा कहर चालू आहे. त्यांना हा उष्मा भयंकर आहे, कारण त्यांना मध्य आशियातील थंडीची सवय आहे. आणि त्यांना पावसाळ्यातही युद्ध करायचं नसेल. भारतीय पावसाळ्यात मोठं युद्ध छेडणं कुणालाही अशक्यच असतं. म्हणजे, ते हिवाळ्याची वाट बघत आहेत. तुर्कांची नवी लढाई तेव्हा सुरू होईल.'

मांडल्या जाणाऱ्या या तर्काचा आपल्याला काहीही अर्थबोध होत नाहीये असं अस्लनने भासवलं. 'त्याचा चामड्याशी काय संबंध?'

'येतोय तिकडे मी. सर्व भारतीय सैन्यांमध्ये धातूचं चिलखत फक्त अधिकारी आणि श्रीमंत सैनिकांकडे असतं. सामान्य सैनिक चामड्याची जाड चिलखतं घालतात. चामड्याच्या वस्तू बनवणारे कारागीर नसतील, तर सर्वसामान्य सैनिकांकडे चिलखतच नसेल. ते तुर्कांच्या शस्त्रांना सहजच बळी पडतील.'

अस्लन प्रभावित झाला होता. 'पुढे सांगा...'

'त्याशिवाय, अधिकाऱ्यांच्या धातूंच्या ढालींना हिवाळ्यात चामड्याने मढवावं लागतं; नाहीतर त्या फार गार पडतात आणि वापरता येत नाहीत. तर चामड्याच्या वस्तू बनवणारे कारागीर नसतील, तर अगदी धातूच्या ढालीसुद्धा निरुपयोगी ठरतील. आमच्या चामड्याच्या कारागिरांचं युद्धतंत्रातलं प्रचंड महत्त्व भारतीयांच्या खरं म्हणजे कधी लक्षातच आलं नाही. ते काय, नेहमीच उपलब्ध होते. पण जर सगळे चामड्याचे कारागीर गेले, तर आमची लढण्याची क्षमता खूप कमी होईल. आणि चामड्याच्या कारागिरांची सगळी गावं सुटी सुटी असल्याने, त्यांना पद्धतशीरपणे नष्ट केलं जात आहे हे कितीतरी काळ कुणाच्या लक्षातसुद्धा येणार नाही.'

अस्लन फिकट हसला. शेवटी त्याची खात्री पटली होती. त्याला हवा तो माणूस सापडला होता. तुर्कांना खरोखरचा धोका ठरू शकेल असा भारतीय नेता त्याला सापडला होता. राजपुत्र सुहेलदेव विलक्षण प्रभावी नेता तर होताच. त्यात काही शंकाच नव्हती. सर्व जाती आणि धर्मांच्या लोकांना त्याच्या नेतृत्वाखाली तो एकत्र आणू शकत होता. नक्कीच. असामान्य योद्धा आणि मुत्सद्दी. नक्कीच. पण सर्वांत महत्त्वाचं म्हणजे, त्याला शत्रूचं मन वाचता येत होतं.

तुर्कांनी ज्याच्यापासून सावध राहायला हवं असा माणूस हा होता. हा माणूस आहे ज्याला मी...

अस्लनची विचारशृंखला तोशनीमुळे तुटली.

'माफ करा, युवराज, मला तुम्हाला...'

'सुहेलदेव.'

'अं, काय?'

'सुहेलदेव, युवराज नव्हे.'

तोशनी हसली. 'सुहेलदेव, मला तुम्हाला धन्यवाद द्यायचे आहेत. या दिवसांमध्ये, आपले भारतीय राजे आणि राजपुत्र त्यांच्या स्वतःच्या नागरिकांची नीट काळजी घेताना दिसत नाहीत, इतरांची तर बातच सोडा. हे गावकरी तुमचे प्रजाजन नव्हते. आणि तरीसुद्धा, तुम्ही त्यांना मदत केली. तुम्ही त्यांच्यातल्या काहींना वाचवलं. आणि एवढंच काय, मुक्तिपथकात मला सामील होऊ दिलंत आणि त्यांच्या कर्जाची उतराई होण्याची संधी मला दिलीत.'

'आभार मानण्याची काही आवश्यकता नाही. मी जे केलं ते माझं कर्तव्यच होतं. तो माझा धर्मच होता.'

'तर मग यापुढे तुमच्या खांद्याला खांदा लावून लढणं हा माझा धर्म आहे. मी यापुढे—'

धावत येणाऱ्या अब्दुलमुळे त्यांच्या संभाषणात व्यत्यय आला. 'आपल्याला निघावं लागेल, महोदय!'

'काय झालं?' सुहेलदेवने विचारलं.

अब्दुलने क्षितिजाकडे बोट दाखवलं. दूरवर, अनेक प्रकाशशलाका स्पष्ट दिसत होत्या. ते छावणीकडे येत होते, आणि वेगाने जवळ येत होते. 'तुर्कांचे आणखी सैनिक जवळपास आहेत! असं वाटतंय की एक पूर्ण दल असावं!'

सुहेलदेवने शिवी हासडली. मग टिपेच्या स्वरात आपल्या सैनिकांना उद्देशून तो म्हणाला, 'घोड्यावर, निघा!'

प्रकरण १४

परिस्थिती अवघड आहे हे सुहेलदेवला कळलं होतं. त्याच्याकडे त्याचे सगळे सैनिक नव्हते. एका लहानशा तुर्की तुकडीवर ते धक्कातंत्रामुळे विजय मिळवू शकले होते, पण ही गोष्ट वेगळी होती.

आपण पळून जाऊ शकत नाही. आत्ता नाहीतर नंतर, आपले घोडे थकणार आहेत. एकदा त्यांनी आपल्याला गाठलं, की खेळ खतम्. ते आपल्याला संख्येने खूप भारी आहेत.

वेगाने दौडणाऱ्या घोड्यावर डोकं आणि शरीर एकदम खाली घेऊन सुहेलदेव स्वार झाला होता. वारा त्याचे केस विस्कटून टाकत होता. त्याचं पथकही त्याच्या बरोबर दौडत होतं.

त्यांच्या मागे, उजेडाचे झोत आणखी जवळ येत नव्हते, पण दूरही जात नव्हते. तुर्की घोडदळ त्यांच्यातलं अंतर कायम ठेवून होतं.

सुहेलदेवचं आणि त्याच्या अनुयायांचं आयुष्य एका बारीक धाग्यावर लोंबकळत होतं.

त्याचे डोळे अब्दुलवर खिळले, तो गटाचं नेतृत्व करत होता. अब्दुलचं एक विशेष कौशल्य म्हणजे तो एकदा एका वाटेने गेला, की कधीच ती विसरत नसे. सुहेलदेवचा सर्वात विश्वासू हेर म्हणून तो नेहमी वेगवेगळ्या भूप्रदेशांची पाहणी करत होता आणि त्या सगळ्या जागा त्याला तळहातासारख्या पाठ झाल्या होत्या. त्यांचं पलायन यशस्वी होण्यासाठी त्याच्या याच ज्ञानावर सुहेलदेवची भिस्त होती.

एकाएकी अब्दुल थांबला. पथकातील अनेकांप्रमाणे त्याच्याही हातात मशाल होती. ती उंचावून आणि हलवून त्याने इतरांना इशारा केला.

'इकडून... या बाजूने या,' अब्दुल ओरडला. 'दुहेरी रांग. जवळजवळ राहा.'

इतरांनी घोड्यांचे लगाम खेचले आणि शेजारी शेजारी चालू लागले. तुर्क झपाट्याने जवळ येऊ लागले होते.

सुहेलदेवने दात घट्ट दाबून धरले, काळजीला आपल्यावर कब्जा करू न देण्याचा तो आटोकाट प्रयत्न करत होता. त्याच्या शिक्षकांचे शब्द त्याला आठवू लागले.

चिंता निरुपयोगी असते. तिने काहीच साध्य होत नाही. शांत हो. श्वास घे.

सुहेलदेवने खोल श्वास घेतला. सावकाश.

धडधडणाऱ्या हृदयाची गती त्याने कमी केली.

एकाग्रता.

त्याने बाजूला पाहिलं. फिकट चांदण्यात त्याला शेजारचं मोठं उसाचं शेत दिसलं, ते बऱ्याच दूर नदीपर्यंत गेलेलं दिसत होतं.

श्वास घे.

एकाग्र हो.

अचानक त्याला एक कल्पना सुचली.

हे जमण्यासारखं होतं.

'नदी किती दूर आहे?' सुहेलदेवने विचारलं.

'इथून जेमतेम दोनशे मीटर,' अब्दुल म्हणाला. 'ऐक, तिच्या प्रवाहाचा आवाजही ऐकू येतो आहे.'

सुहेलदेवने हाताचा द्रोण करून कानापाशी नेला आणि हसला. 'होय... छान. आता, सगळ्यांना घेऊन नदीपाशी जा आणि त्यांना नदी पार करव. तोशनीलापण घेऊन जा. माझ्याबरोबर फक्त दहा सैनिक ठेव.'

तोशनी तत्काळ बोलली. 'मी थांबते. मी दहापैकी एक.'

सुहेलदेवने तिच्याकडे रोखून पाहिलं. 'वाद घालायला वेळ नाहीये.'

'वाद घालूच नको,' तिने प्रत्युत्तर दिलं. 'मी बहुधा इथे सर्वोत्कृष्ट धनुर्धारी आहे. तुला माहीत आहे हे.'

सुहेलदेवने यावर काही उत्तर द्यायला तोंड उघडलं, पण नंतर विचार बदलला. 'ठीक.'

त्याला जे लोक हवे होते, त्यांची त्याने भराभर नावं घेतली. त्यात अस्लन आणि गोवर्धनही होते.

'मशाली तुमच्याजवळ ठेवा,' त्याने त्यांना सांगितलं. मग त्याने अब्दुलकडे पाहून मान डोलावली. 'निघा आता. भगवान शिवाची इच्छा असेल, तर आपण आपल्या नेहमीच्या जागी भेटू.'

अब्दुलने सुहेलदेवचा हात क्षणभर पण जोराने धरला. 'अल्लाह तुमच्या सोबत असो, माझे स्वामी,' तो म्हणाला. मग दौडत निघून गेला.

सुहेलदेव त्याच्या बरोबर राहिलेल्या योद्ध्यांकडे वळला. 'उसाला आग लावा.'

अस्लन आणि गोवर्धनने गोंधळून एकमेकांकडे पाहिलं पण आदेशाचं पालन केलं. बाकीच्यांनीही केलं. सुहेलदेवने स्वतःही एक मशाल घेऊन एका उंच धांड्यापाशी धरली. आग पेटली, जरा थरथरली, आता विझणार, असं वाटलं.

'चल, चल,' सुहेलदेव पुटपुटला.

जणू काही त्याचं बोलणं समजल्याप्रमाणे, अचानक त्याने पेट घेतला, ज्वाळांनी पूर्ण धांड्याला वेढून घेतलं. वाऱ्याचा एक झोत आला आणि त्यानेही जोराची फुंकर घातली. एकावरून दुसऱ्या धांड्याकडे लवलवत, आग पूर्ण शेतात पसरली. सुहेलदेवने समाधानाने हुंकार भरला.

'महादेवा, तुला शतशः धन्यवाद,' कपाळावरचा घाम पुसत तो पुटपुटला.

लवकरच उसाच्या त्या उंच शेताने चांगलाच पेट घेतला. आगीची एक उंच भिंत तयार झाली. सुहेलदेव आणि बाकीचे लोक साधारण पन्नास मीटर मागे गेले. पण तेवढ्या अंतरावरूनही आगीची धग जाणवत होती.

'आपण फक्त तेवढ्याच भागाला का आग लावली?' गोवर्धनने विचारलं. 'तुर्क अजूनही आपल्यापर्यंत पोचू शकतात.'

सुहेलदेव फक्त हसला. 'बघा...' मग तो इतरांकडे वळला. 'धनुष्य तैयार. जो कुणी आगीतून पुढे येईल त्याला खाली पाडा.'

सगळेजण घोड्यावरून पायउतार झाले आणि वाट बघू लागले.

बाण धनुष्यांवर चढवले होते. पायांत अंतर. श्वास स्थिर आणि धीमा. लढायला सज्ज.

काही मिनिटांनंतर, तुर्की पथकाची पहिली तुकडी त्यांच्याकडे येताना त्यांना ऐकायला आली.

अचानक, तुर्की बाजूकडून आरोळ्या, शपथा आणि शिव्याशाप ऐकू येऊ लागले, त्याच्या जोडीने होते चाबकांचे फटकारे आणि घोड्यांचे कळवळून खिंकाळणे.

अस्लन, गोवर्धन आणि तोशनी प्रश्नार्थक मुद्रेने त्यांच्या नेत्याकडे बघू लागले.

‘गवताळ प्रदेश दुसऱ्या बाजूला अचानक खचू शकतो,’ सुहेलदेवने शांतपणे समजावून सांगितले. ‘या भागातून इकडे येण्यासाठी एकच सुरक्षित रस्ता आहे—जे शेत आपण आताच पेटवून दिलं. जर त्यांना आपल्याला पकडायचं असेल, तर त्यांना या पेटलेल्या शेतातूनच पुढे यावं लागेल.’

‘आणि श्रद्धाळू मुस्लिम जळून जायला प्रचंड घाबरतात, जिवंतपणी किंवा मेल्यावरही,’ अस्लन म्हणाला. तो इतक्या हळू आवाजात बोलला, की त्याचा आवाज कुजबुजल्यासारखाच आला, पण सुहेलदेवने ते ऐकलं.

सुहेलदेव अस्लनकडे वळला. त्याचा चेहरा पत्थरासारखा कठोर झाला होता. ‘बरोबर आहे. ज्या क्षणी तू मला ते सांगितलंस, तेव्हाच मला कळलं होतं की हे कधीतरी कामी येईल. आमची मूर्तीवरची श्रद्धा आणि विश्वास यांना ते आमच्याविरुद्ध वापरतात. आम्हीही त्यांच्या श्रद्धेचा उपयोग त्यांच्या विरुद्ध करू.’

तेवढ्यात, एक तुर्क घोडेस्वार त्या आगीतून बाहेर येताना दिसला, त्याच्या कपड्यांनी पेट घेतला होता. तोशनीने कुशलपणे त्याच्या घोड्याच्या जीनच्या पट्ट्यावर अचूक बाण मारला. पट्टा तुटला, पण त्या जनावराला मात्र बाण फक्त चाटून गेला. खोगीर सुटं झालं आणि तुर्क घोड्यापासून वेगळा झाला. जमिनीवर काही लोळण घेतल्यावर तो गोवर्धनच्या पायांपाशी येऊन थांबला. महाकाय खाली वाकला, त्याने नेम धरल्यासारखा त्याच्या डोक्याला गदेचा एकदोनदा हलकासा स्पर्श केला. मग हत्यार मागे नेलं आणि सर्व शक्तीनिशी त्याला एक झोका दिला. त्या आघाताने तुर्काच्या मस्तकाची शकले झाली. त्याच्या सर्व यातनांचा तत्काळ अंत झाला.

आणखी एक घोडा आगीतून बाहेर आला. तोशनीने आणखी एक बाण सोडला, स्वाराच्या उजव्या डोळ्याचा वेध घेतला. तो किंचाळला आणि त्यांची मांड सुटली, तो पुन्हा आगीत जाऊन पडला. तो जमिनीवर पोचण्याआधीच अधाशी ज्वाळांनी निर्दयपणे त्याचा घास घेतला.

ज्वाळांमधून वाट काढत आलेले आणखी काही तुर्क तत्काळ पाडले गेले. मग थोडा वेळ सगळं थांबलं. सुहेलदेवला तुर्कांचे चढलेले आवाज आणि आणखी घोड्यांचं खिंकाळणं ऐकू येत होतं. तो अस्लनकडे वळला, तो नाराज दिसत होता. आपल्या धर्मबांधवांना जिवंत जळताना पाहून असेल, असं सुहेलदेवने गृहीत धरलं. पण

श्रावस्तीच्या युवराजाने त्याची फिकीर केली नाही. त्याला त्याच्या माणसांना वाचवायचं होतं आणि युद्धात सर्व क्लृप्त्या क्षम्य असतात.

अस्लनला माहीत नव्हतं, पण सुहेलदेव कामचलाऊ तुर्की भाषा शिकला होता. शत्रू महत्त्वाचा होता म्हणून. युवराजाला कळत होतं की सैनिक आरडाओरडा करत होते, आगीतून जायला नकार देत होते. तुर्क सहसा मृत्यूला घाबरत नाहीत. ते शूर लढवय्ये होते. पण त्यांना *अशा प्रकारच्या* मृत्यूचं भय वाटत होतं.

ते काय म्हणत होते ते सुहेलदेवला साधारण समजत होतं, पण त्याला अस्लनची परीक्षा घ्यावीशी वाटली. 'ते काय म्हणताहेत, अस्लन?'

अस्लनने लगेच उत्तर दिलं. 'तुर्की दलपती त्याच्या सैनिकांना आग विझवायचा हुकूम देतो आहे.'

तो खरं बोलला आहे.

सुहेलदेव घोड्यावर स्वार झाला आणि खोगिरावर उभा झाला, त्या उंचीवरून तो पलीकडचं पाहण्याचा प्रयत्न करत होता. 'त्याला वेळ लागेल. त्यांना नदीपर्यंत सहज पोचता येणार नाही. आणि आग छान मोठी पेटली आहे.' त्याने मागे पाहिलं. 'आपलं बाकीचं पथक एव्हाना पलीकडे पोचलं असेल. मला वाटतं आपण तिकडे धाव घ्यायची वेळ झाली आहे.'

त्याचा चमू चटकन आपापल्या घोड्यांवर स्वार झाला.

'चलो!'

ते तुफानी वेगाने नदीकडे दौडत निघाले. ते पाण्याजवळ पोचले, तेव्हा अरुंद लाकडी पुलाचा आकार त्यांच्यासमोर हेलकावत होता. होडीतून पार जाण्याव्यतिरिक्त—जी आत्ता तिथे मुळात नव्हतीच—नदी पार करण्याचा तेवढा एकच मार्ग होता.

फिकट चांदण्यात खालची नदी जेमतेम दिसत होती. पाण्याचा प्रवाह संथ वाटत होता, पण पूर्वीच्या अनुभवावरून सुहेलदेवला चांगलं माहीत होतं की हा संथपणा फसवा असू शकतो. नदीला चांगली ओढ होती आणि माणूसच काय, चांगला घोडासुद्धा सहज वाहून जाऊ शकला असता.

सुहेलदेवने पुलाकडे बोट दाखवलं. 'चला पटकन! आपण पलीकडे पोचताक्षणी, पूल नष्ट करा!'

त्याने मागे पाहिलं, आणि त्याच्या लक्षात आलं की शेतातली आग हळूहळू विझते आहे. तुर्क लवकरच त्या शेतातून पलीकडे येऊ शकले असते.

आपल्याजवळ वेळ फार थोडा आहे हे युवराजाच्या लक्षात आलं होतं. 'चला! चला! चला!'

ते वेगाने पार निघाले. दुसऱ्या बाजूला पोचणाऱ्या पहिल्या स्वारांमध्ये अस्लन होता. तो पुलाच्या खांबांशी झटापट करू लागला. 'मला मदत करा,' तो ओरडून गोवर्धनला म्हणाला. 'आपण अशा बेताने काम करू की शेवटचा माणूस अलीकडे आल्यावर काही क्षणांत पूल कोसळला पाहिजे.'

तो शेवटचा माणूस निघाला सुहेलदेव, आपला प्रत्येक माणूस सुरक्षित पलीकडे पोचला याची खात्री करत तो थांबला होता. त्याने पुलावर घोडा पिटाळला, इकडे त्याचे सहकारी त्याला लवकर येण्याची घाई करत होते.

वेगाने दौडत असतानाच, सुहेलदेवने एका सैनिकाच्या हातातील मशालीकडे निर्देश केला. गोवर्धनला पूल पेटवून देण्याचा आदेश दिला—आगीने पूल फार चटकन नष्ट केला असता. तो वेगाने दौडत होता, त्याच्या घोड्याच्या टापांचा लाकडी पुलावर वेगवान आवाज घुमत होता.

'हैक!' घोड्याला टाच मारत तो ओरडला, हातात पेटता पलिता घेऊन पुलाच्या खांबांकडे धावत निघालेला गोवर्धन त्याला दिसला होता.

'दे पेटवून!' सुहेलदेव जोरात ओरडला.

त्याचे सगळे सैनिक पलीकडे पोचले होते. सुहेलदेव जवळजवळ पलीकडे पोचलाच होता.

आणि, अचानक, तो ताठ झाला.

एक एकांडा तुर्क धनुर्धारी विझत चाललेल्या आगीतून पलीकडे आला होता आणि त्याने एक विषारी बाण सोडला होता. तो त्याने असाच सोडला होता, तो कुणाला लागेल अशी त्याला आशाही नव्हती.

पण केवळ दुर्दैव म्हणून, त्या बाणाने सुहेलदेवला गाठलं होतं. भयंकर वेगाने तो त्याच्या पाठीत घुसला.

युवराज खोगिरात कोलमडला. तसाच लगाम धरून राहाणं आणि दौडत राहाणं याने बाण मांसात आणखी खोलवर रुतत गेला असता. पण त्याची धन्य, तशाच स्थितीत तो पुढे जात राहिला. त्याला जाणं भाग होतं. अजून त्याने पूल पार केला नव्हता. आपण उजव्या बाजूला कलतो आहोत आणि वेळ खूप सावकाश चालला आहे असं त्याला भासत होते. त्याची दृष्टी अंधुक झाली. विषारी बाणाच्या जखमेचा तो परिणाम होता.

पण तो जात राहिला. बाण मांसात आणखी खोल रुतला.

आपली शक्ती संपत चालली आहे हे त्याला जाणवत होतं. पण तो जात राहिला. त्याला पूल पार करणं भाग होतं.

घोड्याच्या टापांचा आवाज बदललेला त्याला जाणवला. आता लाकडी पृष्ठभागावर घोड्याच्या नालांचा टणटण आवाज येत नव्हता. नदीकाठच्या जमिनीवर येणारी ती मऊ घसफस होती. खात्री करून घेण्यासाठी मागे वळून बघण्याची गरज नव्हती. त्याने पूल पार केला होता.

पूल पेटवा!

त्याची आज्ञा त्याच्या तोंडातून बाहेर पडली नाही. त्याला बाण लागून काही क्षणच झाले होते, पण तेवढा काळ सुहेलदेवला युगांसारखा वाटत होता.

मी पूल पार केला आहे! जाळून टाका!

काळाची गती आणखीच संथावली होती. मग तो हवेतून खाली पडत होता. पडत होता, पडत होता, अनंतकाळ पडतच होता. धाडकन तो जमिनीवर पडला, त्याचं डोकं नदीकाठच्या कठीण जमिनीवर आपटलं.

आणि जग अंधारात बुडालं.

प्रकरण १५

सुहेलदेवला जमिनीवर पडताना पाहिलं, तशी तोशनी हतबुद्ध होऊन बघत राहिली.

ती ओरडली, 'सुहेलदेव!'

ती तुर्की धनुर्धारीकडे वळली. तो नदीच्या दुसऱ्या तीरावर, आता जळत असलेल्या पुलाकडे दौडत होता. तिने धनुष्य पुढे घेतलं, ती ओरडत पुढे धावू लागली, त्याच वेळी तिने भात्यातून एक बाण काढला आणि एकाच सफाईदार हालचालीत बाण सोडून त्याला खाली पाडलं.

धावत्या लक्ष्याचा भेद करणं हे सोपं नसतं. काही अंतरावरून करणं तर अधिकच अवघड असतं. लक्ष्य जिथे आहे तिथे बाण मारला जात नसतो, तर काही क्षणांनंतर लक्ष्य कुठे असणार तिथे मारला जातो. आणि जोराने वाहणाऱ्या वाऱ्याने तोशनीचं काम अधिकच अवघड केलं होतं, ज्यामुळे बाणाच्या दिशेचा अंदाज बांधता येत नाही. त्याहून वाईट म्हणजे उजेड नव्हता, फक्त मंद चंद्रप्रकाश होता आणि त्यात लसलसणाऱ्या वेड्यावाकड्या ज्वालांचा व्यत्यय येत होता.

पण तोशनी सामान्य धनुर्धारी नव्हती.

जवळजवळ, एकाच वेळी ती अंतर, बाणाचा मार्ग, वाऱ्याची दिशा, जळत्या पुलाकडे रोरावत निघालेल्या तुर्की धनुर्धारीच्या घोड्याचा वेग या सगळ्या गोष्टींचं गणित मनात करत होती.

आणि तिने बाण सोडला.

ते अस्त्र वेगाने नदीपार गेलं आणि तुर्काच्या अंगात घुसलं, थेट त्याच्या छातीत घुसून उजव्या फुफ्फुसाला छिद्र पाडतं झालं. तुर्क उजव्या बाजूला कलू लागला, त्याचा घोडा दौडतच होता.

धनुर्धारीच्या कमाल कौशल्याचं प्रात्यक्षिक पाहून गोवर्धन आणि अस्लन स्तब्ध झाले. इतक्या दूर अंतरावरून इतकी अचूकता त्यांनी कधीही पाहिली नव्हती.

'सुहेलदेवला घ्या!' तोशनी ओरडली.

पालथ्या पडलेल्या सुहेलदेवच्या शरीराकडे गोवर्धन धावू लागला, तेव्हा त्याला नदीच्या दुसऱ्या तीरावर आणखी काही तुर्क पोचलेले दिसले.

पण तोशनीचं काम पूर्ण झालं नव्हतं. सुहेलदेवला बाण मारणारा तुर्की धनुर्धारी अजूनही घोड्यावर होता. जखमी. पण अजून जिवंत होता. तिने लगेच दुसरा बाण काढला, जरा ठोकला आणि सोडला. तो तुर्काच्या डाव्या खांद्यात घुसला.

आणखी एक. त्याने तुर्काचं पोट फाडलं.

तुर्क घोड्यावरून खाली पडला.

पण तोशनी थांबली नाही. तिने आणखी एक बाण काढला आणि सोडला. एक छान कमान घेऊन तो पुन्हा एकदा तुर्काच्या छातीत घुसला, या वेळी त्याने हृदयाचा वेध घेतला.

पण तोशनीचं काम अजूनही पूर्ण झालं नव्हतं.

तिने आणखी एक बाण मारला. त्याने तुर्काचा गळा विद्ध केला.

पण तिचं काम अजूनही पूर्ण झालं नव्हतं.

तिने आणखी एक बाण काढला, धनुष्यावर चढवला आणि आता ती मारणार, इतक्यात अस्लनने तिचा हात पकडला.

'मला वाटतं तो मेला आहे, तोशनी.'

तोशनी अस्लनकडे वळली, कालीमातेचा अंगार तिच्या डोळ्यांत फुलला होता. अस्लनने पाऊल मागे घेतलं. तो बिचकला.

तो सौम्य आवाजात बोलला. 'मला वाटतं तो मेला आहे...'

तोशनी मागे वळली. तिला दिसलं, की पर्वतप्राय गोवर्धनने एखाद्या बाळाला घ्यावं, तसं सुहेलदेवला खांद्यावर टाकलं होतं. तो धिप्पाड योद्धा आता सुरक्षित जागेसाठी झाडांच्या रेषेच्या मागे जाण्यासाठी धावत होता. तिथून ते नदीपारच्या तुर्की सैनिकांना दिसणार नव्हते.

तोशनी, अस्लन आणि सुहेलदेवच्या पथकातील काही धनुर्धारी नदीकाठीच थांबले. दुसऱ्या तीरावर जमलेल्या तुर्कांवर नजर ठेवून राहिले. पूल ओलांडण्याचा प्रयत्न कुणा मूर्खाने केलाच तर त्याला टिपायला ते सज्ज होते. तो पूल आता जवळजवळ भस्मसात झाला होता. फळ्या केव्हाही कोसळल्या असत्या. तुर्कांना ते माहीत होतं.

काही क्षणांनी, एक मोठ्ठा आवाज करून पूल छिन्नभिन्न होऊन नदीत कोसळला, तेव्हा सुहेलदेवच्या सैनिकांनी जोरात विजयाची आरोळी ठोकली.

तुर्की दलपतीने त्याच्या एका सैनिकाला नदीत घोडा घालण्याचा आणि त्याला पोहत पलीकडे न्यायचा हुकूम दिला. हा सैनिक म्हणजे बळीचा बकरा होता. कारण बाकीचे तुर्क होते तिथेच थांबले. पाण्यातून पोहून पलीकडे जाण्याचा मार्ग कितपत सुरक्षित आहे हे ते बघत होते.

त्या तुर्की सैनिकाने मुळीच वाद घातला नाही याचं तोशनीला फारच कौतुक आणि आश्चर्य वाटलं. आपल्या जिवाची पर्वा त्याला वाटत नव्हती. त्याने ताबडतोब चुचकारत घोड्याला पाण्यात न्यायला सुरुवात केली. घोडा जपून पाण्यात उतरला. प्रवाहाला फार जोर नाही हे पाहून त्याचा आत्मविश्वास वाढला. तो पाण्यात आणखी आणखी खोल गेला. एकूण अंतरापैकी तिसरा भाग त्याने कापला असेल, तेव्हा त्या जनावराच्या हालचालीत अस्वस्थता जाणवू लागली. तुर्क मागे वळला त्याच्या नायकाकडे बघण्यासाठी. एकदाच शेवटचं. घोडा भीतीने खिंकाळला आणि प्रवाहाने घोड्याला दूर फेकलं, स्वार अजूनही घोड्यावरच होता.

'यामुळे ते अजून जरा थांबतील,' अस्लन म्हणाला. मग त्याने मागे पाहिलं. गोवर्धन आणि बाकीचे बरेच जण साधारण पन्नास मीटर अंतरावरच्या झाडांच्या दाट भागात अदृश्य झाले होते.

'चला, निघूया!'

'त्याला एका चांगल्या वैद्याची गरज आहे,' तोशनी म्हणाली.

सुहेलदेवची टोळी सध्यातरी त्या झाडीत सुरक्षित होती. तुर्कांना नदी पार करून येण्यासाठी बराच लांबचा वळसा घालून यावं लागलं असतं. निदान पूर्ण एक रात्रभर दौड मारावी लागली असती. त्यामुळे त्यांनी सुहेलदेवला आडवं ठेवलं होतं आणि अस्लन बाण बाहेर काढण्याच्या खटपटीत होता.

'तुला इथे कुठे चांगला वैद्य दिसतो आहे?' अस्लनने विचारलं. 'हे बघ, मी युद्धातल्या अनेक जखमा पाहिल्या आहेत आणि माझ्या सूफी काळात मला

उपचारांची मूलभूत माहिती झालेली आहे. आत्ता तरी इथे मी हाच सगळ्यात चांगला पर्याय आहे.'

तोशनी फणकारली, तिला काहीच पटलं नव्हतं. 'ऐकून घे माझं, तुर्का, जर का त्याला काही झालं...'

अस्लनने डोळे मिटून एक खोल श्वास घेतला. जेव्हा त्याने बोलायला सुरुवात केली, तेव्हा त्याचा आवाज शांत आणि तोलूनमापून होता, पण अत्यंत थंड होता. 'तोशनी, मी तुर्क असेन, पण मी राक्षस नाही. आणि मी कुणी देवदूतही नाही. मी कुणाच्या आयुष्याची हमी देऊ शकत नाही. पण माझ्यावर विश्वास ठेव. सुहेलदेवला इजा न होऊ देण्याचा मी जास्तीत जास्त प्रयत्न करीन. तो माझा मित्र आहे आणि नेताही आहे.'

गोवर्धन मध्ये पडला. 'आपण विश्वास ठेवू शकतो असा कुणी वैद्य आहे का इथे? कुणी जवळपास?'

सुहेलदेवच्या एका सैनिकाने मान हलवली. 'एक आहे. पण त्याचं गाव इथून निदान एका दिवसाच्या मजलेवर आहे.'

'ठरलं तर मग,' गोवर्धन म्हणाला. 'बाण पाठीत घुसलेल्या अवस्थेत तो एक दिवसभर धक्के खात प्रवास करेल हे शक्य नाही.' गोवर्धन अस्लनकडे वळला. 'हो पुढे. तुला जे योग्य वाटतं ते कर.'

अस्लनने मान डोलावली आणि तो झटकन त्याच्या घोड्याकडे गेला. त्याच्या खोगिराच्या कप्प्यात काही साधनसामग्री होती.

दरम्यान, गोवर्धनने सैनिकांकडे वळून परिघावर सुरक्षा कशी ठेवायची याच्या सूचना दिल्या. समजा जर का तुर्कांनी नदी पार करणं जमवलंच तर.

अस्लन लवकरच परत आला. त्याच्या पाठीवर एक पिशवी होती. गोवर्धन आणि तोशनी सुहेलदेवजवळ खाली वाकले, त्याला पोटावर पालथं झोपवलं होतं. बाण सुहेलदेवच्या पाठीत एक कोन साधून घुसला होता.

अस्लन सुहेलदेवशेजारी उकिडवा बसला. त्याने बाणाला हलकेच स्पर्श केला आणि तो जिथे शरीरात गेला होता त्या बिंदूचं निरीक्षण केलं.

'आपल्याला आता बाण बाहेर काढायचा आहे का?' गोवर्धनने विचारलं.

अस्लनने मान हलवली. 'आधी मला तपासू दे की तो हाडात तर रुतला नाहीये ना. तसं असेल आणि बाणाचं टोक जर आत राहिलं, तर ते त्याचा सावकाश आणि वेदनामय मृत्यू घडवेल.'

अस्लनने बाणाचा दांडा पकडला आणि किंचित फिरवला. अगदी किंचित.

सुहेलदेव वेदनेने कण्हला. तोशनी त्या आवाजाने शहारली, पण अस्लनने समाधानाचा हुंकार दिला.

'दांडा हलतोय सहज,' अस्लन म्हणाला. 'ही चांगली गोष्ट आहे.'

त्याने जंतुनाशक द्रव्याने कापडाचा एक स्वच्छ तुकडा भिजवला. हे द्रव्य तो नेहमी त्याच्या खोगिराच्या कप्प्यात ठेवत असे. मग त्याने त्याने त्याची एक घट्ट घडी केली आणि गोवर्धनच्या हातात दिली. मग त्याने एक चिमटा बाहेर काढला आणि तोशनीला दिला.

'आता तू ही जखम थोडी फाकवायची आणि ती तशीच उघडी ठेवायची. होता होईल तितका बाण सहज बाहेर आला पाहिजे.' तोशनीचा चेहरा जरा फिकुटला, पण तिने निग्रहाने मान डोलावली आणि चिमटा जखमेत ठेवला. सुहेलदेव कण्हला आणि हलला.

'आता थोडाच वेळ हं,' त्याच्या डोक्यावर हलकेच थोपटत तोशनी गोड आवाजात म्हणाली. 'झालंच हं आता.'

तोशनीचा आवाज ऐकून सुहेलदेव सैलावला. अस्लनने एक छोटा चिमटा बाहेर काढला. अगदी हळुवारपणे त्याने तो जखमेत घातला. हळूहळू, काळजीपूर्वक बाणाच्या दंडाचा अंदाज घेत तो बाणाचं टोक लागेपर्यंत खाली गेला. चिमट्यात त्याने बाणाचं टोक पकडलं आणि पकड घट्ट केली. ते निसटणार नाही याची खात्री झाल्यावर त्याने ते बाहेर ओढलं.

ओढल्याचा आवाज करत बाण सैल होऊन बाहेर आला. ताबडतोब रक्ताचा प्रवाह वाहू लागला. अस्लनने ती कामचलाऊ घट्ट घडी रक्त साकळेपर्यंत जखमेवर जोरात दाबून धरली.

'हाडाला काही दुखापत नाही आणि फारसा रक्तस्राव नाही. हा फार नशीबवान माणूस आहे.' अस्लनने जंतुनाशक कापडाने जखम स्वच्छ केली. मग पाठपिशवीत हात घालून एक लहानसा बटवा बाहेर काढला. त्यातून एक सुई आणि गुडुचीच्या झाडाचे तंतू बाहेर काढले. 'मी तुमच्या आयुर्वेदाची तंत्रंसुद्धा शिकून घेतली आहेत. गुडुचीचा तंतू टाके घालण्यासाठी उत्तम. त्यांच्यात पुतिरोधी गुणही असतात, म्हणजे त्यामुळे जखमेत पू होत नाही.'

अस्लनने जखम बंद करण्यासाठी ती शिवायला सुरुवात केल्यावर गोवर्धनने, युवराजाने हलू नये म्हणून सुहेलदेवचे खांदे घट्ट खाली दाबून धरले.

'तुला टाके थोडे लहान नाही का घालता येणार?' तोशनीने विचारलं. 'हा व्रण खूप मोठा होईल नंतर.'

अस्लन किंचित हसला, त्याचं सर्व लक्ष सुहेलदेवची जखम आणि तो करत असलेलं काम यांवर केंद्रित झालं होतं. 'मी काही तज्ज्ञ शल्यचिकित्सक नाही, तोशनी. जखम उघडी राहण्यापेक्षा सुहेलदेववर एक मोठा व्रण असलेला केव्हाही बरा.'

तोशनीने पुढे काही वाद घातला नाही. तर्क बेजोड होता.

टाके घालून झाल्यावर, अस्लनने जखम नीट काळजीपूर्वक तपासली. त्याचं समाधान झाल्यासारखं दिसलं. त्याने पाठपिशवीत हात घालून एक शिसा काढला. 'ठीक, आता फक्त मला पुन्हा एकदा जखम स्वच्छ केली पाहिजे.'

गोवर्धनने हवेत हुंगल्यासारखं केलं. 'हे मद्य आहे. तू तर पीतसुद्धा नाहीस. मग हे कशाला घेऊन फिरतोस?'

'अशा प्रसंगांसाठी,' अस्लन म्हणाला. 'हे फार तीव्र मद्य आहे. हे पिण्यासाठी नाही. हे उत्तम जंतुनाशक आहे. आता त्याला नीट दाबून धर. हे फार झोंबणार आहे.'

त्याने झटकन त्या मद्याने जखम स्वच्छ केली. सुहेलदेवच्या तोंडून वेदनेचा चीत्कार उमटला, पण तो हलणार नाही आणि जखम पुन्हा उघडणार नाही याची दक्षता घेत गोवर्धनने त्याच्या खांद्यांना धरून त्याला घट्ट दाबून धरलं होतं.

'छान, छान, आता हे कुठल्याही दुष्ट जंतुसंसर्गाला दूर ठेवेल,' अस्लन म्हणाला. मग तो तोशनीकडे वळला. 'आता माझ्या पाठपिशवीतलं आणखी एक लांब कापड घेऊ आणि छानपैकी पट्टी बांधून टाकू.'

तोशनीने मान डोलावली. त्यांचं काम पूर्ण झाल्यावर अस्लनकडे वळून तिने विचारलं, 'तो बरा होईल ना?'

अस्लनने खांदे उडवले. 'माझ्याजवळ जे होतं, त्यातून मला जे सर्वोत्तम करण्यासारखं होतं ते मी केलं. सुहेलदेव तरुण आणि मजबूत आहे. इन्शा अल्लाह, तो यातून पूर्णपणे बरा होईल.'

'धन्यवाद,' ती म्हणाली, क्षणभर घुटमळली आणि थांबत थांबत पुढे बोलू लागली, 'मला माफ कर, मी तुझ्याशी फार उद्धटपणे बोलले.'

'असू दे... आपल्या दोघांनाही त्याची काळजी वाटत होती. आणि तुझं बरोबर होतं, आपल्याला त्याच्यासाठी एका चांगल्या वैद्याची गरज आहेच.'

ताण निवळल्यामुळे, गोवर्धनला विनोद केल्यावाचून राहवलं नाही. 'तुझ्या मद्यसाठ्याबद्दल मला माहीत नव्हतं ही किती वाईट गोष्ट आहे. ते फार काळ टिकलंच नसतं तिथे!'

अस्लन थोडा हसला. 'म्हणूनच तर मी तो गुप्त ठेवला होता!'

सुहेलदेवला हळूहळू जाग आली. त्याच्या पापण्या जड झाल्या होत्या. त्याला दिलेल्या वेदनाशामक जडीबूटी आणि त्याहूनही तीक्ष्ण विष-विरोधी औषधे यांनी आणलेल्या गुंगीशी तो झगडत होता, त्याचं सगळं शरीरच जड झालं होतं.

त्याच्या किंचित उघडलेल्या डोळ्यांपुढची प्रकाशाची तीव्रता जरा कमी झाली, त्याला जाग आली. उजेडाला डोळे जरा सरावल्यावर त्याने बाजूला पाहिलं. तिथे कुणीतरी होतं. खुर्चीवर बसलं होतं. झोपलं होतं, त्या व्यक्तीच्या मागून ऊन येत असल्याने त्या व्यक्तीच्या डोक्याभोवती जणू एक प्रभावळच दिसत होती. त्यामुळे त्या आकृतीला देवत्व प्राप्त झालं होतं.

काय...?

डोळ्यांची बऱ्याच वेळा उघडझाप केल्यावर त्याचे डोळे उजेडाला अधिक सरावले. त्याला आधीपेक्षा स्वच्छ दिसू लागलं. तो एका झोपडीत एका बाजेवर झोपला होता. तिथे अन्य कुणीही नव्हतं. फक्त एक तरुणी खुर्चीवर झोपली होती. तिच्या हातात थंड पाण्याची घडी होती. उघडच ती त्याची काळजी घेत असावी. आणि बहुधा तिला झोप लागली असावी. दमली असेल बहुतेक.

तोशनी...

त्याने स्मित केलं. किंवा त्याला स्मित करण्याची इच्छा होती. ते खरंच त्याच्या चेहऱ्यावर दिसलं की नाही याबद्दल त्याला शंका होती.

झोपेने पुन्हा एकदा त्याचा ताबा घेतला.

सुहेलदेवचे डोळे उघडले. प्रकाश सौम्य होता. भिंतीतल्या कोनाड्यात फक्त एक दिवा होता.

रात्र झाली आहे. किती वेळ झोपलो आहे मी?

तो खोकला आणि त्याने कूस किंचित हलवली. खोलीच्या दुसऱ्या कोपऱ्यात कुणीतरी उठून बसल्याचा आवाज आला. ती व्यक्ती जवळ आल्यावर सुहेलदेवने तिला ओळखलं. ती तोशनी होती.

वेदनाशामकांचा प्रभाव ओसरत होता. पण, भयंकर वेदना होत असूनही, सुहेलदेवच्या हृदयात प्रेमाचे ठोके पडायला सुरुवात झाली होती.

हा माहौल चुकवणं अवघड होतं.

एकुलत्या दिव्याचा सौम्य, मंद उजेड. उघड्या दारातून आत येणारं चांदणं. दूरवर गावातला रखवालदार गात असलेल्या गाण्याचा आवाज. राधाकृष्णाच्या दैवी प्रेमाचं गीत.

सुहेलदेव आत्ता प्रथमच तोशनीकडे नीट पाहात होता. तिचे केस मोकळे होते. चेहरा स्वच्छ धुतलेला होता. तिला प्रथम पाहिलं तेव्हाच त्याला तिचं आकर्षण वाटलं होतं, तेव्हा ती घाम आणि धूळ यांनी भरलेली असली तरीसुद्धा. पण तिचा चेहरा किती विलक्षण सुंदर आहे याची आतापर्यंत त्याला जाणीवच झाली नव्हती.

श्वास घेणं अवघड झालं.

त्याने स्मित केलं. किंवा निदान तसा प्रयत्न केला.

तोशनीच्या चेहऱ्यावर काळजी उमटली. 'तू का कण्हतो आहेस? फार दुखतंय का? मी आणखी वेदनाशामक मागवू का?'

नाही. मी कण्हत नाहीये. मी स्मितहास्य करण्याचा प्रयत्न करतो आहे.

पण काहीच शब्द बाहेर पडले नाहीत.

'सुहेल?'

अं... सुहेल... सुहेलदेव नाही... आवडलं आपल्याला...

झोपेने पुन्हा एकदा त्याचा ताबा घेतला.

सुहेलदेवला जाग आली तशी त्याने डोळ्यांची बऱ्याच वेळा उघडझाप केली. प्रकाश चांगलाच प्रखर होता. सूर्य नक्कीच डोक्यावर आला असणार. तो किंचित चाळवला.

पुढच्याच क्षणी तोशनी त्याच्या समोर हजर होती.

तो हसला.

तोशनीही उत्तरादाखल हसली. 'बरं वाटतंय आता?'

हां! आता चेहऱ्यावर बरोबर भाव आले तर...

'पाणी...' तो कुजबुजला. त्याच्या घशातून फक्त एक खरखर आली.

तोशनी पाठीमागे बसलेल्या आणखी एका सैनिकाकडे वळली. तो उठला, बाजूला ठेवलेल्या माठातून त्याने मातीच्याच पेल्यात पाणी ओतलं आणि सुहेलदेवला प्यायला मदत केली.

'छोटे छोटे घोट घे, गटागटा पिऊ नको,' तोशनीने सल्ला दिला.

त्याच्या ओठांच्या दोन्ही कोपऱ्यांतून पाणी बाहेर आलं आणि त्याच्या छातीवर ओघळलं. तिने ते स्वच्छ पुसलं. हलकेच.

फटाकड्या लढाऊ तोशनीला इतकं हळुवार आणि त्याची काळजी घेताना बघणं त्याला थोडं विचित्र वाटत होतं. अगदी लहान मुलाची काळजी घेतल्यासारखं...

सुहेलदेव त्याच्या सैनिकाकडे वळला. 'गोवर्धनला... शोध...'

सैनिकाने सलाम केला आणि तो झोपडीच्या बाहेर गेला.

अचानक, तुर्कांशी झालेल्या लढाईच्या स्मृतींचा लोंढा त्याच्या मनात जागा झाला. 'काही नुकसान... आपल्या बाजूचं?'

'नाही,' तोशनीने उत्तर दिलं. 'सगळे वाचले. कुणीही गंभीर जखमी नाही.'

छान.

मग, तोशनी खोडकर हसली. 'कुणीही गंभीर जखमी नाही, एक तू सोडून. बहुतेक तू घोडा फार हळू पळवतोस.'

सुहेलदेव सौम्य हसला. *आह्, या बाईला मी ओळखतो.*

गोवर्धन पडळीत आत आला. 'भगवान रामाची कृपा, तू ठीक आहेस.'

सुहेलदेव हळू आवाजात पुटपुटला, 'जय श्री राम...'

भगवान रामाचा विजय असो.

गोवर्धन आणि तोशनीने पुनरुच्चार केला, 'जय श्री राम.'

'पण,' गोवर्धन पुढे म्हणाला, 'तुझ्यावर उपचार करणाऱ्या गावातल्या वैद्याचे तू आभार मानू शकतोस आणि या तरुण मुलीचेसुद्धा, हिने तुझी इतकी उत्तम काळजी घेतली आहे. आम्ही सगळे आळीपाळीने विश्रांती घेत होतो, पण ही मुलगी दिवसरात्र तुझ्या उशाशी बसून होती.'

सुहेलदेवचे डोळे तोशनीकडे वळले. तिच्या चेहऱ्यावर एक लाजरं हसू होतं. त्याच्या चेहऱ्यावरच्या संकोचलेल्या स्मितहास्याशी अगदी मिळतंजुळतं.

अवघडलेली शांतता. काही शब्द बोलले गेले नाहीत.

दुर्दैवाने, परिस्थितीचा नाजूकपणा लक्षात येणाऱ्यांमधला गोवर्धन नव्हता. त्याचं बोलणं पुढे चालूच होतं, जणू लक्षात येण्यासारखं काही घडलंच नव्हतं. 'तू दोन दिवस बेशुद्ध होतास. सुरुवातीला अस्लनने तुला ठीक केलं. त्याने खरंच तुला वाचवलं. कारण आम्हाला नंतर समजलं की तो बाण विषारी होता आणि तो जर आतच राहिला असता तर फार नुकसान झालं असतं. त्यानंतर आम्ही तुला इथल्या गावातल्या वैद्याकडे आणलं, त्यानेच लपण्यासाठी या पडक्या पडळीची सोय केली. तो काहीतरी वाईट वासाचा काढा घेऊन आला आणि दर काही तासांनी तुझ्या जखमेवर लावत राहिला. त्याचा उपयोग झाला हे दिसतंच आहे!'

'अब्दुल... कुठे आहे?' सुहेलदेवने विचारलं. 'तो... काळजीत असेल.'

'मी इथेच आहे, महाराज,' झोपडीच्या दारात उभा राहून अब्दुल म्हणाला, 'आता मला मुळीच काळजी वाटत नाही.'

'मित्रा...' सुहेलदेव कुजबुजला.

अब्दुल झोपडीच्या आत आला. 'गोवर्धनने एका निरोप्याला माझ्याकडे धाडलं आणि शक्य तितक्या लवकर मी इथे पोचलो. प्रवास करण्याची शक्ती येईपर्यंत तुला काही दिवस विश्रांती घेतली पाहिजे. त्यानंतर आपण सगळे निघून जाऊ. अस्लनही तोवर परत यायला हवा.'

सुहेलदेवच्या कपाळाला आठी पडली. 'तो कुठे... गेला आहे...'

'तो त्याच्या हेरगिरीच्या आणखी एका कामगिरीवर गेला आहे,' अब्दुल म्हणाला. 'आपण इथे सुरक्षित आहोत याची खात्री झाल्याबरोबर तो निघाला. लवकरच परत येतो म्हणाला.'

सुहेलदेवने अब्दुलकडे पाहिलं. पण काही बोलला नाही. निदान प्रकटपणे तरी नाही.

अस्लनने आपल्याला गावावरच्या धाडीची बरोबर माहिती दिली. नदीवरच्या लढाईत माझे प्राण वाचवले. आता मी त्याच्यावर पूर्ण विश्वास टाकायची योग्य वेळ आली आहे.

तो तुर्क असेल. पण तो आपल्यातला एक आहे.

पण सुहेलदेवला हेही माहीत होतं की अब्दुलने अस्लनच्या मागावर कुणालातरी पाठवलं असणार. आणि स्वतःच्या तात्पुरत्या छावणीभोवती कडा पहारा बसवला असणार. त्याला माहीत होतं की अब्दुलशी वाद घालण्यात, अस्लनच्या विश्वासार्हतेबद्दल त्याची खात्री करण्यात काही अर्थ नाही.

त्याने ते तसंच सोडून दिलं.

प्रकरण १६

दाट जंगलात खोलवर, गंगेच्या पठारावरील कोणत्याही वस्तीपासून दूर, तुर्की सैन्याची एक लहानशी तुकडी जमा झाली होती. चोख, अजिंक्य, लढवय्ये सैनिक त्या एकाच लष्करी तंबूभोवती पहारा देत होते. त्यांचा मालक आणि सेनापती सालार मक्सूद नुकताच तिथे आला होता. नेहमीप्रमाणे तो घाईत होता. त्याच्या प्रेमिकाला भेटण्यासाठी तो वेगाने तंबूत शिरला होता. आणि सैनिक पहारा देत होते. सावधपणे.

त्या लहानशा लष्करी तंबूची बरीचशी जागा पलंगानेच व्यापली होती. करीमच्या मांडीवर डोकं ठेवून मक्सूद आरामात बिछान्यावर पहुडला होता. करीमच्या चेहऱ्यावर हास्य होतं. त्याचा हात मक्सूदच्या रुंद खांद्यांवरून सावकाश खाली फिरवत होता. मक्सूदच्याही चेहऱ्यावर हास्य होतं, तो करीमच्या चेहऱ्यावरून हात फिरवत होता.

'मी तुझ्या डोळ्यांत कायमचा हरवून जाऊ शकतो,' करीम कुजबुजला.

'तू माझ्या जीवनातला प्रकाश आहेस, माझ्या लाडक्या.'

करीम खाली वाकला आणि त्याने मक्सूदचे हळुवार चुंबन घेतले. दीर्घ, सावकाश, आकंठ प्रेमाने. ते दूर झाल्यावर करीमने खोल श्वास घेतला.

'हे पुरे झाले, मक्सूद,' करीम म्हणाला. 'घरी जाऊया. गझनीला परत जाऊया.'

मक्सूदने मान हलवली. 'ते शक्य नाही. ते शक्य नाही हे तुला माहीत आहे. हा प्रत्यक्ष सुलतानाचा हुकूम आहे.'

'हे इतकं का महत्त्वाचं आहे?'

'कारण ते आहे.'

'नाही, ते नाहीये. महत्त्वाचं काय असेल तर ते तू आणि मी. तू सुलतानासाठी आधीच खूप केलं आहेस. आता हे होत नाही म्हणून त्याला सांगून टाक. हे अशक्य आहे. आणि मग...'

'मला नाही जमणार ते.'

'मक्सूद...'

'नाही जमणार मला, करीम. आम्हा तुर्कांची इतिहासाने आठवण ठेवायची असेल तर आम्ही दोनपैकी एका देशाला जिंकून घेतलंच पाहिजे. भारत किंवा चीन. या दोनच देशांमध्ये पृथ्वीवरची सर्वात जास्त लोकसंख्या आणि संपत्ती आहे. मूर्तिपूजकांच्या आणि पाखंडी लोकांच्या या समृद्ध देशांवर जर आपण राज्य केलं, त्यांची अपवित्र संस्कृती नष्ट केली, आणि त्यांना आपल्या श्रद्धेत आणलं तरच आपल्यावर स्वर्गात कृपादृष्टी होईल आणि आपल्या मरणोत्तर जीवनात आपल्याला कुमारिका मिळतील. एकदा का भारत किंवा चीन इस्लामच्या तलवारीखाली आला, तर सारं जग शरण येईल आणि सारी भूमी दार-उल-इस्लाम होईल. अल्लाहने हे कार्य आपल्यावर सोपवलं आहे.'

'मक्सूद, तुला असं वाटतं की अल्लाहने तुला लाखो लोकांची कत्तल करायचा हुकूम केला आहे? खरंच? अल्लाह कधीच असं करणार नाही. प्रेम एवढा एकच—'

मक्सूदने हात वर करून करीमचं तोंड झाकून टाकलं. मृदूपणे. 'मी तुला आधीच सांगितलं आहे, जानेमन. अशा गोष्टी मोठ्याने बोलू नको. हा धर्मद्रोह आहे. यातला एक जरी शब्द सुलतानाच्या कानांवर पडला, तरी आपण...'

करीमने आणखी एक खोल श्वास घेतला आणि दुसरीकडे पाहिलं. त्याचं मक्सूदवर अतिशय प्रेम होतं. आणि त्याच्या प्रेमाखातर तो त्याचं सूफी तत्त्वज्ञान, त्याची श्रद्धा दाबून टाकायला तयार होता. 'पण सुलतानाला जर जिंकायचं आणि राज्य करायचं असेल, तर त्याला तू कशाला भारतभर हिंडून हवा आहेस? वेषांतर करून? हे धोक्याचं आहे. तू मला सांगितलेल्या युद्धतंत्रांचा मी उपयोग करतो आहे. आणि आपण लढाया जिंकतोही आहोत. पण मी तुला आधी सांगितलं आहे, आपल्या सैन्यात फार थोडे सैनिक आहेत. आपण भारतीय सैन्यावर विजय मिळवू शकतो, पण भारतीय नागरिकांना दडपण्यासाठी आपल्याकडे पुरेसे सैनिक नाहीत. गझनीहून आणखी तुर्क पाठवायला हवेत. मोठ्या सैन्यानिशी आपण जिंकू शकतो आणि राज्य करू शकतो. सुलतानाला हे सांगायला हवं.'

मक्सूदने मान हलवली. 'नाही, करीम. आम्ही तुर्क कडवे योद्धे आहोत. जगात सर्वोत्कृष्ट. पण आमचं सैन्य, गझनीतले सगळे सैनिक धरले, तरी संपूर्ण भारतावर *राज्य करायला* अपुरं आहे. भारतीय संख्येने खूपच जास्त आहेत. आक्रमण करणे, लुटणे

आणि आपल्या स्वतःच्या गझनीच्या राज्यात सुरक्षित परत जाणे एवढीच आपली शक्ती आहे. आपल्याला राज्य करायचं असेल, तर भारतीय विरोध कायमचा मोडून काढायला हवा.'

'त्यांचा विरोध कायमचा मोडून काढायचा? ते भारतीय लाखो हजारो आहेत. कसं काय...'

'दक्षिण भारताची भूमी सोडून दे. तिथले बहुतेक जण लढवय्ये, आक्रमक हिंदू आहेत. पण उत्तर भारतातील बराचसा भाग, विशेषतः अभिजन, हे दुर्बल आणि अहिंसक बनले आहेत. ते शाकाहाराचा आणि स्त्रियांच्या हक्काचा गौरव करतात. ते शक्तिहीन आहेत. आपण प्रथम उत्तर भारत जिंकू शकतो, तिथे आपला जम बसवू शकतो आणि मग दक्षिणेकडे जाऊ शकतो.'

'पण अगदी उत्तर भारतातसुद्धा कितीतरीच लोक आहेत. हा प्रदेश इतका मोठा आहे, आणि—'

मक्सूदने करीमचं बोलणं तोडलं. 'तुझ्या लक्षात येत नाहीये. मी इथे अनेक वर्षं घालवली आहेत, यांच्यात मिसळलो आहे, त्यांचा अभ्यास करतो आहे... फक्त एकाच ध्येयाने: यांची विचित्र संस्कृती समजून घेणे. मला जे समजलं आहे ते असं की इथे एक उत्तर भारत नाही. खरं तर तीन उत्तर भारत आहेत.'

'तीन?'

'होय. उच्चवर्णीय हिंदूंचा एक उत्तर भारत आहे. आपण आपल्या धाडींमधून एकामागून एक त्यांची राज्ये टिपली आहेत. धर्मयुद्धाच्या त्यांच्या काहीतरी मूर्ख कल्पनांमुळे ते आपल्यावर विजय मिळवू शकत नाहीत हे निश्चित झालं आहे. आणि त्यांच्या जाति-अभिमानामुळे सर्वसामान्य लोक त्यांच्यासाठी लढणार नाहीत हेही निश्चित आहे.'

'आणि दुसरा?'

'दुसरा उत्तर भारत आहे बौद्धांचा. भारतातील बहुसंख्य बौद्ध व्यापारी समाजांचे आहेत. आणि त्यांची सर्वात जास्त संख्या पंजाब, अफगाणिस्तान आणि बंगाल इथे एकवटलेली आहे. त्यांना हरवणं सर्वात सोपं आहे. अहिंसा, प्रेम आणि करुणेवर त्यांचा विश्वास आहे. आणि त्यांना खरंच असं वाटतं की काही वर्षांपूर्वीपर्यंत तुर्क बौद्ध होते, त्यामुळे आपण त्यांच्याशी क्रूरपणे वागणार नाही.' हे बोलताना मक्सूद खिदळला.

करीमला यात काही विनोदी वाटलं नाही. कारण तो लहान असताना त्याला जिथून उचलून आणलं होतं, तेव्हाचे त्याचे पालक बौद्ध होते.

आपण काय केलं हे चटकन मक्सूदच्या ध्यानात आलं आणि तो चटकन पुढच्या विषयाकडे गेला. 'उत्तर भारतातला तिसरा गट आहे निम्नवर्णीय हिंदूंचाः शेतकरी, कारागीर असे लोक. आपल्या राज्याला खरा विरोध होणार आहे तो इथून. मी जे शिकलो आहे ते हे आहे.'

'पण ते जर खालच्या जातींचे असतील, तर ते संघटित नसतील. त्यांचा विरोध मोडून काढायला त्यांच्याकडे नेतृत्वच नसेल.'

'खरं तर, आपल्याला वाटतं त्यापेक्षा ते जास्त संघटित आहेत. काही निम्न जातींनी स्वतःची राज्ये स्थापन केली आहेत. आणि त्यांच्यातले काहीजण या विरोधाचं नेतृत्व करू शकतात. त्यांच्यातल्या एका विशिष्ट नेत्याचा माग मी ठेवला आहे. मी त्याचा अभ्यास करतो आहे.'

'तू सरळ त्याची...'

'हत्या का नाही करत?' मक्सूदने विचारलं. 'मी त्याच्यावर विचार केला. तशा काही संधीही होत्या. पण आपण जर त्याला दगाबाजी करून मारलं, तर आपणच त्याला हुतात्मा, एक स्फूर्तिस्थान बनवून टाकू. त्यामुळे विरोध आणखी कडवा होईल. आणखी एक नेता जन्माला येईल. हे आपल्याला नको आहे. आपण त्याला योग्य ठिकाणी, योग्य वेळी मारलं पाहिजे. खुल्या युद्धात या नेत्याचा आपण पराभव केला पाहिजे. योग्य आणि न्याय्य. आपण त्याचं एक उदाहरण तयार करू शकू. जाहीरपणे. आपण त्याला फूस लावून खुल्या युद्धात खेचून आणलं पाहिजे. आणि मग त्याच्या प्रत्येक अनुयायाला वेचून मारलं पाहिजे. म्हणजे मग त्या निम्न जातीच्या भारतीय नेत्यासारखं कुणाला व्हायचं असेल, तर त्याच्या मनात एकाच ईश्वराची भीती उत्पन्न होईल. कदाचित आपण त्याच्या छिन्नविच्छिन्न देहाची धिंड साऱ्या उत्तर भारतभर काढू. कदाचित त्याचा जाहीरपणे अनन्वित छळ करू. याने विरोध मोडून जाईल. मग आपण कयामतच्या दिवसापर्यंत राज्य करू.

करीम गप्प राहिला. त्याचं मक्सूदवर गाढ प्रेम नसतं तर आतापर्यंत हादरून गेला असता. एखादा माणूस एका क्षणी इतका प्रेमळ आणि लाघवी, आणि पुढच्याच क्षणी इतका राक्षसी असू शकतो, हे त्याच्या आकलनापलीकडचं होतं. मी *ऑझग्युरचं ऐकायला हवं. मक्सूदच्या स्वतःच्या भल्यासाठी. कदाचित त्यानंतर मग आम्हाला...*

'माझ्या प्रेमा, तू मला त्याचं नाव विचारलं नाहीस...' करीमच्या बटांशी खेळत मक्सूद म्हणाला.

'माफ कर,' करीम मृदूपणे म्हणाला. 'माझं लक्ष विचलित झालं. तुझ्या रागाचा घाला पडणार आहे असा हा माणूस कोण आहे?'

'श्रावस्तीचा सुहेलदेव.'

करीमने हातानेच त्याला उडवून लावलं. 'विसर त्या सुहेलदेवला आत्तापुरतं. काही तासांत तुझी निघायची वेळ होईल. तुला आठवण राहील असं काहीतरी भेट देतो तुला.'

आणि मक्सूदचं चुंबन घेण्यासाठी करीम खाली वाकला.

पट्ट्या बदलून झाल्यावर वैद्य निघून गेले. सुहेलदेवला त्या प्रकाराचा अगदी तिटकारा होता, मुख्य कारण म्हणजे ते भयंकर दुखायचं. त्याला अगदी हळवं, उघडं पडल्यासारखं वाटायचं. त्याचं सगळं शरीर एकाएकी अतिशय नाजूक होऊन जायचं. इतकं नाजूक की हवेचा स्पर्शसुद्धा ओरखडल्यासारखा वाटावा. औषधी मलम जरा त्यातल्या त्यात थंड वाटत असे. पण तेवढं पुरेसं नव्हतं.

आधीच्या पट्ट्यांची निर्गत लावून तोशनी पुन्हा खोलीत आली. सुहेलदेवला त्या प्रक्रियेचा तिटकारा वाटण्याचं दुसरं कारण ती होती. तिच्यासमोर इतकं उघडं आणि असहाय्य होणं त्याला फार अवघडल्यासारखं होतं. त्याची जखम सोडून तो दुसऱ्या कशाहीबद्दल बोलत होता. 'अं... ते... परिघावर... ते आपलं हे...'

'परिघावरचे रक्षक अगदी सावध आणि दणकट आहेत,' तोशनी म्हणाली. 'अब्दुल त्यांची व्यवस्था बघत आहे. विसर त्यांना. तुझं दुखणं कसं आहे?'

'मी ठीक आहे... मी ठीक आहे... मला वाटतं मला जमेल... उद्या इथून घोड्यावरून निघून जायला.'

तोशनी हसली. 'होय तर. नक्कीच जमेल.' तिने एक पेला पुढे केला. 'आत्ता सध्या हे पी.'

'हे काय आहे?'

'त्या वैद्यांनी काहीतरी बनवलं आहे. याने तुला चांगली झोप लागेल. आणि जखम लवकर भरून यायला मदत होईल.'

सुहेलदेवने आज्ञाधारकपणे तो काढा पिऊन टाकला. पालथ्या हाताने तोंड पुसलं आणि पुटपुटला, 'होय, मला जमेल... घोड्यावरून...'

'अर्थातच, जमणार तुला.'

'परिघावरचे... रक्षक...'

'काळजी करू नको. झोप.'

'होय... अब्दुल... काळजी घेईल...'

झोपेने ताबा घेतला आणि सुहेलदेवचे डोळे सावकाश मिटले.

प्रकरण १७

ऑझग्युरने अस्वस्थपणे सभोवार पाहिलं. मालकाचा घोडा दिसल्याचं त्याला शपथेवर सांगता आलं असतं. गेले दोन दिवस तो त्याच्या मागावर होता. त्याला गाठायचा प्रयत्न करत होता. त्याचा भगवान वेगवान होता!

बातमी मिळाल्याबरोबर ऑझग्युर निघाला होता. करीमने त्याला ताबडतोब निघायला फर्मावले होते.

झाडं आणि दाट गवतामुळे उजेड बऱ्यापैकी अडत होता. दुपार होती, पण संध्याकाळ भासत होती. पानांतून गाळून येणाऱ्या सूर्यकिरणांमुळे त्या एकांत जागेला एक आभासी रूप आलं होतं.

त्या निसर्गसौंदर्याकडे, ऑझग्युरचं मात्र लक्ष नव्हतं, त्याची नजर सारखी इकडून तिकडे नाचत होती.

कुठे आहे तो?

अचानक, त्याच्या पाठीत एक बोट जोरात खुपसलं गेलं.

एक शांत, खेळकर आवाज ऐकू आला. 'मागच्या पाच मिनिटांत मी तुला निदान दहा वेळा तरी मारू शकलो असतो.'

आवाज ऐकल्याबरोबर ऑझग्युर सैलावला आणि मागे वळला. 'हुजूर सालार म—'

तोंड दाबलं गेलं तसे ऑझग्युरचे शब्द ओठांतच अडकले. त्याच्या हुजूरने सावधगिरीचा इशारा फुत्कारला.

'किती वेळा सांगितलं तुला, ऑझग्युर? मी तुर्कांबरोबर नसेन तेव्हा माझं खरं नाव घ्यायचं नाही. अगदी झाडांनासुद्धा कान असतात.'

वरमलेल्या ऑझग्युरने सालारच्या दाढीला स्पर्श केला. 'मला माफ करा, हुजूर. मला माफ करा.'

'भारतात माझं नाव अस्लन आहे. तेच नाव वापरायचं आहे. नेहमी.'

'होय, अस्लन हुजूर.' ऑझग्युरच्या ठोशाची लालसर खूण अस्लनच्या गालावर अजून दिसत होती आणि ती पाहून तुर्की सैनिकाने दिलगिरी व्यक्त केली. 'क्षमा करा. तुमच्या हुकमाची तामिली करण्यात मी जरा अति उत्साह दाखवलेला असावा.'

अस्लनने क्षमायाचना उडवून लावली. 'त्याची काळजी करू नको. तू माझ्या मागावर का होतास? एवढी महत्त्वाची काय बातमी आहे?'

'हुजूर करीमने मला पाठवलं. एक तातडीचा संदेश घेऊन, हुजूर अस्लन.'

'काय आहे तो?' अस्लनने विचारलं.

'हुजूर...' ऑझग्युर अडखळत होता.

'लवकर बोल, ऑझग्युर! सांगून टाक पटकन. मला परत सुहेलदेवच्या छावणीत गेलं पाहिजे.'

'हुजूर... हुजूर करीमना बातमी कळली आहे की...'

अस्लन उतावीळ झाला होता. 'अल्लाहच्या नावाने, ऑझग्युर. एक युग लावू नको! काय आहे बातमी?'

ऑझग्युरने एक खोल श्वास घेतला. 'गझनीहून आलेल्या संदेशात म्हटलं आहे की सुलतान आता राहिले नाहीत.'

'क्काय?!' अस्लन उद्गारला. 'सुलतान मृत्यू पावले आहेत? तुझी खात्री आहे?'

'करीम हुजुरांनी स्वतः खात्री करून घेतली आहे. हे खरं आहे.'

'पण त्यांची तब्येत तर एकदम चांगली होती. काय झालं?'

'कुणालाच माहीत नाही. तुम्ही म्हणता ते खरे आहे: सुलतान महमूदना साधी सर्दीसुद्धा क्वचितच होत असे. युद्धातल्या जखमांमधूनसुद्धा ते फार लवकर बरे होत असत. पण अचानक त्यांचा मृत्यू झाला. गझनीमध्येच. काय झालं ते आम्हाला नक्की माहीत नाही. काहीच तपशील उपलब्ध नाही, अफवा मात्र भरपूर आहेत—अगदी फितुराचा हात असल्यापासून ते काहीतरी गूढ आजारापर्यंत. काहींना तर मी बोलताना ऐकलंय की भारतीय मंदिरांवर सुलतानांनी केलेल्या हल्ल्याचा सूड म्हणून काफिरांनी त्यांच्यावर काळी जादू केली.'

अस्लन मटकन जमिनीवर बसला, आपण काय ऐकलं त्याचा एकंदर आवाका आता त्याच्या ध्यानी येऊ लागला होता. जणू काही पृथ्वीचा अक्षच ढळला होता. सुलतान महमूद हे अतिप्रचंड व्यक्तिमत्त्व होतं. एक भव्य व्यक्तिमत्व, जे अनुयायांच्या

मनात भक्ती आणि शत्रूच्या मनात भीती उत्पन्न करत असे. एकाएकी त्याच्याशिवाय या जगाची कल्पना करणंही अशक्य होतं.

ऑझग्युर हळुवारपणे मुद्द्यावर आला, करीमने त्याला हा महत्त्वाचा मुद्दा अस्लनपर्यंत पोचवायला सांगितला होता. 'हुजूर, तुम्ही आता गझनीला परत यायला हवं. करीम हुजुरांनी सांगितलं आहे की—'

अस्लनने ऑझग्युरचं बोलणं तोडलं. 'आता मी तिथे जाऊन काय करू? सुलतान तर आता गेले—'

आता अस्लनचं बोलणं तोडायची ऑझग्युरची पाळी होती. 'हुजूर, सुलतानाच्या मुलांच्यात यादवी माजल्याचं ऐकू येतं आहे. भारतातल्या तुर्की सैन्याच्या तुकड्यांना गझनीला माघारी बोलावत आहेत. आम्हाला न्याय्य वारसाच्या बाजूने लढण्याचे हुकूम आले आहेत.'

अस्लनने मान हलवली. 'सुलतानाचा मृत्यू. गझनीत यादवी. वाह्, रातोरात जग बदलूनच गेलं की.'

'तुम्ही गझनीला परत येताय का, हुजूर?'

अस्लन गप्प राहिला.

'तुमचा निर्णय मला करीम हुजूरांना कळवायचा आहे, हुजूर,' ऑझग्युर म्हणाला.

'मी येईन,' अस्लन म्हणाला. 'पण लगेच नाही.'

'हुजूर? पण का? गझनीत तुम्हाला महत्त्वाची भूमिका पार पाडायची आहे. तुम्ही आलंच—'

'माझं खरं भवितव्य गझनीत नाही. भारतात आहे.'

ऑझग्युर गप्प राहिला.

'मी सुहेलदेवबरोबरचं हातातलं काम संपवतो आणि मग गझनीला येतो. तू हे करीमला सांगू शकतोस.'

'होय, हुजूर,' त्याला कडक सलाम ठोकत ऑझग्युर म्हणाला.

'मी तुझा निरोप घेतो, मित्रा. अल्लाह तुमच्या बरोबर असो.'

'आणि तुमच्याही, हुजूर.'

ऑझग्युर गेल्यानंतर, अस्लन तसाच जमिनीवर काही काळ बसून राहिला. शेवटी एक सुस्कारा टाकून तो उठला आणि त्याचा घोडा जिथे सोडला होता, तिकडे हळूहळू धावत निघाला. त्या जनावराने प्रेमाने त्याच्या अंगावर नाक घासलं. त्याने विचूकपणे

त्याला थोपटलं. एका झेपेत घोड्यावर स्वार झाला आणि त्याला टाच दिली. सुहेलदेवच्या लपण्याच्या जागी पोचण्यासाठी काही दिवसांची दौड करावी लागणार होती.

सुहेलदेव या हळूहळू बरं होण्याला वैतागला होता. वेदना सुसह्य होत होती, पण अशक्तपणा वाटत होताच. आता तो बिछान्यातून उठू शकत होता. काही वेळ उभा राहू शकत होता. आणि चालूही शकत होता, पण अगदी सावकाश.

सुहेलदेवसारख्या स्वभावतः चळवळ्या माणसाला, इतका दीर्घकाळ बिछान्यात पडून राहणं म्हणजे टोकाचा छळ वाटत होता. सुरुवातीला त्याला काही पर्याय नव्हता, कारण त्याचं शरीरच अतिशय दुर्बल झालं होतं. पण आता त्याची प्रगती चांगली होती आणि त्याची शक्तीही परत येत होती, त्यामुळे बिछान्यात नुसतं पडून राहणं अगदीच छळवादी वाटत होतं. कंटाळवाणा उकाडाही नकोसा झाला होता.

छपरावर पावसाचे थेंब पडल्यासारखा आवाज झाल्याबरोबर त्याचे कान टवकारले. आणखी काही थेंब पडले. आणि मग एकदम आभाळ फाटलं.

'पाऊस!' लहान मुलाच्या उत्साहाने सुहेलदेवने आरोळी ठोकली.

त्याने सावकाश पाय बिछान्याबाहेर काढून जमिनीवर ठेवले. शेजारी बसलेल्या वैद्याने पुढे होऊन मदत देऊ केली, पण सुहेलदेवने हातानेच त्याला दूर थोपवले. हाताच्या आधाराने तो उभा राहिला.

वैद्याने प्रश्नार्थक मुद्रेने त्याच्याकडे पाहिलं..

'आलोच परत,' सुहेलदेव म्हणाला. 'पावसाकडे बघू दे तरी थोडा वेळ.'

वैद्याने नाखुशीने मान हलवली. 'ठीक आहे. पण भिजू नका. आपल्याला जखमेत जंतुसंसर्ग अजिबात नको आहे.'

सुहेलदेवने तोंड वाकडं केलं, पण होकारार्थी मान डोलावली. काही दिवसांपूर्वी त्याला झोपडीतून शेजारच्या गावातील एका धनिक व्यापाऱ्याच्या घरात हलवलं होतं, म्हणजे त्याची नीट काळजी घेता आली असती. तिथल्या मोठ्या, हवेशीर, भरपूर उजेडाच्या खोल्या, कमानदार दरवाजे आणि सुंदर चित्रांनी सजवलेल्या भिंती यांमुळे हे घर म्हणजे सुहेलदेवच्या आधीच्या निवासस्थानांपेक्षा लक्षणीय सुधारित घर होतं.

घर आयताकृती होतं आणि त्याला मधोमध एक चौक होता. अगदी पारंपरिक भारतीय शैलीचं स्थापत्य. हवा खेळती राहण्यासाठी आणि भरपूर उजेडासाठीही भारतीय हवामानाला अनुरूप अशीच ही रचना होती. चौकातल्या जमिनीवर मातीच्या विटा लावल्या होत्या आणि मधोमध एक चाफ्याचं झाड शोभत होतं. एरवी गप्पाटप्पा मारायला कुटुंबीयांनी जमण्याचीही हीच चौकातली जागा होती.

सुहेलदेव खोलीच्या बाहेर पडला आणि आच्छादित सज्जात आला, तिथून मधलं अंगण दिसत होतं. तो आकाशाकडे बघू लागला. टपटपणाऱ्या पावसाच्या थेंबांकडे. वरती पावसापासून संरक्षण होण्यासाठी छप्पर होतं आणि तो फार कडेला न जाण्याची काळजी घेत होता. त्याने एक खोल श्वास घेतला. ताज्या ओल्या मातीचा सुगंध छातीत भरून घेतला. माणसाला माहीत असलेला हा सर्वात पोषक सुगंध.

पहिल्या पावसाने कुणाही भारतीय मनाचं जे काही होतं ते सुहेलदेवच्याही मनाचं झालं.

सुख. आनंद. ब्रह्मानंद. शृंगार. जीवनाच्या पुनरागमनाचं प्रेम.

त्याच्या चेहऱ्यावर हसू पसरलं, आणखी एका पावसाळ्याचा आनंद घेण्यासाठी जिवंत ठेवल्याबद्दल मनातून तो त्याच्या देवाचे, महादेवाचे आभार मानत होता.

त्याने डोळे मिटले. पावसाचं संगीत भिनू दिलं. मनात, आत्म्यात.

एक अगदी प्राचीन धून, त्याने लहान असताना ऐकलेली, आता एकदम त्याच्या स्मृतीत जागी झाली. पावसाच्या प्रेमाचा उत्सव रंगवणारं ते गीत होतं. आणि या ऋतूत रंगणाऱ्या प्रेमाच्या पावसाचंही.

तो ती धून गुणगुणू लागला. हलक्या आवाजात.

आणि मग, साक्षात कामदेवानेच कानात सांगावं, तसे सुहेलदेवने डोळे उघडले आणि काहीतरी अज्ञात कारणाने तो वळला.

आणि स्तब्ध झाला.

काही अंतरावर, चौकात कर्णरेषेत सरळ पलीकडे, तोशनी उभी होती.

तिने छपराखाली उभं राहण्याची तसदी घेतली नव्हती. ती उघड्या अंगणात आली होती. कोसळणाऱ्या पावसात उभी होती. डोळे मिटलेले. चेहरा वरती आकाशाकडे. नखशिखांत चिंब भिजलेली. तिची वस्त्रं अंगाला चिकटली होती.

सुहेलदेवचं गुणगुणणं थांबलं होतं. पण ती धून आता त्याच्या मनात वाजू लागली होती. अगदी मोठ्याने.

हे कामदेवा, कृपा कर...

सुहेलदेवने तोशनीला फक्त योद्ध्याच्या रूपातच पाहिलं होतं. आतापर्यंत तरी. त्याला एकदम जाणीव झाली की तिचं अंग न् अंग तिच्या चेहऱ्याइतकंच आकर्षक होतं. तिचे खांदे आणि बाहू रेखीव आणि घोटीव स्नायूंचे होते, पण बोजड नव्हते, नाजूक होते. तिची बाकीची सडपातळ आकृती पाहता, तिचे वक्ष चांगलेच मोठे होते, आतापर्यंत या गोष्टीकडे त्याचं लक्षच गेलं नव्हतं कारण तिच्या अंगावर नेहमी एक चामड्याचं चिलखत असे. बारीक कंबर आणि पृथुल नितंबांमुळे तिच्या संपूर्ण शरीराला एक आकर्षक कमनीयता प्राप्त झाली होती. पावसाचे थेंब तिच्या घट्ट, तरुण शरीरावरून ओघळताना जणू तिला गोंजारत होते.

सुहेलदेव टक लावून तिच्याकडे पाहात होता. त्याचं तोंड उघडं होतं. श्वास अत्यंत संथ झाला होता. काळ थांबल्यासारखा झाला होता. तिला त्याच्या नजरेची जाणीव झाली असावी, कारण तिने डोळे उघडले आणि त्याच्याकडे पाहिलं. त्यांची नजरानजर झाली आणि तीही त्याच्याकडे पाहात राहिली.

दुसरीकडे बघ. दुसरीकडे बघ.

पण सुहेलदेवचा आपल्या डोळ्यांवर ताबा राहिलाच नव्हता. तो नजर हटवूच शकत नव्हता.

तोशनीनेही तिची नजर काढून घेतली नाही. ती तशीच तिथे उभी राहिली. पावसात. सुहेलदेवकडे बघत. त्याला तिच्याकडे टक लावून बघू देत.

एक शब्दही उच्चारला गेला नाही. शब्दांची गरजच नव्हती.

एक स्मितहास्य. किंचित. पुसट.

ती माझ्याकडे बघून हसली. ती...

'महाराज!'

त्या व्यत्ययाने सुहेलदेव एकदम चिडीला आला. तो मुख्य प्रवेशद्वाराच्या दिशेने वळला. तो अब्दुल होता. त्याने मागे वळून तोशनीच्या दिशेने पाहिलं. ती गेली होती.

अर्रर्र!!

'महाराज,' सुहेलदेवकडे वेगाने येत अब्दुल म्हणाला. 'अस्लन परत आला आहे.'

'अरे भगवान शिवशंकरा,' सुहेलदेव पुटपुटला, त्याला धक्का बसला होता.

सुहेलदेव आता त्याच्या खोलीत होता, वैद्यांच्या आदेशानुसार पलंगावर पहुडला होता. बिछान्याजवळ आरामशीर खुर्च्यांवर गोवर्धन, तोशनी, अब्दुल आणि अस्लन बसले होते. तोशनी कपडे बदलून आली होती. पावसात आत्ता काय घडलं याची सुहेलदेवने किंवा तिनेही, अगदी नजरेनेसुद्धा पोचपावती दिली नव्हती.

सगळं विसरलं होतं. सगळं लक्ष दुसरीकडे गेलं होतं. ज्याला साक्षात सैतान मानलं, तोः गझनीचा सुलतान यामिन-उद्-दौला अबुल-कासिम महमूद इब्न सेबुक्तेगिन याच्या निधनाची वार्ता ऐकून सगळ्यांनाच प्रचंड धक्का बसला होता.

'त्याचा मृत्यू झाला कसा?' गोवर्धनने विचारलं.

'कुणालाच माहीत नाही असं दिसतंय,' अस्लन म्हणाला. 'माझे स्रोत म्हणजे सामान्य जवान आहेत, अधिकारी नाहीत. त्यामुळे त्यांना सगळा तपशील माहीत नाही.'

'त्या दुष्ट हराम्याला माझ्या हाताने ठार मारण्याची माझी संधी मात्र हुकली,' गोवर्धन हळहळला. 'सोमनाथजींचा सूड घेण्याची माझी संधी गेली.'

अस्लन काही बोलला नाही. तो गोवर्धनकडे बघू लागला. त्याच्या चेहऱ्यावर काहीही भाव नव्हते. त्याच्या मनात काय चाललं आहे हे कळणं अशक्य होतं.

'त्याला त्रास झाला का?' अब्दुलने विचारलं.

अस्लनने मान डोलावली. 'त्याला बराच त्रास झाला असं ऐकलं.'

अब्दुलने त्याचे उघडे तळवे आपल्या चेहऱ्यावरून फिरवले आणि देवाचे आभार मानले. 'अल्लाहला वेळ लागत असेल, पण तो नेहमीच न्याय देतोच. ज्यांना द्यायला हवी अशा राक्षसांना तो शिक्षा देतोच.'

पुन्हा, अस्लन गप्प राहिला.

तोशनीने सुहेलदेवकडे पाहिलं, जणू त्याच्या मनात काय विचार चालले होते, ते तिला लगेच कळले होते. ती अस्लनकडे वळली आणि तिने सौम्यपणे विचारलं, 'आता तुर्की सैन्य काय करणार आहे?'

'ते सगळे गझनीला परत चालले आहेत,' अस्लन म्हणाला. 'असं दिसतंय की त्याच्या वारसांमध्ये यादवी माजली आहे.'

'तर मग, भारत तुर्की त्रासापासून मुक्त झाला का?' तोशनीने विचारलं.

अस्लन काही उत्तर देणार, त्याच्या आधीच सुहेलदेव बोलला. 'फक्त आत्तापुरता...'

अस्लनने भुवया उंचावल्या, पुन्हा एकदा तो सुहेलदेवच्या चाणाक्षपणामुळे प्रभावित झाला होता. खरोखर हाच तुर्कांचा कर्दनकाळ शत्रू ठरू शकेल.

'होय,' अस्लन म्हणाला, 'युवराजांचं बरोबर आहे. काही वर्षं लागतील, पण तुर्क परत येणार हे नक्की.'

अब्दुलने अस्लनकडे रोखून पाहिलं. 'ही सूचना आहे की धमकी?'

'अब्दुल...' सुहेलदेव म्हणाला, शब्दांपेक्षा त्याच्या स्वरात समजुतीची भावना अधिक होती.

'ही धमकी नाही, अब्दुल,' अस्लन म्हणाला. 'हे फक्त सत्य विधान आहे. तुम्हाला हवं तर तुम्ही त्यावर विश्वास न ठेवण्याचा पर्याय स्वीकारू शकता, पण मलासुद्धा युवराज सुहेलदेवच्या कारकीर्दीत स्वारस्य आहे.' अस्लन खोटं बोलत नव्हता. 'काही असो, मी काही तुम्हाला इथे राहून फार काळ त्रास देणार नाही.'

'तू कुठे निघालास, मित्रा?' गोवर्धनने विचारलं.

अस्लनने त्याच्याकडे बघून स्मित केले. 'सध्या माझी गरजही पडणार नाही. निदान, तुर्की यादवी युद्ध संपेपर्यंत तरी. मी विचार करतो आहे परत माझ्या सूफी पंथाकडे जावं, गुरू शोधावा, पुन्हा शांतीचे काही अध्ययन करावे.'

सुहेलदेव खो खो हसत सुटला. 'तू जन्मजात नैसर्गिक योद्धा आहेस, अस्लन. मला नाही वाटत तू सूफी मार्गासाठी बनला आहेस.'

'सूफी मार्ग तुम्हाला मोडतो आणि पुन्हा घडवतो, मित्रा.'

सुहेलदेवने अस्लनच्या हातावर थोपटलं. 'तर मग भगवान शिव तुला मार्ग दाखवो. मी तुला थांबवणार नाही.'

अस्लनने मस्तक झुकवलं आणि सुहेलदेवचा हात घट्ट धरला.

'धन्यवाद, युवराज.'

'अस्लन, तुला काही कल्पना आहे, हे यादवी युद्ध कोण जिंकेल?' तोशनीने विचारलं. 'येणाऱ्या काळात महमूदचा कोणता मुलगा आमचा शत्रू होणार आहे?'

पुन्हा, सुहेलदेव मध्ये बोलला. 'मी जे ऐकलं आहे त्यावरून, महमूदचे मुलगे काही तेवढेसे महत्त्वाचे नाहीत. महत्त्वाचा आहे तो त्याचा लाडका सेनापती. तो ज्याची बाजू घेईल, तोच बहुधा हे यादवी युद्ध जिंकेल.'

अस्लन काही बोलला नाही. *सुहेलदेवला कितपत माहिती आहे? तुर्कांच्या माहितीचे त्याचे स्रोत कोण? माझ्याशिवाय तो आणखी कुणा तुर्काला ओळखतो का?*

'हा सेनापती कोण?' गोवर्धनने विचारलं.

'भारतातील तुर्की सरसेनापती, सेनापती सालार मक्सूद.' असं म्हणत सुहेलदेवने अस्लनकडे पाहिलं. 'बरोबर आहे ना माझं, मित्रा?'

ते नाव अस्लनच्या हृदयाच्या किती जवळचं होतं याची सुहेलदेवला जाणीवही नव्हती. अस्लनने आपल्याला बसलेला धक्का आणि वाटलेलं आश्चर्य. कौतुकास्पदरीत्या, चेहऱ्यावर मुळीही दिसू दिलं नाही.

प्रकरण १८

हेराने त्याचा उजवा हात वर केला, त्याची मूठ घट्ट मिटलेली होती. ही थांबण्याची खूण होती. त्याच्या पाठोपाठ असलेले अब्दुल आणि गोवर्धन लगेच थांबले आणि त्यांच्या मागे असलेल्यांना त्यांनी तशीच खूण करून थांबायला सांगितलं.

अस्लन सूफी पंथाच्या शोधात निघून जाऊन काही आठवडे झाले होते. सुहेलदेवच्या जखमा आता जवळजवळ पूर्ण भरल्या होत्या. आता तो घोडेस्वारी करू शकत होता. आणि त्याने निर्णय घेतला होता की ते फार दिवस एका जागी राहिले होते. पुष्कळसं तुर्की सैन्य जरी गझनीला परत निघालेलं असलं, तरी गावागावात अजूनही बऱ्याच तुर्कांचा सुळसुळाट होता. आताच्या परिस्थितीतही फार काळ एकाच जागी राहणं सुहेलदेवच्या टोळीसाठी धोकादायक ठरू शकत होतं. त्यामुळे सुरक्षित अशा दुसऱ्या एका गावात आपला तळ हलवण्याचा आदेश राजपुत्राने दिला होता. तिथे पोचण्यासाठी काही दिवसांची मजल मारावी लागणार होती. त्याचं संपूर्ण पथक त्याच्याबरोबर होतं.

सुहेलदेवने घोड्याला थांबवलं आणि सावकाश अब्दुल आणि गोवर्धनजवळ गेला. त्याने उजव्या हाताच्या पंजाने खूण करून विचारलं, *काय झालं?* त्याचा उजवा तळहात वर उंचावलेला होता, अंगठा आणि तर्जनी सरळ होती, आणि बाकीची तीन बोटं वरती वळलेली होती.

गोवर्धनने ओठांवर बोट ठेवलं, मग हेराकडे अंगठा जोरात उंचावला. *आपण गप्प बसायला हवं. त्याला काहीतरी दिसलंय.*

जंगलातल्या एका अवघड वाटेने हा गट प्रवास करत होता. रस्ता एका मोकळ्या जागी संपत होता. बिनीचा हेर त्या रस्त्याच्या अगदी टोकाला होता, दाट पानांमधून मोकळ्या जागेकडे बघत होता.

सुहेलदेव हळूच, आवाज न होऊ देता घोड्यावरूनच बिनीच्या हेरापाशी गेला. एक क्षणभर घुटमळून अब्दुल आणि गोवर्धनही त्याच्या मागोमाग गेले. हेराने त्यांच्याकडे बघून मान डोलावली आणि मोकळ्या जागेकडे निर्देश केला.

जीर्ण वस्त्रांतले दोन तरुण संन्यासी तिथे बसले होते. जमिनीवर. ते दमलेले दिसत होते. श्रमलेले. भुकेले. नशिबाने आणि पंचमहाभूतांनी ठोकलेले. त्यांच्याभोवती चार सैनिक होते, सगळ्यांच्या हातांमध्ये तलवारी होत्या. त्या चार गुंडांनी कसेतरी, ढगळ कपडे घातले होते. त्यांचे केस विस्कटलेले होते, दाढ्या वाढल्या होत्या. त्यांच्या अंगाचा उग्र दर्प सांगत होता की कित्येक दिवसांत त्यांच्या अंगाला पाणी लागलं नव्हतं. त्यांच्या चेहऱ्यांवरून त्यांचं तुर्की कूळ सहजच ओळखू येत होतं. कदाचित ते तुर्की सैन्यातले भगोडे सैनिक असावेत.

त्यांच्यातल्या एका संन्याशाच्या हातात एक जाड लाकडी दंड होता. दुसरा निःशस्त्र होता, पण एक अगदी मोडकळीला आलेलं धनुष्य त्याच्या बाजूला पडलं होतं.

'मी तुम्हाला आधीच सांगितलं... आमच्याजवळ मौल्यवान असं काहीही नाही,' दंडधारी संन्यासी म्हणाला. 'तुम्ही गेलेलं बरं.'

'इथे आज्ञा आम्ही देतो,' चौघांमधला एक तुर्क म्हणाला. 'कपडे काढा.'

'तुम्ही खूप मोठी चूक करत आहात,' संन्याशाने इशारा दिला.

लुटारू हसला. 'बघूया. आम्ही चौघेजण लढाऊ विरुद्ध तुम्ही दोघे बारके रडे अहिंसक पुचाट. आमच्याकडे शस्त्रं आहेत आणि तुमच्याकडे खेळणी आहेत. आणि आम्ही मोठी चूक करतोय?'

'होय,' संन्यासी शांतपणे म्हणाला. 'तुम्हाला हे खूप भारी पडणार आहे. मी तुम्हाला आधीही सांगितलं आहे, आम्ही आमच्या कपड्यांत काहीही सोनं लपवलेलं नाही.'

'तो तरुण संन्यासी स्वतःचा आणि आपल्या मित्राचा जीव धोक्यात घालतोय,' गोवर्धन खुसफुसला. 'आपण मध्ये पडावं का?'

'एक क्षणभर,' सुहेलदेव कुजबुजला. त्या तरुण बौद्ध संन्याशाच्या शांत आत्मविश्वासामुळे तोही कोड्यात पडला होता.

'शेवटचं सांगतो... तुम्हाला सांगितलंय तसं करा...' लुटारू तुर्कांचा म्होरक्या, हातातली तलवार उगारून घाबरवत म्हणाला, '... नाहीतर मी तुम्हा दोघांना, तुम्हाला फार प्रिय आहेत त्या पाखंडी चरणकमलांजवळ पोचवेन.'

त्या संन्याशाने इतकी वेगाने हालचाल केली की सुहेलदेव आणि त्याच्या सोबत्यांना केवळ एका धूसर आकृती जाणवली. त्याने आपला सोटा त्या म्होरक्याच्या पोटात घुसवला. त्या माणसाच्या पोटातली हवा एकदम भूस आवाज करून बाहेर पडली. त्या आघाताने तो खाली वाकत असतानाच संन्याशाने त्याचा सोटा वर आणला, तो थेट त्या माणसाच्या खाली येत असलेल्या जबड्यात. त्याचा झालेला क्लिक असा आवाज मोकळ्या जागेत घुमला आणि तो माणूस कोसळला. जमिनीवर पडण्याआधीच तो बेहोश झाला होता.

बाकीचे लुटारू क्षणभर गोठल्यासारखे झाले, मग मात्र रागाने आरोळी ठोकत ते संन्याशावर चाल करून गेले. पुन्हा त्याने सोट्याने प्रहार केला, पण या वेळी अगदी खालून, एक गोल फटकारा मारला. त्यांच्यातल्या एका तुर्काला अचानक आपले पाय जमिनीवरून निसटल्याची जाणीव झाली. एकदम तोल जाऊन त्याच्या डोक्याच्या मागच्या बाजूवर तो आपटला तशी तो दचकून जोरात ओरडला. आणि तसाच जमिनीवर पडून राहिला. बेशुद्ध.

तिसऱ्याने तलवार उंचावली आणि सरळ संन्याशाच्या डोक्याच्या दिशेने आणली, त्याच्या कवटीची छकलंच करण्याचा त्याचा इरादा होता. संन्याशाने दंड आडवा वरती आणला आणि वार अडवला. तुर्काच्या वारातील शक्तीने तलवार दंडात अडकून बसली. तुर्काने गुरगुरत सारी शक्ती लावून ती तलवार ओढून काढण्याचा प्रयत्न केला. संन्याशाने फक्त दंड सोडून दिला. तुर्काचा तोल गेला आणि तो एकदम पुढे खाली आला. संन्याशाने चटकन हात उंचावून कलारिपयट्टूचा एकच वार केला. मानेवर पडलेल्या एकाच फटक्याने तुर्काची शुद्ध हरपली.

चौथा तुर्क संन्याशाच्या पाठीमागे जायचा प्रयत्न करत होता. एवढं लढत असूनही संन्याशाची बाजूची नजर तल्लख होती. तो विद्युतवेगाने गर्रकन फिरला. तुर्काने त्याचा शिरच्छेद करण्यासाठी त्याच्या मानेचा वेध घ्यायचा प्रयत्न केला. फक्त त्याचं लक्ष्य तिथे टिकलं नव्हतं. संन्यासी मागे इतका वाकला होता की त्याची पाठ जमिनीला समांतर झाली होती. ते पाहून तुर्काचा आ वासला. तलवार अलगद त्याच्या वरून फिरली होती.

'भगवान महादेवा...' सुहेलदेव पुटपुटला, तिथे चाललेल्या लढाऊ कौशल्याच्या प्रात्यक्षिकांनी तो केवळ अचंबित झाला होता.

तुर्की लुटारू त्या झोक्यातून स्थिर होण्याच्या आणि त्याने आणखी एक वार करण्याच्या अगोदरच संन्यासी सरळ झाला होता. त्याने आपल्या सरळ उघड्या

तळव्याने शत्रूच्या छातीच्या पडद्यावर आघात केला. त्या आघाताच्या मागे संन्याशाच्या पाठीचा आलेला पूर्ण वेगही होता, त्यामुळे एखादी धातूची पट्टी दाबून एकदम सोडून द्यावी तशी त्या आघाताला शक्ती मिळाली होती. लुटारूचा झोक मागे गेला आणि तो धाडकन जमिनीवर पडला. पाण्याबाहेर काढलेल्या मासोळीसारखा तो श्वासासाठी तडफडू लागला.

पाय निसटून आपटलेला आणि थोड्या काळासाठी अंधेरी आलेला दुसऱ्या क्रमांकाचा लुटारू आता शुद्धीवर आला. शेजारीच पडलेली आपली तलवार घेण्यासाठी त्याने हात लांब केला. पण जागीच थिजला. एक बाण सणसणत येऊन तलवारीपासून एका इंचावर जमिनीवर पडला.

'पुढचा बाण तुझ्या मनगटातून जाईल,' दुसऱ्या संन्याशाने ताकीद दिली, त्याचा आणखी एक बाण अगोदरच धनुष्यावर चढला होता.

'मारू नको,' आपला हात घाईघाईने मागे घेत तो तुर्क चिरकला.

'शहाणपणाची निवड,' दुसरा संन्यासी म्हणाला. मग त्याने आवाज चढवला. 'आणि ते झाडांमागे लपलेले सगळेजण... बाहेर या... सावकाश... तुमचे हात मला दिसतील असे ठेवा.'

सुहेलदेव आणि त्याच्या मित्रांनी दचकून एकमेकांकडे पाहिलं. मग सुहेलदेव मान मागे टाकून जोरात हसला. हसता हसताच त्याने घोड्याला मोकळ्या जागी दामटलं.

'शाब्बास!' सुहेलदेव संन्याशाला म्हणाला, त्याने एकहाती चार सैनिकांना लोळवलं होतं पण त्याच्या चेहऱ्यावर घामाचा टिपूस नव्हता. 'शाब्बास!'

सुहेलदेवचे काही सैनिक लगेच खाली उतरले आणि त्यांनी तुर्की लुटारूंच्या मुसक्या बांधायला सुरुवात केली.

'आणि तुम्ही कोण म्हणायचे?' दंडधारी संन्यासी गुरकावला.

'मी? मी असाच एक चांगल्या योद्ध्यांचं कौतुक करणारा आहे. पण तुम्ही कोण आहात? कुठे चाललात? कुठून आलात?'

'आम्ही फार लांबून आलो आहोत, पार पुरुषपुराच्या जवळच्या एका गावातून,' धनुर्धारी संन्यासी म्हणाला. त्याच्या साथीदाराने त्याला दटावले, ही माहिती त्याने अनोळखी लोकांना दिल्यामुळे तो त्रासला होता.

'तुम्ही तिथल्या प्रसिद्ध बौद्ध मठातले संन्यासी आहात का?' अब्दुलने विचारलं.

दोघे संन्यासी झटकन वळून त्याच्याकडे टक लावून पाहू लागले. ते काहीच बोलले नाहीत. पण त्यांच्या आविर्भावावरून उत्तर उघड होतं. अब्दुल मृदू स्वरात पुढे म्हणाला. 'तिथल्या विध्वंसाची बातमी आम्ही काही काळापूर्वी ऐकली. आम्ही असंही ऐकलं की... म्हणजे... की महंत...'

'होय...' धनुष्य घेतलेला संन्यासी पुटपुटला, त्याच्या आवाजातली वेदना स्पष्ट कळत होती. 'महंतांचा मृत्यू झाला. आम्हाला वाचवताना त्यांचा मृत्यू झाला... ते तेव्हासुद्धा... आम्ही ऐकलं की त्यांना पेटवून दिलं तेव्हासुद्धा ते जिवंत होते...'

'हरामी,' अब्दुल गुरगुरला. 'निःशस्त्र माणसांवर असा हल्ला करतात. हे अल्लाहच्या नियमांच्या अगदी विरुद्ध आहे.'

बौद्ध संन्याशाची मुद्रा एकदम बदलली. 'तुम्ही मुस्लिम आहात?'

अब्दुलच्या वतीने सुहेलदेवने उत्तर दिलं. 'तो आधी एक भारतीय आहे. अगदी तुमच्यासारखाच.'

संन्यासी गप्प राहिले.

अब्दुलचा स्वर नम्रच होता. काळजीचा होता. 'तुम्हीच दोघे वाचलात का?'

धनुष्यवाला संन्यासी बोलला. 'मठातून आम्हा अकरा जणांना बाहेर पडता आलं. इथे येईपर्यंत एकजण वाटेत मेला. आणखी आठ जण वृद्ध लोक होते, ते रस्त्यातील कोणत्या ना कोणत्या मठात सामील झाले. पण आम्ही दोघे नाही झालो. कारण आमच्या धमन्यांत पाणी नाही तर रक्त वाहतंय. म्हाताऱ्या संन्याशांनी आम्हाला सांगायचा प्रयत्न केला, की सूडाच्या अग्नीला जो हवा देऊन फुलवतो, त्यालाच तो अग्नी गिळंकृत करतो. त्यांनी आम्हाला क्षमाशीलता जोपासायला सांगितलं. पण मी संत नाही. मला सूड हवा आहे. मी सूडाने जळतो आहे. आमच्या महान महंतांना ज्याने ठार केलं त्याला मी नष्ट करीन.'

'पण खरंच तुमची हत्या करायची तयारी आहे का?' सुहेलदेवने विचारलं. 'मी ऐकलं होतं की हत्या म्हणजे पाप असं तुम्ही मानता. कुणालातरी मारणं हे तुमच्या मोक्षाच्या मार्गाच्या आड नाही का येणार?'

संन्याशाचे डोळे क्रोधाने पेटले होते. 'मोक्ष थांबेल. आधी अमंगलाला थांबवलं पाहिजे.'

'आणि ते थांबवलं जाईल. मी भगवान शिवाची आणि भगवान बुद्धाची शपथ घेऊन सांगतो. आमच्यात सामील व्हा. माझ्या योद्ध्यांच्या टोळीत सामील व्हा. आणि

मी तुम्हाला वचन देतो की भगवान बुद्धाच्या अप्रतिष्ठेचा आपण बदला घेऊ. तुमच्या मठावर केलेल्या अत्याचारांचा आपण बदला घेऊ. तुमच्या महंतांचा आपण बदला घेऊ.'

दंड घेतलेला संन्यासी सुहेलदेवकडे बघत राहिला, त्याच्या आवाजात खरोखरचं कुतूहल होतं. 'तुम्ही कोण आहात?'

'मी श्रावस्तीचा सुहेलदेव.'

दोन्ही संन्याशांचा श्वास रोखला. सुहेलदेवचं नाव कुणी ऐकलं नव्हतं? तुर्कांचा कर्दनकाळ. त्यांनी शस्त्रं टाकून दिली आणि ते गुडघ्यांवर बसले.

एक संन्यासी बोलला. खड्या आणि स्वच्छ आवाजात. म्हणजे देवसुद्धा साक्षी राहू शकेल. 'आम्ही आमच्या निष्ठा आपल्या चरणांशी वाहतो, महान युवराज. आम्ही महान बुद्धाच्या नावाने शपथ घेतो.'

सुहेलदेव घोड्यावरून खाली उतरला, संन्याशांजवळ चालत गेला आणि त्याने त्यांना उठवलं. 'आणि मी, श्रावस्तीचा सुहेलदेव, माझी निष्ठा तुम्हाला वाहतो. आपण बंधूंसारखे लढू. आपल्या भूमीला नासवणाऱ्या परकी टोळ्यांना आपण पराभूत करू.'

संन्याशांनी आदराने हात जोडले.

'मी तुम्हा दोघांना कोणत्या नावांनी बोलवू?' सुहेलदेवने विचारलं.

दंड घेऊन लढलेला संन्यासी म्हणाला. 'माझं नाव आहे अश्वघोष आणि हा माझा मित्र संघमणि.'

'तुम्ही मूळचे भारतातील कोणत्या भागातले?'

'मी बंगालचा आहे,' संघमणि म्हणाला, 'आणि अश्वघोष ब्रम्हदेशचा आहे.'

'ठीक, अश्वघोष आणि संघमणि, आमच्याकडे जास्तीचे घोडे आहेत. तुम्ही आमच्याबरोबर घोडेस्वारी करू शकता. पण आधी...' सुहेलदेव बोलायचा थांबला आणि त्याने हातपाय बांधून दूरवर ठेवलेल्या चार तुर्कांकडे निर्देश केला, त्याच्या सैनिकांनी त्यांच्यावर पहारा ठेवला होता.

सुहेलदेवचे सैनिक संन्याशांजवळ गेले आणि त्यांनी दोन तलवारी त्यांच्या हातांत दिल्या. अश्वघोष आणि संघमणि जरा कचरल्यासारखे दिसले.

हत्या करण्याबद्दल बोलणं सोपं असतं. प्रत्यक्ष हत्या करणं त्यापेक्षा कठीण असतं.

सुहेलदेव ठामपणे बोलला, पण त्याच्या बोलण्यात कटुता नव्हती. 'आम्ही दररोज शत्रूंशी आणि मृत्यूशी लढतो. आमचा संघ टिकून राहिला कारण आम्ही एकमेकांचं संरक्षण करण्यासाठी मारतो. जेव्हा प्राण पणाला लागलेले असतात, तेव्हा जे करणं आवश्यक असतं, ते करायला तुम्ही कचरत नाही हे माहीत करून घेणं आवश्यक आहे.'

संघमणिने त्याला दिलेली तलवार घेतली, पण ती म्यानातून बाहेरही काढली नाही. अश्वघोष घुटमळला पण त्याने तलवार हातातही धरली नाही.

सुहेलदेव पुन्हा एकदा बोलला. 'चार तुर्कांना मारणं असं याच्याकडे बघू नका. खरं तर, या खुन्यांनी भविष्यात कितीक भारतीयांना मारलं असतं, त्यांना वाचवणं असं याच्याकडे बघा. *अहिंसा परमो धर्मः* म्हणतात ते खरंच आहे. पण *धर्म हिंसा तथैव च* असंही म्हटलं जातं.'

धर्माचे रक्षण करणारी हिंसा क्षम्य आहे.

'तुमच्या देशबांधवांचं रक्षण करणं हा धर्म आहे. तुमच्या मातृभूमीसाठी लढणं हा धर्म आहे.'

अश्वघोष आणि संघमणिने तलवारी म्यानांमधून बाहेर काढल्या.

जे करायला हवं होतं ते त्यांनी केलं.

प्रकरण १९

'अरे, चला चला! तुम्हाला माझ्या संघात यायचं असेल तर यापेक्षा बरीच बरी कामगिरी करावी लागेल.'

तोशनी सुहेलदेव आणि गोवर्धनकडे रोखून बघत होती, ते दोघेजण खाली माना घालून जमीन न्याहाळत होते. गेली काही वर्षं जवळजवळ सतत लढाईत गुंतल्याने, आता तुर्की सैन्य परत जाऊ लागल्यावर सुहेलदेवचे सैनिक अस्वस्थ होऊ लागले होते. त्यामुळे त्यांचं चित्त गुंतवून ठेवण्यासाठी, नीतिधैर्य उंचावण्यासाठी आणि बंधुभाव बळकट करण्यासाठी युवराजाने लढाऊ क्रीडास्पर्धा आयोजित करण्याचे ठरवले होते.

पहिलीच स्पर्धा होती शरसंधानाची, आणि दोन संघांचं नेतृत्व करत होते संघमणि आणि तोशनी. तोशनीने उत्तम प्रदर्शन केलं होतं आणि उपस्थितांचे श्वास रोधायला लावून वाहवा मिळवली होती. पण सुहेलदेव आणि गोवर्धन दोघांचेही प्रदर्शन अगदीच सामान्य होते, त्यामुळे त्यांचा संघ मागे पडला होता. अतिशय स्पर्धाशील असणाऱ्या तोशनीला हे अजिबात आवडलं नव्हतं आणि हा नुसता खेळ आहे असा त्यांचा फुसका विरोध उडवून लावत तिने त्यांना चार गोष्टी सुनावल्या होत्या.

'तुम्ही दोघेही चांगले प्रशिक्षित योद्धे असायला हवे. तुम्हाला धनुष्यबाण कसं वापरायचं कधी शिकवलं नाही का?'

सुहेलदेवने कसनुसं होत घसा खाकरला. 'ते माझं आवडतं शस्त्र नाहीये खरं म्हणजे. मी जवळून मारायला जास्त पसंती देतो.'

'मी पण,' गोवर्धनने लगेच री ओढली.

तोशनीने नाराजीने जिभेचा च्यक् आवाज केला. 'तुम्ही जवळ येऊन मला बोटसुद्धा लावायच्या आधी मी तुम्हा दोघांना दहा वेळा मारलं असतं. चला चला, थोडा सराव करूया. तुम्हा दोघांशिवाय थोडा वेळ क्रीडास्पर्धा चालू ठेवाव्या लागतील.'

सुहेलदेव आणि गोवर्धनने एकमेकांकडे पाहिलं, पण तोशनीने एकदा एखादी गोष्ट ठरवली की तिच्याशी त्याबद्दल युक्तिवाद करणं व्यर्थ असतं हे त्यांना आतापर्यंत समजून चुकलं होतं. शेजारच्याच शेतात एक तात्पुरती धनुर्विद्येच्या सरावाचं मैदान तयार केलं होतं, तिकडे तिच्या मागोमाग मुकाट चालू लागले.

अब्दुलने त्यांना जाताना पाहिलं आणि मानेनेच त्याच्या काही माणसांना खूण केली. त्यांच्यातले पाच जण लगोलग त्या त्रिकुटाच्या मागे, थोडंसं अंतर ठेवून निघाले. अगदी शांतिकाळ वाटला, तरी सुरक्षेचे नियम पाळलेच पाहिजेत असा अब्दुलचा आग्रह होता.

'आत्ता जर तुर्कांनी मला पाहिलं ना, तर त्यांना माझी मुळीच भीती वाटणार नाही,' गोवर्धन सुहेलदेवला हळूच म्हणाला. 'एक एवढीशी पोरगी दादागिरी करतेय.'

त्या मोठ्ठ्या योद्ध्याने मित्राकडे बघून डोळे मिचकावले.

'ऐकलं मी ते,' तोशनीने फटकारलं.

दोघेजण तातडीने गप्प बसले.

'हं, चला दाखवा तुम्ही कसा बाण मारता ते,' सरावाच्या मैदानावर पोचल्यावर तोशनी म्हणाली. 'आधी तू,' साधारण दीडशे मीटर अंतरावरच्या बुजगावण्याकडे बोट दाखवत तिने सुहेलदेवला सांगितलं.

सुहेलदेवने मान डोलावली आणि काळजीपूर्वक बाण मारला, तो बुजगावण्याच्या मांडीला चाटून पलीकडे शेतात पडला.

'बऱ्यापैकी जमलं, हो ना?' त्याने खूष होऊन तोशनीकडे वळून विचारलं. आपल्याकडे रोखून पाहणारी तिची दगडी नजर दिसताच त्याचा चेहरा उतरला. 'ठीकच आहे! ते दीडशे मीटर लांब आहे! आणि निशाणा साधलाच की मी, हो ना?'

'तुझं सगळं चुकलं,' तोशनी म्हणाली. 'तू लक्ष्याच्या जवळपास तरी कसा पोचलास हेच एक आश्चर्य आहे. तुझी धनुष्यावरची पकड खूप घट्ट होती. तू प्रत्यंचा पूर्ण मागे खेचली नाहीस. बाण सोडतानाचा तुझा कोन चुकीचा होता. तू नेम धरण्यात फार वेळ घेतलास, त्यामुळे तुझ्या खांद्यांवर ताण आला. तुझं वजन पायांवर नीट तोललं गेलं नव्हतं आणि बाण सोडताना तुझ्या हाताला धक्का बसला!'

'मी काहीतरी तरी बरोबर केलं का?'

'चूप!'

सुहेलदेव गप्प बसला.

'पुन्हा.'

सुहेलदेवने पुन्हा एकदा धनुष्य उंचावलं. या वेळी तोशनी सुहेलदेवच्या मागे उभी राहिली आणि बरोबर पवित्रा दाखवताना तिने त्याचा बाहू धरला. सुहेलदेवला अचानक तिच्या निकट सान्निध्याची जाणीव झाली. एका मनगटावर आणि दुसऱ्या खांद्यावर जाणवणारा तिच्या हाताचा स्पर्श, पाठीवर पडणारा तिच्या वक्षांचा किंचित दाब, तिच्या पायांचा त्याच्या पायांना होणारा पुसटसा स्पर्श, तिचा मादक गंध...

'माझ्या बोलण्यातला एक शब्द तरी ऐकू गेला का तुला?' तोशनीने रागाने विचारलं.

'क्षमा... क्षमा...'

'युवराज!' सुहेलदेवचा एक सैनिक धावत येत होता. स्वतःला शांत करण्यासाठी सुहेलदेवने एक खोल श्वास घेतला. तोशनी मागे झाली.

'काय?' सुहेलदेवने विचारलं, त्याचा आवाज नेहमीपेक्षा जरा घोगरा आला.

'युवराज, गुरुदेव तुम्हाला भेटायला आले आहेत.'

सुहेलदेवच्या चेहऱ्यावर मोठं हसू फुललं. 'गुरुदेव!' तो आनंदाने म्हणाला. मग तोशनीकडे पाहून म्हणाला, 'ओह्... पुन्हा नक्की सराव करूया.'

अब्दुलला तो दिसला. एकुटवाणा, रेंगाळणाऱ्या सूर्यास्ताची घोषणा करणाऱ्या नारंगी आकाशाच्या क्षितिजाकडे बघणारा. त्याचं मुंडण केलेलं मस्तक खाली झुकलं होतं, हनुवटी उजव्या गुडघ्यावर टेकली होती. एका हाताने गुडघ्याभोवती विळखा घातला होता, आणि दुसरा त्याच्या तयार अवस्थेतील दंडाशेजारी टेकला होता.

अलीकडे याचं हे फारच चाललं आहे, अब्दुलने निश्वास सोडला. *आपण जिथे जाऊ तिथे असं उघड्यावर बसायची सवय याने लावून घ्यायच्या आत, याच्या मनात काय चाललं आहे याचा जरा शोध घेतलेला बरा.*

शांतपणे, आवाज न करता, अब्दुल चालत त्याच्याजवळ गेला आणि त्याच्या शेजारी बसला. तो काहीही बोलला नाही. ही अब्दुलला मिळालेली देणगी होती: समोरच्या माणसाला कशामुळे मोकळेपणा वाटेल ते त्याला आपोआप समजत असे. तो थांबला.

आकाश आणखी काळवंडलं. आता ते गुलाबी दिसू लागलं होतं. भारतभूमीमधला आपला कार्यभार आटोपून सूर्यदेव आपल्या प्रचंड ऊर्जेनिशी आणखी पश्चिमेकडे निघाले होते.

अश्वघोषने शांततेचा भंग केला. 'तुझा कधी स्वतःच्या अस्मितेसाठी झगडा होत नाही, अब्दुल? तुला कधी असं वाटत नाही, की आपल्याच दोन भागांच्या मध्ये असलेल्या भयंकर जागेत आपण अडकलो आहोत; आपल्याला दोन्हीकडे असायचं आहे आणि तरीही आपण कुठल्याच भागातले नसतो?'

अब्दुलने त्याच्याकडे पाहिलं. *या अल्लाह, हा अश्वघोष, शेवटी काही झालं तरी एक मुलगा आहे, हे मला कधीकधी विसरायलाच होतं.* आपल्या चेहऱ्यावर अजिबात सहानुभूती दिसणार नाही याची त्याने पूर्ण खबरदारी घेतली.

'होय... आणि नाही,' तो सावकाश, अश्वघोषची नजर ज्या क्षितिजावर खिळली होती, तिकडे बघत म्हणाला. अब्दुलने पुढे काही स्पष्टीकरण दिले नाही. त्याने कोणताही सहज पडणारा प्रश्नही विचारला नाही. चुकीच्या वेळी विचारलेले प्रश्न सहसा लोकांना बचावात्मक भूमिकेत नेतात, आपल्याभोवती कवच बनवायला लावतात.

'तुला हे कसं जमतं याचं मला नेहमी आश्चर्य वाटतं...' अश्वघोष म्हणाला.

'... तुझा बंधुभाव आणि तुझी मातृभूमी यांच्या मधल्या अवकाशात फिरणं... तुझा धर्म आणि देशप्रेम... तुला कधी नैराश्य येत नाही... की तुला कधी दोघांमधल्या एकाची निवड करावी लागेल, किंवा एकापेक्षा दुसऱ्याला प्राधान्य द्यावं लागेल?'

अश्वघोष आता वळून अब्दुलला सामोरा झाला.

आता अब्दुलने त्याच्या प्रश्नार्थक नजरेला नजर भिडवली. *बिचारं पोरगं... खरंच त्याच्या आत्म्याला किती कष्ट पडताहेत... अजूनही त्याचं मन हत्येच्या आवश्यकतेचं समर्थन करू शकत नाही... त्याला जर माहीत असतं...*

पण अब्दुलने हा विचार मागे सारला.

'होय, ते निराशाजनक आहे. निराशाजनक आहे की, माझ्या काही देशबांधवांना, त्यात माझे काही मित्रही आले, असं वाटतं की मुस्लिम स्वभावतःच हिंसक असतात, त्यांच्या धर्माच्या शिकवणुकीने अंध आणि वेडे झालेले असतात. निराशाजनक आहे की, या देशाप्रती असलेल्या माझ्या निष्ठेवर सारखं सारखं प्रश्नचिन्ह लावलं जातं. होय, हे अतिशय निराशाजनक आहे.'

अश्वघोषने मान डोलावली. त्याला याची अपेक्षा होतीच. 'म्हणूनच तू तुझ्या बांधवांविरुद्ध, या देशाच्या स्वातंत्र्यासाठी अधिक कडवेपणाने लढतोस का?'

'तुर्क माझे बंधू नाहीत,' अब्दुल कठोरपणे म्हणाला. 'जे जरी मुस्लिम असले, तरी ते माझे बांधव नाहीत. बंधुभाव याचा अर्थ एकाच कुटुंबातील असणं. तुर्क कुटुंबीयांसारखे वागतात असं तुला वाटतं? मला सांग, आपल्या मागण्या मान्य केल्या नाहीत, म्हणून कुणी आपल्या कुटुंबाला ठार मारून टाकतं का? तो मुस्लिम नसतो, निरंकुश नियंत्रण हवं असणारा तो केवळ एक सत्तापिपासू असतो. धर्म म्हणजे हे करताना त्याने पांघरलेली एक खोळ आहे. त्याच्या बोलण्याने वाहवत जातील अशा भोळसट मुस्लिमांचा पाठिंबा मिळवण्यासाठीचं हे विक्रीचं भाषण आहे. कारण त्यांना हे कळतच नाही, की हे स्वघोषित धर्माचे "सच्चे पाईक" आपल्याच भाईबंदांशी खोटं बोलतील. असं असलं तरी, काही "प्रागतिक माणसं"ही आहेतच—त्यात बिगर-मुस्लिमही आहेत—ज्यांना हे समजतं की हे केवळ सत्तेसाठी चाललं आहे. त्यातले काही धर्म बदलतात आणि तुर्कांच्या बाजूला जातात, "धर्मा"साठी नव्हे, तर केवळ जिंकणाऱ्या बाजूला असण्यासाठी. आपल्याला स्वतःला थोडीशी सत्ता मिळेल इतका तुर्कांचा विश्वास कदाचित संपादन करता येईल अशीही आशा त्यांना असते. पण ती एक क्रूर थट्टा असते. सत्तालोलुप माणूस निष्ठुर असतो. आपण एकटे निर्णय घेणारे असू अशा पद्धतीने तो या "प्रागतिक माणसांना" खेळवत राहतो. खेळाची व्याख्या, नियम नेहमी तोच ठरवणार; त्याच्या मर्जीनुसार तो ते बदलणार आणि संपूर्ण, निर्विवाद पालन होण्याची अपेक्षा करणार. त्याचे अनुयायी नेहमी प्यादीच राहतील. ते नेहमीच गुलाम राहतील, त्याच्या दयेवर जगतील, कारण त्याला हीच कल्पना प्रिय असते.'

'पण तो आपल्याच भावांना गुलाम कसं काय करू शकतो? ते सर्वकाळ त्याची प्यादी बनून कसे राहू शकतात? विशेषतः एकदा... असं घडेलच असं मी म्हणत नाही... पण एकदा, समजा, एकदा सगळ्यांनी ठरवलं की मुस्लिम व्हायचं, तर? तर मग दडपायला, मारायला कुणी मूर्तिपूजकच नसेल, बरोबर?' अश्वघोषाला कुतूहल होतं.

'तू नीट लक्ष देऊन ऐकत नाहीयेस. सत्तालोलुप तुर्क कुणालाच आपला भाऊ मानण्याइतकं बरोबरीचं समजत नाही. ते सगळे गुलाम असतात— "भाऊ" या बिरुदाने ती कल्पना गळी उतरवणं सोपं जातं, इतकंच. आता, संपूर्ण मुस्लिम देश याची भूक भागवेल का? अर्थातच नाही! प्रत्येकाने धर्म बदलला तरी हा सत्तालोलुप माणूस

थांबणार नाही. मुस्लिमांच्या त्याला वाटेल त्या गटाला तो लक्ष्य करेल आणि त्यांना छळण्यासाठीचं त्याभोवतीचं एक सामाजिक वक्तव्य तो शोधून काढेल. तुर्कांची संपूर्ण मुस्लिम मातृभूमी शांत आहे असं वाटतं तुला? छे! आता तिथे सगळेच मुस्लिम असल्याने, ते तिथे "सच्चा मुस्लिम कोण आहे?" चा घोष लावतील. त्यांना ज्यांना दडपायचं आहे, त्यांच्यावर ते "सच्चे मुस्लिम" नसल्याचा आरोप लागेल, जो अर्थातच अल्लाहची इच्छा या रूपात सादर केला जाईल. हा खेळ कधीच संपत नाही.'

'पण... इथे भारतातसुद्धा तुम्ही प्यादीच आहात असाही युक्तिवाद करता येऊच शकतो... इथे तुम्हाला धर्मासाठी मारायला सांगितलं जात नाही. तर त्याऐवजी तुम्हाला देशासाठी मारायला सांगितलं जातं.'

अब्दुलच्या चेहऱ्यावरचं हास्य मिटलं. आणि *आता उजेड पडला.*

'मला याचं उत्तर सांग, स्वर्गावर नियंत्रण कोणाचं?'

अश्वघोषने आठी घातली. 'त्याचा इथे काय संबंध...'

'थोडा वेळ खेळ ना हे... स्वर्गावर नियंत्रण कोणाचं?'

'देवाचं. किंवा वैश्विक नियमाचं. मूलतः, ईश्वराचं.'

अब्दुल जरा हसला. 'गुंतागुंतीचं उत्तर आहे. पण मी ते मान्य करतो. आता मला हे सांग. आपण जिथे राहतो, त्या पृथ्वीवर नियंत्रण कोणाचं? इथली श्रेष्ठतम शक्ती कोणती?'

'मला... मला नाही माहीत.'

'असा विचार करून बघ. जेव्हा एखादा माणूस अडचणीत असतो, दुःखात असतो, मरणासन्न असतो, तेव्हा तो आकांताने कुणाचं नाव घेऊन हाक मारतो?'

'त्याच्या आईचं...'

अब्दुलने अश्वघोषच्या खांद्याला स्पर्श केला. 'तुमची आई तुमच्यासाठी असते, प्रत्यक्षात तिथे हजर नसली, तरी असते. केवळ तिला हाक मारल्याने तुम्हाला शक्ती मिळते. टिकून राहायला जे हवं ते मिळतं. या पृथ्वीतलावरची सर्वश्रेष्ठ शक्ती आहे आई, माता.'

अश्वघोष गप्प राहिला.

'प्रभू रामचंद्राने सांगितलं की जननी आणि जन्मभूमी स्वर्गाहूनही महान आहेत. प्रेषित महंमद म्हणाला की स्वर्ग तुमच्या आईच्या पायाशी आहे. तुमच्या आईइतकं प्रेम कोण तुमच्यावर करतं?'

शांतता.

अब्दुलचा आवाज भावनातिरेकाने कापत होता. 'आणि कुणीतरी परदेशी माणूस येतो आणि तुमच्या आईवर... करायचा प्रयत्न करतो... तुम्ही जर तेव्हा तिच्यासाठी लढला नाहीत, तुमच्या स्वतःच्या आईसाठी लढला नाहीत, तर कसले माणूस तुम्ही?'

'पण माझा धर्म अ-हिंसा शिकवतो. चुकीचं आहे एखाद्याला...'

'अश्वघोष, हे लक्षात ठेव—इतर कशाहीपेक्षा भारताची निवड करणारे लोक जोवर संख्येने पुरेसे असतील, तरच भारत सुरक्षित राहील. आणि मी म्हणतो आहे, इतर कशाहीपेक्षा. मला जर माझा धर्म आणि भारत यांच्यात निवड करावी लागली, तर मी भारताची निवड करेन. प्रत्येक. वेळी. निश्चित. असं वाटणारे पुरेसे हिंदू, जैन, बौद्ध, मुस्लिम आणि ख्रिस्ती जोवर आहेत, तोवर माझा देश सुरक्षित राहील.'

'पण डोळ्याच्या बदल्यात डोळा घेतल्याने सारं जग आंधळं होईल. माझ्या महंतांनी मला हेच तर शिकवलं.'

'अश्वघोष, या तत्त्वज्ञानावर विश्वास असणारा तू एकटाच असलास, तर तू एकटाच आंधळा उरशील. आणि ते तुला आंधळं करत नाहीयेत. ते तुझ्या आईला आंधळं करत आहेत. अहिंसेला सुसंस्कृत समाजात स्थान आहे. होय. जेव्हा सहज मौजेसाठी हत्या करणाऱ्या क्रूरांशी तुमची गाठ असते, तेव्हा नाही. अहिंसेचा अतिरेक करू नको. लक्षात ठेव, जेव्हा तुम्ही लढणं आवश्यक असतं, तेव्हा तुम्ही लढायचंच असतं.'

अश्वघोष गप्प राहिला. तो खाली जमिनीकडे पाहात होता. विचारात गढला होता.

अब्दुलचा आवाज बोलताना सौम्य, मृदू झाला. 'आईचं रक्षण करताना, ते हिंसेच्या मार्गाने करावं लागलं, तरी ते वाईट कर्म म्हणून गणलं जात नाही.'

अश्वघोष अब्दुलकडे वळला. त्याचे डोळे पाणावले होते. 'कदाचित आई असणं म्हणजे काय हे तुला माहीत असेल. मला ते माहीतच नाही.'

आत्ता बरोबर वेळ होती.

'तुझा मित्र संघमणिने मला तुझी जीवनकथा सांगितली. असं वाटतं, की तुमच्याबरोबर मठ सोडून आलेल्या कुणा वृद्ध शिक्षकाने ती त्याला सांगितली असावी. तू मठात कसा राहायला आलास हे तुझ्या मित्राला विचार. तू जिवंत आहेस कारण तू जिवंत राहावास म्हणून तिने प्राणांचा त्याग केला. कारण तू जेव्हा एक असहाय्य लहान बाळ होतास तेव्हा तुझ्या रक्षणासाठी तिला जे जे शक्य होतं ते ते सर्व तिने केलं.'

अब्दुलने जमिनीवरची थोडीशी माती उचलली आणि ती अश्वघोषच्या हातावर ठेवली. मग त्याने आकाशाकडे बोट केलं. 'आणि आता, ती तिथे वर आहे, तिच्या मोठ्या झालेल्या मुलाकडे बघते आहे, तू पुरुषासारखं वागशील आणि आपल्या सर्वांच्या आईचं रक्षण करशील अशी तिची अपेक्षा आहे.'

अश्वघोष रडू लागला.

अब्दुलने अश्वघोषचा हात घट्ट धरला. 'जय मा भारती!'

भारतमातेचा गौरव असो. भारतमातेचा विजय असो.

'जय मा भारती!'

प्रकरण २०

सुहेलदेव घोड्यावरून पायउतार झाला आणि भराभर चालत त्याच्या कामचलाऊ लष्करी तंबूकडे गेला. तिथल्या रक्षकाने त्याला कडक सलाम ठोकत तंबूची कनात दूर केली.

'युवराज, ते आतमध्ये आपली प्रतीक्षा करत आहेत.'

सुहेलदेवने रक्षकाच्या खांद्यावर थाप मारली आणि किंचित हसत तो तंबूत शिरला. एक उंच, करड्या केसांची एक व्यक्ती तंबूच्या दुसऱ्या टोकाला शांतपणे उभी होती. सरलेल्या वर्षांनी खांदे थोडे झुकवले असले, तरी आकृती अजूनही सडपातळ आणि ताठ कण्याची होती.

'गुरुदेव!' सुहेलदेव आनंदून म्हणाला. तो भरभर काशीनाथांजवळ गेला आणि चरणस्पर्श करण्यासाठी खाली वाकला.

काशीनाथनी सुहेलदेवला वर ओढून घेतलं आणि आपल्या घट्ट मिठीत घेतलं. 'माझा युवराज...'

सुहेलदेव हसला, आपल्या गुरूंना तसाच घट्ट धरून राहिला.

'माझ्या युवराजा, तुझ्या भावाला, मल्लदेवला तुझा किती अभिमान वाटला असता. आज तू जे काही बनला आहेस त्याचा त्याला गर्व वाटला असता. तुला माहीत आहे का, तिकडे श्रावस्तीला, लहान मुलं खेळण्यातल्या तलवारींनी खेळतात आणि तुझं सोंग घेतात, गझनीच्या आणि त्यांच्या हीन मित्रांच्या सैन्यांशी लढतात.'

'हे सगळं मी एकट्याने केलं नाही, गुरुदेव. या भूमीसाठी माझ्याइतकेच समर्पित असलेल्या शूर योद्ध्यांचं एक पथकच आहे माझ्याकडे. आणि आम्हाला लागेल ती गोष्ट पुरवणाऱ्या हजारो सामान्य लोकांचा पाठिंबा आहे माझ्यामागे. त्यांच्या मदतीशिवाय आम्ही इतका काळ तग धरूच शकलो नसतो. मनोहरगड, कन्नौज आणि अन्य राज्यांच्या राजांनी भलेही गझनीशी मैत्री केली असेल, पण त्यांच्या प्रजाजनांनी आम्हाला

मदत केली आहे. ते खरे देशभक्त आहेत. आपले अधिकृत शत्रू असणाऱ्या राज्यांच्या दरबारातसुद्धा माझे काही मित्र आहेत!'

काशीनाथ हलकेच हसले. 'तुझ्या या सगळ्या मित्रांशी एकदा ओळख करून घ्यायला आवडेल मला... पण एक गोष्ट मात्र नाकारता येणार नाही, तू सबंध देशभर एक वणवा पेटवून दिला आहेस. आणि भगवान शिवाच्या आणि मा भारतीच्या आशीर्वादाने, ही आग तुर्कांना भस्मसात करेलच.'

'ओम् नमः शिवाय,' गळ्यातलं छोटसं शिवलिंग मुठीत धरत सुहेलदेव पुटपुटला. 'जय मा भारती.'

समोरच्या पुरुषाकडे बघताबघता काशीनाथांचे डोळे भरून आले. हा छोटासा राजपुत्र किती व्रात्य मुलगा होता. स्वभावाने मनमौजी आणि नियमांची अजिबात पर्वा न करणारा हा लहानसा मुलगा, तुर्कांना हरवण्याची जबाबदारी घेण्यासाठी निवडला जाईल याची काशीनाथांनी कधी कल्पनाही केली नव्हती. पण काळाच्या आणि भगवान शिवाच्या मनात काय योजना आहेत याचा थांग कुणाला लागतो? त्यांनी तरुण राजपुत्राच्या खांद्यावर थोपटलं आणि पुटपुटले, 'ओम् नमः शिवाय. जय मा भारती.'

सुहेलदेव पाऊलभर मागे झाला, त्याने दोन्ही हात नमस्काराच्या मुद्रेत जोडले आणि म्हणाला, 'स्पष्ट बोलतो त्याबद्दल क्षमा असावी, गुरुदेव, पण तुम्ही इतक्या दूर केवळ माझं आणि माझ्या सैनिकांचं कौतुक करायला आला असाल असं मला वाटत नाही. काहीतरी महत्त्वाची वार्ता आहे असं मला कळत आहे. काय झालं?'

काशीनाथांनी सुस्कारा सोडला. ते आपल्या भावनांवर नियंत्रण ठेवत होते हे उघडच होतं. कोणत्याही चांगल्या मंत्र्याने तेच केलं असतं. 'तुम्ही घरी येण्याची वेळ झाली आहे, युवराज...'

'काय झालं?'

'तुझ्या वडिलांना...'

सुहेलदेवने तत्काळ काशीनाथांचे हात धरले, त्याच्या चेहऱ्यावर काळजीच्या आठ्या पडल्या. 'काय झालं?'

'कर्करोग आहे. अचानक उद्‌भवला. फार वेगाने वाढला...'

सुहेलदेव बधीर झाला, त्याला प्रतिक्रिया देता येईना. काही महिन्यांपूर्वीच तो गुप्तपणे वडिलांना भेटला होता. तेव्हा तर ते अगदी तंदुरुस्त आणि निरोगी वाटले होते.

काशीनाथांचा आवाज मृदू होता. 'तुला लगेच परत श्रावस्तीला आलं पाहिजे. सिंहासन रिकामं...'

सुज्ञपणे, काशीनाथांनी बाकीचे शब्द तोंडातून बाहेर पडू दिले नाहीत. त्यांना माहीत होतं की गेल्या महिन्यात, जेव्हा आपले दिवस संपत आल्याची स्पष्ट जाणीव मंगलध्वजला झाली, तेव्हा त्या भागातील अनेक राज्यांना तातडीचे संदेश गेले होते. त्यातले कित्येक काशीनाथ स्वतः घेऊन गेले होते. जी राज्ये श्रावस्तीच्या नेतृत्वाखाली संघराज्य बनवण्यासाठी अनुकूल होती, त्यांच्यापर्यंत मंगलध्वज पोचला होता. आणि इतकी वर्षं गझनीच्या ताकदीपुढे शौर्याने उभ्या ठाकणाऱ्या एकमेव पुरुषापेक्षा, या एकत्रित सैन्याला कोण अधिक चांगला नायक मिळाला असता? सुहेलदेव.

पण काशीनाथ यातलं काहीच सुहेलदेवला बोलले नाहीत. आत्ताची वेळ योग्य नव्हती. आधी पुत्राला पित्याचा शोक तर करू दे. राजा म्हणून पार पाडण्याच्या कर्तव्यांबद्दल युवराजाला नंतर सांगता येईल.

वडिलांच्या आजारपणाची वार्ता सुहेलदेवला कळून काही दिवस झाले होते. दुसऱ्या दिवशी सकाळीच तो आपल्या अनुयायांसह निघाला होता. श्रावस्तीच्या वाटेवर, एका तळ्यापासून थोड्या अंतरावर सुहेलदेव आणि त्याच्या पथकाने छावणी टाकली होती.

या तात्पुरत्या छावणीसाठी निवडलेली जागा मोठी छान होती. सामान मिळण्याच्या दृष्टीने ती नगराच्या पुरेशी जवळ होती, पण अनाहूत, अवांछित पाहुण्यांचं स्वागत करावं लागेल इतकी जवळही नव्हती. जेव्हा ते त्यांच्या थेट नियंत्रणाच्या क्षेत्राच्या बाहेर असत, तेव्हा अनामिकता आणि विवेक हेच त्यांचे खरे मित्र असत. पाण्याचा स्रोतही त्या जागेच्या जवळच होता. जंगल आणि छावणीच्या मध्ये मोकळी जागा होती, अचानक हल्ला होण्याची शक्यता नव्हती. पण तरी, अधिक सुरक्षितता म्हणून कळीच्या जागांवर रक्षक नेमले होते. वेळ आली तर चटकन माघार घेता यावी अशी जागा छावणीच्या दुसऱ्या बाजूला होती. ही तात्पुरती छावणी असल्याने, सर्व सामान सोडले नव्हते. शस्त्रं, पैसा आणि महत्त्वाची कागदपत्रं घोड्यांच्या आणि बैलांच्या पाठीवर बांधलेल्या थैल्यांमध्ये तशीच होती, जेणेकरून झटकन पळावं लागलं तरी

महत्त्वाचं काही मागे राहून गेलं नसतं. या घोड्यांवर आणि बैलांवर अर्थातच चोवीस तास खडा पहारा होता.

गरज असेल तेव्हा सुहेलदेव सावध आणि दक्ष होता. आणि या सावधगिरीमुळेच, गेल्या काही वर्षांमध्ये तो जेव्हा तुर्कांशी लढत, त्यांना छळत होता, तेव्हा त्याने फारच थोडे सैनिक गमावले होते.

'ही जागा सुंदर आहे,' गोवर्धन म्हणाला.

तो आणि सुहेलदेव दोघेच जण बसून जेवण करत होते. ते छावणीपासून थोडे दूर आले होते. तळ्याच्या जवळ. सूर्य सावकाश क्षितिजावर बुडताना, ते सभोवतीच्या सृष्टिसौंदर्याचा आस्वाद घेत होते. त्यांची शस्त्रे म्यानातून काढून शेजारी ठेवली होती. हल्ला झालाच तर वापरण्यासाठी तयार होती.

खऱ्या योद्ध्याला आपल्या सामरिक प्रशिक्षणाचा विसर पडावा इतका तो कधीही सौंदर्यात बुडून जात नाही. खरा योद्धा सदैव युद्धाला तयार असतो.

सुहेलदेव गप्प राहिला.

गोवर्धनने सहानुभूतीने सुहेलदेवच्या खांद्याला स्पर्श केला. 'तू ठीक आहेस ना मित्रा? तुला काही...'

सुहेलदेवने मान हलवली. 'यावर बोलून मला काही होणार नाही. उलट मला आणखी दुःखच होईल. आपण दुसऱ्या कशावरतरी बोलू.' गोवर्धनने मान डोलावली. *आपण ज्याबद्दल काहीही करू शकत नाही त्याबद्दल बोलण्यात काही अर्थ नाही. ते बाजूला सारून दुसऱ्या कशावर तरी लक्ष केंद्रित करावे हे उत्तम. तो त्याच्या वडिलांना भेटेल तेव्हा त्याला त्याबद्दल विचार करता येईल.*

गोवर्धनने विषय बदलला. 'तुला माहीत आहे का, हे सुंदर ठिकाण सूफींच्याही फार आवडीचं होतं ते?'

सुहेलदेव हसला. 'होय... सूफी निघून गेले हे वाईटच झालं. तुर्कांनी केवळ हिंदूंचाच नाही, सूफींचाही फार छळ केला.'

त्यांना मागून एक आवाज ऐकू आला. 'होय, त्यांना अशुद्ध मुस्लिम म्हणत.'

सुहेलदेव आणि गोवर्धन झटक्याने मागे वळले. गोवर्धनने, जणू प्रतिक्षिप्त क्रियेने त्याची तलवार हातात घेतली. 'आ-रम, गोवर्धन,' काशीनाथ स्नेहाने हसले. 'मी मित्र आहे.'

सुहेलदेवने वाकून आदराने काशीनाथांच्या पायाला स्पर्श केला आणि उपरोधाने म्हणाला, 'ज्याची पावलं कधीच ऐकू येत नाहीत असा मित्र.'

सुहेलदेवच्या शेजारी बसताना काशीनाथ सौम्य हसले. गोवर्धनने देऊ केलेले पदार्थ त्यांनी नाकारले. 'माझं झालंय आधीच.'

गोवर्धनने जेवण पुढे चालू ठेवलं. मोठ्यामोठ्या घासांच्या मध्ये त्याने विचारलं, 'तर, तुर्क सूफींचा एवढा तिरस्कार का करतात?'

'हा एक चांगला प्रश्न आहे,' काशीनाथ म्हणाले. 'आपल्या भारतीय शासकांची एक समस्या म्हणजे त्यांनी आपल्या पूर्वजांचा विस्मयभाव गमावला आहे. तुम्हाला एखाद्या गोष्टीचं औत्सुक्य वाटलं तरच तुम्ही इतर जीवनपद्धती समजून घेण्याचा प्रयत्न करता. विशेषतः जे तुमचे शत्रू असतात त्यांची. कारण तुम्ही जर तुमच्या शत्रूंना समजूनच घेतलं नाही, तर तुम्ही त्यांचा पराभव करणार कसा? आणि त्याहीपेक्षा महत्त्वाचं, तुम्हाला तुमच्या स्वतःच्या समाजाबद्दल औत्सुक्य वाटलं नाही आणि तो तुम्ही समजून घेतला नाही, तर आपले दोष कसे कमी करावे आणि बलस्थानं कशी वाढवावी, हे तुम्हाला कसं कळणार?'

सुहेलदेवने मान डोलावली. 'स्वतःला जाणा. आणि आपल्या शत्रूला जाणा.'

काशीनाथने सुहेलदेवच्या खांद्यावर थाप मारली आणि हसले. 'म्हणजे मी शिकवलेलं थोडंफार तुझ्या लक्षात आहे तर.'

'तुम्ही शिकवलेलं *सर्व* माझ्या लक्षात आहे, गुरुदेव,' पुढचा घास तोंडात घालण्याअगोदर सुहेलदेव मृदूपणे म्हणाला.

'पण अजून तुम्ही माझ्या प्रश्नाचं उत्तर नाही दिलं, गुरुदेव,' गोवर्धन म्हणाला. 'तुर्क सूफींचा एवढा तिरस्कार का करतात?'

'प्रत्येक समाजाची, प्रत्येक जीवनपद्धतीची, काहीतरी बलस्थानं असतात आणि काही वैगुण्ये असतात. हे तुर्कांच्या इस्लामसाठीही खरं आहे तसं भारतीय हिंदूसाठीही खरं आहे.'

'हे काही माझ्या प्रश्नाचं उत्तर—'

'संयम, संयम, माझ्या शूरवीर मित्रा,' गोवर्धनच्या हातावर थोपटत काशीनाथ हसले. 'मला माझा मुद्दा तर पूर्ण करू दे. तुर्कांच्या इस्लामची शक्ती आहे सामाजिक समावेशकता, पण त्याचं वर्म आहे त्याची धार्मिक असहिष्णुता. दुसऱ्या बाजूला, आपणा भारतीयांचं हिंदुत्व धार्मिकदृष्ट्या समावेशक आणि मोकळं आहे तर सामाजिकदृष्ट्या आपण असहिष्णु आहोत.'

'ओहोहो...' गोवर्धन मागे होत म्हणाला, त्याचे डोळे मोठे झाले होते. त्याने खोल श्वास घेतला. 'फारच मोठे मोठे शब्द आहेत बुवा. माझ्या डोक्यावरून गेलं.'

काशीनाथ मान मागे टाकून गडगडाटी हसले.

'गुरुदेव, मी एक साधासुधा शिपाईगडी आहे,' गोवर्धन त्यांच्याबरोबर हसत म्हणाला, 'जरा सोप्या शब्दांत सांगा ना!'

'ठीक, ठीक. जेव्हा मी धार्मिकदृष्ट्या असं म्हणतो, तेव्हा त्याचा अर्थ असतो आपण देव या संकल्पनेतील भिन्न भिन्न श्रद्धांकडे कसे बघतो. जेव्हा मी सामाजिक असं म्हणतो, तेव्हा त्याचा अर्थ असतो आपल्याच धर्माचं अनुसरण करणाऱ्या वेगवेगळ्या गट, वर्ग आणि समाजांप्रती आपली दृष्टी. तर, जेव्हा मी म्हणतो की, तुर्क सामाजिकदृष्ट्या समावेशक आहेत, तेव्हा मला म्हणायचं असतं, निदान सैद्धान्तिकदृष्ट्या, इस्लामचं आचरण करणारे सर्व तुर्क ईश्वरासमोर समान आहेत असं मानलं जातं. त्या कारणाने, त्यांच्या समाजात प्रचंड एकी आणि हेतूचं बल आहे. ते त्यांच्या शत्रूशी एक होऊन लढतील.'

'आणि त्यांचं वर्म?'

'त्यांचं वर्म हे की, ते धर्मिकदृष्ट्या असहिष्णु आहेत. त्यांचा विश्वास आहे की त्यांचा देव तेवढा *एकच* देव आहे आणि बाकी सगळे देव खोटे आहेत. त्यांची श्रद्धा आहे की त्यांचा धर्म तेवढा *एकच* खरा धर्म आहे आणि बाकी सगळे धर्म खोटे आहेत. आणि तुर्की मुस्लिम इतर धर्मांना जसे वागवतात, त्यातही उतरंड आहे. ख्रिश्चन आणि ज्यू श्रद्धेच्या लोकांना जगायला परवानगी आहे, पण त्यांनी *धिम्मी* म्हणून निम्नस्तरीय जगलं पाहिजे. पण बाकी सगळे धर्म, विशेषतः मूर्तिपूजक मात्र संपूर्णपणे पापी आहेत. त्याचमुळे केवळ भारतातील हिंदू मंदिरेच नव्हे, तर पर्शियातील झोराष्ट्रियनांची अग्निमंदिरे, त्यांच्या स्वतःच्या तुर्क देशातील किंवा चीनमधील बौद्ध विहार हे सगळे नष्ट करायचे आहेत...'

'म्हणजे हे त्यांचं वर्मस्थान आहे,' सुहेलदेव म्हणाला.

'बरोबर. तुमच्याशी सहमत नसलेल्या प्रत्येकाशी तुम्ही जगभर जाऊन भांडत बसलात, तर थोड्याच काळात तुमच्याविरुद्ध भांडायला बाकी सगळे एक होणार. त्यांच्या धार्मिक असहिष्णुतेची ही समस्या आहे. ते प्रत्येकाशी वैर करतात. नेमका हाच मुद्दा सूफी सोडवतील.'

'तो कसा?' गोवर्धनने विचारलं.

'मी क्षणभरात तिकडे येतोच आहे,' काशीनाथ म्हणाले. 'पण त्याआधी, आपण आजच्या हिंदुत्वाची बलस्थाने आणि वर्मस्थानेसुद्धा समजून घेतली पाहिजेत.

धर्मशास्त्राच्या दृष्टीने हिंदुत्व फार उदारमतवादी आहे. आपण अनेकेश्वरवादी आहोत आणि मूर्तिपूजा मानतो, त्यामुळे कोणीही दुसऱ्या एखाद्या देवावर विश्वास ठेवला तर आपल्याला काहीच अडचण नसते. आपण प्रत्येक गोष्टीत देव पाहतो, त्यामुळे ख्रिश्चनांच्या जीझस ख्राइस्टमध्ये देवत्व बघणं किंवा मुस्लिमांच्या अल्लाहला भजणं ही आपल्यासाठी अगदी सोपी गोष्ट आहे. आणि असं केल्याने आपला हिंदू धर्मदेखील सुटत नाही. तुम्ही कधी एखाद्या हिंदू राजाने आक्रमण करून दुसऱ्या एखाद्याचं मंदिर किंवा प्रार्थनास्थळ उद्ध्वस्त केल्याचं ऐकलं आहे का?'

गोवर्धनने मान हलवली. 'छे. कधीच नाही.'

'तेच तर. ही गोष्ट फार फार दुर्मिळ आहे. जवळजवळ कधीही न ऐकलेली. असं का? कारण प्रत्येक गोष्टीत देव आहे असा आपणा हिंदूंचा विश्वास असतो. त्यामुळे दुसऱ्या कुणाचं प्रार्थनास्थळ तोडणं हे पाप आहे. खरं म्हणजे एक काळ असा आहे की जेव्हा एखादा हिंदू राजा दुसऱ्या हिंदू राज्याचा पराभव करतो, तेव्हा तो तिथल्या राजाच्या मुख्य मंदिरात जाऊन तिथली मूर्ती चोरतो. मग ती मूर्ती सन्मानपूर्वक जेत्या राजाच्या वैयक्तिक देवघरात आणून तिथे तिची प्रतिष्ठापना केली जाते. जिंकणारा राजा असं का करतो? कारण त्याची अशी श्रद्धा असते की असं केल्याने जित राजाच्या देवाचेही आशीर्वाद त्याला लाभतील. खरं तर आपल्याकडे देवी असण्यानेही आपल्याला काही अडचण नसते, पण तुर्कांच्या इस्लाममध्ये त्याला अनुमतीच नाही.'

'आणि आपली जातिव्यवस्था हे आपलं वर्म आहे,' गोवर्धन म्हणाला, हे तर अगदी उघडच होतं.

'होय,' काशीनाथ म्हणाले. 'तुर्कांनी इतरांवर अत्याचार केले असतील. पण आपण आपल्या माणसांवरच केले. या जन्माधारित जातिव्यवस्थेने आपण आपल्याच लोकांमध्ये फूट पाडली. हे आपलं पाप आहे. आणि या जातिव्यवस्थेचा परिणाम म्हणून, आपण सतत आपापसांत लढत असतो. आतून पोखरलेले आपण परकी आक्रमकांचे सहज लक्ष्य असतो. एक काळ असा होता की भारताकडे एक अजिंक्य भूमी म्हणून पाहिलं जात होतं. आणि तो काळ असा होता जेव्हा आपण आज अस्तित्वात असलेली ही दुष्ट जातिव्यवस्था मानत नव्हतो. हा काही योगायोग नव्हे. कारण आपण जन्माच्या आधाराने वेगवेगळ्या समाजांमध्ये आणि जातींमध्ये विभागले गेलो नव्हतो, त्यामुळे कोणत्याही परकीय आक्रमकाला, आपल्यावर विजय मिळवणं जवळजवळ अशक्य होतं. तुम्ही अलेक्झांडरचं नाव ऐकलंय?'

'नाही,' गोवर्धन म्हणाला. 'तो कोण आहे?'

'युरोपियनांमध्ये आणि पर्शियनांमध्ये तो इतिहासातील सर्वश्रेष्ठ विजेता मानला जातो. पण आपणा भारतीयांसाठी मात्र तो कुणीच नाही. कारण भारताच्या सीमेच्या जरासे आत, पश्चिम पंजाबच्या एका लहानशा राजाने त्याला रोखून धरलं होते. त्या काळच्या आपल्या प्रमुख भारतीय नंद साम्राज्याशी तर तो लढलाच नाही, आणि तरीही त्याला लज्जास्पद रीतीने परत जावं लागलं. भूतकाळात आपल्यावर विजय मिळवणं जवळपास अशक्य होतं. पण आता आपण वेगवेगळ्या जातींमध्ये असे विभागलो आहोत, की परकीय आपल्याला वेगळे वेगळे वेचून काढतात. आपल्याला जिंकणं अगदी सोपं झालं आहे.'

सुहेलदेवने एक खोल श्वास घेतला आणि तळ्याकडे नजर लावली, काशीनाथ जे म्हणाले, त्यावर त्याच्या मेंदूत मंथन चालले होते. 'आपण आपले सामाजिक प्रश्न सोडवले पाहिजेत. आणि मुस्लिमांनी त्यांच्या धार्मिक समस्या सोडवल्या पाहिजेत.'

काशीनाथांची भुवई चढली. 'सगळ्या मुस्लिमांनी नाही. जी समस्या तुर्कांना आहे, ती भारतीय मुस्लिमांना नाही. ते धार्मिकदृष्ट्या उदारमतवादी आहेत. अब्दुल मूर्तींचा तिरस्कार करतो का? हिंदूंना त्रास व्हावा म्हणून इक्बाल गायींना मारतो का?'

सुहेलदेवने मान हलवली. *नाही.*

'भारतीय मुस्लिम, अनेक अर्थांनी भारतीय हिंदूसारखेच आहेत. इतरांचे धर्म आणि देव यांचा आदर करण्यात त्यांना काही अडचण नाही. आणि भारतीय मुस्लिमही जातिभेदांनी विभागलेले आहेत. मी जे म्हणत होतो ती तुर्कांच्या इस्लामची समस्या आहे. आणि अरबांचीही आहे. आणि ही धार्मिक असहिष्णुता नेमकी सूफी सोडवतील.'

'ती कशी?' गोवर्धनने विचारलं.

'एक छोटासा बदल करून. सूफी म्हणतात की त्यांचा धर्म, इस्लाम, हाच *त्यांच्यासाठी* खरा धर्म आहे. आणि माझा धर्म, हिंदू, हा *माझ्यासाठी* खरा धर्म आहे. त्यांच्या श्रद्धेतील सत्यावरील विश्वास ते बदलत नाहीत. इतर श्रद्धांच्या लोकांना त्यांच्याही सत्यावर विश्वास कायम ठेवता यावा यासाठी केवळ ते एक अवकाश खुला करत आहेत. उघड असं दिसतं की, त्यांच्यामध्ये धर्मात कशाचीही सक्ती नव्हती. सध्या तरी भारतात फार कमी मुस्लिम आहेत. आणि तुर्कांच्या पद्धतीने इथल्या मुस्लिमांची संख्या वाढण्यासाठी कधीही मदत होणार नाही. कारण आपल्या देशाच्या जीवनपद्धतीवर आक्रमण केल्याने हिंदूंना आणखी राग येतो आणि ते आणखी बंडखोर

होतात; आणि आपण स्वभावतः फार बंडखोर लोक आहोत. पण माझे शब्द लक्षात ठेवा, भारतात जर कधी इस्लाम एक मोठा धर्म म्हणून वाढलाच, तर तो सूफींच्याच मार्गानेच वाढेल. त्यांचा मोकळेपणा आणि उदारमतवाद हिंदूंचा बचाव खाली आणेल. आपली देवळं पाडून, आपल्या श्रद्धेचा अपमान करून आपण शरण येऊ अशी तुर्कांची समजूत असेल तर त्यांची चूक होते आहे. त्या पद्धतीने आपण कधीही शरण येणार नाही. खरं तर, आपल्याबद्दलच्या त्यांचा तिरस्कार आपल्याला एकत्रच आणेल. पण सूफींच्या प्रेमापुढे मात्र अनेक भारतीय शरण जातील.'

'सूफी त्यांच्या धर्मासाठी चांगलं काम करत आहेत, श्रद्धा आणि आचरणावर आधारलेल्या धर्मासाठी,' सुहेलदेव म्हणाला. 'पण मला हिंदू धर्माचा मृत्यू नको आहे. पुरातन काळापासून आजतागायत चालत आलेल्या फार थोड्या संस्कृतींपैकी तो एक आहे. बाकी बहुतेक मूर्तिपूजक संस्कृती, उदाहरणार्थ रोम, ग्रीस आणि इजिप्त नामशेष झाल्या आहेत. अगदी झरत्रुष्ट्र धर्मसुद्धा त्यांच्या प्राचीन पर्शियाच्या भूमीत मृतप्राय झाला आहे. काही लोक आपल्या प्राचीन संस्कृतींना पाखंडी म्हणतात. हा एक अपमान आहे. हिंदू धर्म मेला, तर शहाणीव आणि प्रश्नजिज्ञासेच्या पायावर आधारलेल्या धर्मांशी, त्या प्राचीन पद्धतीशी शेवटचा दुवा जग गमावून बसेल. आपण हे होऊ देता कामा नये. आणि म्हणून, आपण आपली सामाजिक समस्या आपण सोडवली पाहिजे. आपल्याला विभागणारी, दडपणारी आणि दुःखदायक जातिव्यवस्था आपल्याला नष्ट केलीच पाहिजे.'

'अगदी बरोबर,' काशीनाथ म्हणाले. 'जन्माधारित जातिव्यवस्था पराभूत करतील आणि आपल्याला आपल्या प्राचीन मार्गावर परत घेऊन जातील असे सुधारक आपल्याला हवे आहेत.'

गोवर्धनने पुढे होऊन सुहेलदेवचा हात हातात घेतला. 'हा माणूस आपला सुधारक आहे. आतापासून शतकांनंतरही त्याचं नाव स्मरणात राहील. आणि आपल्याला जर आपला धर्म टिकवायचा असेल, आपल्या महान पूर्वजांचा मान ठेवायचा असेल, जर आपण खरे देशभक्त असू तर आपण आपली जन्माधारित जातिव्यवस्था नष्ट केलीच पाहिजे, हे आपणा सर्व हिंदूंना शिकवण्यासाठी सुहेलदेवचं उदाहरण दिलं जाईल.'

प्रकरण २१

राणी विजयालक्ष्मी आपल्या पुत्राकडे खूप वेळ टक लावून पाहात राहिली. त्याचे खांदे धरून. त्याचा आधार घेऊन. त्याला आधार देत. भावनावेगाने तिच्या तोंडून शब्द फुटत नव्हता.

राणी आणि युवराज तिच्या दालनात एकटेच होते. एरवी, एवढा क्रांतीचा नायक ठरलेला युवराज घरी परत येणं म्हणजे श्रावस्तीसाठी महोत्सव ठरला असता. पण त्यांचा राजा मंगलध्वज किती आजारी होता ते सर्वांना ठाऊक होते. रोग किती भराभर बळावला ते सर्वांना ठाऊक होते. नगरावर उदासवाणी गडद छाया पसरली होती. सुहेलदेव त्याच्या पथकाच्या अग्रभागी, शांतपणे घोड्यावरून नगरात प्रवेश करता झाला होता. त्याच्या बरोबरच्या लोकांची राजवाड्यात इतर खोल्यांमध्ये राहायची व्यवस्था केली होती, आणि तो लगेचच आईच्या खाजगी दालनात आला होता.

विजयालक्ष्मीच्या, युद्धाने कठोर झालेल्या, खंबीर डोळ्यांतून एकच अश्रू निसटला. मा शक्तीच्या कवचाला एक बारीकशी फट पडावी आणि तिचं कोमल हृदय दिसावं, तसा. तिने सुहेलदेवला घट्ट उराशी धरलं. 'माझ्या बाळा...'

'*मा...*'

ते गप्पपणे एकमेकांना उराशी धरून उभे राहिले. त्यांचं ज्याच्यावर अत्यंत प्रेम होतं त्या पुरुषासाठी स्तब्धपणे शोक करत राहिले. तिचा पती, त्याचा पिता.

सुहेलदेव मागे सरकला. त्याच्या हृदयाच्या खोल कोपऱ्यात कुठेतरी अजूनही त्याला अंधुक आशा होती.

आशा. माणसाच्या शक्तीचा सर्वात मोठा स्रोत. आणि माणसाच्या दुःखाचा सर्वात मोठा स्रोत.

'कसं... काय आता... वैद्य...'

विजयालक्ष्मीने फक्त मुलाकडे पाहिलं. ती काहीच बोलली नाही. निदान तिच्या तोंडाने तरी नाही. पण तिच्या डोळ्यांनी सगळं सांगून टाकलं.

सुहेलदेव रडू लागला.

राजाच्या रुग्णकक्षात रूपांतर केलेल्या राजवाड्यातील दालनाच्या बाहेर बरेच दरबारी, नातेवाईक आणि इतर लोक वाट बघत थांबले होते. जणू एका वृद्ध, रुबाबदार सिंहाच्या मृत्यूची वाट पाहाणारा त्याचा क्लांत परिवार.

सुहेलदेव येताच त्यांनी बाजूला होऊन त्याला वाट करून दिली. त्याच्या पुढे त्याची आई होती. सुहेलदेव पुढे जात असताना प्रत्येकजण त्याचं लक्ष वेधून घेण्याचा प्रयत्न करत होता. सहानुभूती आणि काळजी दाखवत होता. बरेच प्रामाणिक, काही खोटे. सुहेलदेव लवकरच राजा होणार होता. काहीजण पूल बांधण्यास इच्छुक होते.

पण युवराजाने सगळ्यांकडे दुर्लक्ष केलं.

पडदा बाजूला झाला. सुहेलदेवने एक दीर्घ श्वास घेतला आणि स्वतःला खंबीर केलं.

धीरगंभीर, खंबीर विजयालक्ष्मीने मुलाचा हात हातात घेतला. 'तू त्यांना शेवटी पाहिलंस त्यापेक्षा ते फारच वेगळे दिसतात...'

सुहेलदेवने मान हलवली आणि आईपाठोपाठ वडिलांच्या दालनात प्रवेश केला. दारातून आत गेल्यावर त्याला बरेच वैद्य आणि त्याचे गुरू काशीनाथ बिछान्याभोवती गोळा झालेले दिसले. ते बाजूला झाले आणि सुहेलदेवला वडिलांचं दर्शन झालं.

तो थबकला. अविश्वासाने बधीर होऊन तो जागीच खिळला.

बिछान्यावर पडलेली आकृती म्हणजे सुहेलदेवच्या आठवणीतील बळकट राजाची केवळ एक फिकुटवाणी सावली होती. ज्याला त्याने केवळ काही महिन्यांपूर्वी पाहिले होते. मंगलध्वज इतका कृश झाला होता की त्याच्या हाडांवर कातडी ताणून बसवल्यासारखी वाटत होती. त्याच्या डोक्याची बाह्याकृती जेमतेम दिसत होती. सुहेलदेवला पाहून त्याने हसण्याचा प्रयत्न केला, पण त्याच्या तोंडून फक्त खोकल्याची उबळ बाहेर पडली आणि त्याच्या दुबळ्या शरीराला हलवून गेली.

युवराज धावतच मंगलध्वजच्या बिछान्याजवळ गेला आणि त्याच्या शेजारी गुडघ्यांवर बसला.

'बाबा,' सुहेलदेव.

मंगलध्वजने त्याचा अस्थिपंजर हात उचलला आणि अशक्तपणे मुलाच्या डोक्यावर थोपटलं. एवढ्या श्रमानेदेखील त्याला धाप लागली आणि त्याचा हात परत बिछान्यावर पडला.

सुहेलदेवने हलकेच वडिलांचा हात उचलला, तो किती कृश होता याबद्दल वाईट वाटून न घेण्याचा प्रयत्न केला. अत्यंत काळजीपूर्वक तो आपल्या ओठांशी नेला आणि अगदी हलकेच त्याचं चुंबन घेतलं.

मंगलध्वज कष्टाने बोलत होता. त्याचा आवाज कुजबुजल्यासारखा येत होता.

'बरं झालं तू आलास... आता मला सुखाने मरता येईल...'

'मरणाच्या गोष्टी बोलू नका, बाबा,' सुहेलदेव मृदू आणि दुःखभरल्या आवाजात म्हणाला, 'तुम्ही बरे होणार आहात.'

मंगलध्वज फिकट हसला. 'तुला कधी धड खोटं बोलता आलं नाही... निदान माझ्याशी तरी नाहीच...'

सुहेलदेव गप्प राहिला. वडिलांचा हात हातात घेऊन. सामर्थ्यवान आत्म्याला जोडलेल्या जीर्ण शरीरातून ऊर्जा मिळवत.

'तरी... निदान त्या राक्षस महमूदपेक्षा मी जास्त जगलो...' मंगलध्वज हसू लागला, पण बाहेर पडली ती खोकल्याची उबळ.

'आता विश्रांती घ्या, बाबा. आपण उद्या बोलू.'

मंगलध्वजने मान हलवली. त्याला पुष्कळ बोलायचं होतं. आणि आपल्याजवळ किती वेळ उरला आहे ते त्याला माहीत नव्हतं. 'ते परत येतील... माझ्यावर विश्वास ठेव... हे तुर्क... परत येणार.'

सुहेलदेवने मान डोलावली. तो मंगलध्वजशी सहमत होता. आपल्या वडिलांना बोलताना किती कष्ट होत आहेत हे त्याला दिसत होतं. त्याला हे संभाषण आणखी लांबवायचं नव्हतं आणि पित्याची शक्ती आणखी कमी करायची नव्हती.

मंगलध्वजने काशीनाथकडे पाहिलं, ते लगेच बिछान्यापाशी आले. राजा पुन्हा आपल्या मुलाकडे वळला.

'मी योजना केली आहे...' मंगलध्वज म्हणाला. '... गुरुदेवांना सर्व माहीत आहे... त्यांच्याशी बोल...'

सुहेलदेवने काशीनाथकडे ओझरतं पाहिलं आणि तो पुन्हा वडिलांकडे वळला. 'होय, बाबा. मी बोलेन गुरुदेवांशी.'

मंगलध्वजने एक खोल श्वास घेतला. जणू हा त्याचा शेवटचा प्रयत्न होता. त्याने अचानक खूप शक्तीनिशी आपल्या मुलाचा हात धरला, त्याचे डोळे चमकू लागले, त्याची मुद्रा उग्र झाली. 'माझ्या पुत्रा... लढत राहा... कधीही शरण जाऊ नको... ते जिथे सापडतील तिथे त्यांच्याशी लढ... अखेरपर्यंत लढ... तुझा शेवटचा सैनिक उभा असेपर्यंत लढ... लढत राहा... लढत राहा... कधीही शरण जाऊ नको... हे परकी हरामी... आपल्या मातृभूमीवर राज्य करणार नाहीत... कदापि नाही... निश्चि—'

मंगलध्वजचे शब्द एका जोरदार खोकल्याच्या उबळीने तुटले. जाड, श्लेष्मल द्राव त्याच्या तोंडाच्या कोपऱ्यातून बाहेर आला. तो पुसण्यासाठी वैद्य पुढे धावले. पण मंगलध्वजने मान फिरवली. आणि पुन्हा सुहेलदेवकडे दृष्टी लावली.

त्याच्या मुलाच्या डोळ्यांत. त्याच्या मुलाच्या अंतरात्म्यात.

'तू लढत राहशील... वचन दे...'

'मी वचन देतो, बाबा. मी वचन देतो...'

मंगलध्वजने आणखी एक खोल श्वास घेतला. 'जय मा भारती.'

आणि त्याने डोळे मिटले. काही क्षणांत तो गाढ झोपी गेला. फक्त त्याची हलकेच वर खाली होणारी छाती त्याच्या जिवंत असण्याची एकमेव खूण होती.

राजवैद्य मंगलध्वजच्या निकट थांबले होते. सारखी त्याची नाडी बघत होते. एकसारखी त्याच्या श्वासाची लय तपासत होते. आवश्यक तेव्हा व्यवस्थित औषध देत होते. हे किती काळ चालणार कुणालाच कळत नव्हते. या अवस्थेत रुग्णांनी काही महिने काढल्याचीही उदाहरणे होती.

सुहेलदेव आणि विजयालक्ष्मी काहीशा अंतरावर बसले होते. बिछान्यावर पडलेल्या राजाकडे बघत होते.

कधी ते शांत बसत. कधी ते एकमेकांशी बोलत, मंगलध्वजबरोबर केलेल्या गोष्टींच्या आठवणी काढत. भविष्याबद्दल विचार करणंही जेव्हा दुःखाचं असतं, तेव्हा गतकाळातील आठवणींमध्ये रमणं शहाणपणाचं असतं.

'तुझं लग्न झालेलं बघायला त्यांना फार आवडलं असतं,' विजयालक्ष्मी एक उसासा टाकून म्हणाली.

सुहेलदेवने आईकडे पाहिलं. बोलला काहीच नाही.

'नाही, हे काही केवळ तुला पुत्र व्हावा आणि सिंहासनाला वारस मिळावा एवढ्यापुरतं नाही,' राणी पुढे म्हणाली.

'मला माहीत आहे,' सुहेलदेव म्हणाला. 'मी गुरुदेवांशी बोलतो आहे. वेगवेगळ्या राज्यांशी बाबांनी मैत्रीचा हात पुढे केलेला मला माहीत आहे. श्रावस्तीच्या नेतृत्वाखाली एक संघराज्य स्थापण्यासाठी. आणि मला वाटतं या मैत्रीवर मोहोर उमटवण्यासाठी मला यांच्यातल्याच काही राजकन्यांशी विवाह करावे लागतील.'

'नाही, तसंही नाही. ते मंगलध्वजसाठीही महत्त्वाचं होतंच, पण तेवढीच एक गोष्ट नव्हती. जी तुला सुखी करेल, तुझ्या आयुष्याला पूर्णत्व देईल अशी कुणीतरी तुला भेटावी असं त्यांना खरोखरच वाटत होतं.'

सुहेलदेव किंचित हसला आणि त्याने वडिलांकडे पाहिलं. तो मृदूपणे म्हणाला, 'जे तुझ्याकडे आणि बाबांकडे आहे ते कुणाला हवंसं वाटणार नाही, मा? मी त्याचा विचार केला नाही असं नाही. पण प्रेम माझं लक्ष विचलित करेल. विशेषतः सध्याच्या काळात, जेव्हा आपला देश आणि संस्कृती पणाला लागली आहे, तेव्हा, मला वाटतं, नेत्यांना वैयक्तिक आयुष्याची चैन परवडत नाही.'

विजयालक्ष्मीने मुलाचा हात हातात घेतला. 'चूक. खरं तर, विशेषतः अशा वेळीच नेत्याच्या आयुष्यात प्रेमाची गरज असते. त्या एका गोष्टीमुळे तुम्ही जोडलेले राहता. तुमचं माणूसपण टिकून राहतं.'

सुहेलदेव मौन राहिला.

'एखाद्या राक्षसाविरुद्ध लढताना सर्वात मोठी भीती आपण त्याच्याशी हरू ही नसते. वास्तवात, सर्वात मोठी भीती असते, की राक्षसाशी लढता लढता आपणही राक्षसासारखेच होऊन जाऊ. आपण तुर्कांचा पराभव तर निश्चितच करू. माझा त्यावर विश्वास आहे. पण, तुर्कांचा पराभव करता करता, आपणही त्यांच्यासारखेच झालो, आणि आपला अंगभूत उदारमतवाद आणि मनाचा मोकळेपणा गमावला, तर त्या जिंकण्याला तरी काय अर्थ आहे?'

'पण त्यांच्या निर्दयतेशी मुकाबला आपल्या निर्दयतेनेच करता येईल. त्यांच्याशी लढताना आपण बदलणार कसे नाही? हे म्हणजे आम्ही त्यांची मुंडकी उडवू पण आमच्या अंगावर रक्ताचा एक शिंतोडाही उडणार नाही, असं म्हटल्यासारखं आहे.'

'त्यांच्या रक्ताचे काही शिंतोडे आपल्यावर पडतील. होय. पण ते स्वच्छ करता येतात. प्रेमाने ते स्वच्छ करता येतात. तुमचं हृदय जर तुम्ही प्रेमाने भरलेलं ठेवलं तर तुम्ही बदलणार नाही. आणि नेता जर बदलला नाही, तर आशा आहे, की त्याची प्रजाही बदलणार नाही.'

सुहेलदेवने पुन्हा एकदा गप्प राहणं पसंत केलं.

'माझं लक्ष आहे तिच्याकडे. चांगली मुलगी आहे ती. लग्न कर तिच्याशी.'

सुहेलदेवने चकित होऊन आईकडे पाहिलं. त्यावर काय प्रतिक्रिया द्यावी त्याला कळेना.

'मी आई आहे तुझी. तुझं मन कळतं मला. आणि मी जे सांगते आहे तेच तुझ्या वडिलांनीही सांगितलं असतं. तुला आमचे आशीर्वाद आहेत. तोशनीशी विवाह कर.'

सुहेलदेव हसला आणि त्याच्या डोळ्यांतून आसवंही ओघळली. त्याने आईभोवती हात वेढले आणि तिच्या खांद्यावर मस्तक टेकवलं.

प्रकरण २२

द्वारपालाचा आवाज स्वच्छ आणि स्पष्ट होता. 'श्रावस्तीचे महाराज, एक अभ्यागत आपल्याला खाजगीत भेटू इच्छितात.'

अद्याप सवयीच्या न झालेल्या त्या हाकेने, किंचित अपराधभावनेनेही, सुहेलदेवने च्यक् केलं. या अभिधानासाठी आपण पात्र नाही, असं त्याला वाटत होतं.

मंगलध्वजच्या मृत्यूला काही आठवडे झाले होते. राजाच्या दुर्बल शरीराला कर्करोगाशी आणखी लढा देणं अशक्य झालं. आपल्या प्रिय पित्याच्या मृत्यूचा शोक करायला सामान्य पुत्राला भरपूर अवसर असतो. पण एका दुर्दैवी युवराजाला तेवढा काळसुद्धा एकांतात घालवू दिला जात नाही.

गेल्या काही आठवड्यांत बरेच कार्यक्रम पार पडले होते. शासकाच्या प्रतिष्ठेला साजेसे पार पडलेले मंगलध्वजचे अंत्यविधी. सिंहासन रिकामं राहू नये यासाठी सुहेलदेवला राजा म्हणून मान्यता देणारी शांतपणे केलेली पूजा, श्रावस्तीशी निष्ठा वाहण्याची शपथ घेतलेल्या विविध राज्यांच्या राजप्रतिनिधींना मान्यता देण्याचा कार्यक्रम. संघराज्य आकार घेऊ लागलं होतं. मंगलध्वजचं स्वप्न साकार होऊ लागलं होतं.

पण आता, विधिवत राज्याभिषेक सोहळा करण्याची वेळ आली होती. फार भपकेबाज कार्यक्रम करायचा नाही असं सुहेलदेवने ठरवलं होतं. पण त्याने प्रदेशातील सर्व राजे आणि राण्यांना, अगदी श्रावस्ती नेतृत्वाखालील संघराज्यात सामील न झालेल्यांसह सर्व राज्यांना आमंत्रणे पाठवली होती. अपेक्षेनुसार कन्नौजच्या अजितपालने नकार दिला, परंतु त्याचा प्रतिनिधी म्हणून त्याने त्याच्या मंत्र्याला, वृषभाला पाठवले होते.

राज्याभिषेक सोहळा संपन्न झाल्यानंतर, सुहेलदेव त्याच्या आतल्या गोटासह वैयक्तिक दालनात विश्रांतीसाठी गेला. परंतु, लवकरच तिथे अभ्यागतांची रांग लागली.

काशीनाथ, अब्दुल, गोवर्धन आणि तोशनी एवढेच सुहेलदेवबरोबर कक्षात होते. राजगुरूंनी वाळूच्या घड्याळाकडे पाहिलं.

'तुमच्याकडे फार वेळ नाही,' काशीनाथ म्हणाले. 'आधीच आणखी माणसं तुमच्या भेटीसाठी थांबली आहेत आणि त्यानंतर आपण विशेष भोजन समारंभ योजला आहे, प्रभू.'

सुहेलदेवने नाकाला आठ्या घातल्या. 'तुम्हाला किती वेळा सांगायचं, गुरुदेव, मी जरी राजा असलो, तरी मी तुमचा प्रभू नाही. कृपा करून मला तशी हाक मारू नका.'

काशीनाथनी दोन्ही हात नमस्काराच्या मुद्रेत जोडले. 'श्रावस्तीच्या सिंहासनावर बसलेल्या व्यक्तीचा अनादराने उल्लेख करून मी राजसिंहासनाचा अवमान करणार नाही. आता अनावश्यक चर्चा करण्यात वेळ न घालवता, तुम्ही तुमच्या अभ्यागतांना भेटून घेता का? म्हणजे मग आपल्याला पुढच्या कार्यक्रमांकडे जाता येईल.'

सुहेलदेवने निःश्वास सोडला. 'ठीक आहे. तुम्ही सर्वजण पुढे होऊन तयार होता का? मी तुम्हाला थोड्याच वेळात भेटतो.' तो द्वारपालाकडे वळला. 'अभ्यागत कोण आहेत?'

'वृषभ महाशय, कन्नौजचे पंतप्रधान, महाराज.'

सुहेलदेव गोठला. त्याच्या मुठी घट्ट वळल्या. कन्नौजच्या शासकाने नेहमी सुहेलदेवला निम्न जातीचा उपटसुंभ मानलं होतं. आणि काही लढायांमध्ये त्याने गझनीची बाजूही घेतली होती.

'प्रभू,' काशीनाथ सौम्यपणे म्हणाले. 'निदान पंतप्रधान तरी आले आहेत. राज्याभिषेक सोहळ्याला संपूर्ण अनुपस्थित राहून त्याने आपला अपमान तरी केला नाही.'

सुहेलदेव गप्प राहिला. तो उघड नाराज दिसत होता.

'सुहेलदेव,' तोशनी म्हणाली, 'दुसरे कसे वागले याच्या निरपेक्ष, आपण पाहुण्यांना नेहमीच सन्मानाने वागवलं पाहिजे. हाच धर्म आहे.'

सुहेलदेवने मान डोलावली. 'तुम्ही सगळे निघा. मी बघतो त्यांच्याकडे.'

अब्दुलला मध्ये पडण्याची गरज वाटली. 'माझं ऐका, महाराज—'

सुहेलदेवने त्याला मध्येच तोडलं. 'तुम्ही सर्वजण, कृपा करून जा. मी त्यांच्याकडे बघतो.'

काशीनाथने बाकीच्यांकडे पाहिलं, आज्ञा ऐकलीच पाहिजे अशी खूण केली. मग त्यांनी कमरेत वाकून अभिवादन केलं आणि दालनाच्या बाहेर पडले. बाकीचे त्यांच्या मागोमाग गेले, तोशनी सर्वांत शेवटी निघाली.

लवकरच, कन्नौजच्या पंतप्रधानांना कक्षात आणण्यात आलं.

वृषभची चाल संथ आणि आत्मविश्वासपूर्ण होती. त्याचा आविर्भाव ताठ आणि तुसडा होता. त्याने त्याचे हात नमस्तेच्या मुद्रेत जोडले. 'जय श्री कृष्ण.'

'जय श्री कृष्ण,' सुहेलदेवने पुनरुच्चार केला.

'अभिवादन, महान राजा. आपल्या आदरणीय पिताजींच्या मृत्यूबद्दल आमच्या सांत्वनाचा स्वीकार करावा. आमचे पालक, सम्राट अजितपाल यांनी ते स्वतः या सोहळ्याला उपस्थित राहू न शकल्याबद्दल दिलगिरी व्यक्त केली आहे.'

'त्यांना नक्कीच ती वाटणार,' सुहेलदेव कोरडेपणाने म्हणाला.

श्रावस्तीच्या राजाने द्वारपालांकडे पाहिले आणि त्यांना जाण्याची खूण केली. ते घुटमळले. शत्रूराज्याच्या पंतप्रधानांबरोबर राजाला संपूर्णपणे एकटं राहू देणं हे नवीनच होतं. पण सुहेलदेवसमोर प्रश्न विचारू नयेत एवढं त्यांना कळत होतं. ते चटकन दालनाबाहेर पडले.

सुहेलदेव त्याच्या आसनावरून उठला आणि वृषभकडे चालत गेला, कन्नौजच्या क्षत्रिय राजाच्या या लहानखुऱ्या ब्राह्मण पंतप्रधानाच्या समोर तो धिप्पाड वाटत होता.

वृषभ मात्र मागे सरला नाही. त्याने थेट सुहेलदेवकडे पाहिलं, त्याच्या चेहऱ्यावर आत्मविश्वासाचं हसू होतं. तो कुजबुजला, 'कसा आहेस, प्रिय मित्रा?'

सुहेलदेव स्नेहाने हसला आणि वृषभला उराउरी भेटला. 'उत्तम, वृषभजी.'

वृषभने बंद दरवाजाकडे पाहिलं आणि मग परत सुहेलदेवकडे पाहिलं. 'भगवान कृष्णाच्या कृपेने आपली मैत्री हे गुपित राहिलं आहे.'

'तसंच राहायला हवं... माझ्या वनवासाच्या वर्षांमध्ये तुम्ही मला वेळोवेळी पाठवलेल्या मदतीबद्दल मला तुमचे आभारसुद्धा मानता आले नाहीत.'

सुहेलदेवचे बाहू तसेच धरून ठेवून वृषभ पाऊलभर मागे सरकला. 'तेवढं तर मला करता येऊच शकत होतं. तुम्ही तुमचा जीव धोक्यात घालत होता. आपल्या मातृभूमीसाठी सर्व काही धोक्यात घालत होता.'

'विश्वास ठेवा, तुमच्या मदतीमुळे माझा जीव काही वेळा वाचला आहे.'

'ऐकून बरं वाटलं... आणि माझ्या मातृभूमीची सेवा करण्याची संधी दिल्याबद्दल तुम्हाला धन्यवाद. तुमच्यामार्फत सेवा घडली... उघडपणे तुम्हाला साथ देता आली असती तर किती बरं झालं असतं.'

'कन्नौजच्या राजसभेची सेवा करताना तुम्ही मला आणि आपल्या मातृभूमीला कितीतरी जास्त साहाय्य करत आहात,' सुहेलदेव म्हणाला. 'आता, मला सांगा, राजा अजितपालचं काय चाललं आहे?'

'तुम्ही राजा झाल्याने त्याला आनंद झाला नाही, पण तो एकटा तुमच्यावर हल्ला करणार नाही. गझनीच्या सैन्याचा पाठिंबा असल्याखेरीज नाही. एकवीस राजे आणि प्रमुखांचं संघराज्य यांना तो एकट्याच्या बळावर सामोरा जाऊ शकत नाही.'

'हंऽऽ.'

'संघराज्य ही फार सुज्ञपणाची कल्पना आहे.'

'माझे वडील नेहमीच सुज्ञ होते.'

'ते तर होतेच... परंतु, एक गोष्ट तुम्हाला माहीत असायला हवी.'

'ती कोणती?' सुहेलदेवने जिज्ञासेने विचारले.

'तुमच्या उच्चाधिकाऱ्यांमध्ये एक फितूर आहे.'

सुहेलदेवने त्या भव्य सभागृहात प्रवेश केल्याबरोबर एकवीस राजे आणि प्रमुख यांचा समुदाय उठून उभा राहिला. सुहेलदेवने मुद्दामच या एकवीस जणांना स्वतंत्रपणे भेटायची व्यवस्था केली होती, कारण त्यांनी तुर्कांविरुद्ध एक युती, एक संघराज्य स्थापन करण्याची मंगलध्वजाची सूचना मान्य केली होती.

उत्तर भारतातील साम्राज्यांची शक्ती कमी झाली, तशी त्यातून त्यांची ही छोटी छोटी राज्ये आणि रियासती निर्माण झाल्या होत्या. अशी लहानलहान बरीच राज्ये निर्माण झाली होती.

सुहेलदेवने प्रत्येकाला नमस्कार करून अभिवादन केले, त्यांनी आसनस्थ होण्याचा हा संकेत होता. सभागृहाच्या एका टोकाला असलेल्या एका साध्याशा सिंहासनावर तो बसला, त्याचे रक्षक त्याच्या भोवती उभे राहिले.

'हे महान राजांनो, आपल्या उपस्थितीने मला सन्मानित केल्याबद्दल धन्यवाद,' सुहेलदेव बोलू लागला. 'माझ्या वडिलांनी एक स्वप्न पाहिलं होतं. ते स्वप्न आता

साकार होतं आहे. ते स्वप्न, ती दृष्टी अशी होती की, आपण एकत्र आलो, तरच आपण बर्बर तुर्कांसारख्या परकी आक्रमकांना पराभूत करू शकतो. आत्ता तुम्हा सर्वांकडे बघताना मला अशी माणसं दिसत आहेत ज्यांचा मी आयुष्यभर गौरव करत आलो. आपल्या मातृभूमीच्या रक्षणासाठी जे आवश्यक ते करण्याची भक्ती, शक्ती आणि युक्ती असलेले भारतमातेचे थोर सुपुत्र. जय मा भारती!'

साऱ्या सभागृहात एकच जोशपूर्ण आरोळी उठली. 'जय मा भारती!'

'माझ्या वडिलांच्या नेतृत्वाखालील संघराज्याला आपण मान्यता दिली. ते एक थोर पुरुष होते आणि त्यांची जागा खरंतर कुणीच घेऊ शकणार नाही. पण त्यांचं जीवितकार्य आणि स्वप्न पुढे नेण्याचा मी सर्वतोपरि प्रयत्न करीन. आणि माझ्या वडिलांबरोबर आपल्या ज्या अटी ठरल्या होत्या त्यांनाच मी चिकटून असेन. या संघराज्याचे ध्येय केवळ एकच आहे: परकी आक्रमकांसमोर सामाईक संरक्षण. आपण एकमेकांच्या अंतर्गत कारभारात ढवळाढवळ करणार नाही. प्रत्येक राज्याच्या स्वायत्ततेचा सदैव आदर केला जाईल.'

'साधु! साधु!'

'परकीयांशी लढण्यासाठी आपण एक सामाईक सैन्य तयार करू. आपले अंतर्गत रक्षक स्वतंत्र राहतील.'

एका राजाने सुहेलदेवला विचारलं, 'तुर्क कधी परत येतील असं तुम्हाला वाटतं?'

'आत्ता त्यांच्यात यादवी चालू आहे. सर्पांनी आपल्याला तयारी करायला अवधी दिला आहे. पण ते परत येतील. भारतात फार जास्त धन आहे. आणि आपल्या तुलनेत ते गरीब आहेत. गझनीचं यादवी युद्ध जो कुणी जिंकेल, त्याला आपल्या दोस्तांचं इमान विकत घेण्यासाठी पैशाची आवश्यकता पडणार. ते पुन्हा येणार. आपण संतुष्ट राहता कामा नये. हा काळ आपण युद्धाची तयारी करण्यासाठी उपयोगात आणायला हवा. मान्य?'

छेत्रीचा शासक आणि सभागृहात वयाने सर्वात ज्येष्ठ असलेला राजा शंकर उभा राहिला. वाढत्या वयाच्या मानाने त्याचा आवाज अजूनही खणखणीत होता आणि संमेलनातील प्रत्येक व्यक्तीला त्याच्याबद्दल आदर होता. 'राजा सुहेलदेव शहाणपणाचं बोलला आहे. तुर्क कधी परत येतात हा फक्त वेळाचाच प्रश्न आहे. त्यांना जर कुणी थांबवू शकत असेल, तर हाच. गेल्या काही वर्षांमध्ये आपण सर्वजण आपापल्या राजवाड्यांमध्ये सुखासीन आयुष्य जगत असताना, हा मात्र तुर्कांशी आणि त्यांच्या

पायचाट्यांशी लढत होता.' सुहेलदेवकडे वळून त्याने कमरेत वाकून अभिवादन केलं. 'तुमचे वडील केवळ एक थोर द्रष्टे आणि शूर योद्धा नव्हते, तर दडपल्या गेलेल्या लोकांचे विश्वासातील मित्र होते. जेव्हा इतर सर्वांनी आमच्याकडे पाठ फिरवली होती, तेव्हा आमच्या राज्यांना राजनैतिक मान्यता देणारे ते पहिले होते. त्यांना बंधू मानण्याचं भाग्य मला लाभलं. तुमच्या लढाईतला सहकारी होणं यात मला माझा सन्मान वाटेल. तुमच्या प्रस्तावाशी मी सहमत आहे. चला, आपण आपलं एक एकत्रित सैन्य तयार करूया. राजा सुहेलदेव चिरायु होवो!'

एक एक करून सगळे त्याला सामील होऊ लागले, सारे सभागृह त्यांच्या उत्साही आवाजांनी भरून गेले. सुहेलदेव उभा राहिला, त्याने सर्वांकडे बघून हात जोडले, आणि नम्रपणे आपले मस्तक झुकवले. मग त्याने हात उंचावून सर्वांना शांत होण्याचे आवाहन केले.

'हे महान राजांनो, तुमच्या विश्वासाबद्दल आणि पाठिंब्याबद्दल धन्यवाद. मी भगवान महादेव आणि भगवान राम यांची शपथ घेऊन सांगतो की, मी तुम्हाला पश्चात्ताप करण्याची वेळ येऊ देणार नाही. माझ्या काही योजना आहेत, त्यांची घोषणा मी उद्या राजसभेत करेन, पण त्या तुम्ही सर्वांनी आधी ऐकाव्या अशी माझी इच्छा आहे.' प्रथम त्याने अब्दुल आणि गोवर्धनकडे निर्देश केला. 'तुर्कांशी लढण्याच्या माझ्या अनुभवावरून, माझा विश्वास आहे की आपल्या नेहमीच्या सैन्याव्यतिरिक्त आपल्याला हलक्या घोडदळाच्या दोन तुकड्या निर्माण कराव्या लागतील, जे आपल्या हेरांचं आणि वाटाड्यांचं काम करतील आणि छापेही मारतील. या दोन तुकड्यांची निर्मिती आणि नेतृत्व अब्दुल आणि गोवर्धन करतील, त्यांच्यात माझ्या पथकातील बरेचसे लोक असतील.' अब्दुल आणि गोवर्धन वाकले, तसे सुहेलदेवने त्यांना सांगितले, 'त्या दोन बौद्ध भिक्षूंकडून तुमच्या प्रत्येक सैनिकाला काहीतरी प्रशिक्षण मिळेल असं बघा. ती कौशल्यं उपयोगी पडणारी आहेत.' मग सुहेलदेव तोशनीकडे वळला. 'आपल्या सैन्यात सामील होण्यासाठी आपण अधिकाधिक महिलांना प्रोत्साहन द्यायला हवं असं मला नेहमीच वाटत असे. आपल्या प्राचीन सैन्यांमध्ये कितीतरी स्त्री योद्धा होत्या. पुरुषांसारखीच त्यांचीही हृदये देशप्रेमाने धडधडत असतात. आपल्या मातृभूमीचं संरक्षण करण्याची संधी त्यांना का मिळू नये? त्यामुळे स्त्री योद्ध्यांचं एक स्वयंसेवी पथक निर्माण करण्याची माझी योजना आहे. तोशनी, या तुकडीचं नेतृत्व तू करशील. आपण त्याचं नाव मा काली तुकडी ठेवू!'

तोशनीचा चेहरा आनंदाने उमलला. तिने सुहेलदेवला आणि उपस्थित राजांना वाकून अभिवादन केलं.

'यानंतर, मला एक गोष्ट तुम्हाला सांगताना दुःख होत आहे की, श्रावस्तीच्या राजसभेत एक फितूर आहे.' सुहेलदेवने टाळी वाजवली. 'त्याला आत घेऊन या.'

रक्षकांनी एका माणसाला ढकलत आत आणल्यावर सारी सभा स्तब्ध झाली. या माणसाला ते सारे ओळखत होते. त्याचे हात बांधलेले होते आणि चेहऱ्यावर खरचटल्याच्या आणि माराच्या खुणा होत्या. त्याने भयभीत नजरेने सभागृहात सर्वत्र पाहिले.

सुहेलदेवने कैद्याकडे बोट दाखवलं. 'या नीच माणसाकडे प्रचंड जमीन आहे आणि याच्या हाताखाली तीन हजार सैनिक आहेत. पण त्याने याचं समाधान झालं नाही. कन्नौजच्या राजा अजितपालबरोबर हा आपल्या सर्वांविरुद्ध कट करत होता, आणि याला आदेश देणारा होता गझनीचा हरामखोर, सालार मक्सूद. मला कधीही याचा संशय आला नसता, पण माझ्या एका अत्यंत विश्वासू स्त्रोताकडून मला ही माहिती कळली. याला जाब विचारल्यावर हा कबूल झाला.'

'क्षमा, प्रभो! मी तुमच्या वडिलांची निष्ठापूर्वक चाकरी केली... माझ्या चुकीला क्षमा करा... दया करा!'

सुहेलदेवने त्याच्याकडे कठोरपणे पाहिले. 'मी मित्रासाठी जीवही देऊ शकतो आणि शत्रूचा जीव घेण्यात मला कसलाही संकोच वाटत नाही. ज्या दिवशी तू आपल्या राज्याविरुद्ध शत्रूबरोबर संगनमत करायचा निर्णय घेतलास त्याच दिवशी तू स्वतःचाच अपमान केलास.' त्याने रक्षकांना इशारा केला. 'याला इथून बाहेर घेऊन जा.'

तो माणूस जमिनीवर पडला आणि गळा काढून मोठ्याने रडू लागला. रक्षकांनी त्याचं बखोट धरून त्याला बाहेर नेलं, तेव्हाही तो दयेची भीक मागतच होता. त्याला फरफटत बाहेर नेलं, तेव्हा सभागृहातील प्रत्येकाची नजर त्याच्यावर खिळली होती.

कैद्याला दूर घेऊन जाईपर्यंत सुहेलदेव थांबला, मग त्याने पुढे बोलायला सुरुवात केली. 'फितुरांना क्षमा नाहीच, पण त्याने माझ्या वडिलांच्या केलेल्या सेवेच्या आदरापोटी मी त्याला त्वरित मृत्यू देणार आहे. फितुराची संपत्ती जप्त केली जाईल, आणि त्याचा लष्करी हुद्दा काढून घेतला जाईल.'

त्याने सभागृहावर नजर फिरली. आपला संदेश पोचला आहे की नाही याची तो खात्री करत होता. सर्वांच्या चेहऱ्यावरचे गंभीर भाव पाहून तो पोचल्याची पावती त्याला मिळाली.

'एक शेवटची गोष्ट, राजांनो,' सुहेलदेव म्हणाला. 'मी आपले अनेक प्राचीन ग्रंथ वाचले, कथा वाचल्या. एक परंपरा होती, जिचा गौरव आपल्या सर्व देवांनीही केला आहे. ती परंपरा आपण सर्व विसरून गेलो आहोत. असं मानतात की प्रभू श्रीराम जेव्हा त्यांच्या मेलुहाच्या राज्याच्या शेवटच्या लढाईसाठी आपल्या सैन्याला आणि भावांना तयार करत होते, तेव्हा त्यांनी हे केलं होतं. असं मानतात की, जेव्हा सीतामाई युद्धासाठी गेली, तेव्हा तिने हे केलं होतं. असं मानलं जातं की जेव्हा भगवान शिव, माता सती, आणि त्यांचे पुत्र, भगवान गणेश आणि भगवान कार्तिक, युद्धावर जात, तेव्हा ते हे करत असत. असं मानलं जातं की माता सतीची बहीण माता काली हीसुद्धा त्यांच्याबरोबर असे. असं मानतात की, भगवान परशुरामांपासून ते भगवान रुद्रापर्यंत, मोहिनीपासून ते भगवान कृष्णापर्यंत प्रत्येकजण हे करत असे. ही एक चांगली परंपरा होती. ही परंपरा आपण विसरून गेलो आहोत. आता आपण या प्रथेचा मान ठेवेनासे झालो आहोत.'

सगळे राजे चकित होऊन एकमेकांकडे बघू लागले.

'गतकालातील काही प्रथा अशा आहेत ज्या आपलं विभाजन करतात. आणि गतकालातील काही प्रथा अशा आहेत ज्या आपल्याला एकत्र आणतात. इतिहासातील कशाचा आपण सन्मान करतो यावर आपलं भविष्य ठरतं. निवड आपली आहे.'

तिथे उपस्थित राजांपैकी प्रत्येकाच्या मनात एकच प्रश्न होता. *राजा सुहेलदेव कोणत्या प्रथेबद्दल बोलत आहे?*

'एक देश म्हणून, आपण आपलेच तुकडे करून घेण्याची निवड केली. आणि तुकडे करून आपण विजयाऐवजी पराजयाची निवड केली. चला, आता एकीची निवड करूया. विजयाची निवड करूया. एकीला पाठबळ देणाऱ्या प्रथांची निवड करूया.'

संपूर्ण सभागृहात शांतता पसरली होती.

'प्राचीन भारतात एक काळ असा होता जेव्हा वेगवेगळ्या समाजांमधील विवाह सामान्य होते. त्याने एकीला पाठबळ मिळते. भारतात एक काळ असा होता, जेव्हा आपण एकमेकांचे सण-उत्सव साजरे करत होतो. त्याने एकीला पाठबळ मिळते. एक काळ असा होता जेव्हा मंदिरे सर्व समाजांसाठी खुली होती. त्याने एकीला पाठबळ मिळते. एक काळ होता जेव्हा एकच विहीर साऱ्या गावाला पाणी देत होती. त्याने एकीला पाठबळ मिळते. एक काळ होता जेव्हा आपण एकत्र जेवत होतो. त्याने एकीला पाठबळ मिळते.'

सुहेलदेवने टाळी वाजवली आणि दहा माणसांनी एक खरोखरच अतिभव्य थाळी आत आणली. त्यापाठोपाठ शाही वाढप्यांनी तऱ्हेतऱ्हेचे पदार्थ आणले.

'भगवान राम आणि भगवान शिवाच्या परंपरेनुसार आपण एकत्र जेवूया, एका ताटात, आणि दाखवून देऊ की आपण खरोखरच एक आहोत. आपण सर्वांनी आपल्या निष्ठा महान भारतमातेच्या पायी वाहिल्या आहेत. तिच्याच मातीतून उगवलेलं हे अन्न, तिच्याच आशीर्वादाने, एका ताटातून खाऊन मा भारतीचा सन्मान करूया.'

सभागृहात शांतता पसरली. राजांनी एकमेकांकडे कटाक्ष टाकले. अन्न, विवाह अशा सर्व वैयक्तिक बाबतींत विभाजन पाळण्याचीच शिकवण घेत मोठे झालेल्या त्यांच्यातील कित्येकांना एकाच थाळीतून जेवून जातिनियमांचा भंग करण्याची कल्पनाही भयंकर वाटत होती.

सुहेलदेवला आणखी एकदा आवाहन करावंसं वाटलं. 'आपली मातृभूमी आपल्याला साद घालत आहे. तिचे पुत्र एकमेकांमध्ये भेदभावच करत राहणार? की एकत्र येणार?'

सभागृहातली अवघडलेली शांतता लांबू लागली, तसा सुहेलदेवचा चेहरा लाल होऊ लागला. निराशेने. संतापाने.

तेव्हाच गोवर्धन पुढे आला.

गोवर्धन जन्माने क्षत्रिय होता, आणि मुख्य म्हणजे राजवंशातील होता. त्यामुळे, तांत्रिकदृष्ट्या तो सभागृहामध्ये तथाकथित जातीच्या उतरंडीत सर्वोच्च स्थानी होता.

गोवर्धनने सुहेलदेवकडे पाहिलं, आणि मग सुस्पष्ट, दाणेदार आवाजात बोलला. ते शब्द साऱ्या सभागृहाला उद्देशून होते. 'आपण एकत्र लढलो, एकत्र मारलं आणि जखमाही एकत्र झेलल्या. जगातल्या कोणत्याही नियमपुस्तिकेने होणार नाही, एवढा दृढ बंधुभाव आपल्यात युद्धाने निर्माण झाला आहे. मी क्षत्रिय असल्याचा मला अभिमान आहे. आणि तुम्हाला माझा राजा म्हणण्याचा मला अभिमान आहे, तुम्हाला माझा मार्गदर्शक म्हणण्याचा त्याहूनही जास्त अभिमान आहे, आणि तुम्हाला माझा बंधु म्हणण्यात मला सर्वोच्च अभिमान वाटतो.' मग हा तोमर सेनानायक इतर राजांकडे वळला. 'माझा काही ग्रंथांचा वगैरे विशेष अभ्यास नाही, त्यात काय लिहिलं आहे याची फार थोडी माहिती मला आहे. पण मला हे माहीत आहे: जर आपण आपापसांतील मूर्खपणाची दुफळी थांबवली नाही, तर आपण त्या बर्बर परकीयांसमोर सर्व काही गमावून बसू. आणि आपली संस्कृती, आपली भूमी, आपली मंदिरं, आपला धर्म, सारं काही नष्ट होईल.'

गोवर्धन त्या भल्या मोठ्या थाळीशेजारी बसला. त्याने जमलेल्या संमेलनाकडे पाहिलं. 'तुम्हा सर्वांबद्दल माहीत नाही, पण मला प्रचंड भूक लागली आहे.'

एवढं बोलून, त्याने रोटीचा एक तुकडा तोडला, तो डाळीच्या वाटीत बुडवला आणि तोंडात घातला. पाणावल्या डोळ्यांनी सुहेलदेव त्याच्या शेजारी बसला आणि त्यानेही जेवायला सुरुवात केली. एक एक करत हळूहळू सगळे राजे त्या भल्यामोठ्या थाळीभोवती जमले आणि त्यांनी अन्नाचा घास घेतला.

सुहेलदेवने अब्दुल आणि तोशनीलाही सामील होण्याची खूण केली आणि तेही आले.

त्यांनी थाळीतून एक एक प्रतीकात्मक घास घेणं अपेक्षित होतं, पण सगळे पोटभर जेवले. एकाच मोठ्या थाळीतून.

भारतमातेचे पुत्र. एकत्र आलेले.

रक्ताचा बंध दृढ झाला होता तो प्रत्येक भारतीयाच्या अतिशय जिव्हाळ्याच्या गोष्टीने: अन्नाने.

'मी याबद्दल सखोल विचार केला आहे, सुहेल...' तोशनी म्हणाली. ती जराशी घुटमळत होती. तिचे डोळे पाणावले होते. 'पण मला वाटतं... नको...'

'नको म्हणजे?' सुहेलदेवने लगेच त्रासून विचारलं.

श्रावस्तीच्या राजसभेत एकवीस राजांचं संमेलन होऊन काही आठवडे झाले होते. आपलं शासन मार्गी लावल्यानंतर आणि प्रचंड सैन्याच्या उभारणीला सुरुवात केल्यानंतर, आता आईने ज्यासाठी अनुमती दिली होती, जे त्याच्या हृदयाला हवं होतं, ते काम करण्याची सुहेलदेवची इच्छा होती. त्यामुळे त्याने तोशनीला तिचा हात विवाहासाठी मागितला होता. पण तोशनीने लगेच उत्तर द्यायला नकार दिला आणि त्याऐवजी विचारासाठी वेळ मागून घेतला, तेव्हा तो आश्चर्यचकित झाला होता. एका आठवड्यानंतर तिने दिलेल्या उत्तराने सुहेलदेव दुखावला होता आणि गोंधळला होता.

'सुहेल...' तोशनी म्हणाली. 'मला तुझ्याबद्दल किती वाटतं ते तुला माहीत आहे...'

'आणि ते दाखवण्याचा हा मार्ग, हो ना?' सुहेलदेवने विचारलं, त्याचा राग त्याच्या चेहऱ्यावर दिसून येत होता. अजून तो त्याच्या वडिलांच्या शोकात होता. त्याचं मन अजूनही हळवं आणि दुःखाने भरलेलं होतं. आणि आधीच दुःखी असलेल्या मनाची आणखी वेदनेवर स्वाभाविक प्रतिक्रिया असते ती रागाची.

'माझं ऐक, सुहेल...' तोशनी शांतपणे म्हणाली, अखेर ती तिच्या भावनांवर नियंत्रण ठेवून बोलू शकली. 'मी कुठेच जात नाहीये... पण ही योग्य वेळ नाही. तुझ्या वडिलांनी तुझ्याकडून काय अपेक्षा बोलून दाखवली होती ते आठव. त्यांची मागणी आठव. कधीही लढणं थांबवू नकोस. भारतावरचा तुर्की धोका कायमचा टळेपर्यंत थांबू नकोस.'

'त्याचा माझ्या लग्नाशी काय संबंध?! माझं लक्ष मुळीच विचलित होणार नाही. तू माझं लक्ष विचलित होऊ देणार नाहीस.'

'तुला त्यासाठी माझी गरज नाही, सुहेल. तुझं लक्ष कधीच ढळणार नाही हे मला माहीत आहे. मातृभूमीसाठी लढताना तू कधी थांबणार नाहीस हे मला माहीत आहे. तुझ्या शरीरात शेवटचा श्वास शिल्लक असेपर्यंत नाही.'

'मग का... का अशी दुखावते आहेस मला?'

'कारण तू एकटा लढणार नाहीयेस.'

'काय?! बाकीच्या लोकांना काय वाटतं याची पर्वा कोण करतो? त्याचा संबंधच काय—'

'माझं ऐक, सुहेल... तुझ्यासाठी मरण्याची तयारी असलेल्या सैन्याची तुला गरज आहे. आणि भारतात शूरवीर स्त्री पुरुषांची वाण नाही याबद्दल आपलं एकमत आहे. जगातले सर्वात शूर लोक आपल्याकडे आहेत. आपली समस्या ही राहिली आहे की आपण एका सामाईक शत्रूशी लढण्याऐवजी आपापसांत जास्त लढतो. आपल्यात फार फार दुफळी आहे.'

'हे देवा शिवशंकरा, त्याचा माझ्या लग्नाशी काय संबंध?'

'आपण भारतीय प्रत्येक गोष्टीचा फार जास्त विचार करतो, सुहेल...'

'होय, करतो तर! आत्ता तू नेमकं तेच करते आहेस!'

तोशनी उदास हसली. 'नाही, मी नाही. पण तुझे अनेक चांगले अनुयायी करतील. तुर्कांशी युद्ध संपल्यावर त्यांचं काय हा विचार ते सतत करत राहतील. तू अति शक्तिशाली बनशील का? तू उत्तर भारताचा नवा सम्राट होशील का? त्यांचं स्वातंत्र्य नष्ट होईल का?'

'हे हास्यास्पद आहे! अजून आपण तुर्कांना हरवू शकू याचीही आपल्याला खात्री नाही.'

'त्यांचा तुझ्या नेतृत्वावर विश्वास आहे, सुहेल... आणि हीच समस्या आहे. कारण तू त्यांना विजयाकडे घेऊन जाशील हे ते गृहीत धरताहेत. ते उद्याचा विचार करत नाहीयेत. ते परवाचा विचार करताहेत.'

सुहेलदेवने एक खोल श्वास घेतला. 'याचा माझ्या लग्नाशी काय संबंध?'

'भारताच्या अलीकडच्या इतिहासातील सर्वात महान साम्राज्य उभे करणाऱ्याचा विचार कर..'

'गुरू चाणक्य?'

सम्राट चंद्रगुप्ताचा प्रमुख सल्लागार चाणक्य हा अनेकांच्या मते महान मौर्य साम्राज्याचा रचयिता होता, हे साम्राज्य संपूर्ण भारतीय उपखंडात आणि त्याही पलीकडे पसरलं होतं.

'लोक त्यांचे अनुयायी का झाले? केवळ ते बुद्धिमान होते म्हणून नव्हे. केवळ ते उत्तम प्रशासक होते, म्हणूनही नव्हे. केवळ ते निष्ठुर होते, म्हणूनही नव्हे.'

तोशनी काय म्हणते आहे ते आता अखेर सुहेलदेवच्या लक्षात येऊ लागलं होतं. 'कारण हे साम्राज्य उभे करण्यात त्यांचा वैयक्तिक स्वार्थ काहीही नाही हेसुद्धा तितकंच उघड होतं...'

'बरोबर. हे साम्राज्य उभे करण्यात गुरु चाणक्यांचा काही वैयक्तिक स्वार्थ आहे हे कुणाच्या स्वप्नातही आलं नसतं. या युद्धात तुझा काहीतरी वैयक्तिक स्वार्थ आहे असं तुझ्या अनुयायांना वाटलं तर ते इतक्या मनापासून तुझ्या मागे येतील का? तू तुझ्या राज्यासाठी, किंवा तुझ्या मुलांसाठी, किंवा तुझ्या स्वतःच्या राज्यासाठी लढतो आहेस असं त्यांना कधीही वाटता कामा नये. या युद्धात तुझा काहीही वैयक्तिक स्वार्थ नाही असंच त्यांना वाटलं पाहिजे. भारताच्या इतिहासातील बहुतेक श्रेष्ठतम नेते एकेकटे; जवळजवळ संन्यासीच होते याचं कारण आहे. कारण मग लोकांना वाटतं की, हा नेता फक्त लोकांनाच बांधील आहे. कुणालाही धृतराष्ट्र हा नेता म्हणून नको असतो. सगळ्यांना प्रभू श्रीराम हवा असतो. आपणा भारतीयांचा जर आपल्या नेत्याच्या हेतूवर विश्वास असेल, तर आपण त्याच्यासाठी कोणत्याही सीमेपर्यंत जाऊ शकतो.'

'पण...'

तोशनीला माहीत होतं की आता सुहेलदेव त्याच्या आईच्या संभाषणाचा मुद्दा पुढे

आणणार. ती हसली. 'सुहेल, मी तुला दीर्घकाळ ओळखते. तू धर्मात इतका खोलवर बुडलेला आहेस की तू कधीही तुर्कांसारखा राक्षस होऊ शकणार नाहीस.'

सुहेलदेवने मान हलवली आणि सुस्कारा सोडला.

'माझं बोलणं बरोबर आहे हे तुला कळतंय,' तोशनी म्हणाली. 'हे अन्यायाचं आहे. अर्थात आहेच. आपल्या दोघांसाठी. पण आपण हा अन्याय सहन केला पाहिजे. भारतमातेसाठी...'

सुहेलदेव गप्प राहिला. नाराज.

'मी कुठेच जात नाहीये. मला मा काली तुकडी स्थापन करायची आहे. मी इथेच आहे. हे युद्ध जिंकूया. तुर्कांना हाकलून देऊया. आणि मग पाहूया...'

सुहेलदेवने मान हलवली आणि जमिनीकडे दृष्टी लावली. नाखुशीने आणि नाइलाजाने.

प्रकरण २३

गझनी, इ.स. १०३३

त्या महाकाय सैनिकाने उजव्या हाताने मक्सूदचा गळा आवळत आपली पकड घट्ट केली. डाव्या हाताने त्याने, मक्सूदच्या ज्या हातात तलवार होती, तो हात घट्ट खाली दाबून धरला होते. मक्सूद श्वास घेण्यासाठी धडपडत होता आणि शत्रूची पकड सैल करण्यासाठी आटोकाट प्रयत्न करत होता, पण चांगल्या बळकट मक्सूदलासुद्धा तो भारी पडत होता.

मक्सूदने त्याच्यावर लाथा-बुक्क्यांचा प्रयोग केला, पण त्याचा काहीच परिणाम झाला नाही. त्याची शक्ती क्षीण होऊ लागली आणि डोळ्यांसमोर अंधारी येऊ लागली.

अचानक, तो राक्षस कण्हला आणि त्याची जीवघेणी पकड काहीशी सैल झाली. मग त्याचा चेहरा वेदनांनी पिळवटला, त्याने मक्सूदला सोडून दिलं आणि स्वतःची पाठ पकडली, त्यात एक लांब खंजीर खुपसलेला होता. प्रचंड वेदनेने किंकाळी फोडत त्याने मान फिरवली आणि त्याला हल्लेखोर दिसला.

करीम.

करीमच्या रेखीव चेहऱ्यावर निव्वळ चीड होती. त्याने खंजीर आणखी आत खुपसला आणि फिरवला, खंजीर त्या माणसाचे हृदय भेदेपर्यंत निर्दयपणे तो आत खुपसतच राहिला.

तो राक्षस जमिनीवर मरून पडला. मक्सूदने खोकत खोकत भराभर लांब श्वास घेतले. आपल्या खरचटलेल्या गळ्यावरून हात फिरवताना तो किंचित कण्हला. त्याचे बदामी डोळे लालभडक झाले होते आणि त्यांत पाणी आले होते. त्याचे एरवी कुरळे केस आता घामाने चिपकले होते. मक्सूद तसाच थोडा वेळ आपला गळा चोळत राहिला, प्राणवायूसाठी भुकेल्या शरीरासाठी खोल खोल श्वास भरत राहिला.

सुहेलदेवने संघराज्य स्थापन केले आणि खड्या सैन्याची उभारणी करायला सुरुवात केली, त्याला दोन वर्षे होऊन गेली होती. मक्सूद भारतातील घडामोडींची खबर ठेवत नव्हता असं नाही. गझनीतील यादवी युद्ध लांबलं होतं. फारच लांबलं होतं.

शक्ती जरा परत आल्यासारखी वाटल्यावर सालार मक्सूदने करीमकडे पाहिलं. त्याच्या जिवाचा सखा.

मक्सूदच्या संरक्षणासाठी करीम त्याच्या पुढ्यात उभा होता, त्याच्याकडे पाठ करून आणि तलवार उपसून.

पण आता धोका असा काही उरला नव्हता. करीमने आताच मारलेल्या असिरियन सैनिकाकडे, पालथ्या पडलेल्या असुरकडे मक्सूदने पाहिलं. तो त्याच्यावर थुंकला.

हराम्याने मला गाठलंच होतं जवळजवळ.

करीमने आधारासाठी पुढे केलेला हात नाकारून, तो सावकाश उभा राहिला. मग त्याने जवळच पडलेल्या जखमी देहाकडे पाहिलं. गझनीच्या महमूदचा धाकटा मुलगा मोहम्मद जमिनीवर पालथा पडला होता, त्याच्या अंगावरच्या अनेक जखमांमधून रक्त वाहात होतं. तो पडल्याबरोबर मक्सूद आणि त्याचे सैनिक त्याला पकडायला धावले होते. पण मोहम्मदच्या कडव्या रक्षकांनी त्याच्या रक्षणाचा एक अखेरचा, निकराचा प्रयत्न केला होता. करीमने आताच ज्याला मारलं होतं तो असुर हा मोहम्मदचा वैयक्तिक अंगरक्षक होता, त्याच्याबरोबर सावलीसारखा असणारा आणि लहानपणापासून त्याचं संरक्षण करणारा. त्याच्या मृत्यूने मोहम्मद त्याच्या आयुष्यात प्रथमच खऱ्या अर्थाने एकटा पडला होता.

मक्सूदने ओल्या केसांमधून बोटं फिरवली. त्याने मुद्दामच हे करण्यात वेळ घालवला, त्याच्यासमोर पडलेल्या माणसावर त्याला धाक निर्माण करायचा होता.

मक्सूदची सावली पडल्यावर, मोहम्मदने उठण्याचा प्रयत्न केला. तो कसाबसा हातापायांवर ओणवा झाला, पण त्यापुढे वर उठण्याची त्याच्यात ताकद नव्हती.

मक्सूदने हलकेच, जवळजवळ हळुवारपणे, त्याच्या पाठीवर थोपटलं. 'युद्ध संपलं, भाऊ,' तो हलकेच कुजबुजला. मग त्याने क्रूरपणे मोहम्मदच्या बरगड्यांत गुडघा मारला.

मोहम्मद कळवळून ओरडला आणि वेडावाकडा होत जमिनीवर पडला. जिथे पडला तिथेच निपचित पडून राहिला. 'अल्लाहचं नाव घे, मला मारून टाक... संपवून टाक हे...'

मक्सूदने मान हलवली. 'तुझं काय करायचं ते तुझा भाऊ ठरवेल. पण ते काहीही असलं तरी झटकन मरणाइतकं ते दयाळूपणाचं नसणार हे नक्की.' भोवती जमलेल्या त्याच्या सैनिकांकडे वळून तो म्हणाला, 'याच्या मुसक्या बांधा. याला एकटं ठेवा आणि याच्यावर चांगला पहारा ठेवा.'

'मक्सूद, माझ्या भावाने, शाहिदने तुला जे काही देऊ केलं असेल, त्याच्या दुप्पट मी देतो!' अचानक अंगात शक्ती संचारल्यासारखा मोहम्मद ओरडला. 'फक्त मला जाऊ दे!'

मक्सूद चालत मोहम्मदकडे गेला, खाली वाकला, आणि त्याने त्याचा चेहरा कुरवाळला. त्याचा मामेभाऊ दचकला आणि त्याने मागे होण्याचा प्रयत्न केला.

'तू इतका केविलवाणा नेता का आहेस माहीत आहे का, भाऊ?' मक्सूदने विचारलं. या क्षुद्र माणसाशी एकूण संभाषण करण्याचीच घृणा आल्यासारखा त्याचा स्वर थंड आणि क्रूर होता. 'कारण तुला माणसं आणि त्यांची उद्दिष्टं यांची काही समजच नाहीये. तुला जर खरंच ते समजलं असतं ना, तर तुला कळलं असतं की माझं इमान विकाऊ नाही. तुझ्या महान वडिलांमधलं काही तुझ्यात आलं नाही.'

मक्सूदने त्याच्या सैनिकांना इशारा केला. त्यांनी मोहम्मदला खेचून त्याच्या पायांवर उभं केलं आणि त्याला ओढत घेऊन गेले.

मग मक्सूद करीमकडे वळला. त्याचे डोळे स्निग्ध आणि ममताळू झाले. त्याच्या चेहऱ्यावर एक मोठं हसू पसरलं. त्याचा स्वर अगदी सौम्य, प्रेमळ झाला; तो जणू एक वेगळाच माणूस झाला. 'मग, आतापर्यंत किती वेळा माझा जीव वाचवलास तू?'

करीम हसला आणि त्याने मक्सूदला आलिंगन दिले. 'आपलंच हृदय किती वेळा वाचवलं याची गणती ठेवणं बरोबर होणार नाही.'

मक्सूदने स्मित केलं आणि करीमचा चेहरा कुरवाळला.

मक्सूदने कनात बाजूला करून तंबूत प्रवेश केला, तेव्हा करीम त्याची वाटच पाहात असलेला त्याला दिसला.

त्यांनी मोहम्मदला पकडून, दीर्घकाळ रेंगाळलेल्या तुर्की यादवी युद्धाचा एक प्रकारे शेवट केला, त्याला फक्त एकच दिवस लोटला होता. आता न्याय कसा करायचा हे मोहम्मदचा थोरला भाऊ आणि गझनीच्या सिंहासनाचा खरा वारस शाहिदने ठरवायचे होते.

मक्सूदने त्याच्या सैन्याला रात्री डेरा टाकायचा हुकूम दिला होता. दुसऱ्या दिवशी सकाळी उठून ते गझनीच्या रस्त्यावर पुन्हा वाटचाल सुरू करणार होते.

'कसा आहेस?' करीमने मक्सूदला हसतमुखाने विचारले आणि मक्सूदच्या एका नोकराला खूण केली. त्याने लगेच कोमट पाण्याची बादली हजर केली.

मक्सूदने डोकं पाण्यात बुडवलं आणि थोडा वेळ तसाच राहिला. शेवटी केस आणि दाढी गच्च भिजवून त्याने पाण्यातून डोकं बाहेर काढलं. मजेने डोकं हलवून त्याने करीमच्या अंगावर पाणी उडवलं. गुलामाने त्याच्या प्रेमिकाला एक प्रेमभरं हास्य दिलं, पण तो गप्प राहिला.

मक्सूदने नोकराला रजा दिली. आता ते एकटेच होते. 'तू गुलाम म्हणून कधीपासून आहेस सल्तनतीमध्ये?' मक्सूदने विचारले.

करीमने खांदे उडवले. 'प्रामाणिकपणे सांगायचं तर, मी काही गणती ठेवली नाही.'

मक्सूद करीमजवळ गेला आणि मायेने त्याचा चेहरा थोपटला. 'मी शाहिद हुजुरांकडे काहीही मागू शकतो, कारण मी त्यांना सल्तनत मिळवून दिली आहे. मी तुझं स्वातंत्र्य मागेन.'

करीम हसला, पाऊलभर पुढे आला आणि त्याने हलकेच मक्सूदचं चुंबन घेतलं. 'पण सल्तनतीने मला स्वतंत्र केलं, तरी *तुझा* मी सदैव गुलामच राहीन.'

मक्सूद हसला आणि त्यानेही करीमचं चुंबन घेतलं. बराच वेळ ते एकमेकांच्या मिठीत विसावले. एकमेकांना शक्ती आणि प्रेम देत आणि घेत.

'आणि सुलतानाकडे आणखी एक गोष्ट काय मागायची तेपण मला माहीत आहे,' जोरात हसत आणि करीमच्या पार्श्वभागावर एक चापट मारत मक्सूद म्हणाला.

करीमने अंग आक्रसलं. त्याची खेळकर वृत्ती एकदम नाहीशी झाली. त्याच्यावरचा ताण दिसू लागला.

मक्सूदचे खांदे पडले. यादवी युद्धाचा शेवटचा दिवस कधी ना कधी येणार हे त्याला माहीत होतं. हे करावंच लागेल हे त्याला माहीत होतं. पण त्याला करीमला दुःखात बघायचं नव्हतं. 'करीम, प्रिया, ऐक माझं. भारत हा—'

'मक्सूद, कधीकधी मला वाटतं की मला काय हवं आहे याची तुला फिकीरच नाही,' करीमने त्याला मध्येच तोडलं.

'अरे असं नाही, माझ्या प्रिया. पण तुला माहीत आहे मला भाग आहे—'

'नाही, तुला काही भाग नाही. सुलतान महमूदला दिलेल्या शपथेला आता काही अर्थ नाही. सुलतानाला जाऊनसुद्धा आता काही वर्षे झाली.'

'करीम...'

'तू गझनीसाठी खूप काही केलं आहेस. तू सल्तनतीसाठी खूप काही केलं आहेस. आता हे सगळं विसरू आणि इथून दूर जाऊ. फक्त तू आणि मी. विसर तो भारत. विसर ती भूमी जिंकण्याचा विचार.'

'मी नाही तसं करू शकत...'

'का नाही? मी तुला आधीपण सांगितलंय. त्या शपथेला आता काही अर्थ नाही.'

'सुलतान महमूदला मी दिलेल्या शब्दाबद्दल नाहीये हे.'

'मग तू भारताला का विसरू शकत नाहीस?'

'कारण नाही विसरू शकत!'

'का? उत्तर दे माझ्या प्रश्नाचं!'

'कारण मलाच ते हवं आहे! मला राज्य करायचं आहे त्या भूमीवर! मला राज्य करायचं आहे त्या लोकांवर!'

करीमचा श्वास थांबला. त्याने डोळे मिटले आणि मान हलवली. जगातील सर्वात श्रीमंत देशाच्या, भारताच्या संपत्तीने त्याच्या प्रेमिकाला भुरळ घातली होती.

करीम मक्सूदचा हात हातात घेऊन मृदूपणे म्हणाला, 'माझं ऐक माझ्या लाडक्या, संपत्तीचं काही मोल नाही. आपल्या थोर इमामांनीच नाही का आपल्याला शिकवलं की संपत्ती म्हणजे पायाखालची माती असं समजावं. कारण माती जेव्हा आपल्या डोक्यावर येऊन बसते, तेव्हा तुम्ही कबरीत असता.'

मक्सूदचे डोळे पाषाणासारखे कठोर झाले. 'मी तिथे जाणार आहे, करीम. मी भारत जिंकणार आहे. आणि मी जेव्हा तिथे राज्य करीन तेव्हा तू माझ्या शेजारी असशील. समजलं?'

करीम गप्प राहिला. त्याच्या चेहऱ्यावर दुःखाचे आणि औदासीन्याचे भाव होते. आपल्या जिवलगाला वाचवता येत नाही, तेव्हा होणाऱ्या त्या दुःखाचे भाव.

'समजलं?'

करीमने मान डोलावली. *होय.*

'यावं, थोर ख्वाजा हसन,' गझनीच्या वजीरसाहेबांसमोर मस्तक किंचित झुकवत मक्सूद म्हणाला. 'कृपया आरामशीरपणे बसून घ्या.'

गझनीच्या पर्शियन वजिरांना आपण आदर दाखवला पाहिजे हे मक्सूदला माहीत होतं. सदा मरगळलेला आणि पैशावर डोळा असलेला ख्वाजा हसनसारखा कुणीतरी म्हणजे लढाऊ बाण्याच्या मक्सूदसाठी एक चेष्टेचा विषय होता. पण हसन एक जिवट माणूस होता. तो अनेक वर्षे सुलतान महमूदचा वजीर म्हणून काम करत होता. आणि आता नवीन सुलतानाच्या, शाहिदच्याही आतल्या गोटात त्याने प्रवेश करून घेतला होता.

हसन हसला आणि खाली बसला. हा मक्सूदचा खाजगी प्रासाद होता. त्याचे आईवडील आणि अन्य कुटुंबीय यांच्यापासून तो वेगळा राहात होता.

हसनने जरा दूर उभ्या असलेल्या करीमकडे नजर टाकली. 'कसं काय चाललंय तुझं, गोरा करीम?'

करीम वजिरांना आदर दाखवत कमरेत खाली वाकला, उजव्या हाताचा उघडा तळवा कपाळापाशी नेत त्याने पारंपरिक पर्शियन पद्धतीचे अभिवादन केले. 'मी ठीक आहे, महान वजीरसाहेब.'

आपल्या मूळ पर्शियन संस्कृतीप्रमाणे करीमने आदर दाखवलेलं हसनला आवडलं. ही गोष्ट सत्तारूढ लढाऊ वर्ग, ना तुर्क ना अरब, कधीही दाखवू शकले नव्हते. वजीर पुन्हा मक्सूदकडे वळले. 'सुलतान तुमच्यावर खूष आहेत, महान सालार मक्सूद. मी इथे त्यांच्याकडून अनेक मौल्यवान भेटी घेऊन आलो आहे. त्यांनी मला आपल्याला हेही सांगायला सांगितलं आहे की त्यांचा प्रस्ताव अजूनही कायम आहे. तुम्ही तुम्हाला आवडेल त्या प्रांताचं राज्यपालपद अजूनही स्वीकारू शकता. तुम्हाला जे हवं ते मागा. तुम्हाला कशालाही नकार मिळणार नाही.'

मक्सूदने स्मित केले. 'मी फक्त दोनच गोष्टी मागतो. त्या काय आहेत ते दयाळू सुलतानांना माहीत आहेच.'

हसन प्रसन्न हसला. ऐटीत, त्याने एक मोहोरबंद पत्र मक्सूदच्या हातात ठेवलं. 'स्वातंत्र्याची घोषणा तुमच्या... अं... मित्रासाठी.'

मक्सूदने खलिता हातात घेतला आणि मोहोर उघडण्याआधी करीमकडे नजर टाकली. त्याने खलिता उलगडला आणि दोनदा वाचला, प्रत्येक शब्दाबरोबर त्याच्या चेहऱ्यावरचा आनंद वाढत होता.

त्याने पुन्हा एकदा करीमकडे पाहिलं आणि हसला. स्निग्ध आणि प्रेमळ स्मितहास्य. मग तो हसनकडे वळला. 'आणखी काही आहे का?'

बोलताना हसनच्या चेहऱ्यावरचं हसू आणखी पसरत गेलं, 'होय, आणखी काही आहे.'

पंतप्रधानाने त्याच्या बटव्यात हात घातला आणि आणखी एक खलिता बाहेर काढला. या वेळी जास्त ऐटीत.

एखाद्या लहान मुलाने खाऊवर झडप घालावी, तसा सालार मक्सूदने खलिता घेतला. त्याने चटकन सील फोडले आणि वाचायला सुरुवात केली. शब्दांच्या फुलोऱ्यातून आणि वजनदार वाक्यांतून तो अधीरपणे पुढे धावत होता, आणि मग तो सर्वात महत्त्वाच्या भागापाशी पोचला.

'गझनीच्या साम्राज्याप्रति आपल्या शौर्यशाली सेवेचा आणि अविचलित निष्ठेचा गौरव म्हणून महान सुलतान यांना, असीम कृपावंत आणि उदार होऊन, आपली नेमणूक पौर्वात्य सेनेचे सेनापती म्हणून करण्यात अत्यंत आनंद होत आहे. आपण आपल्या नव्या पदाचा कार्यभार ताबडतोब स्वीकारावा आणि भारतावर आक्रमण करण्याची तयारी सुरू करावी असा आपणांस हुकूम आहे. येथील क्षेत्रासाठी आवश्यक तेवढ्या तुकड्या मागे ठेवून, या कामासाठी लागतील तेवढे सैनिक आणि सैन्याची संसाधने एकत्र करण्याचा अधिकार आपणांस दिला जात आहे. आणि भारताला खऱ्या श्रद्धेच्या प्रकाशात आणण्यासाठी, तसेच महान सुलतानांच्या, सुलतान आमिर-इ-शाहिद यांच्या परमदयाळू आणि न्यायी शासनात आणण्यासाठी भारताकडे कूच करावे.'

पत्राखाली सुलतानाची सही होती, आणि सेबुक्तेगिन गझ्नाविद साम्राज्याची मोहोर होती.

मक्सूदच्या चेहऱ्यावर विजयाचे भाव होते. अगदी महमूदने केलं होतं त्याहीपेक्षा फार प्रचंड प्रमाणात हे आक्रमण असणार होतं. मृत सुलतानाने केवळ धाडी घातल्या होत्या आणि आपला कार्यभाग उरकल्यानंतर तो परत आला होता. पण मक्सूदचं ध्येय होतं भारत जिंकून घेणं आणि त्यावर राज्य करणं. तो पुन्हा एकदा करीमकडे वळला, त्याच्या चेहऱ्यावर त्याचा उत्साह आणि उमेद स्पष्ट दिसत होती. दुसऱ्या बाजूला करीमने आपले खरे विचार झाकण्याचा उत्तम प्रयत्न केला.

'अभिनंदन, महान सेनापती!' करीम प्रकटपणे म्हणाला. 'भारत लवकरच गझनीच्या पायांवर लोळण घेईल.'

मक्सूदने स्मित केले. तो पुन्हा हसनकडे वळला, त्याने तो खलिता उंचावला आणि म्हणाला, 'कृपया या उदार कृतीबद्दल महान सुलतानांच्या प्रति माझी संपूर्ण आणि मनःपूर्वक कृतज्ञता कळवावी. मी लवकरच भारत जिंकून घेईन आणि त्यांच्या सल्तनतीमध्ये त्याची भर घालेन.'

'सुलतानांचीही तीच अपेक्षा आहे,' हसन म्हणाला. पुढे बोलताना तो किंचित घुटमळला. 'मी आपल्याला एक गोष्ट विचारू शकतो का?'

'अलबत्, वजीरसाहेब.'

'आपण गझनीमधील सर्वात शक्तिशाली व्यक्ती म्हणून एक सुखासीन आयुष्य सहज घालवू शकत होतात. आणखी एक कठीण मोहीम हाती घेण्यास आपण एवढे उत्सुक का?'

मक्सूदने काळजीपूर्वक खलित्याची गुंडाळी केली, मग हसनकडे पाहिलं. 'माझे मामा मृत सुलतान महमूद यांना मी एक वचन दिलं होतं. मी शपथ घेतली होती की संपूर्ण भारत पादाक्रांत करीन आणि त्या अश्रद्धांच्या भूमीचं सश्रद्धांच्या भूमीत रूपांतर करीन. त्यांचं स्वप्न पूर्ण करण्याची क्षमता असलेली मी एकमेव व्यक्ती आहे असं त्यांना वाटतं असं त्यांनी सांगितल्यावर मी ही शपथ घेतली होती.'

'होय. आणि हेच स्वप्न थोर सुलतान शाहिद यांचेही आहे.'

अर्थातच, मक्सूदचा हेतू केवळ जिंकणं आणि धर्मांतर करणं एवढाच नसून भारतावर, निदान उत्तर भारतावर, राज्यही करण्याचा होता हे हसनला माहीत नव्हतं. आणि त्याच्या नियंत्रणाखाली असलेल्या अमाप वैभवामुळे आणि त्या भूमीच्या प्रचंड साधनसंपत्तीमुळे तो जगातील सर्वात बलाढ्य व्यक्तींपैकी एक झाला असता. सुलतान शाहिदपेक्षा निश्चितच बलाढ्य. कदाचित चीनच्या सम्राट साँगचा प्रतिस्पर्धी. किंवा, दैव बलवत्तर असेल, तर जगातील सर्वात बलाढ्य माणसापेक्षाः संपूर्ण दक्षिण आणि पूर्व भारतावर तसेच आग्नेय आशियाच्या बऱ्याच मोठया भागावर राज्य करणाऱ्या शक्तिशाली चोला सम्राट राजेंद्र याच्यापेक्षाही बलाढ्य.

हसन किंचित झुकला आणि निघून गेला. तो गेल्याबरोबर मक्सूद करीमकडे वळला. 'लगेच अधिकाऱ्यांना बैठकीसाठी बोलाव. आपल्याला आता बरीच तयारी करायची आहे. आपण परत भारतात चाललो आहोत. आणि तू एका तुकडीचा प्रमुख असणार आहेस.'

प्रकरण २४

खलिता वाचून झाल्यावर सम्राट राजेंद्र चोलाने कपाळाला आठी घातली, मग तो आणणाऱ्या माणसाकडे टक लावून पाहिलं. आपली अस्वस्थता चेहऱ्यावर दिसू न देण्याचा आटोकाट प्रयत्न करत काशीनाथांनी त्यांचा चेहरा कोरा ठेवला होता.

पण काशीनाथांची अस्वस्थता समजण्याजोगी होती. जगातल्या सर्वात शक्तिशाली माणसाला कुणी रोज भेटत नसतं. आणि त्यांना जर उत्तरेत तुर्की टोळ्यांशी लढायचं असेल, तर त्यांना सम्राटाची मदत लागणारच होती. या वाटाघाटी विशेष अवघड होत्या. कारण काशीनाथ ज्या सालार मक्सूदविरुद्ध मदत मागत होते, तो तर वायव्य भारतात येऊन पोचलासुद्धा होता. आणि विध्वंसाचा माग मागे ठेवून पुढे येत होता. आणि ही मदत मागत असताना काशीनाथ बदल्यात राजेंद्र चोलाला काहीही ठोस देऊ करत नव्हते. पैसा नाही. जमीन नाही. मांडलिकत्व नाही.

रापलेला, उंच आणि मजबूत बांध्याचा, भरदार मिशांचा, सम्राट राजेंद्र चोला भारताने पाहिलेल्या सर्वश्रेष्ठ जेत्यांपैकी एक होता. अंदमान आणि निकोबार बेटं, श्रीलंका आणि मालदीव हे विजय त्याच्या खात्यात जमा होते. मलेशिया आणि इंडोनेशिया यांच्यावर यशस्वी हल्ले करून त्यांना स्वतःच्या नियंत्रणाखाली आणले होते. सयाम आणि कंबोडिया त्याला खंडणी देत होते, त्या अर्थाने लाक्षणिकदृष्ट्या ते त्याच्या साम्राज्याचा भाग होते. त्याआधी, दक्षिण भारतात आपलं सार्वभौमत्व प्रस्थापित केल्यानंतर, मार्गातील बंगाल आणि बिहार येथील पाल शासकांना पराभूत करून तो थेट गंगेपर्यंत पोचला होता. या ऐतिहासिक मोहिमेचे स्मरण म्हणून आणि या बलाढ्य सम्राटासाठी हा एक अत्यंत भावनिक क्षण असणार म्हणून, त्याने स्वतःला गंगैकोंडान, म्हणजे *पवित्र गंगेचे पाणी आणणारा*, अशी उपाधी घेतली होती. गंगैकोंडा चोलापुरम या नावाची नवी राजधानीही त्याने वसवली होती.

अशा माणसासमोर उभे राहणे आणि तरीही भारून न जाणे कठीणच होते.

राजेंद्र काशीनाथकडे टक लावून पाहात राहिला, शांततेचं अवघडलेपण त्याने रेंगाळू दिलं.

काशीनाथ दोन्ही हात आदराने नमस्कारासाठी जोडून तसेच उभे होते. गप्प. त्या थोर पुरुषाच्या निर्णयाची वाट पाहात.

फार मोठ्या गोष्टी पणाला लागल्या होत्या.

राजेंद्रने शेवटी शांततेचा भंग केला. तो हळू आवाजात बोलत होता, पण त्याचा खर्जातला आवाज स्वच्छ ऐकू येत होता. 'हे मला स्पष्ट समजू दे. एक राजा खरोखरच माझं सैन्य त्याच्या राज्यात पाठवण्यासाठी मला आमंत्रित करतो आहे?'

'आर्यराज,' राजेंद्र चोलाशी बोलताना काशीनाथ अत्यंत आदरपूर्वक बोलत होते, कारण हा राजा भारतातील एक सर्वात प्रगल्भ आणि वैभवसंपन्न राजा होता. 'माझे स्वामी, राजा सुहेलदेव, हे केवळ तुर्कांविरुद्ध आपली मदत मागत आहेत.'

'त्याचं राज्यच माझ्याकडे घेण्यात मला काय अडचण आहे?' राजेंद्रने विचारले.

'राजा सुहेलदेव आपल्याला एक महान दूरदृष्टीचा सम्राट मानतात. तुर्क केवळ एका कोणत्या तरी राज्याला नाही, तर संपूर्ण भारतासाठी त्रासदायक आहेत. जितक्या जास्त राज्यांचा ते पराभव करतील, तितकी त्यांना अधिक रसद मिळत जाईल आणि ते अधिकाधिक शक्तिशाली होत जातील. त्यांचं आक्रमण सुरुवातीलाच रोखायला मदत करणं अधिक चांगलं नाही का होणार?'

राजेंद्रने ओठ आवळले आणि विचारात पडून पुन्हा एकदा काशीनाथांकडे टक लावून पाहू लागले.

'महान सम्राट,' काशीनाथ पुढे म्हणाले, 'आपल्या सीमांवर रानटी तुर्कांपेक्षा आपले भारतीय साथी असणं अधिक इष्ट नव्हे का?'

राजेंद्रने स्मित केले. 'म्हणजे, तुम्हाला वाटतं मध्य आशियातील त्या जंगली माणसांपासून मी माझ्या भूमीचं रक्षण करू शकणार नाही?'

'अर्थातच आपण आपल्या भूमीचं रक्षण करू शकाल, भगवान,' काशीनाथ नम्रपणे म्हणाले. 'आपण आम्हाला मदत करण्याचं ते आणखी एक कारण आहे.'

काशीनाथांच्या बोलण्याचा अर्थ न उमजून राजेंद्र चोलाने कपाळाला प्रश्नार्थक आठी घातली.

काशीनाथांनी स्पष्ट केलं. 'उत्तर भारत आपल्या साम्राज्याचा भाग नसेल, प्रभू. पण हा आपल्या भूमीचा एक भाग आहे. उत्तरेला हिमालयाने सीमित झालेली, पूर्व पश्चिमेला

सागरांनी धूत झालेली आणि पायाशी हिंदी महासागर असणारी भारतमाता ही आपल्या सर्वांची भूमी आहे. कुणा परकी ठकांना आपण आपल्या आईला विटाळू देता कामा नये.'

राजेंद्र चोला गप्प राहिले. पण त्यांच्या मुद्रेवरचे भाव स्पष्ट होते.

राजेंद्र शिवाचे परमभक्त होते हे काशीनाथांना माहीत होतं. 'महाशय, या रानटी लोकांनी सोमनाथला भगवान शिवाच्या महान मंदिराची काय विटंबना केली ते आठवावं. राजा सुहेलदेवही भगवान शिवाचे भक्त आहेत. खरं तर, राजा सुहेलदेवचे मोठे बंधू सोमनाथजी मंदिराचं रक्षण करताना धारातीर्थी पडले.'

राजेंद्रांचा श्वास एकदम थांबला. बलाढ्य चोलाच्या मुठी वळलेल्या काशीनाथांच्या नजरेने टिपल्या.

'त्यांच्या मोठ्या बंधूंचं नाव काय होतं?' राजेंद्रांनी सौम्यपणे विचारलं.

'राजपुत्र मल्लदेव, श्रीमान.'

राजेंद्र चोला गप्प राहिले. वरकरणी त्यांच्या मुद्रेवर काही भाव नव्हते.

मनातल्या मनात मात्र, हा थोर चोला भगवान शिवाची प्रार्थना पुटपुटत होता. देवांचा देव महादेवाकडे शूर मल्लदेवाच्या आत्म्यावर कृपा करण्याची याचना करत होता.

शेवटी त्यांनी मान डोलावली. 'तुम्हाला तुमचं उत्तर उद्या मिळेल, श्रीमान काशीनाथ.'

काशीनाथांनी आदराने सम्राटांसमोर मस्तक तुकवले आणि खड्या आवाजात म्हणाले, 'जय मा भारती.'

काशीनाथांकडून आलेल्या निरोपाच्या या अपारंपरिक अभिवादनाने राजेंद्र चोला चकित झालेले दिसले. हे शब्द अपारंपरिक खरेच, विशेषतः राजनैतिक भेटीच्या वेळी तर निश्चितच. आपल्या राजाच्या गौरवाचे उद्‌गार नाहीत. देवादिकांच्या गौरवाचे शब्द नाहीत.

गौरव. केवळ मातृभूमीचा. केवळ भारताचा.

शब्द प्राकृत भाषेतले होते, सुहेलदेव भारताच्या ज्या भागात होता, तिथल्या या प्रचलित भाषेतले होते. पण सम्राटांना या शब्दांचा अर्थ माहीत होता.

राजेंद्र चोला किंचित हसले, आणि त्यांनी उत्तर दिलं, '*भारत थै वाझ्गा.*'

हे शब्द राजेंद्र चोलांच्या मातृभाषेतले, तमिळमधले होते. पण काशीनाथांना त्याचा अर्थ माहीत होता. चोलापुरमच्या वाटेवर ते थोडं तमिळही शिकले होते. त्यांनी हसून

पुन्हा एकदा मस्तक लववलं. दुसऱ्या दिवशी काय उत्तर मिळणार आहे हे त्यांना समजलं होतं.

भारत थै वाझ्गा. भारतमाता चिरायु होवो.

थोड्या वेळाने, चार व्यक्ती फारशी सजावट नसलेल्या पण देखण्या कक्षात जवळजवळ बसल्या होत्या. हा राजेंद्र चोला यांचा वैयक्तिक कक्ष होता. महान सम्राटांबरोबर त्यांचा थोरला पुत्र युवराज राजाधिराज; त्यांचा सेनापति कीर्तिवर्मन; आणि गुप्तहेर आणि विशेष पथकाचे नेता नरसिंहन होते.

फारशी प्रस्तावना न करता राजेंद्र बोलू लागले. 'आपण यात का पडावं? जे करणं आवश्यक होतं ते आपण अगोदरच केलं आहे. पृथ्वीवरची कीड, महमूदची हत्या झाली आहे. सोमनाथच्या महादेवाच्या प्रतिष्ठेचा बदला घेण्यात आला आहे. उत्तर भारतीय लोक आणि सालार मक्सूद यांच्यातील लढाईत आपल्याला काहीच स्वारस्य नाही. आणि अहिंसेचं एवढं स्तोम माजवणाऱ्या उत्तरेतल्या लोकांसाठी आपण कशाला लढावं? भगवान बुद्धाचे उपासक आम्हा हिंदूंना हिंसक आणि पुराणमतवादी म्हणून हिणवतात. उत्तरेतले हिंदूसुद्धा बौद्धमताच्या प्रभावाखाली आहेत.'

'तुमचं बरोबर असेल, आप्पा,' राजाधिराज नम्रपणे वडिलांना म्हणाला. 'असंही असेल की उत्तरेतील अहिंसक उदारमतवादी स्वतःचं रक्षण करण्यास असमर्थ ठरले असतील. असंही असेल की अहिंसक उदारमतवादी आपल्या बाबतीत आढ्यतेने आणि गर्वाने वागले असतील. पण तरीही ते आपले अहिंसक उदारमतवादी आहेत. कुणा परकी क्रूरांनी त्यांच्यावर आक्रमण केलं तर आपण त्यांच्या रक्षणासाठी गेलं पाहिजे. आणि कदाचित, शेवटी, त्या अहिंसक उदारमतवादींना आपणा आक्रमक शैव हिंदूंचं भारताच्या संस्कृतीमधील महत्त्वही उमजेल!'

राजेंद्र चोला मोठ्याने हसला. 'आपल्याला त्यांच्या मान्यतेची आवश्यकता नाही, मुला.'

नरसिंहनने मान झुकवून म्हटले, 'आपला संपूर्ण मान ठेवून बोलतो महाराज, कारण लहानथोर सर्व राजांची माहिती गोळा करणं हे माझं काम आहे. मी राजा सुहेलदेवबद्दलही थोडं संशोधन केलं आहे. तो वेगळा आहे. त्याने अनेक वर्ष

तुर्कांविरुद्ध गनिमी युद्ध करण्यात घालवली आहेत. तो खरा योद्धा आहे. तो जिंकण्यासाठी लढतो.'

'तर मग आपण त्याला मदत केली पाहिजे,' राजाधिराज लगेच म्हणाला. 'त्या दुष्ट तुर्कांना पायात शेपटी घालून त्यांच्या घाणेरड्या भूमीकडे पिटाळून लावलं पाहिजे.'

राजेंद्र कीर्तिवर्मनकडे वळले. 'तुमचं काय म्हणणं आहे?'

कीर्तिवर्मनने विचारपूर्वक हनुवटी चोळली. 'राजनैतिक निर्णय मी आपल्यावर सोडतो, महान सम्राट. मला काळजी वाटते ती वाहतुकीची. आपण जरी आत्ताच्या आत्ता आदेश दिले, तरी आपल्याला सैन्याची जमवाजमव करायला वेळ लागेल. मग आपल्याला इथून श्रावस्तीपर्यंत पोहोचायचं. आपला तिथे काही उपयोग होण्याच्या दृष्टीने आपण तिथे पोचेपर्यंत फार उशीर झालेला असेल. कारण काशीनाथ महाशय म्हणाले त्यानुसार, सालार मक्सूद आधीच भारतात पोचला आहे.'

काही काळ शांतता पसरली. राजेंद्रांच्या बोलण्याची तिघेजण शांतपणे वाट पाहात होते. त्यांच्याबरोबर दीर्घकाळ काम करून त्यांना माहीत झालं होतं की बहुधा सम्राटाने बैठकीच्या सुरुवातीलाच काय तो निर्णय घेतलेला असावा, पण आपला निर्णय बोलून दाखवण्याअगोदर शक्य तितकी जास्त मतं ऐकण्याची त्याची इच्छा असावी.

तो निर्णय काय असणार तेही त्यांना माहीत होतं. राजेंद्र चोलाने गझनीच्या महमूदचं काय केलं ते त्यांना माहीत होतं. त्याने पवित्र सोमनाथच्या मंदिरातील मूर्तीसाठी काय केलं होतं तेही त्यांना माहीत होतं. तो तुर्कांना पुन्हा भारतात येऊ देणार नाही हे त्यांना माहीत होतं, अगदी जरी त्यांना रोखण्यात त्याचा प्रत्यक्ष लाभ काहीही नसला तरी.

शेवटी राजेंद्र बोलले. 'तुर्क म्हणजे भारतासाठी दीर्घकाळचा धोका आहेत. आपण महमूदची हत्या घडवून आणली आणि गझनीत यादवी युद्ध सुरू करून दिलं, तेव्हा हा प्रश्न बऱ्यापैकी सुटला असं मला वाटलं. पण असं दिसतंय की लांडग्याच्या बछड्यांचीसुद्धा आपल्याला काळजी घ्यावी लागणार.' महान चोला पुढे झुकले, आणि त्यांचे अधिकारी त्यांच्या आणखी जवळ आले. ते कुजबुजले, 'तर, आता आपण असं करूया.'

प्रकरण २५

मक्सूद पायउतार झाला तसा अजितपाल झुकून जमिनीला टेकला. 'मक्सूद महोदय, कन्नौजमध्ये आपलं स्वागत करणं हा मोठा बहुमानच आहे.'

मक्सूदने तुटकपणे मान झटकली आणि सभोवार पाहिलं. 'राजा अजितपाल. तुम्ही माझं स्वागत करायला इतक्या दूर स्वतः येण्याची गरज नव्हती. तुम्ही राजधानीत थांबला असतात तरी चाललं असतं.'

मक्सूदने अजितपालचा उल्लेख करताना जाणीवपूर्वक सम्राटऐवजी राजा संबोधन वापरलं होतं. आपल्या भारतीय दोस्ताला कोणतं संबोधन प्रिय आहे ते त्याला चांगलं ठाऊक होतं.

'छे छे असं कसं, महोदय,' अजितपाल लाचारीने म्हणाला. 'माझ्या साम्राज्यातून आपल्याला बरोबर घेऊन जाण्यात मला आनंदच आहे. यावं यावं, अल्पोपाहार तयार आहे.'

अजितपालने मक्सूदला एका प्रशस्त तंबूत नेलं आणि शिगोशीग भरलेल्या तबकांनी आणि सुरयांनी सजलेल्या एका मोठ्या मेजाकडे निर्देश केला. 'संपूर्ण उत्तर भारतातील सर्वात सुग्रास अन्नपदार्थ आपली वाट पाहात आहेत, महोदय.'

मक्सूद त्या अन्नसंभाराकडे पाहून नाक मुरडलं. 'आत्ता काही मला मद्य घेण्याची विशेष इच्छा नाही, राजा अजितपाल. खाण्याचं म्हणाल तर, माझ्या आवडीचं मांस तुमच्याकडे असेल की नाही याची मला जरा शंकाच आहे.' जरा थांबून, मान वाकडी करून त्याने अजितपालकडे पाहिलं. 'की आहे ते?'

अजितपालने अस्वस्थपणे आवंढा गिळला आणि त्याच्या चेहऱ्यावरून घामाचा एक थेंब ओघळला. 'प्रभू, इथे कोंबडी आहे, बकरी, मोर, तीतर, उंट... जवळजवळ सगळ्या प्रकारचं मांस आहे.'

'*जवळजवळ*,' मक्सूद मुद्दामच शब्दावर जोर देऊन बोलला. तो टक लावून अजितपालकडे बघतच होता, त्याला वळवळताना पाहून त्याची करमणूक होत होती.

आपल्यासाठी गोमांस पेश करायला अजितपालला सांगावं का याचा त्याने मनाशी झटपट आढावा घेतला.

तेवढ्यात, डोळ्यांच्या कोपऱ्यातून त्याला करीमच्या चेहऱ्यावरची एक बारीकशी आठी आणि अगदी कळत-नकळत मानेचा नकार दिसला. 'चला, असूदे, मी थोडं पाणीच पिईन आणि या पदार्थांचा नमुना चाखेन,' शेवटी मक्सूद म्हणाला.

अजितपाल सुटकेच्या भावनेने जमिनीवर लोळायचाच बाकी राहिला होता. मक्सूदने त्याला वाटणारी मौज लपवली, आणि अजितपालचा मंत्री वृषभ एका सेवकाशी हलक्या आवाजात बोलत होता तिकडे बघून कपाळाला आठ्या घातल्या.

'तुम्हाला काही अडचण आहे का?' त्याने मंत्र्याला प्रश्न केला.

वृषभ लगेच हात जोडून कमरेत वाकला. 'माझ्याकडून काही आगळीक झाली असेल तर क्षमा असावी, महाराज. मी फक्त शेवटच्या क्षणाच्या काही सूचना देत होतो. जवळच्या नगरात आपल्यासाठी भव्य स्वागत समारंभाचं आयोजन केलं आहे.'

मक्सूद डुरकला. 'मला वाटतं शेवटी आम्ही जेव्हा रणांगणावर पोचू, तेव्हा तुमच्या या आदरातिथ्याने माझे सैनिक इतके लठ्ठ झालेले असतील की त्यांना धड लढतासुद्धा येणार नाही.'

'कन्नौजचं सैन्य आपल्या बरोबरीने लढेल, महोदय,' अजितपाल म्हणाला. 'मित्रांना सदैव साथ देण्याचा माझ्या घराण्याला फार अभिमान आहे.'

'होय तर, तुमच्या राजघराण्याची नेत्रदीपक परंपरा आणि तुम्ही तिचे कसे उत्तम पाईक आहात याची आम्हाला चांगलीच जाणीव आहे,' मक्सूद कोरडेपणाने म्हणाला. आश्चर्य म्हणजे, या जवळजवळ अप्रच्छन्न उपरोधाने अजितपाल प्रत्यक्षात फुशारून गेला.

पुन्हा एकवार आपली करमणूक लपवत, मक्सूदने अजितपालला इशारा केला. 'यावं, महान राजा, तुमच्या स्वयंपाक्यांनी बनवलेल्या या मेजवानीला न्याय देऊ या. माझ्याबरोबर एका ताटातून खाण्याचा सन्मान लाभू दे.' त्याने एक ताट उचललं, ते चांदीचं होतं हे त्याच्या लक्षात आलं, आणि त्याच्यावर वेगवेगळ्या पदार्थांचा ढीग रचायला सुरुवात केली. 'माझा आग्रह आहे की पहिला घास तुम्ही घ्या,' असं म्हणत मक्सूदने स्वतः एक घास अजितपालपुढे केला.

यात काही विष असेल, तर या लठ्ठ्या बेडकाला मरू दे.

अजितपाल घुटमळला. 'महाशय, हे म्हणजे जरा तुम्ही मला फारच जास्त मान देताय.'

'छे छे,' मक्सूद सफाईने म्हणाला. 'माझ्या एका प्रिय मित्रासाठी मी एवढं तर करूच शकतो.'

अजितपालने वृषभकडे पाहिलं, त्याने कळत नकळत मान डोलावली. अतिशय नाराज मुद्रेने, अजितपालने मक्सूदच्या हातून घास घेतला, अगदी एखाद्या पाळीव प्राण्याने घ्यावा तसा. डोळ्याच्या कोपऱ्यातून मक्सूद अजितपालच्या सल्लागारांच्या प्रतिक्रिया न्याहाळत होता. आपले चेहरे कोरे ठेवताना त्यांच्यापैकी बहुतेकांच्या चेहऱ्यावर शरम आणि किळस तरळून गेली. फक्त वृषभची मुद्रा निर्विकार होती.

यांचा अमूल्य 'सम्राट' माझ्या हातून घास घेऊन बाटला म्हणून यांना वाईट वाटत आहे. एका म्लेंच्छ बर्बराच्या हातून. ठीक आहे, त्यांना याची सवय करून घ्यावी लागेल. आता तो सम्राट राहिला नाही. तो आता माझ्या हातचं बाहुलं आहे, मी करवीन ते करणारा.

काही तासांनतर, मक्सूद आणि अजितपाल यांनी घोड्यांवरून जोडीने हरसरण नगराच्या सुशोभित वेशीमधून आत प्रवेश केला. कन्नौजच्या राज्यात प्रवेश केल्यानंतर लागणारं ते पहिलंच प्रमुख नागरी केंद्र होतं.

त्यांचे घोडे ज्या रस्त्यावरून जात होते त्यावर फुलं पसरली होती. नागरिकांना रस्त्याच्या दोन्ही बाजूंना उभे राहून या दोघांना आणि त्यांच्या पुढे मोठ्या संख्येने चाललेल्या पायदळाला आणि त्यांच्या मागून चाललेल्या घोडदळाच्या पथकाला अभिवादन करण्याचे आदेश दिले गेले होते. एक खबरदारी म्हणून आणि तुर्कांची मागणी पूर्ण करण्यासाठी, अजितपालने हरसरणच्या नागरिकांची सर्व शस्त्रे जप्त करवली होती. काही आठवड्यांनी तुर्क पुढे मार्गस्थ झाले की मग शस्त्रे परत मिळणार होती.

'हरसरणमध्ये आपलं स्वागत आहे, महाशय,' अजितपाल म्हणाला. 'नावाप्रमाणेच, येईल त्याला शरण देण्याची या नगराची वृत्ती आहे, मग येणारा माणूस कोणत्याही जातीचा, वंशाचा किंवा राष्ट्रीयत्वाचा असो. हे एक प्रमुख व्यापारी केंद्र आहे आणि वेगवेगळ्या धर्मांचे लोक पिढ्यानुपिढ्या इथे अगदी गुण्यागोविंदाने राहात आले आहेत.'

मक्सूद यावर उत्तर देण्यासाठी तोंड उघडणार तितक्यात चिखलाचा एक गोळा हवेतून येऊन अजितपालच्या जवळ पडला. दचकून त्याने घोड्याचा लगाम खेचला.

घोडा मागच्या दोन पायांवर उभा राहिला, अजितपाल खाली पडतापडता वाचला. अजितपालने धडपड करून पुन्हा जनावरावर ताबा मिळवला. एवढं होईपर्यंत रक्षकांनी त्याच्याभोवती कोंडाळं केलं होतं. त्यातले काही गर्दीत घुसले आणि ज्याने चिखल फेकला होता, त्याला त्यांनी ओढून बाहेर आणले. तो एक अगदी गबाळा म्हातारा होता, त्याला एकच पाय होता, त्यामुळे तो कुबड्या घेऊन चालत होता, त्याचे पांढरे केस त्याच्या पाठीवर पडले होते आणि डोळ्यांत वेडसर झाक होती.

अजितपाल भयंकर संतापला होता. तो मोठ्याने ओरडला, 'तुझ्या सम्राटाचा अपमान करायची तुझी हिंमत कशी होते?'

'आपल्या शूर पित्याच्या स्मृतीचा अपमान करणारा तू आहेस, अजितपाल!' लंगडा म्हातारा ओरडला. 'मी कन्नौजच्या सैन्यात सैनिक होतो. साम्राज्यासाठी लढताना मी पाय गमावला. कन्नौजचा सम्राट एका परकी आक्रमकाचे पाय चाटतोय हा दिवस बघावा लागेल अशी मी कधी कल्पनाही केली नव्हती!'

अवाक् झालेल्या गर्दीत शांतता पसरली होती. हरसरणच्या प्रत्येक नागरिकाला त्यांच्या शासकाबद्दल मनातून काय वाटत होतं ते तो म्हातारा फक्त बोलून दाखवत होता. पण अशा उघड उद्धटपणाची कुणीच अपेक्षा केली नव्हती.

म्हातारा सालार मक्सूदकडे वळला. 'आमचा राजा भ्याड आहे. पण आम्हा कन्नौजच्या सामान्य नागरिकांचा कणा अजून ताठ आहे. आम्ही परकी लुटारूंसमोर कधीही झुकणार नाही!' म्हातारा जोरात खाकरला आणि त्याने एक बेडका मक्सूदवर थुंकला, जो त्याच्या पायावर पडला.

साऱ्या गर्दीने एकदम जोरात श्वास घेतला. लोक एकदम मोठ्याने गोंगाट करू लागले. हे अति झालं होतं. आपल्या सम्राटाचा कितीही राग आला असला, तरी पाहुण्याचा असा अपमान करणं हे अगदीच धर्माला सोडून होतं असं अनेकांना वाटत होतं. गर्दीतले काही जण म्हाताऱ्याला मागे ओढू लागले. शांत करू लागले.

नुसतं लबाड हसत अजितपालची फजिती बघणारा मक्सूद या अपमानाने तांबडालाल झाला. त्याचा हात तलवारीवर गेलाच होता, तेवढ्यात त्याला आपल्या पाठीवर एका हाताचा स्पर्श जाणवला.

तो करीम होता. तुर्की गुलाम अगदी हळू आवाजात कुजबुजला. 'आपल्याला हे नगर मुख्य तळ म्हणून हवं आहे... आपलं मुख्य उद्दिष्ट लक्षात ठेवा... हे प्रकरण मी हाताळतो...'

फार प्रयत्नाने, मक्सूदने स्वतःला आवरलं.

दरम्यान, म्हाताऱ्याची अजून बरोबरच्या नागरिकांशी झटापट चालूच होती. त्याच्या वयाच्या मानाने त्याच्या अंगात बरीच शक्ती होती. कन्नौजच्या सामान्य नागरिकांच्या शौर्याबद्दल तो सारखा ओरडत होता.

करीम घोड्यावरून पायउतार झाला, लंगड्या म्हाताऱ्या सैनिकाजवळ चालत गेला आणि त्याने त्याच्या खांद्यावर स्नेहाने हात ठेवला. 'मित्रा, आपण पूर्वी शत्रू होतो, पण आता नाही. आज, गझनीचं महान साम्राज्य आणि कन्नौजचं संपन्न राज्य हे—'

'दूर हो!' करीमचं बोलणं मध्येच अडवत म्हातारा त्रासून किंचाळला. त्याने तुर्कापासून स्वतःला सोडवून घेतले. तसं करताना त्याने, त्याला धरून ठेवलेल्या हरसरणच्या एका नागरिकाला मागे ढकललं. आणि त्यात त्याचा तोल गेला. तोल सावरायला तो कुबडीसकट पुढे झेपावला, तो त्याचं डोकं करीमच्या चेहऱ्यावर जोरात आपटलं. तो दणका जबरदस्त होता. तुर्क पायांवर डोलला, आणि त्याच्या नाकातून, तोंडातून रक्ताचा फवारा उडाला. मग तो खाली पडला. सरळ पाठीवर पडला, त्याचं डोकं जमिनीवर जोरात आपटलं. तो बेशुद्ध झाला.

मक्सूदच्या संतापाचा उद्रेक झाला. रागाने गर्जना करत त्याने तलवार उपसली आणि म्हाताऱ्यावर चालवली. एकाच घावात त्याचं मुंडकंच छाटलं. पण तरी मक्सूदचा राग शमला नाही. त्याने घोड्यावरून उडी घेतली, त्या म्हाताऱ्याच्या धडाजवळ गेला आणि त्याने खचाखच त्याच्यावर घाव घालायला सुरुवात केली. पुन्हापुन्हा. सर्व दिशांना रक्ताची कारंजी उसळली.

सामान्य नागरिक भयभीत होऊन किंचाळू लागले. काही धीर गोळा करून मक्सूदच्या क्रौर्याचा निषेध करू लागले. गझनी आणि कन्नौजच्या सैन्याने तत्काळ मक्सूद आणि अजितपालभोवती संरक्षक कडं तयार केलं. हरसरणच्या नागरिकांना मागे सरण्याच्या आज्ञा ते देऊ लागले.

पण गर्दीचा आवाज अधिकच वाढला. म्हाताऱ्याला ठार मारण्याचं काही कारण नव्हतं असा आरडाओरडा लोक करू लागले.

'महाराज, इथे आता दंगल माजणार,' वृषभने अजितपालला सांगितलं. 'कृपा करून मक्सूद महाशयांना शांत करा आणि इथून बाहेर पडूया.'

अजितपालने कसनुसा आवंढा गिळला. पण तो वारं गेल्यासारखा जागीच खिळून राहिला. त्याला हलता येईना.

मक्सूद अजूनही त्या म्हाताऱ्या सैनिकाच्या देहाची खांडोळी करतच होता. त्याला खून चढल्यासारखं वाटत होतं.

तोवर, सारी गर्दी आंदोलनात उतरली होती. त्यांनी घोषणा द्यायला आणि कन्नौजच्या सैनिकांच्या फळीला धक्काबुक्की करायला सुरुवात केली. आपल्याच नागरिकांवर हात उचलायला ते सैनिकही राजी दिसत नव्हते.

त्यांनी आपल्या शस्त्रांना हातदेखील लावला नव्हता. गझनीच्या सैनिकांनी मात्र कधीच तलवारी उपसल्या होत्या. त्यांचे हात कधीचे वार करायला शिवशिवत होते. पण त्यांच्या सेनापतीच्या हुकुमासाठी ते थांबले होते.

एक तुर्की सेनानायक धीर करून मक्सूदच्या जेवढ्या जवळ जाता येईल तेवढा गेला आणि अजीजीच्या आवाजात म्हणाला, 'हुजूर...'

मक्सूद त्या संतापाच्या झटक्यातून बाहेर आला आणि त्याने सभोवार पाहिलं. परिस्थितीचा अंदाज घेतला. त्याने केवळ क्षणभरासाठी डोळे मिटले. पण डोळे उघडताक्षणी, तो शांत दिसू लागला. तो बोलू लागला, तेव्हा त्याचा आवाज स्थिर होता. 'या माणसाने गझनीच्या एका सेनाधिकाऱ्यावर हल्ला केला. त्याला हाल हाल करून अनेक दिवस सावकाश मरण येईल अशी शिक्षा द्यायला हवी होती, पण माझा तोल सुटला म्हणून तो थोडक्यावर सुटला. परंतु, असं दिसतं की हरसरणचे लोक यातून काहीच शिकले नाहीत. मी त्यांना असा धडा शिकवेन की कन्नौजमधलं कुणीच कधीच तो धडा विसरणार नाही.' तो त्याच्या बरोबरच्या एका अधिकाऱ्याकडे वळला. 'या शहरातल्या प्रत्येक काफिराचं घर नष्ट करा. एकसुद्धा वीट जागेवर राहता कामा नये. प्रत्येक अश्रद्ध पुरुषाला—पुरुष, मुलगा किंवा तान्हं बाळ, ठार करा. बायका आणि मुलींना गुलाम बनवा. आणि आपल्या सैनिकांसाठी वापरल्या जाणाऱ्या कुंटणखान्यात विका. फक्त सश्रद्धांना सोडून द्या. हे काम झालं की मला अहवाल द्या.'

अजितपाल हादरला होता. 'काय? कृपा करा, महाशय, नका...'

मक्सूदने सम्राटाकडे दुर्लक्ष केलं, करीमला उचललं आणि घोड्यावर टाकलं. मग करीमच्या असहाय शरीराच्या मागे घोड्यावर बसून त्याने घोडा वळवला आणि नगराच्या बाहेर चौखूर दौडवला.

अजितपाल जरा घुटमळला, मग त्याच्या मागे गेला. त्यांच्या मागे मक्सूदच्या सैनिकांनी त्यांचं दुष्टकर्म करायला सुरुवात केल्यावर किंचाळ्यांचा आक्रोश उठला.

'रस्ते लाल झाले आहेत. सैनिकांपासून वाचण्यासाठी विहिरीत उडी घेतलेल्या लोकांनी विहिरी भरून गेल्या आहेत. जळणाऱ्या घरांमधून येणारा धूर इतका कोंदला आहे की आपलाच तळहातदेखील दिसत नाही. पण तरीसुद्धा मी अर्वाच्य अशा भीतिदायक घटना पाहिल्या. सैनिकांनी गर्भवती स्त्रियांवर बलात्कार करताना आणि त्यांना रक्ताच्या थारोळ्यात तसंच मरायला सोडून जाताना मी पाहिलं. मला आता नरकाची मुळीच भीती वाटत नाही. मी हरसरणमध्ये जे काही पाहिलं आहे, त्यापेक्षा तो वाईट नक्कीच नसणार.'

तुर्की सैनिकी छावणीच्या आत असलेल्या कन्नौज राजतंबूत, अजितपाल त्याच्या प्रवासातील सिंहासनावर बसला होता, हरसरणमध्ये काय घडत होतं त्याचा वृत्तांत एका सडपातळ माणसाच्या तोंडून ऐकत होता. सुभाष नावाचा तो सडपातळ माणूस, वृषभने इतक्या वर्षांमध्ये मोठ्या मेहनतीने तयार केलेल्या गुप्तहेरांच्या जाळ्याचा एक भाग होता.

वृषभने त्या माणसाच्या खांद्यावर हलकेच थोपटले. 'सुभाष, जा, जाऊन थोडी विश्रांती घे.' सुभाष गेल्याबरोबर, पंतप्रधान अजितपालकडे वळला. 'प्रभू, आपले हजारो देशबांधव मरून पडले आहेत. कृपा करा, मी भीक मागतो, निदान जाऊन मक्सूद महाशयांना हा नरसंहार थांबवण्याची विनंती तरी करा. नगरावरून नांगर फिरला तरी चालेल, पण निदान काही जणांचे जीव तरी वाचवायचा प्रयत्न करू या. प्रजेचं रक्षण हे राजाचं प्रथम आणि परमोच्च कर्तव्य आहे. कृपा करून आपला धर्म थोडा तरी आचरणात आणा.'

अजितपालने हातात धरलेला मद्याचा प्याला खाली ठेवला. त्याचे हात कापत होते, डोळे तांबारले होते आणि त्याचा चेहरा पांढराफटक पडला होता. 'ही कसली माणसं आहेत? त्यांच्या मित्रांशी ते असे वागतात...'

वृषभने दुःखाने मान हलवली. 'ते आपल्याला त्यांचे मित्र मानत नाहीत, प्रभू. आपण केवळ त्यांची खेळणी आहोत. त्यांनी मर्जी लागली, तर त्यांच्याशी खेळावं, नाहीतर तोडून टाकावी. आपण सैतानाशी सौदा केला आहे. अजूनही उशीर झालेला नाही. आपण अजूनही आपला सन्मान आणि प्रतिष्ठा परत मिळवू शकता, ही मैत्री तोडून टाका आणि—'

'बस्!' हात उंचावून अजितपाल ताडकन म्हणाला. 'लक्ष दे, वृषभ. तू राजद्रोहाच्या उंबरठ्यावरचं भाषण करतो आहेस. मी जाऊन मक्सूदशी बोलतो आणि त्यांना त्यांची माणसं मागे घ्यायला सांगतो. पण या मैत्रीतून मागे फिरणं नाही.'

यानंतर थोड्याच वेळात अजितपाल सेनापती मक्सूदच्या तंबूबाहेर वाट बघत तिष्ठत होता. तुर्की रक्षकांनी त्याला आत जाण्यास मज्जाव केला होता. त्याच्या आगमनाची साधी वर्दीदेखील मक्सूदला देण्यास त्यांनी नकार दिला होता. अजितपालला वाट पाहायला सांगण्यात आलं होतं.

आणि अजितपाल, कन्नौजचा सम्राट, अगदी आताआतापर्यंत उत्तर भारताच्या मोठ्या पट्ट्यावर राज्य करणाऱ्या शासकांचा वंशज, ज्यांच्याबद्दलची कवनं आजही गायली जातात अशा राजवंशाचा वारस, आपला सारा आत्मसन्मान गिळून वाट बघत तिथे उभा होता, एखाद्या याचकासारखा.

तंबूच्या आत, मधोमध ठेवलेल्या एका मोठ्या पलंगावर करीम झोपला होता. त्याच्या नाकाला आणि डोक्याला पट्ट्या बांधल्या होत्या. त्याच्या डोक्याला चांगलाच मार बसलेला दिसत होता. त्याला बिछान्यात पडून संपूर्ण विश्रांती घ्यायला सांगितली होती. बिछान्याजवळच ठेवलेल्या एका आसनावर मक्सूद बसला होता, त्याच्या चेहऱ्यावर काळजी, चिंता दाटून आली होती.

'कृपा कर... मी भीक मागतो... थांबवा ही कत्तल...' करीम मक्सूदला उद्देशून कुजबुजला. 'ते साधे सामान्य नागरिक आहेत... ते सैनिक नाहीत... हे चुकीचं आहे...'

'तू फार दयाळू मनाचा आहेस,' मक्सूद ठामपणे म्हणाला, एकीकडे तो करीमचा हात हळुवारपणे गोंजारत होता. 'त्यांना धडा शिकवलाच पाहिजे.'

करीम मान हलवू लागला, त्या हालचालीने त्याच्या संबंध शरीरात उसळलेल्या वेदनेने कण्हला. 'इतके निष्पाप जीव... माझ्यामुळे गेले... हे मला सहन होत नाही.'

'ते काही निष्पाप नाहीत. त्यांनी तुला इजा करण्याचं धाडस केलं.' अचानक मक्सूदने तंबूच्या कनातींकडे पाहिलं आणि तो जोरात ओरडला, 'तो हकीम कुठे मेला?! त्याला करीमच्या वेदनांबद्दल काहीतरी करायला सांगितलं होतं!'

मुख्य रक्षकाने कनातीच्या बाहेरूनच, घाबरून मोठ्यांदा सांगितलं. 'ते बाहेर थांबले आहेत, हुजूर.'

त्यावर तत्काळ मक्सूदचं उत्तर आलं. 'मग त्यांना आत पाठव, मूर्खा!'

हकिमाने पडदा उघडला आणि तो घाईघाईने आत आला, मात्र पडदा पुन्हा जागेवर सरकवून ठेवण्याची काळजी त्याने घेतली.

रक्षकाने अजितपालकडे नजर टाकली, मग पुन्हा पडद्याकडे पाहिलं आणि बोलण्याअगोदर भीतीने आवंढा गिळला, 'हुजूर, सम्राट अजितपालही आपल्याला भेटण्यासाठी थांबले आहेत.'

काही उत्तर नाही.

अजितपाल बोलला. 'महान सेनापती, मी आपला थोडा वेळ घेण्याची विनंती करू शकतो का?'

करीमने मक्सूदचा हात हातात घेऊन हलकेच दाबला. मक्सूदने एक उसासा टाकला आणि मोठ्या आवाजात हुकूम केला, 'आत या.'

अजितपाल लगेच तंबूची कनात बाजूला करून आत शिरला.

मक्सूद त्याच्याकडे डोळे वटारून पाहात असलेला त्याला दिसला. एकटक, कठोर, थंड नजरेने.

अजितपालच्या काळजाचं पाणी पाणी झालं.

मक्सूदने एक खोल श्वास घेतला, जणू तो स्वतःवर नियंत्रण ठेवण्याचा आटोकाट प्रयत्न करत होता. मग तो किंचित हसला, अजितपालबद्दल त्याला वाटत असलेली तुच्छता त्याच्या चेहऱ्यावर पुरेपूर दिसत होती. त्याने उपरोधिक नम्रपणे विचारले, 'हे महान सम्राट, आपण तिथे असे उभे का? यावं यावं, इथे आसनस्थ व्हावं. मी आपल्यासाठी काय करू शकतो?'

अजितपाल अवघडून मक्सूदने निर्देश केलेल्या आसनाकडे सरकला, पण त्यावर बसला नाही. त्याने करीमकडे पाहिलं, मग पुन्हा मक्सूदकडे पाहिलं. 'सेनापती मक्सूद... म्... मला आशा आहे सेनाधिकाऱ्यांची तब्येत बरी असेल?'

मक्सूदने मानेने होकार दिला, त्याच्या चेहऱ्यावर पुन्हा थंड भाव होते. पण त्याने काही बोलण्याच्या आतच बाहेर एकदम गडबड ऐकू आली. मक्सूदने वैतागून कपाळाला आठ्या घातल्या. 'काय चाललंय काय बाहेर? मला वाटतं मी संपूर्ण शांतता राखण्याचा हुकूम दिला होता!'

एक तुर्की अधिकारी घाईघाईने तंबूत आला. 'हुजूर, आपल्या शिपायांनी तारीख नावाच्या एका इसमाला पकडून आणलंय, तो हरसरणचाच राहाणारा आहे. तो एक सश्रद्ध असला, तरी त्याने काही काफिर शेजाऱ्यांना त्याच्या घरात आश्रय दिला होता. हे जेव्हा आपल्या माणसांना समजलं आणि ते त्यांना ओढून बाहेर काढू लागले, तेव्हा तो शिपायांशी लढायला लागला. त्याने दोघांना ठार केलं आणि तिघांना जबर जखमी केलं. तुम्ही सांगितलं होतं की कोणत्याही सश्रद्ध मुस्लिमाला इजा करायची नाही, म्हणून त्याला मारलं नाही. याचं काय करावं असं विचारत आहेत शिपाई.'

'साला कुत्री...' उठून उभा राहात मक्सूदने शिव्या घातल्या. 'हे साले भारतीय मुस्लिम! घेऊन या आत त्याला!'

तारीखला फरफटवत आत आणलं. उंच, रुंद खांद्यांच्या त्या माणसाला बरीच मारहाण झाली होती आणि त्याचे हातही घट्ट बांधले होते, पण तरी तो बरीच धडपड आणि शिवीगाळ करत होता. खाल्लेल्या मारामुळे त्याचे डोळे सुजून त्या जागी दोन बारीक फटी राहिल्या होत्या. त्याला धड दिसतही नव्हते. त्याचं पहिलं लक्ष गेलं अजितपालकडे.

'गद्दार!' तारीख गरजला, त्याच्या देशाच्या सम्राटावरच्या संतापाचा कडेलोट झाला होता.

अजितपालचं उघड अवघडलेपण पाहून मक्सूदला हसू फुटलं.

मग तारीख वळला आणि त्याचं लक्ष मक्सूदकडे गेलं. आणि त्याचा जबडा आश्चर्याने वासला.

भयचकित आवाजात तारीख पुटपुटला ते नीट ऐकायलाही गेलं नाही. 'अस्लन?'

तो आवाज करीमच्या कानांपर्यंत नीट पोचला. एक क्षणभर त्याच्या चेहऱ्यावर धोक्याची जाणीव स्पष्ट दिसली. त्याने झटकन अजितपाल आणि मक्सूदकडे पाहिलं मग लगेचच स्वतःला आवरलं. तो शांत राहिला.

पण मक्सूदने निर्विकार मुद्रेने तारीखकडे पाहिलं. आपल्याला काहीच कळलं नाही असं दाखवलं. 'आता हा अस्लन कोण?'

'तू, कुत्र्याची अवलाद!' एकदम अंगात ऊर्जेचा संचार झाल्यासारखा तारीख ओरडला.

तारीख मक्सूदकडे धावला. पण लगेचच तिथेच त्याला तुर्की सैनिकांनी रोखलं. ते पुन्हा त्याला बदडू लागले. भयंकर. जराही दयामाया न दाखवता.

तंबूची कनात दूर झाली आणि गझनी सैन्याचा एक अधिकारी आला.

'पंतप्रधान वृषभ,' अधिकारी म्हणाला, 'हुजूर मक्सूद यांनी आपली आठवण केली आहे.'

वृषभ हसला. 'आणि जर मला त्यांना भेटायचं नसेल तर?'

'तंबूच्या बाहेर दहा सैनिक खडे आहेत, श्रीमान. मी आपल्या वयाचा आणि पदाचा मान ठेवतो, त्यामुळे मला त्यांना आत बोलवायची वेळ आणू नका.'

वृषभ खरोखरच आश्चर्यचकित झाला होता. 'सर्वजयी तुर्कांच्या मानाने तुम्ही बरेच नम्र दिसता. काय नाव तुमचं, मी विचारू शकतो का?'

'ऑझग्युर, श्रीमान,' त्याने उत्तर दिलं.

वृषभने पाउलभर पुढे होऊन ऑझग्युरला नीट निरखून पाहिले. 'हंऽऽ... तुम्ही सरदार कुळातले दिसत नाही, मी असं म्हटल्याबद्दल माफ करा. किंवा तुम्ही फार तरुणही दिसत नाही, याचा अर्थ तुम्ही एक शिपाईगडी म्हणून सुरुवात केली आणि बढत्या मिळवत गेलात, बरोबर ना?'

'आपला पूर्ण मान ठेवून, श्रीमान, माझ्या जीवनावर चर्चा करण्यासाठी ही योग्य वेळ आहे असं मला वाटत नाही.'

'हो हो अर्थात... बरं, पण तुमच्या सेनापतींनी मला कशासाठी बोलावलं आहे?'

ऑझग्युरची चलबिचल उघड दिसण्यासारखी होती. पण तो अवज्ञा करण्याऱ्यांपैकी नव्हता. 'ते मी सांगू शकत नाही, श्रीमान.'

'आज्ञाकारी अधिकारी खराच,' वृषभ म्हणाला. 'बरोबर, अधिकारी, पुढे व्हा.'

ऑझग्युर काही बोलला नाही, पण काय चाललं होतं याची वृषभला कल्पना आली होती. सुभाष आत्ताच आला होता आणि त्याने त्याला संकेत देऊन ठेवला होता. तारीख, कन्नौजच्या पूर्वीच्या सैन्याचा एक सैनिक, ज्याला वृषभने सुहेलदेवच्या टोळीच्या साथीने जंगलात लढायला पाठवले होते, तो आता हरसरणला त्याच्या कुटुंबात परत आला होता. त्याच्या काही हिंदू शेजाऱ्यांचं रक्षण करताना त्याची मक्सूदच्या शिपायांबरोबर चकमक झडली होती. परिणामी त्याला उचलून तुर्की छावणीत आणण्यात आलं होतं. सुभाषने सांगितलं होतं की त्याची चौकशी चालू होती. कदाचित जोडीला छळही चालू असावा. तारीख कणखर माणूस होता आणि तो सहजासहजी मोडेल अशी त्यांची अपेक्षा नव्हती. पण तसं झालंच तर त्यांनी त्यासाठी तयारी करून ठेवायला हवी होती. आणि तसं झालंच तर वृषभचं नाव पुढे येणार हे नक्की होतं, कधी, एवढाच प्रश्न होता. तुर्कांच्या उत्तर भारतातील सर्वात प्रमुख शत्रूला मदत करणारा वृषभ, आणि शत्रू सुहेलदेव.

सुभाषने वृषभला पळून जाण्याची जोरदार शिफारस केली होती. पंतप्रधानाने लगेच आणि स्पष्ट शब्दांत उत्तर दिलं होतं. *वेड्यासारखं करू नको. मी पंतप्रधान आहे. मी*

पळून जाऊ शकत नाही. पण वृषभने तिथेच थांबून राहण्याचं एक व्यावहारिक कारणही होतं. त्याची अनुपस्थिति लगेच लक्षात आली असती. आणि शोधपथकं कामाला लागली असती. पण सुभाष नाहीसा होणं कुणाच्या लक्षात येणार नव्हतं, कारण त्याला तेवढं महत्त्वाचं मानलं जात नव्हतं. त्याने ताबडतोब सुभाष आणि आणखी दोघांना तीन वेगवेगळ्या रस्त्यांनी श्रावस्तीकडे दौड मारायला आणि सुहेलदेवला तुर्कांची अद्ययावत बित्तंबातमी पोचवायला सांगितलं होतं. वृषभने अगोदरच, त्याच्या तुर्कांच्या निरीक्षणावरून तपशीलवार कागदपत्रे तयार केली होती. त्यांचं सैन्यबळ, युद्धाच्या योजना, व्यूह, शस्त्रसामग्री इत्यादि.

ही माहिती सुहेलदेवसाठी अमूल्य होती. ती त्याच्यापर्यंत *पोचायलाच* हवी होती.

आता तुर्कांची दिशाभूल करणं हे वृषभचं काम होतं. किंवा निदान सुभाष आणि इतरांना जास्तीत जास्त वेळ मिळायला हवा होता.

प्रत्येकालाच एक दिवस मरायचंच असतं. पण अर्थपूर्ण मरण नशिबी येणारे भाग्यवंत थोडेच असतात. ज्याच्याबद्दल कवनं रचली जातील, असं मरण.

वृषभने मक्सूदच्या तंबूचा पडदा बाजूला करून आत पाऊल टाकलं. आणि तत्काळ त्याच्या कानांवर मक्सूदच्या दासानुदासाचा, अजितपालचा आवाज पडला.

'अरे नीच विश्वासघातक्या!'

वृषभने आवाजाच्या दिशेने पाहिले. त्याला फक्त अजितपाल त्याच्या दिशेने मद्याचा अर्धा भरलेला पेला भिरकावताना दिसला. वृषभ लगेच खाली वाकला. पण त्याला थोडासा उशीरच झाला. रक्ताच्या रंगाच्या वारुणीचा माग वाटेत सोडत तो पेला वृषभच्या कपाळावर जोरात आपटला. कन्नौजचा पंतप्रधान जरा डगमगला. आणि जमिनीवर कोसळला. खोलवर झालेल्या जखमेतून रक्ताच्या चिळकांड्या उडत होत्या. अजितपाल त्याच्यावर चालून गेला, आणि त्याला पुन्हा पुन्हा लाथा मारू लागला. रागाने अर्वाच्य बरळू लागला. अजितपाल दमून श्वास घेण्यासाठी थांबेपर्यंत वृषभ कुशीवर वळून अंगाची मुटकुळी करून तसाच पडून राहिला.

'जेव्हा मक्सूद महाशयांनी मला तुझ्याबद्दल सांगितलं, तेव्हा मी खरंतर तुझी पाठराखण केली!' अजितपाल ओरडला, त्याच्या चेहऱ्यावरून अश्रू वाहात होते. 'मी

म्हटलं नक्कीच काहीतरी चुकत असेल! वृषभ माझ्याशी एकनिष्ठ आहे!' त्याने जोरजोराने छातीत दोन श्वास भरून घेतले, मग पुन्हा बोलू लागला. 'का तू माझा विश्वासघात केलास? *का?*' शेवटचा शब्द दाबलेल्या किंकाळीसारखा बाहेर आला.

वृषभने चक्कर थांबवण्यासाठी डोकं जरा हलवलं, आणि मग सावकाश उठून उभा राहिला. त्याला भयंकर रक्तस्राव होत होता. श्वास घेताना बरगड्यांना होणाऱ्या वेदनेने दर श्वासाला त्याचा चेहरा वेडावाकडा होत होता. कष्टाने तो ताठ उभा राहिला आणि त्याने अजितपालच्या डोळ्यांत पाहिलं. त्याचा आवाज शांत होता, शब्द मात्र कष्टाने बाहेर पडत होते.

'मी एकनिष्ठ आहे... पण तुमच्याशी नाही... मी भारताशी एकनिष्ठ आहे... मी कन्नौजशी एकनिष्ठ आहे...'

'कन्नौज मी आहे!' अजितपाल किंचाळला.

'नाही, तुम्ही नाही... देश म्हणजे राजा नव्हे. देश म्हणजे देशातील माणसे... कन्नौज राहात आहे हरसरणमधल्या कत्तल होणाऱ्या माणसांच्यात. ज्यांचं तुम्ही रक्षण करू शकला नाहीत, त्या माणसांच्यात... ज्यांच्यासाठी तुम्ही अश्रूही सांडणार नाही आणि रक्तही सांडणार नाही, त्या माणसांच्यात...'

अजितपालने वृषभला मारण्यासाठी पुन्हा हात उगारला, पण पंतप्रधानाने सम्राटाला मागे ढकललं. अजितपालला आश्चर्याचा भयंकर धक्का बसला. त्याच्या मंत्र्याचं धाडस बघून तो सुन्न झाला.

मक्सूद आता खुदखुदत होता. भारतीयांच्या आपापसातल्या भांडणाने त्याला फारच मजा वाटत होती.

वृषभने अजितपालकडे उघडउघड घृणेच्या नजरेने पाहिले. 'तुम्ही तुमचा हात फक्त असहाय्य म्हाताऱ्यावरच उचलू शकता... तुमच्या माणसांच्या खऱ्याखुऱ्या शत्रूशी लढण्याची हिंमतच तुमच्यात नाही... तुम्ही आमच्या देशाचा विश्वासघात केला आहे... तुम्ही तुमच्या महान पूर्वजांचा विश्वासघात केला आहे... तुम्ही तुमच्या सल्लागारांचा आणि शूर सैनिकांचा विश्वासघात केला आहे... युद्ध टाळण्यासाठी तुम्ही मानहानी पत्करली. आता तुमच्याकडे मानहानी आणि लढाई दोन्ही आहे.'

'चूप राहा, धटिंगण कुत्र्या,' ओरडून अजितपाल मक्सूदकडे वळला. 'त्याला देहदंड द्या, प्रभू. ठार मारा हरामखोराला. मी आता त्याला अजिबात पाठीशी घालणार नाही.'

मक्सूद आता उघडउघड हसत होता. 'पाठीशी घालणारे तुम्ही कोण, मूर्ख कुठचे?' तुर्की सेनापती मग वृषभकडे वळला. 'तुमच्यात निदान लढायची हिंमत आहे या सत्याचा मी मान ठेवतो. तुमच्या राज्यातील बाकीच्या गद्दारांची नावं सांगा. त्या लुटारू सुहेलदेवला साथ देणाऱ्या बाकी सगळ्यांची नावं सांगा. तर तुम्हाला दयाळू, तत्काळ मृत्यूची शिक्षा मिळेल. नाहीतर...'

'मी एकटाच आहे. बाकीचे सगळे किरकोळ शिपाई आहेत. आणि ते अगोदरच सुहेलदेवला जाऊन मिळालेले आहेत. मीसुद्धा त्याच्याकडे जाण्याचा बराच प्रयत्न केला, पण माझा त्याला काही फारसा उपयोग नव्हता. नाहीतर त्याने मला त्याच्या राज्यात घेतलं असतं.'

मक्सूद पाऊलभर पुढे आला, त्याचा आवाज भीती वाटण्याइतका खाली गेला होता. 'मी मूर्ख आहे असं वाटतं तुम्हाला? तुम्हाला काय वाटतं, सगळ्या भारतीय राज्यांमधले सरदार सुहेलदेवला पैसा, संसाधनं आणि सर्वात महत्त्वाचं म्हणजे माहिती पुरवतात, हे मला माहीत नाही? मला सुहेलदेवची जेवढी माहिती आहे असं तुम्हाला वाटतं, त्यापेक्षा मला कितीतरी अधिक माहीत आहे. पण तुम्ही... मला तुमच्याबद्दल कधीही समजलं नाही... सुहेलदेव अतिशय धूर्त मनुष्य आहे. आणि मला त्याच्याबद्दल अधिक माहिती कळायला हवी आहे. तुम्ही बोलाल... माझ्यावर विश्वास ठेवा, मला ते करायला लावू—'

मक्सूद बोलायचा थांबला. वृषभच्या प्रतिक्रियेने तो थक्क झाला होता.

कन्नौजचा पंतप्रधान जांभई देत होता. खुलेआम. जणू तो मक्सूदच्या बोलण्याला कंटाळला होता. त्याने चक्क उजवा हात वर घेऊन तोंडावरदेखील ठेवला.

मक्सूदचा इतका उघड अपमान आजपर्यंत कुणी केला नव्हता. त्याच्या आईने देखील नाही. त्याच्या वडिलांनीही नाही. तो ज्याचा अत्यंत तिरस्कार करतो अशा माणसानेदेखील नाही.

'आपण कुणाशी बोलतोय असं वाटतं तुला?' मक्सूद गरजला. 'माझा अंत बघू नको! माझ्या छळाच्या क्रौर्याची तुला कल्पना नाही! त्या मूर्ख दणकट तारीखला त्यांनी पटापट बोलायला लावलं, तुझ्या दुबळ्या शरीराचं ते काय करतील विचार कर.'

वृषभ थोडा हसला. आपण मक्सूदच्या वर्मावर बोट ठेवतो आहोत हे तो जाणून होता. 'तू तरसासारखा बेंबें करतो आहेस... तुला सुहेलदेवबद्दल काहीच माहीत नाही... तो सिंह आहे... तुला वाटतं त्यापेक्षा तो कितीतरी चांगला आहे...'

मक्सूद आणखी जवळ आला. तोही हसला. 'तुझे हालहाल होताना बघून मला मजा वाटेल. तू काही आठवडे जिवंत राहशील असं मी बघेन. तुझ्या कल्पनेपलीकडच्या यातना म्हणजे काय हे कळणार आहे तुला.'

वृषभ हसला.

'यात हसण्यासारखं काय आहे?' अजितपालने विचारलं.

वृषभने अजितपालकडे बघून स्मितहास्य केलं. 'मी आधी तुमची निराशा केली...'

मग तो मक्सूदकडे वळला. 'आणि आता, मला वाईट वाटतंय... मी तुमचीही निराशा करणार आहे.'

हे शब्द बोलत असतानाच पंतप्रधानाच्या अंगाला एकदम झटका आला. त्याच्या मुठी मिटल्या. त्याचे डोळे फिरले आणि तो जमिनीवर कोसळला. त्याच्या तोंडाभोवती फेस जमा होऊ लागला. हे इतक्या झटकन झालं, की बाकीच्यांना प्रतिक्रिया द्यायलाही काही वेळच मिळाला नाही.

'काय झालं हे!' मक्सूद दचकून ओरडला.

ऑझम्युर एकदम पुढे धावला.

जांभई देताना...

त्याने वृषभचा हात धरला आणि तो उलटून बघितला. मधल्या बोटातल्या अंगठीतला खडा आत गेला होता. ऑझम्युरने तो हुंगला आणि विचित्र वासाने त्याने नाक मुरडलं.

'हकिमाला घेऊन या लवकर,' तो खेकसला. 'त्याने विष घेतलंय.'

एक सैनिक धडपडत बाहेर धावला, ऑझम्युरने वृषभच्या घशात बोट घालून त्याला उलटी करवण्याचा प्रयत्न केला. एका क्षणानंतर तो किंचाळला, वृषभने त्याच्या बोटाचा भयंकर चावा घेतला होता. त्याने झटक्याने बोट बाहेर काढलं आणि वेदनेने ते दाबून धरलं.

आता वृषभच्या तोंडातून रक्ताचे ठिपके पडत होते. तो पालथा वळला, थरथरत्या हातांनी त्याने जमीन दाबली, आणि कपाळ जमिनीवर टेकवलं. जणू तो धरणीचे आशीर्वाद मागत होता.

निरोप घेतो, माते... तुझा पुत्र तुझ्यासाठी एवढंच करू शकला...

मग वृषभला आणखी एक झटका आला, आणि तो निश्चेष्ट पडला.

प्रकरण २६

श्रावस्तीच्या नेतृत्वाखाली सुहेलदेवने संघराज्याची स्थापना करून जवळजवळ तीन वर्षे झाली होती. ही तीन वर्षे सत्कारणी लागली होती. त्याने एक शक्तिवान प्रशिक्षित सैन्य उभे केले होते. आणि तुर्क-विरोधी युतीशी निष्ठा वाहिलेले योद्धे देशभरातून एकत्र केले होते.

या सगळ्या तयारीची परीक्षा घेण्याचा काळ आता येऊन ठेपला होता.

कारण सालार मक्सूद आणि गझनीचे सैन्य परत आले होते.

सुहेलदेवची सल्लागारांशी मसलत चालू होती. अवघ्या काही दिवसांपूर्वीच्या हरसरणच्या विध्वसांच्या वार्ता त्यांच्यापर्यंत पोचल्या होत्या. तुर्क त्यांच्या प्रदेशात येतील, ते कधी एवढाच मुद्दा होता, हे त्यांना माहीत होते. त्यांच्या देशाचे भविष्य निश्चित करणारे युद्ध लवकरच लढले जाणार होते.

सुहेलदेवच्या कार्यालयापासून जवळच असलेल्या राज-मंदिरात पूजाप्रार्थना चालू होत्या. हरसरणच्या बळींच्या आत्म्यासाठी प्रार्थना केल्या जात होत्या. गंभीर वातावरणातील बैठकीवर संस्कृत श्लोकांचे स्वर तरंगत होते.

गरुड पुराणातील श्लोकांमध्ये, मृतांच्या, पूर्वजांपर्यंत जाण्याचा प्रवास शुभ होण्यासाठी प्रार्थना केलेली होती. आधीच्या जन्माचा दुःखद अंत होणारे आत्मे त्यांच्याबरोबर काही नकारात्मक ऊर्जा घेऊन जातात असे मानले जात होते. या प्रार्थनांनी त्यांच्यावर मात करता येत होती, जेणेकरून ते पुन्हा एकदा या मायारूपी जगात प्रवेश करण्यासाठी सिद्ध होतील.

सुहेलदेवने वृषभसाठी विशेष पूजा घातली होती. कन्नौजचा पंतप्रधान सुहेलदेवचा दोस्त होता आणि त्याच्या देशभक्तीच्या प्रयत्नांत त्याला गुप्तपणे मदत करत होता हे ऐकून श्रावस्तीच्या आतल्या वर्तुळातील प्रत्येकालाच धक्का बसला होता. काशीनाथांना त्याची माहिती नव्हती. त्याचे जवळचे साथीदार तोशनी, अब्दुल, किंवा गोवर्धन यांनाही नव्हती.

सुहेलदेवला काही गुपिते खरोखरच अगदी ह्रदयाच्या तळाशी ठेवता येत होती. चांगल्या नेत्याचा एक गुण.

'आता काय?' गोवर्धनने विचारलं.

'त्यांच्याकडून काही समजण्याची वाट पाहावी का?' काशीनाथांनी विचारले.

तोशनीचे विचार स्पष्ट होते. 'मला वाटतं आपण बाहेर पडावं. आपण जर त्यांना श्रावस्तीच्या जवळ येऊ दिलं, तर ते आपल्या नागरिकांचं काय करतील याची आपल्याला काळजी लागून राहील. ते त्यांना आपल्याविरुद्ध ओलीस म्हणून वापरू शकतील.'

अब्दुल बोलला. 'पण जर आपण बाहेर निघालो, तर आपली नगरं आणि गावं असंरक्षित राहतील. ते आपल्या सैन्याच्या बाजूंनी पुढे येऊन आपल्या लोकांवर हल्ले करू शकतील.'

'किंवा आपण त्यांच्यावर गनिमी काव्याने हल्ले करणं चालू ठेवायचं का?' गोवर्धनने सुचवलं. 'ते नेहमीच परिणामकारक ठरतात.'

सुहेलदेवने पुढे झुकत मान हलवली. 'नाही. ते आता इथे सैन्यानिशी एका निर्धाराने आले आहेत. वृषभजींनी मृत्यूपूर्वी पाठवलेल्या साऱ्या अहवालांवरून हे स्पष्ट आहे की, आतापर्यंतच्या कोणत्याही तुर्की सैन्यापेक्षा या वेळचं नेतृत्व वेगळं आहे. त्यांच्या छावणीची सुरक्षा मजबूत आणि सावध आहे. आपल्या गनिमी मारेकऱ्यांना ती सहज भेदून आत शिरता येणार नाही. सेनापती मक्सूदला, आधीच्या कोणत्याही तुर्की सेनानीपेक्षा, आपला देश आणि संस्कृती यांची फारच चांगली माहिती आहे असंही मी ऐकलंय. कोणत्या राज्याविरुद्ध काय व्यूह वापरायचा याची त्याला बरोबर जाण आहे. त्याला भारत जवळजवळ आपणा भारतीयांइतकाच उमजला आहे. आणि मला मिळालेल्या अहवालांवरून असं दिसतंय की या वेळी ते केवळ धाडी मारायला आलेले नाहीत. ते जिंकून इथे राहण्यासाठी आलेले आहेत.'

'मग त्यांना आपल्या एखाद्या नियोजित रणांगणावर आणलं पाहिजे,' तोशनी म्हणाली. 'आणि मग आपण त्या सर्वांना ठार केलं पाहिजे.'

'कोणत्याही भारतीय सेनेने याआधी हे केलेलं नाही,' काशीनाथने मुद्दा मांडला. 'नाही म्हणायला, महान चंडेल राजा महाराज विद्याधर याने एकदा महमूदशी ठप्प अवस्था आणली होती आणि मग कालिंजरच्या किल्ल्याभोवतीचा त्याचा वेढा पलटवला होता.'

सुहेलदेवने उसासा टाकला. 'दुर्दैवाने, महाराज विद्याधर काही आपल्या मदतीला येऊ शकणार नाहीत. ते अतिशय आजारी आहेत, आणि मी ऐकतो की त्यांचे आता फार दिवस उरलेले नाहीत. युवराज विजयपाल आधीच, महाराजांच्या आजारपणाचा गैरफायदा घेऊ पाहाणाऱ्या कालचुरींशी लढण्यात पूर्णपणे गुंतले आहेत.'

'आपणा भारतीयांच्या अंतर्गत कलहाचा गैरफायदा हे परकीय लोक घेतात,' खेदाने मान हलवत काशीनाथ म्हणाले. 'काही असो, मी युवराजांशी संपर्क साधला आहे आणि त्याने सूर्यवीरच्या नेतृत्त्वाखाली एक तुकडी पाठवायचं आश्वासन दिलं आहे. सूर्यवीर हा एक फारच चांगला सेनानी आहे. आणि दुसरा महाराज विद्याधर होणे नाही. ते आणि पूर्ण चंडेल सेना जर आपल्याकडे असती तर!'

'आशावादी कल्पना करत राहण्याला काही अंत नाही,' तोशनी म्हणाली. 'आत्ता आपल्याला करण्यासारखं जे सर्वात उत्तम असेल ते आपण केलं पाहिजे.'

सुहेलदेवने काशीनाथांकडे कटाक्ष टाकला. काहीही करून हे युद्ध काही महिने लांबवायला हवं हे त्याला माहीत होतं. राजेंद्र चोलाच्या सैन्यतुकड्यांना श्रावस्तीच्या मदतीसाठी पोचण्यासाठी तेवढा वेळ लागेल अशी त्यांची अपेक्षा होती. पण राजेंद्र चोलाबरोबरच्या युतीची कल्पना काशीनाथ आणि सुहेलदेवशिवाय अन्य कुणालाच नव्हती.

अचानक मुख्य रक्षकाने दाराशी येऊन घोषणा केली. 'महाराज, आपले मित्र अस्लन आले आहेत.'

सगळ्यांच्या नजरा दरवाजाकडे वळल्या. सुहेलदेव लगेच रुंद हसत उठून उभा राहिला.

कदाचित मक्सूदबद्दल अस्लनला काहीतरी ठाऊक असेल, ते आपल्या उपयोगी पडेल.

'त्याला आत येऊदे!'

काही क्षणांतच, अस्लनने खोलीत प्रवेश केला, तो बाहू पसरूनच. सुहेलदेवने चार पावलं पुढे होऊन त्याला अभिवादन केलं. दोघांनी अतिशय स्नेहाने एकमेकांना आलिंगन दिले.

अब्दुलच्या चेहऱ्यावरचा अविश्वास स्पष्ट वाचता येण्याजोगा होता. गोवर्धन त्याच्या बाजूला झुकून कुजबुजला, 'ठीक आहे, अब्दुल. राजा सुहेलदेवचा अस्लनवर विश्वास आहे. आपणही त्याच्यावर विश्वास ठेवला पाहिजे.'

अब्दुलने गोवर्धनकडे क्षणभर पाहिलं आणि पुन्हा अस्लन आणि सुहेलदेवकडे पाहिलं. 'माझा त्या तुर्कावर अजिबात विश्वास नाही. त्याच्या चेहऱ्यात असं काहीतरी

आहे... ते मला फार टोचतं... शत्रूच्या टोळीतल्या कुणावरतरी विश्वास टाकल्याची मोठी किंमत राजाला चुकवावी लागू नये म्हणजे झालं...'

गोवर्धनने अब्दुलच्या हातावर थोपटलं. 'फार विचार करू नको...'

दरम्यान, सुहेलदेव आणि अस्लन मिठीतून बाजूला झाले होते, पण अजूनही त्यांचे हात एकमेकांच्या हातांत होते.

'तुला पाहून इतका आनंद झाला मित्रा!' सुहेलदेव म्हणाला. 'होतास कुठे तू?'

'काही काळ मी इकडेतिकडे भटकलो, पण मग एका तळ्याकाठी स्थिर झालो, तिथे मला काही गूढ अनुभव आले,' अस्लनने सांगितले. 'तिथे मी एक लहानशी कुटी बांधली आणि मला जमेल तसे लोकांवर लहानमोठे उपचार करू लागलो, बदल्यात लोक मला भिक्षा देत. लवकरच काही लोक प्रार्थनेत माझ्याबरोबर सहभागी व्हायला येऊ लागले. आता तिथे छोटासा एक समाजच तयार झाला आहे. माझ्यासाठी हा फार विलक्षण काळ होता. अशी मनःशांती माझ्या आयुष्यात मला कधीही लाभली नव्हती.'

सुहेलदेव खिन्न हसला. 'आणि आता हीच शांती पुन्हा धोक्यात आली आहे. गझनीच्या राक्षसांकडून.'

अस्लनने ओठ मुडपून सहमती दर्शवली. 'आम्ही सूफी मुस्लिमांनी हे मान्य करायला हवं की जोवर अतिरेकी मुस्लिम शिल्लक आहेत तोवर आपल्याला शांती लाभणार नाही. आम्हाला त्यांच्याशी लढलं पाहिजे. आमच्या भल्यासाठी. आणि एकंदर जगाच्या भल्यासाठी.'

'ते अतिरेकी मुस्लिम नाहीत, अस्लन. ते केवळ अतिरेकी राक्षस आहेत. पण होय, आपण सर्वांनी त्यांच्याशी लढलंच पाहिजे. एकत्र मिळून.'

'दयामाया न दाखवता.'

'दयामाया न दाखवता,' सुहेलदेवने पुनरुच्चार केला.

'आणि म्हणूनच मी आलो आहे. तुम्हाला आता माझी गरज आहे.'

'होय, आहे. हा तुर्कांचा सेनापती, मक्सूद... आता, त्याची व्यूहरचना म्हणजे...'

'... सर्वोत्कृष्ट असते.' अस्लनने सुहेलदेवचं वाक्य पूर्ण केलं.

सुहेलदेवने मान डोलावली. 'होय... आणि, असं दिसतं की, त्याचा प्रेमी म्हणजेच त्याचा सेनानायक करीम. काही... काही करता येण्यासारखं आहे का त्या बाबतीत?'

अस्लनच्या चेहऱ्यावर क्षणार्ध उत्कट भाव चमकून गेले. पण त्याने चटकन स्वतःवर काबू मिळवला. त्याने खाली पाहिलं, एक खोल श्वास घेतला आणि

कुजबुजला, 'तुम्ही यापेक्षा फार चांगले आहात, मित्रवर. प्रेमाला यापासून दूरच ठेवा. ते दोघे योद्धे आहेत. त्यांच्याविरुद्ध काम करतील असे डावपेच आपल्याला आखावे लागतील.'

'हंऽऽ... तुझ्या सल्ल्याचे स्वागत आहे.'

'मी सल्ल्याशिवाय अधिक काहीतरी घेऊन आलो आहे,' अस्लनने उत्तर दिलं. 'गेले काही महिने, युवकांचा एक गट, मला त्यांचा आध्यात्मिक गुरू करण्यासाठी माझ्या मागे लागला होता. अलीकडेच त्यांनी मला विचारलं, की एखाद्याने धर्मासाठी लढावं की देशासाठी लढावं. मी त्यांना सांगितलं की भारत हा सर्वांआधी आणि सर्वोपरि आहे. मातृभूमी स्वर्गापेक्षा महान आहे.'

सुहेलदेव हसला आणि त्याने अस्लनचे दोन्ही खांदे पकडले. तो गप्प होता. त्याला काही बोलण्याचीही गरज नव्हती.

अस्लनचे डोळे सौम्य झाले. 'मी कुठेही जन्मलो असलो, तरी इथे, या भारतात मला एक नवीन जन्म मिळाला आहे. इथेच मला गूढविद्येचा, सूफी मार्गाचा परिचय झाला. इथेच मला खऱ्या अर्थाने अल्लाह सापडला. हीच माझी कर्मभूमी. मी भारताला माझी पवित्र मातृभूमी मानतो. जर तिने या बर्बर तुर्काला आपलं मानलं तर...'

'आमच्या मातेने तुला याआधीच आपलं मानलं आहे, अस्लन,' सुहेलदेव म्हणाला. 'भारतमातेचं हृदय विशाल आहे. एखादा परकीय माणूस इथे आला आणि त्याने भारताला आपली पवित्र मातृभूमी मानली, तर तो परकीय राहातच नाही.'

अस्लन हसला. 'माझ्या मित्रांनी माझ्याबरोबर इथे येण्याचा आग्रह धरला. फार नाहीत, दोनशेच आहेत, पण सगळे तरुण, ताकदवान आणि उत्साही आहेत. आणि मी त्यांना प्राथमिक लष्करी धडेही दिले आहेत. गरज पडली, तर ते तुमच्याबरोबर नरकापर्यंत जाऊन परत येतील. तुम्ही त्यांना तुमच्या वैयक्तिक अंगरक्षक दलात घ्यावं असं मी सुचवतो.'

सुहेलदेवने मानेने होकार दिला.

'लक्षात ठेवा, सुहेलदेव, आम्ही तुम्हाला अजिबातच मरू देणार नाही. तुमचा मृत्यू झाला, तर भारतीय सैन्य विखरून जाईल. तुर्कांना हे माहीत आहे. माझी माणसं तुमचं संरक्षण करतील.'

'माझ्या वैयक्तिक अंगरक्षक दलात मी त्यांचं स्वागत करतो,' सुहेलदेव म्हणाला, तो भारून गेल्याचं दिसत होतं. 'चला, त्यांना भेटूया.'

सुहेलदेव आणि अस्लन कक्षाच्या बाहेर पडून चालू लागले. अब्दुलने सर्व काही ऐकलंच होतं. तो चिडलेला दिसत होता. गोवर्धनकडे वळून तो म्हणाला, 'राजा असं कसं करू शकतो?'

'शांत हो अब्दुल,' गोवर्धन म्हणाला. 'तू अजूनही शांतिकाळातील वैयक्तिक अंगरक्षक दलाचा प्रमुख आहेस. तुझ्या मदतीला आणखी दोनशे जवान मिळाले आहेत असा विचार कर.'

'पण हे जवान अस्लनशी एकनिष्ठ असतील, राजा सुहेलदेवशी नव्हे!'

प्रकरण २७

श्रावस्तीच्या राजाची युद्धसमिती सुहेलदेवच्या वैयक्तिक कार्यालयात जमली होती. सुहेलदेव, तोशनी, काशीनाथ, गोवर्धन आणि अब्दुल मेजाभोवती उभे राहून क्षेत्राच्या एकात्मिक नकाशाचा अभ्यास करत होते. नकाशा मोठा होता, उंचसखलपणा, नगरे, खेडी, नद्या आणि अगदी ओढ्यांचासुद्धा तपशील त्यात दाखवला होता. थोर योद्ध्यांनी म्हणून ठेवलंच आहे की रणक्षेत्राचं संपूर्ण ज्ञान करून घेणं म्हणजे अर्धं युद्ध जिंकल्यासारखंच असतं. घोडदळ, धनुर्धारी दल, पायदळ आणि अन्य लष्करी रचना दाखवणाऱ्या छोट्या छोट्या मातीच्या मूर्ती त्यावर ठेवल्या होत्या. अस्लन मेजाच्या दुसऱ्या बाजूला होता. संघराज्याचे सर्व राजेही उपस्थित होते.

'आपण संख्याबळाने वरचढ आहोत,' अस्लन म्हणाला, 'पण तुर्कांचं घोडदळ जास्त चांगलं आहे. ते वेगवान, उत्तम रीतीने प्रशिक्षित आहेत, आणि ते अतिशय कुशल योद्धे आहेत.'

'आमचंही स्वतःचं घोडदळ आहे,' अब्दुल म्हणाला, भारतीय योद्ध्यांना कमी लेखण्याच्या स्वरामुळे तो उघडच नाराज झाला होता. 'आणि आम्ही त्यांच्याशी लढू शकतो.'

'तुमचं घोडदळ अतिशय चांगलं आहे याबद्दल मला काही शंका नाही, वीर अब्दुल,' अस्लन म्हणाला, त्याचा आवाज नम्र आणि शांत होता. 'पण ते तुर्की घोडदळाचा पराभव करू शकणार नाहीत. माझ्यावर विश्वास ठेवा. त्यांच्याकडे आपल्यापेक्षा तिप्पट घोडे आहेत. आणि त्यांचे घोडेस्वार अनेक वेळा युद्धात तावून सुलाखून निघाले आहेत. आपण केवळ त्यांना युद्धात रोखून धरू शकलो, तरी ते एक असाधारण यश असेल.'

गोवर्धनने मेजाखाली शांतपणे अब्दुलचा हात धरला. आणि अब्दुल गप्प झाला.

अस्लनने सभोवार नजर टाकली. 'मला वाटतं मक्सूद दोन्ही बाजूंनी घोडदळ आणेल आणि आपल्या बाजूंवर हल्ला करेल. त्यांच्या मदतीला धनुर्धारी असतील, जे आपल्यावर बाणांचा वर्षाव करतील. त्यांचं घोडदळ जर का आत शिरलं, आणि आतापर्यंतच्या प्रत्येक लढाईत त्यांना ते जमलं आहे, ते आपल्या पायदळावर दोन्ही बाजूंनी हल्ला करतील. आणि त्याच वेळी त्याचं पायदळ समोरून आक्रमण करेल. मग त्याने आपल्याला अक्षरशः चिमट्यात पकडल्यासारखं होईल. आणि मग तो त्याचं राखीव सैन्यही आत आणेल. आणि मग होईल ती केवळ कत्तल.' मक्सूदची व्यूहरचना समजावून सांगता सांगता, अस्लन नकाशावरच्या मातीच्या मूर्ती हलवत होता. हालचाली अधिक स्पष्ट करण्यासाठी. आता त्याने त्या पुन्हा जागच्या जागी ठेवल्या. त्याने सुहेलदेवकडे पाहिलं. 'मक्सूद शरणागतीचा प्रस्ताव देणार नाही. तुम्हाला नाहीच. त्याला तुमच्या सैन्यातल्या एक न् एक सैनिकाला मारायचंच आहे. तिथे दयामाया नसेल.'

सुहेलदेव हसला. 'छान, आमच्यात ही एक गोष्ट सामाईक आहे. माझ्याही बाजूने मुळीच दयामाया नसेल. कारण मलाही एक न् एक तुर्काला ठारच मारायचं आहे.'

'हर हर महादेव!' तोशनीने त्यावर घोष केला.

सुहेलदेवचा एक मित्र राजा करण म्हणाला, 'जय श्री राम!'

'अल्लाहु अकबर!' अब्दुल म्हणाला.

अस्लन रुंद हसला. 'तुम्हा सर्वांना भरपूर सामर्थ्य मिळो. पण तुम्ही जर तुर्की घोडदळाला थांबवू शकला नाहीत तर देवसुद्धा तुम्हाला मदत करू शकणार नाहीत. तुम्हाला त्याची काहीतरी योजना बनवावी लागेल. ते फारच महत्त्वाचं आहे. काहीतरी करून त्यांच्या घोडदळाला रोखलं, तर आपण त्यांच्या आघाडीवर आपल्या पायदळाचा हल्ला चढवू शकतो. आणि आपल्या संख्याबळाचा लाभ उठवू शकतो. मग अल्लाह आपल्याला विजय देऊ शकेल.'

सुहेलदेवने डोळे बारीक केले. 'मी असं ऐकलं. की, अनेक वेळा मक्सूदचं घोडदळ खोटीखोटी माघार घेतल्याचं दाखवतं?'

अस्लनने वर पाहिलं. तो चकित झाला होता. आणि मग तो किंचित हसला. *हा माणूस तयारीचा आहे. एकदम तयारीचा.*

'होय, तुमचं बरोबर आहे,' अस्लन म्हणाला. 'कधीकधी तुर्क असं दाखवतात की शत्रू भारी पडतो आहे आणि दूर जायला लागतात. शत्रूच्या घोडदळाला पाठलाग

करायच्या मोहात पाडतात. त्यांच्या बाजूला आणतात. त्यांच्या सापळ्यात. त्यांनी लाहोरला हेच केलं. शत्रूचं पूर्ण घोडदळ चिरडून टाकलं.'

सुहेलदेवने गोवर्धन आणि अब्दुलकडे पाहिलं. 'काहीही होवो, आपलं घोडदळ आपल्या सैन्याच्या जवळच राहिलं पाहिजे. त्यांनी माघार घेतली तर त्यांच्या घोडदळाचा पाठलाग करायचा नाही. त्यांच्यावर आक्रमण करायचं नाही. फक्त बचाव.'

गोवर्धन बोलला. 'आपलं घोडदळ जर फक्त बचावच करणार असेल, तर युद्ध जिंकण्याची तुमची योजना काय आहे?'

सुहेलदेवने खाली नकाशाकडे पाहिलं. 'जर घोडे युद्ध जिंकून देऊ शकत नसतील, तर आपल्याला रणांगणाला लढाईच्या कामी लावलं पाहिजे.'

सगळे गोंधळून त्याच्याकडे पाहू लागले.

'आपण असं रणक्षेत्र निवडलं पाहिजे जिथे घोडदळाला दोन बाजूंनी हल्ला चढवणं अवघड होईल,' सुहेलदेव म्हणाला. 'तुर्क आत्ता कुठे आहेत?'

'सात्रिखला त्यांची छावणी पडली आहे.' तोशनी म्हणाली. 'आपल्या हेरांनी जे सांगितलं आहे त्यानुसार, ते रसद गोळा करत आहेत. शिवाय त्यांच्या काही तुकड्या इतर राज्यांमध्ये धाडी मारायला गेल्या आहेत. एकदा ते सगळे एकत्र झाले, की मग ते आपल्या दिशेने येतील. त्याला फार वेळ लागणार नाही. फार तर काही आठवडे.'

सुहेलदेवने काशीनाथांकडे पाहिलं. राजेंद्र चोलाला तातडीचा संदेश पाठवलेला होता. त्यांची मदत नियोजित वेळेपेक्षा पुष्कळ आधीच लागणार होती. पण राजेंद्र चोलाचे सैनिक वेळेवर पोचू शकणार होते का?

आता त्याबद्दल काहीच करता येणार नाही. उत्तम घडेल अशी आशा ठेवणे. आणि लढणे.

सुहेलदेव पुन्हा नकाशाकडे वळला, तुर्की सैन्याला उपलब्ध असलेल्या मार्गांवरून त्याची तर्जनी फिरू लागली, आणि मग तो एकदम थबकला.

'इथे,' त्याने नकाशावर टिचकी वाजवली. 'तुर्कांना याच मार्गाने यावे लागेल. इथे एक मोठं पठार आहे, आपलं संपूर्ण सैन्य तिथे मावू शकेल. उजव्या बाजूला एक सरोवर आहे, आणि डाव्या बाजूला दाट जंगल आहे. हे दोन नैसर्गिक अडथळे आहेत. तुर्कांना त्यांना वळसा घालून आपल्या बाजूंवर हल्ला करता येणार नाही. त्यांना आपल्यावर समोरूनच हल्ला करावा लागेल. नैसर्गिकरीत्या चिंचोळ्या बाजूंवर जर आपण त्यांना

थोपवू शकलो, तर आपण हे युद्ध या जागेच्या मध्यभागी लढायला भाग पाडू शकतो.'

सगळेजण पुन्हा वाकून नकाशा बघू लागले.

प्रत्येकाच्या मनात आलेला विचार तोशनीने प्रथम बोलून दाखवला 'होय, हे जमेल.'

सुहेलदेवने वर, त्याच्या सल्लागारांकडे पाहिलं. 'मला वाटतं असंच थेट बाहेर पडून हे प्रत्यक्ष क्षेत्रावर असंच दिसतं का हे बघून यावं. तसं असेल, तर याच ठिकाणी आपण उभे राहू.' त्याची नजर अस्लनवर स्थिरावली, त्याची मुद्रा चिंतित दिसत होती. 'काय झालं?'

अस्लनने श्वास सोडला. 'प्रत्यक्ष क्षेत्रावर अगदी असंच दृश्य आहे. मला माहीत आहे ना. गेले काही महिने मी माझ्या लहानशा गटाबरोबर तिथेच राहात होतो. फार रम्य, सुंदर जागा आहे आणि आम्हाला तिथे फार शांती मिळाली. त्या सरोवराच्या पाण्यात काही चमत्कारी गुणधर्म आहेत असं म्हणतात, बरेच यात्रेकरू आजारातून बरे होण्याच्या आशेने तिथे स्नान करायला येतात. अशा सुंदर ठिकाणी रक्तपात होणार आणि जीव जाणार या कल्पनेने माझं काळीज तुटतं.'

सुहेलदेवने त्याच्या मित्राच्या खांद्यावर थोपटलं. 'युद्ध संपलं, की आपण तिथे एक सुंदर प्रार्थनास्थळ बांधू. सर्वांसाठी खुलं. ती जागा रक्ताने अपवित्र होणार नाही. उलट, त्याने ती पवित्रच होईल. याच जागी आपण आपल्या मातृभूमीसाठी स्वतःचं रक्त सांडू आणि शत्रूचंही रक्त वाहू.'

अस्लन गप्प राहिला. आपले विचार स्वतःपाशीच ठेवत. *बघू अल्लाह कुणावर मर्जी ठेवतो, कुणावर कृपा करतो ते. करीम आहे. तू आहेस. आणि मी आहे.*

सुहेलदेव जमलेल्या बाकीच्यांकडे वळला. 'कूच करण्यासाठी सैन्याची तयारी करा. तुर्कांचं चांगलं स्वागत करण्यासाठी आपल्याला त्या जागी वेळेवर पोचायला हवं.'

श्रावस्तीच्या राजाने स्मितहास्य केले आणि त्याच्या तंबूतून ओळीने बाहेर पडणाऱ्या प्रत्येकाच्या पाठीवर थाप मारून त्यांना निरोप दिला. तो एकटा राहिल्यावर मात्र त्याचा आत्मविश्वासाचा पवित्रा त्याने ढासळू दिला. पुन्हा एकदा मेजाजवळ जाऊन निरीक्षण करताना त्याच्या चेहऱ्यावर चिंता दाटून आली होती.

हीच ती जागा आहे जिथे भारताच्या भविष्याचा निर्णय होणार आहे.

भगवान शिव, साहाय्य करा.

विजयाचा कृपाप्रसाद द्या.

जरूर असेल, तर माझे प्राण घ्या. पण आम्हाला विजय मिळवून द्या.

सुहेलदेवने टक लावून नकाशाकडे बघताबघता, जणू बाकीचं सारं अंधुक होत गेलं आणि फक्त तेवढा एकच बिंदू प्रकाशात राहिला. त्याने निवडलेल्या रणभूमीच्या सर्वांत जवळच्या नगराचं नाव मोठ्या ठळक अक्षरात दिसू लागलं, जणू तेही त्याच्याकडे टक लावून पाहात होतं.

बहराइच.

विजयालक्ष्मीने सुहेलदेवच्या कपाळावर तिलक लावला, तशी त्याने हात जोडून डोळे मिटून घेतले. सुहेलदेवच्या वैयक्तिक कार्यालयात व्यूहात्मक बैठक झाली त्याला केवळ तीनच दिवस झाले होते. आणि त्याचं सैन्य युद्धावर निघण्यासाठी सज्ज झालं होतं. परंपरेनुसार तो आईच्या कक्षात तिचा आशीर्वाद घेण्यासाठी आला होता. आणि परंपरेनुसार त्याच्या आईने त्याला विजयाचा आशीर्वाद दिला होता. फक्त विजयाचा.

विजयालक्ष्मीचे शब्द स्पष्ट होते. 'विजयी होऊन या किंवा परत येऊ नका.'

लोककथा सांगतात की वैदिक काळापासून स्वाभिमानी कुटुंबियांनी त्यांच्या कुळातील योद्ध्यांना याच शब्दांमध्ये आशीर्वाद दिला होता. खरं तर, असं म्हणतात की भगवान राम आणि सीतामाई यांनीसुद्धा एकमेकांना याच शब्दांत शुभेच्छा दिल्या होत्या. आणि कित्येक सहस्त्र वर्षांपूर्वी भगवान शिव लढायला बाहेर पडले तेव्हा देवी सतीनेही त्यांना याच शब्दांत निरोप दिला होता.

कारण खऱ्या योद्ध्यांना दीर्घायुष्याची कधीच अभिलाषा नसते. त्यांना हवा असतो तो विजय. केवळ विजय.

पराभूत होऊन जीवन कंठण्यापेक्षा विजयाच्या प्रयत्नातील मृत्यू केव्हाही अधिक चांगला.

सुहेलदेवने खाली वाकून आईच्या चरणांना स्पर्श केला. स्वाभिमानी, कणखर राज्ञी विजयालक्ष्मीच्या मनातला मातृभाव क्षणभर बाहेर निसटला, तिने मुलाला हृदयाशी धरलं. आणि जवळजवळ लगेच सोडून दिलं.

'जा, माझ्या बाळा. भारतमातेसाठी विजय प्राप्त करून ये. जय मा भारती.'

सुहेलदेवने हळू आवाजात पुनरुच्चार केला, 'जय मा भारती.'

श्रावस्तीच्या राजाने पाठ फिरवली आणि सहायकाला इशारा केला, त्याने लगेच राजशिरस्त्राण त्याच्या हाती दिलं. सुहेलदेवने ते डोक्यावर चढवलं आणि तो ताठ उभा राहिला. आईच्या प्रासादातून बाहेर पडताना तो ताठ खांद्यांनी बाहेर पडला. मग राजवाड्याच्या बाहेर पडला आणि जिथे त्याचा घोडा आणि वैयक्तिक अंगरक्षक थांबले होते, त्या चौकात आला.

आपल्या राजाला येताना पाहून सैनिकांनी जयजयकार केला. सुहेलदेवने हात किंचित उंचावून त्याचा स्वीकार केला.

सहायकांनी अश्व सुहेलदेवपर्यंत आणला. राजाने खोगिराची कड धरून सफाईदारपणे एक उडी घेऊन घोड्यावर मांड ठोकली.

सुहेलदेवने मागे वळून त्याच्या महत्त्वाच्या सेनाधिकाऱ्यांकडे पाहिलं. तोशनी, अब्दुल आणि गोवर्धन. आणि तो हसला. मग तो त्याच्या योद्ध्यांकडे वळला. भारतमातेचे योद्धे.

'माझ्या सैनिकांनो! माझ्या मित्रांनो! माझ्या देशबांधवांनो!'

सुहेलदेवच्या सैन्यातील स्त्रीपुरुष शांत झाले.

त्यांच्या राजाचं ऐकू लागले. त्यांच्या नेत्याचं ऐकू लागले.

'आपल्याला त्या बर्बर तुर्काकडून, गझनीच्या सालार मक्सूदकडून संदेश आला आहे.'

सैनिकांकडून रागाचे आणि धिक्काराचे नाद उमटले. त्या नावाचा तिरस्कार कळसाला पोचला होता. सुहेलदेवने हात उंचावला आणि ते शांत झाले.

'त्याने आपल्याला सांगितलं आहे की, पृथ्वीवरची संपूर्ण भूमी ही म्हणे त्यांच्या देवाच्या मालकीची आहे. तो त्यांच्या देवाचा प्रतिनिधी आहे, त्यामुळे त्याच्या मालकीच्या भूमीवर हक्क सांगायला तो आलेला आहे. त्याने आपल्याला शरण येण्याची आज्ञा केली आहे!'

पुन्हा एकदा तुर्कांविरुद्धच्या संतापाचा उद्रेक झाला. सैनिक मक्सूदच्या नावाने शिव्याशाप देऊ लागले. पुन्हा एकदा, सुहेलदेवच्या इशाऱ्यासरशी ते शांत झाले.

'मी त्यांना आताच संदेश पाठवला आहे, की भारत ही मुळातच देवभूमी आहे!'

सैनिक लक्षपूर्वक ऐकत होते.

सुहेलदेवने आवाज चढवला, त्याचे शब्द प्रत्येक कानात गर्जू लागले. 'भारतमातेवर हक्क सांगायची त्याची हिंमत कशी होते?! भारतमातेवर कुणाचीही मालकी नाही! भारतमातेची आपल्यावर मालकी आहे!'

योद्ध्यांमधून गर्जना उठल्या. भारतमातेचे योद्धे.

'हे जर त्याला समजत नसेल, तर आपण त्याला भारतमातेशी बोलायला लावू! आपण बहराइचला जाणार! आपण त्या तुर्कांपैकी प्रत्येकाला मारणार! त्या हरामी सालार मक्सूदचं मस्तक धडावेगळं करणार! त्या सर्वांना आपण भारतमातेच्या मातीत गाडणार! मग बोलू दे त्यांना तिच्याशी!'

'जय मा भारती!' तोशनी, अब्दुल आणि गोवर्धन यांनी आरोळी दिली.

'जय मा भारती!' सैन्याने गर्जना केली.

'जय मा भारती!'

'जय मा भारती!'

भारतमातेच्या विजयाच्या घोषणा देत, त्या गजरात योद्धे संचलन करत निघाले.

बहराइचला.

भविष्याच्या हाकेला ओ द्यायला.

भारतमातेच्या हाकेला ओ द्यायला.

प्रकरण २८

एकाच आठवड्यात श्रावस्तीच्या हेरांनी सुहेलदेवच्या सैन्याला बहराइचच्या जवळच्या एका मोठ्या मोकळ्या पठारावर आणून पोचवलं होतं. पहिल्यांदा पोचल्यामुळे त्यांनी स्वतःला लाभदायक बाजू निवडली होती, आणि तिथे नीट बस्तान बसवले होते. तुर्कांनी काही दिवस रणभूमीच्या जवळ येणं टाळलं होतं. त्यांना माहीत होतं की त्यांना जी बाजू घ्यावी लागणार होती ती त्यांना मुळीच सोयीची नव्हती. त्यांनी सुहेलदेवच्या छावणीला विस्कळीत करून तिथून हलवण्याचाही प्रयत्न केला, पण तो सफल झाला नाही. त्यामुळे सुहेलदेवने निवडलेल्या रणक्षेत्रावर चालून जाण्याखेरीज त्यांना गत्यंतर उरलं नाही.

भारतीय सेनेची संख्या तुर्कांपेक्षा जास्त होती. अनुभवी तुर्की सेनानी आणि हेरांनी एकत्र येऊन अंदाज केला की, भारतीय सेनेत साधारण सत्तर हजारांच्या आसपास सैनिक असावेत, याचाच अर्थ त्यांच्यापेक्षा ते दहा हजारांनी जास्त होते. पण त्याने ते बावचळून गेले नव्हते. त्यांच्या सेनापतीला, सालार मक्सूदला भारतीय सैन्याचं अचूक ज्ञान दिसत होतं. तो कित्येक आठवडे वेष पालटून भारतभर सगळीकडे भ्रमण करत होता आणि त्याला जी भूमी जिंकून घ्यायची आहे, तिचं ज्ञान करून घेत होता. सालार मक्सूद कुठे फिरत होता हे फार थोड्या तुर्कांना माहीत होतं. पण त्याच्या ज्ञानाचा युद्धात प्रचंड फायदा होत होता हे स्पष्ट होतं. आणि सालार मक्सूदला भारतीयांची खूप माहिती असल्याने त्याने शत्रूच्या मोठ्या फौजेची अपेक्षा करण्याची आपल्या सेनानींची आणि सैनिकांची तयारी केली होती. या संख्याबळाचा भारतीयांना युद्धात काही उपयोग होणार नाही हेही त्याने त्यांच्यावर बिंबवले होते. कारण त्यांच्याकडे पायदळ अधिक होतं, महत्त्वाचं असं घोडदळ जास्त नव्हतं.

पण भारत आणि रणनीतीबद्दल सालार मक्सूदला कितीही माहिती असली, तरी रणक्षेत्रावरच्या जागेच्या बाबतीत सुहेलदेवने त्याच्यावर मात केली होती. रणांगणावर उशीरा पोचणे आणि अतिशय वाईट जागा मिळणे याचा तोटा तुर्कांना चांगलाच समोर दिसत होता.

दोन सैन्यांनी जिथे तळ ठोकला होता तिथल्या लहानशा नदीच्या खालच्या बाजूला तुर्कांची छावणी होती. याचा अर्थ सुहेलदेवच्या छावणीने वापरलेले पाणी खाली वाहात तुर्कांना मिळत होते. त्यामुळे अगोदरच तुर्की छावणीत रोगराई पसरायला सुरुवात झाली होती. शिवाय तुर्की हेरांनी बातम्या आणल्या होत्या की, रणांगणापर्यंतचा रस्ता हा जुन्या, आटलेल्या पाण्याच्या ओहोळाने पडलेल्या खड्ड्यांनी भरला होता. त्यामुळे तुर्की सैनिकांना पायदळ आणि घोडदळाची आदर्श रचना करून पुढे येण्याला अटकाव होत होता. निवडलेल्या रणांगणाला चिकटून एका बाजूला दाट जंगल आणि दुसऱ्या बाजूला सरोवर असल्याने अर्थातच तुर्की सैन्याला आपलं घोडदळ पूर्ण ताकदीने आणता येणं उघडच अवघड झालं होतं.

सुहेलदेव लवकर पोचला होता. आणि त्याने त्याचा उत्तम लाभ उठवला होता.

तुर्कांना हे कळलं होतं.

आणि ते युद्ध टाळत होते.

आतापर्यंत.

रात्री उशीराची वेळ होती. घोड्यावर स्वार झालेलं तुर्की छापा पथक दाट जंगलातून गुपचुप वाट काढत पुढे येत होतं. आवाज होऊ नये म्हणून त्यांच्या रिकिबींच्या कड्यांना कापड गुंडाळले होते. तलवारी आणि सुऱ्यांना कापडाच्या पट्ट्या गुंडाळल्या होत्या, म्यानातून हत्यार बाहेर काढताना त्या आपोआप फाटून शस्त्र बाहेर येत असे. कापडाच्या पट्ट्यांमुळे शस्त्र म्यानावर आपटून आतल्या आत येणारा आवाज दबला जात होता. तोंडाने हुकूम द्यायला सक्त मनाई होती. फक्त तुर्की अग्रदूतांनी काढलेले पक्ष्यांचे आवाजच आज्ञा देणार होते.

ही फार धाडसी आणि धोक्याची मोहीम होती. पण सालार मक्सूद फारसा काळजी करत नव्हता. करीमचा आग्रहाचा सल्ला धुडकावून त्याने स्वतःच या छापा पथकाचे नेतृत्व करायचे ठरवले होते.

त्याने करीमला स्पष्ट सांगितले होते. *विश्वास ठेव, आपल्याला फक्त एवढंच करायचं आहे, आत जायचं आणि सुहेलदेवला ठार करायचं. त्यानंतर भारतीय विखुरले जातील. आणि मग आपण त्यांच्या मागे लागून सर्वांची कत्तल करू.*

मक्सूदची योजना साधी होती: सूर्यास्तानंतर युद्ध न करण्याचे आणि निःशस्त्र किंवा झोपलेल्या शत्रूला ठार न मारण्याचे भारतीय युद्धाचे पारंपरिक नियम तोडायचे. तुर्कांची योजना होती – शत्रूच्या छावणीवर रात्री हल्ला करायचा, तिथे एकच गोंधळ माजवायचा

आणि जमतील तितक्या भारतीयांना आणि त्यांच्या घोड्यांना ठार मारायचं म्हणजे शत्रूच्या घोडदळाची क्षमता नष्ट करायची. पण सगळ्यात महत्त्वाचं म्हणजे तिखट योद्ध्यांचा एक छोटा गट थेट आत घुसून राजाच्या तंबूपर्यंत जाईल आणि सुहेलदेवला ठार करेल. आणि मग छापा पथक उरलेल्या तुर्की सैन्याला, संपूर्ण सैन्यानिशी मोठा हल्ला करण्याचा संदेश पाठवेल.

सूर्योदयाच्या आत सगळं संपलेलं असेल, सालार मक्सूदचा अंदाज होता. दिल्लीजवळ तोमर सैन्यावर रात्री हल्ला करून त्यांची धूळदाण केलेली त्याला आठवत होती.

दिल्लीच्या लढाईत तुर्कांना त्यांचे शत्रू अक्षरशः झोपेत सापडले होते, मात्र इथे तसं नव्हतं. भारतीय सावध होते. छावणीपर्यंतच्या मार्गावर बऱ्यापैकी उजेड होता. सुहेलदेवाचे रक्षक तिथे जोड्यांमध्ये पहारा देत होते, प्रत्येकाकडे एक शिंग होतं, चेतावणीसाठी ते वाजवायचं होतं. रात्रीच्या रक्षकांना शेकोटीभोवती बसायला परवानगी नव्हती, कारण आगीच्या उबेने छान वाटून त्यांना डुलकी लागू शकत होती. दर दोन मिनिटांनी त्यांनी शंभर मीटरवर असलेल्या आपल्या शेजारच्या रक्षकांना उजेडाने विशिष्ट खूण करायची होती. जर का एखाद्या रात्र-रक्षकांच्या जोडीला ठरावीक वेळी शेजारून ठरावीक खूण मिळाली नाही, तर ते रक्षक मारले गेले आहेत असं गृहीत धरून धोक्याचे शिंग फुंकायचे होते.

पहारा शिस्तशीर होता, सुनियोजित होता आणि सावध होता.

काफिर शिकतायत तर, सालार मक्सूदच्या मनात नाराजीचा विचार आला होता. *सुहेलदेव हुशार आहे.*

त्यातल्या त्यात कमी पहारा असलेली एकच वाट होती. अगदी दाट जंगल असलेल्या बाजूला ती होती. कदाचित, तुर्की घोडेस्वारांचं पथक तिथून येऊ शकणार नाही असं त्यांनी गृहीत धरलं असावं. आणि याच कमजोरीचा फायदा सालार मक्सूद उठवणार होता.

पण त्याला हे माहीत नव्हतं की तुर्की सेनापतीने नेमकं हेच करावं अशी सुहेलदेवची अपेक्षा होती.

अनेकदा, आपल्या शत्रूची जी कमजोरी वाटते, ते खरं तर सुनियोजित कारस्थान असतं.

त्या दाट जंगलातून दौडत जाताना, सालार मक्सूदला एक गोष्ट निश्चित माहीत होती.

छावणीत मुस्लिम आहेत. सुहेलदेवने भोळेपणाने त्यांना स्वीकारलं आहे. माझ्यासारखे मुस्लिम बांधव समोरच्या बाजूला पाहिल्यावर मुस्लिम सैनिक त्यांच्या हिंदू नेत्याविरुद्ध उलटतील. सुहेलदेवचा आतला गोट आणि त्याचे वैयक्तिक अंगरक्षक हेच त्याचे मारेकरी ठरतील.

मी जिंकणार.

मी राज्य करणार.

तुर्क गुपचूप पुढे दौडत असतानाच एक पक्ष्याचा आवाज ऐकू आला. तो स्वर आणि आवाजाची लांबी निश्चितच तुर्की नव्हती.

जे उघड दिसतंय तेच सगळ्यांनी गृहीत धरलं. पक्ष्याचाच आवाज असणार.

पण सालार मक्सूदच्या आतमध्ये काहीतरी खटकत होतं. काहीतरी कुठेतरी चुकत होतं.

पण, पक्ष्याचा आवाज तर अगदी बरोबर होता. स्वर. पट्टी. आवाज. स्वराची लांबी. सगळं अगदी बरोब्बर होतं.

मक्सूद पुढे दौडतच होता. आता त्याचं पथक भारतीय छावणीपर्यंत पोचणार त्याला फारच थोडा वेळ उरला होता. आणि मग विजय त्याचाच होता.

पण त्याच्या मनातून तो पक्ष्याचा आवाज जात नव्हता. त्याने मान हलवली. *तो अगदी बरोब्बर होता.*

आणि मक्सूद जागीच थिजला. त्याच्या अंतर्मनातली धोक्याची सूचना एकदम स्पष्ट विचार म्हणून त्याच्या मनात उमटली. तो आवाज *अति बरोब्बर* होता.

तो पक्षी नव्हे!

मक्सूदने तत्काळ ढाल पुढे ओढली आणि बेंबीच्या देठापासून ओरडला. 'ढाली वर!'

आणि जणू त्याच क्षणी, बाण झपकन गेल्याचा आवाज ऐकू आला. त्यापाठोपाठ, तो ज्या तुर्की स्वाराच्या मानेत रुतला, त्याची अस्फुट किंकाळी. तो मागे धडपडला, घोड्यावरून खाली आला आणि धाडकन जमिनीवर पडला.

आतापर्यंत सर्व तुर्कांच्या ढाली वर गेल्या होत्या. पण सर्व दिशांनी बाण येत होते. तुम्हाला जी दिसतही नाहीत, त्या अस्त्रांच्या वर्षावापासून तुम्ही स्वतःचं संरक्षण करू शकत नाही.

छापेकऱ्यांना वाटेतच रोखलं गेलं होतं, ते या अनपेक्षित घटनांनी गोठूनच गेले होते. ढालींच्या मागे दडत होते. काही सेकंदांत आणखी अनेक खोगिरं रिकामी झाली, त्यांच्यावरचे स्वार शरसंधानाला बळी पडले होते.

दाट जंगलामुळे इतका दाट काळोख होता की आपल्यातले किती पडले आहेत हेसुद्धा तुर्कांना धड दिसत नव्हतं. पण आवाजावरून, ते बरेच असावेत असं वाटत होतं.

आणि भारतीयांच्या आरोळ्यांच्या गदारोळाने, तुर्कांचा अचानक ताबा घेतलेल्या भीतीत वाढच होत होती.

मक्सूदने त्याची ढाल वर उंच धरली होती. त्याच्या भोवती कोंडाळं केलेल्या सैनिकांच्या जवळ तो राहात होता. मानवी ढाली म्हणून त्यांना वापरत होता. पण परिस्थिती कठीण आहे हे त्याला कळत होतं.

काचेच्या बरणीतल्या माशांना टिपावं तसं टिपताहेत ते आम्हाला.

एक मोठ्या आवाजातली भारतीय आज्ञा ऐकू आली. 'उजेड!'

तो अब्दुल होता. तुर्कांविरुद्धच्या या धनुर्धारींच्या चकमकीचं नेतृत्व तो करत होता.

अचानक थोड्या अंतरावर उजेड दिसू लागला. भारतीयांनी मशाली पेटवल्या होत्या. तुर्क दिसावेत म्हणून ते थोडा उजेड आणत होते. त्यांच्या बाणांनी अधिक शिरे मोजावी म्हणून.

अस्त्रे येतच राहिली. अधिकाधिक तुर्कांना मारतच राहिली.

सगळे भारतीय वर उंच झाडांमध्ये लपले होते. तिथल्या मचाणांवर व्यवस्थित सुरक्षित होते. त्यांनी याचं नीट नियोजन केलेलं होतं. नीट पसरलेल्या जाळ्यात मक्सूद अलगद दौडत येऊन पडला होता.

वेदनांनी कळवळून किंचाळणाऱ्या तुर्कांचे आवाज रात्रीवर ओरखडे काढत होते. त्यात भारतीयांच्या युद्धाच्या आरोळ्या भर घालत होत्या.

'हर हर महादेव!'

'जय श्री राम!'

पण एक घोषणा होती जी तुर्कांच्या मनात खरोखर धडकी भरवत होती. त्या घोषणेने खरं तर त्यांच्यात जोश आणि शक्ती उत्पन्न होत असे. आता तीच त्यांना धडकी भरवत होती. 'अल्लाहु अकबर!'

जेव्हा तुर्कांनी भारतावर आक्रमण केलं, तेव्हा हीच आरोळी दुमदुमत होती, आणि आता तीच भारतीय मुस्लिमांकडून भारतमातेचं संरक्षण करताना ऐकू येत होती.

'अल्लाहु अकबर' हे बेमालूमपणे 'हर हर महादेव' आणि 'जय श्री राम' मध्ये मिसळून जात होतं, आणि शेवटी या सगळ्या आरोळ्या एकाच युद्धघोषात विलीन होत होत्या, जो सर्वात महत्त्वाचा होता. सर्वांना एकत्र आणणारा युद्धघोष: 'जय मा भारती!'

भारतीय बाणांनी तुर्क पडतच होते.

मक्सूदच्या डावीकडचा तुर्क मोठ्याने ओरडला, 'हा मोठाच अनर्थ चाललाय, हुजूर! माघारीचा हुकूम द्या! माघारीचा हुकूम द्या!'

तुर्कांचे शब्द अर्ध्यावरच तुटले, एका बाणाने थेट त्याच्या डाव्या डोळ्याचा वेध घेतला होता. तो वेदनेने ओरडत घोड्यावरून खाली पडला.

मक्सूदच्या दुसऱ्या बाजूला असलेला करीम ओरडला, 'माघारीचा हुकूम द्या, मक्सूद!'

या गोंधळातही मक्सूदला समजत होतं, की माघार घेणं अशक्य आहे. जास्तीत जास्त बाण त्यांच्या मागच्या बाजूनेच येत होते. त्याला या जंगलाची रचना चांगली आठवत होती.

या गोंधळातून बाहेर पडण्याचा एकच मार्ग होता. माघार नाही. तर पुढे पूर्ण चढाई. या झटापटीतून बाहेर पडण्याचा मार्ग त्यात घुसूनच काढावा लागणार होता. झाडांवर उंच बसलेल्या धनुर्धारींच्या टप्प्याच्या बाहेर.

आणि मग जंगलात उजव्या बाजूने घुसून पळ काढणे.

'पूर्ण वेगाने समोर,' मक्सूदने गर्जना केली. 'पुढे चढाई!'

मक्सूदने घोड्याला टाच दिली. आणि ते शूर तुर्कही त्यांच्या सेनापतीच्या मागे चौखूर निघाले. वेड्यासारखे ओरडत. स्वतःला एका वेडाच्या भरात नेत.

ही त्यांच्या जिवावरची लढाई होती!

अचानक, अश्वघोषच्या नेतृत्वाखाली सशस्त्र सैनिक तुर्कांची वाट अडवत जमिनीवरच्या लपलेल्या जागांमधून किंवा झाडांच्या कमी उंचीच्या फांद्यांवरून झेपावत सामोरे आले. त्यांच्यावर बाणांचा वर्षाव चालूच होता.

आतापर्यंत सारे जंगल उजळून निघाले होते. तुर्कांवर हल्ला करता यावा म्हणून भारतीयांनी अधिकाधिक मशाली पेटवल्या होत्या.

'मधून लढत पुढे चला!' मक्सूदने गर्जना केली. 'मधून लढत पुढे चला!'

अश्वघोषने पाहिलं की छापा टाकणाऱ्या तुर्कांचा पुढारी त्याला अडवणाऱ्या माणसांना कापून काढत होता. त्या तुर्काचं सोन्याचं टोक असलेलं शिरस्त्राण आणि

त्याचं उच्च दर्जाचं चिलखत यांमुळे तो तुर्की सैन्याचा वरिष्ठ अधिकारी असावा हे उघडच कळत होतं. या सेनाधिपतीला बंदी म्हणून पकडून नेलं तर सुहेलदेवला आनंद होईल हे अश्वघोषला माहीत होतं. कारण हाल हाल करून या अधिकाऱ्याकडून माहिती काढून घेता आली असती.

'तुर्की सेनानीला पकडा!' तुर्की स्वारांकडे धावत जात अश्वघोष ओरडला. 'त्याला जिवंत पकडा!'

अश्वघोषच्या पथकात असलेला संघमणि स्वारांच्या अगदी मार्गातच होता. संघमणिच्या पथकाकडे येताना मक्सूदने वेग पकडला होता. संन्याशाने दोन बाण सोडले, पण ते मक्सूदच्या असाधारण दणकट चिलखतावर आपटून खाली पडले. संघमणिने धनुष्य खाली टाकून तलवार बाहेर काढली.

'जय मा भारती!' भारतीय पथकाने घोषणा दिली.

दरम्यान, थोड्या अंतरावर असलेला अश्वघोष, धावत मित्राकडे निघाला.

मक्सूद संघमणिपर्यंत पोचण्याच्या क्षणभर आधीच, सुहेलदेवच्या आणखी एका सैनिकाने त्याच्यावर झेप घेतली. स्वाराने क्रूरपणे घाव घातला, आणि भारतीयाचा तलवार धरलेला हात जवळजवळ कापून काढला. तो सैनिक गर्रकन वळला आणि गुडघ्यांवर पडला. मक्सूद त्याला मागे टाकून दौडत संघमणिवर चाल करून आला, त्याच्या तलवारीचा सपकारा मारतच आला. संन्याशाने सफाईदारपणे जमिनीवर एका बाजूला लोळण घेतली, मक्सूदचा वार चुकवला आणि घोड्याच्या पायांवर वार केला. जनावराला खाली पाडण्याची नेहमीची युक्ती. आणि त्याबरोबर स्वाराला खाली आणण्याचीही.

पण तुर्की घोडे अशा हल्ल्यांपासून सुरक्षित होते. त्यांच्या पायांवर गुडघ्यांपर्यंत चामडी चिलखत घातलेलं होतं. तलवारीचं पातं त्याच्यातून आत शिरणं अवघड होतं.

घोड्यावर काहीही परिणाम झाला नाही. संघमणि हताशपणे बघत राहिला, मक्सूदने त्याची तलवार एकच जीवघेणा घाव घालण्यासाठी उगारली. नेमक्या त्याच क्षणी अश्वघोष तिथे पोचला. काही क्षणांपूर्वी मक्सूदने ज्याला जखमी केलं होतं तो माणूसही अजून तिथेच गुडघ्यांवर होता. त्याने हाताची जखम घट्ट दाबून धरली होती. आपला वेग मुळीही कमी न करता, अश्वघोष सरळ धावत त्याच्याकडे गेला, त्याच्या खांद्यावर चढला आणि त्या उंचीचा फायदा घेत त्याने स्वतःला हवेत लोटून दिलं, आणि थेट मक्सूदवर जाऊन आदळला.

ते दोघेजण गडगडत घोड्यावरून खाली आले आणि एकमेकांत अडकून जमिनीवर पडले. अश्वघोष बाजूला लोळला, आपले हात डोक्याच्या मागे जमिनीवर टेकवून चपळपणे उडी घेत पुन्हा दोन पायांवर उभा झाला. तुर्की सेनापती धडपडत उठू लागला, तशी अश्वघोषने एक लाथ गोल फिरवून मारली, ती त्याच्या डोक्याच्या मागच्या बाजूला बसली आणि तो पुन्हा धडपडत जमिनीवर पडला.

दरम्यान, संघमणि त्याच्यावर चालून आलेल्या एका तुर्काचा मुकाबला करण्यात गुंतला.

या झटापटीच्या बहुतांश वेळ करीम मक्सूदच्या बरोबरीने दौडत होता. पण भाले परजत आलेल्या सुहेलदेवच्या दोन सैनिकांनी त्याला अडवलं होतं. त्याच्या प्रिय सेनापतीला सोडवण्यासाठी तो त्यांना वळसा घालून त्याच्यापर्यंत पोचण्याची धडपड करत होता.

आपल्या समोरच्या सैनिकांशी त्वेषाने लढत असतानाही करीम त्याच्या प्रिय पुरुषाच्या जिवासाठी जोरात ओरडत होता. 'मक्सूऽऽऽद!'

अश्वघोषने कमरबंदातून खंजीर काढला आणि सैरभैर झालेल्या तुर्काच्या दिशेने गेला, तुर्की सेनापती जमिनीवर त्याची तलवार शोधत होता.

मक्सूदचं शिरस्त्राण खाली पडलं होतं. अश्वघोषने त्याचा खंजीर घाबरवण्याच्या उद्देशाने उगारला, आणि गरजला, 'शरण ये!'

मक्सूद वळला, शरण येताना असावा, तसा त्याने एक हात वर केला होता. आतापर्यंत सावलीत असलेला त्याचा चेहरा एकदम उजेडात आला होता.

अश्वघोष गोठला. सुन्न झाला. 'अस्लन?!'

तो कचरला. खंजीर हवेतच राहिला.

आणि तेवढाच घुटमळण्याचा क्षण बौद्ध भिक्षूसाठी जीवघेणा ठरला.

मक्सूदला तलवार सापडली आणि त्याने ती तत्काळ चालवली. पातं भिक्षूच्या पोटात घुसलं, त्याचे स्नायू आणि महत्त्वाचे अवयव चिरत आत गेलं. मक्सूदने आणखी जोरात खुपसलं आणि ते पातं शूर भिक्षूच्या पाठीतून बाहेर येऊन मोडलं.

अश्वघोषच्या तोंडून एक वेदनेचा, श्वासाचा आवाज बाहेर पडला. त्याच्या लुळ्या पडलेल्या हातातून खंजीर खाली पडला. त्याचे गुडघे वाकले आणि त्याने उभे राहण्यासाठी तुर्काच्या खांद्याचा आधार घेतला.

मक्सूद उभा राहला. अजूनही तलवार त्याच्या हातात होती. त्याने अश्वघोषची मान पकडली आणि मग सावकाश, जण हळुवारपणे, तलवार फिरवली आणि मग ती जोरात खेचून बाहेर काढली. भयानक वेगाने जखमेतून रक्त भळभळू लागले, त्याच्या पायाखालची जमीन रक्ताने चिंब झाली.

भिक्षू क्षणभर डोलला, मग जमिनीवर पडला. दरम्यान करीमने त्याची वाट रोखून धरणाऱ्या दोन सैनिकांपासून सुटका करून घेतली होती. मक्सूदकडे धावताधावता त्याने त्याचा हात पुढे केला. 'मक्सूऽऽऽद!'

तुर्की सेनापतीने करीमचा हात हातात घेतला, आणि घोड्यावर उडी घेतली.

तुर्क दौडत राहिले.

फसलेल्या आक्रमणातून माघार घेत.

संघमणिने एव्हाना त्याच्याशी लढणाऱ्या तुर्काला ठार केले होते. मरणासन्न जखमी मित्राकडे तो धावत आला. 'अश्वघोष!'

आपण मरणार हे अश्वघोषला कळलं होतं. जखम फारच खोल होती. अनेक महत्त्वाचे अवयव कापले गेले होते.

पण त्याला स्वतःच्या मरणाची भीती वाटत नव्हती. त्याला भीती वेगळीच होती. त्याने मित्राला घट्ट धरले आणि निघून जाणाऱ्या तुर्कांकडे बोट दाखवलं. तो तातडीच्या आवाजात कुजबुजत होता. 'अस्... अस्...'

संघमणिने अश्वघोषला उचलून घेण्याचा प्रयत्न केला. त्याला छावणीत परत घेऊन जाण्यासाठी. पण अश्वघोषने मित्राला विरोध करत धडपड केली.

पुन्हा एकदा माघारी जाणाऱ्या तुर्कांकडे इशारा करत त्याने उरलीसुरली ताकद गोळा केली आणि हळू आवाजात पुटपुटला, 'अस्लन... तो आहे... अस्लन... सावध... सुहेलदेव... सावध कर... राजा...'

संघमणिने रात्रीच्या अंधारात परत दौडत जाणाऱ्या तुर्कांकडे आणि परत त्याच्या मित्राकडे बघितलं. तो सुन्न झाला होता. 'अस्लन?!'

'वाचव... सुहेलदेव...'

त्या भयंकर कपटाची व्याप्ती एकदम एका झटक्यासरशी संघमणिला उमगली. *सुहेलदेव... अंगरक्षक... अस्लनची माणसं...*

अरे देवा, भगवान बुद्धा!

प्रकरण २९

'शांत हो, अब्दुल!' सुहेलदेव आपल्या मित्राला आवरत म्हणाला.

रात्रीची उशीराची वेळ होती. उघडउघड चिडलेला अब्दुल सुहेलदेवच्या राजतंबूच्या बाहेर होता. आतापर्यंत संपूर्ण छावणीत आणखी अनेक मशाली पेटल्या होत्या. आणि राजतंबूच्या बाहेरचा भाग तर विशेषकरून प्रकाशित केलेला होता. तुर्की छापा उधळून लावल्याच्या वार्तेने बाकी भारतीयांच्या अंगात चांगली ऊर्जा सळसळू लागली होती, पण अब्दुल भयानक संतापला होता. सुहेलदेववर संतापला होता.

'त्याच्यावर विश्वास ठेवू नका म्हणून मी सांगत होतो!' अब्दुल ओरडला. 'त्याला आपल्या सैन्यात घेऊ नका म्हणून मी सांगत होतो! मी सांगत होतो!'

सुहेलदेवने आवाज शांत ठेवला होता. 'अब्दुल... मला नाही वाटत...'

पण अब्दुल काही ऐकून घेत नव्हता. तो त्याच्या सैनिकांकडे वळला. 'अस्लनच्या सगळ्या सैनिकांना कैद करा! आत्ताच्या आत्ता त्यांची मुंडकी उडवा! तुर्की कुत्तरडे आहेत ते!'

'अब्दुल!' सुहेलदेवचा आवाज कठोर होता. 'काय संचारलंय तुझ्या अंगात? शांत हो! आपणच आपल्या तुकड्यांमध्ये फूट पाडून कसं—'

'मी तुम्हाला सांगत होतो! तुम्ही चुकीच्या माणसावर विश्वास ठेवला! अस्लनने अश्वघोषला मारलं! तो अस्लन म्हणजे—'

अचानक सुहेलदेवच्या तंबूची कनात वर झाली आणि अब्दुल बोलायचा थांबला, अस्लन तंबूतून बाहेर आला. त्याच्या मागोमाग तोशनी आणि गोवर्धन होते. अब्दुल अस्लनकडे रोखून पाहू लागला. काही क्षण तो सुन्न झाला. मग त्याने रागाने एक आरोळी ठोकून अस्लनच्या दिशेने झेप घेतली. आणि त्याच्या गळ्याभोवती दोन्ही हात आवळले.

'अब्दुल, थांब!' अब्दुलला पकडत आणि त्याला बाजूला ओढण्याचा प्रयत्न करत सुहेलदेव ओरडला. 'काय करतो आहेस तू?!'

अब्दुल आता भयंकर संतापाने ओरडत होता. गोवर्धन आणि सुहेलदेव यांनी मिळून त्याला कसंबसं बाजूला केलं, तरी तो लाथा झाडत होता, अस्लनच्या थेट छातीवर लाथा बसत होत्या.

त्या आघाताने अस्लन गुडघ्यावर बसला. अब्दुलने स्वतःला गोवर्धनच्या पकडीतून सोडवले आणि अस्लनच्या बरगडीत पुन्हा एकदा लाथ घातली, अस्लन जमिनीवर पडला.

'अब्दुल! थांब!' पुन्हा एकदा अब्दुलला मागे खेचत गोवर्धन ओरडला.

अस्लन नुसता तिथे पडून राहिला. सत्य बाहेर आलं आहे हे त्याला माहीत होतं. ते एक ना एक दिवस बाहेर येणारच होतं. हे कपट इतके दिवस चालू राहिलं याचंच त्याला आश्चर्य वाटत होतं.

सुहेलदेव आणि गोवर्धन यांनी मिळून अब्दुलला उचललं आणि दूर खेचलं, तरी त्याचे शिव्याशाप आणि हवेत लाथा झाडणं चालूच होतं. तोशनीने चटकन पुढे होऊन अस्लनला उठायला मदत केली.

सुहेलदेवने अब्दुलला घट्ट धरून ठेवलं होतं. तो चक्क त्याची अजिजी करत होता. 'अब्दुल, ऐक जरा! शांत हो... त्याने अश्वघोषला मारलं नसणार... काहीतरी गोंधळ असणार... अस्लन छावणी सोडून गेलेलाच नाही. तो सर्व वेळ इथे माझ्याबरोबरच होता.'

'तो तिथे होता!' अब्दुल किंचाळला. 'त्याने अश्वघोषला मारलं! संघमणिने पाहिलं आहे त्याला!'

अस्लन सावकाश उठून सरळ उभा झाला, तोशनीने आधारासाठी दिलेला हात त्याने सोडून दिला. त्याच्या चेहऱ्यावरचा रंग साफ उडाला होता. तो दमलेला दिसत होता. 'संघमणिचे डोळे खोटं बोलत नव्हते, वीर अब्दुल... पण ते त्याला पूर्ण सत्यही सांगत नव्हते.'

'ए सापा, कोड्यात बोलणं बंद कर.' अब्दुलने फटकारलं. तो त्याच्या सैनिकांकडे वळला. 'मारा अस्लनला! त्याच्या सगळ्या माणसांना मारून टाका!'

'थांबा!' सुहेलदेवने हात उंचावून आज्ञा दिली.

आणि अब्दुलचे सैनिक जागीच थांबले. त्यांच्या राजाची आज्ञा त्यांनी ऐकली.

अस्लन खाली पाहात होता. गप्प. अस्वस्थ.

सुहेलदेवने शांततेचा भंग केला. 'अस्लन, बोल!'

'मारून टाका त्याला फक्त!' अब्दुल ओरडला.

संतापाने उकळणाऱ्या अब्दुलला गोवर्धनने थांबवलं. सुहेलदेव अस्लनकडे रोखून बघतच होता. अस्लनच्या डोळ्यांत भीती होती. आणि दुःख. खोल खोल दुःख.

सुहेलदेव मृदू आवाजात बोलला, पण त्याच्या आवाजातली जरब लपत नव्हती. 'अस्लन, बोल. हे काय चाललंय? चटकन बोल, मी अब्दुलचे हात मोकळे करण्याच्या आत बोल.'

अस्लनने वर सुहेलदेवकडे पाहिलं आणि एक खोल श्वास घेतला, जणू तो स्वतःचं मन घट्ट करत होता. जेव्हा त्याने शेवटी बोलायला सुरुवात केली, तेव्हा एकेक शब्द जणू त्याच्या आतून कष्टाने बाहेर पडत होता. 'मी जो आहे म्हणून सांगितलं, तो मी नव्हे.'

अब्दुल रागाने पुन्हा एकदा उसळला. 'मी सांगितलं होतं तुम्हाला!'

सुहेलदेवने शांत राहण्यासाठी हात उंचावला. आणि अब्दुलने त्याचा आदेश मानला. श्रावस्तीच्या राजाने त्याच्या तलवारीच्या मुठीवर हात ठेवला, कोणत्याही क्षणी ती बाहेर निघाली असती. अस्लनकडे रोखून बघत, त्याने गुरकावून विचारलं, 'कोण आहेस तू?'

अस्लनने डोळे खाली वळवले. *अल्लाह मला क्षमा कर.*

'अस्लन, बोल ताबडतोब!'

अस्लनने एक खोल श्वास घेतला आणि तो स्पष्ट बोलू लागला. 'माझं नाव आहे सालार मसूद. गझनीच्या मृत सुलतान महमूदचा मी भाचा... आणि तुर्की सेनापती सालार मक्सूदचा जुळा भाऊ.'

अर्धा तास उलटून गेला होता.

सुहेलदेव, तोशनी, गोवर्धन, अब्दुल आणि संघमणि राजतंबूच्या आत आले होते. तिथे अस्लन होता. त्याला निःशस्त्र केलं होतं. आणि तंबूच्या आत दहा रक्षक होते. अस्लनने काहीही अचानक हालचाल केली तर ते तत्काळ पुढे येणार होते. दरम्यान अस्लनच्या सैनिकांवर सुहेलदेवच्या सैनिकांचा अखंड पहारा बसवला होता.

अस्लनने सुहेलदेवला आणि इतरांना त्याच्या जीवनाचा सगळा तपशील प्रामाणिकपणे सांगितला होता. सालार मसूद म्हणून त्याच्या जीवनाचा. तो सालार साहू

आणि सित्र-इ-मुअल्ला यांचा धाकटा मुलगा. साहू हा गझ्नाविद सैन्यात सेनाधिकारी होता, तर सित्र-इ-मुअल्ला ही खुद्द सुलतान महमूदची बहीण होती.

आपला जुळा भाऊ सालार मक्सूदनंतर काही मिनिटांतच त्याचा जन्म झाला असला, तरी दोघांच्या स्वभावात जमीनअस्मानाचं अंतर होतं.

त्याने त्याच्या धर्मांध जुळ्या भावाबद्दल सांगितले. आणि त्याच्या स्वतःच्या, सूफी पंथाच्या ज्ञानाबद्दलच्या आणि शांतीबद्दलच्या प्रेमाविषयी सांगितले. त्यांच्या आईचा त्याला कसा पाठिंबा होता, त्याच्या वडिलांचं त्याच्या जुळ्या भावावर कसं जास्त प्रेम होतं, त्याचा भाऊ सुलतान गझनीच्या महमूदचा कसा लाडका होता ते सांगितले. कारण मक्सूद हा खुद्द सुलतानाच्या कडव्या धर्मांधतेचे प्रतिबिंब होता.

आणि सालार मक्सूदने केलेल्या एका विशिष्ट क्रौर्याच्या घटनेनंतर सगळ्याची परिसीमा झाली होती. महमूदच्या सैन्याने आणखी एका मंदिराचा विध्वंस केल्यानंतरची ही गोष्ट. या वेळी हे मंदिर होतं बौद्ध आणि हिंदूबहुल पेशावर नगरातील भगवान रामाचं मंदिर. खुद्द रामाची मूर्ती मंदिरातून पळवली गेली होती. काही आठवड्यांनंतर हिंदू पश्तुनांची एक तुकडी गझनीच्या दरबारात ती मूर्ती परत मागण्यासाठी याचना करत आली होती. बदल्यात, ते एक मोठी रक्कम खंडणी म्हणून द्यायला तयार होते. महमूदलाही मंगोलांविरुद्ध युद्ध पुकारायचे होते आणि त्यासाठी त्याला पैशाची आवश्यकता होतीच. त्यामुळे त्याने या सौद्याला मान्यता दिली. याचा तपशील ठरवण्यासाठी मक्सूदची नेमणूक झाली.

मूर्ती परत करण्यासाठी मक्सूदने फार घासाघीस करून एक प्रचंड रक्कम निश्चित केली. सांगितल्याप्रमाणे, पश्तुनांनी रक्कम आगाऊ जमा केली. आणि जेव्हा ते मूर्ती नेण्यासाठी राजवाड्यात आले, तेव्हा मक्सूदने सरबताचे प्याले देऊन त्यांचे स्वागत केले. जेव्हा त्यांचे सरबत पिऊन झाले, तेव्हा मक्सूदने त्यांना सांगितले, की मूर्ती त्यांना तांत्रिकदृष्ट्या अगोदरच दिलेली होती. कारण पश्तून ज्या मूर्तीची पूजा करत होते, त्या महान देवमूर्तीची भुकटी करून ती सरबतात मिसळून त्यांना दिली होती. एका सखोल तात्त्विक ओळीचा क्रूर अर्थ लावून तो मूर्तिपूजक पश्तुनांना ऐकवून वरून मक्सूदने त्यांना टोमणेही मारले. देव सर्वत्र आणि सर्वांमध्ये आहे अशी हिंदूंची धारणा होती, त्यामुळे आता हे देवत्व त्यांच्या पचनसंस्थेतही अवतरित झालेलं होतं अशी क्रूर थट्टा त्याने केली. संतापलेल्या पश्तुनांनी मक्सूदशी झटापट करण्याचा प्रयत्न केला, पण त्याच्या रक्षकांनी त्यांना मारून ठोकून शहराच्या बाहेर हाकलून दिलं. अजाणता का

होईन, ते सरबत पिऊन पाप केल्याच्या भावनेने त्यांच्यातला प्रत्येक पश्तुन अतिशय खिन्न झाला होता. शहराच्या वेशीबाहेर त्या प्रत्येक पश्तुनाने आत्महत्या केली होती आणि अखेरच्या श्वासाबरोबर गझनी आणि त्याच्या शासकांना शाप दिले होते. पश्तुनांनी केलेल्या आत्मबलिदानाला मक्सूद हसला होता. पण पश्तुनांना जे भोगावं लागलं त्यामुळे गझनीचे बरेच रहिवासी हादरले होते. अस्लन त्यांतलाच एक.

अस्लन चिडला होता. हे इस्लामच्या तत्त्वांविरुद्ध आहे अशी त्याची खात्री होती. त्याने भावाला, मक्सूदला याचा जाबही विचारला होता. आणि या जाब विचारण्याची परिणती त्यांच्यात तलवारींनी लढाई होण्यात झाली होती. भावाभावांमधली तलवारबाजी थांबवण्यासाठी आईला मध्ये पडावं लागलं होतं.

या सगळ्याचा वीट येऊन अस्लनने गझनी सोडायचं ठरवलं होतं.

'तुला कुणी थांबवलं नाही?' सुहेलदेवने विचारलं.

'कुणाला फिकीरच नव्हती,' अस्लन उत्तरला. 'एक माझी आई सोडून. आणि माझे विचार म्हणजे गझनीच्या दरबारात धर्मद्रोह मानले जातात हे तिलाही माहीत होतं. मला केव्हाही धर्मद्रोही ठरवून मारून टाकलं असतं, कधी, एवढाच प्रश्न होता. ऑझग्युर नावाच्या एका विश्वासू सैनिकाच्या मदतीने मी शहर सोडून पळालो. मी झिकाई नदीत बुडून मेलो अशी अफवा पसरवली गेली. मी अस्लन हे नाव घेतलं आणि भारताचा रस्ता धरला, तिथेच मला शेख नुरुद्दिन भेटले आणि मी त्यांचा शिष्य झालो. पुढे काय घडलं ते सारं तुम्हाला माहीतच आहे.'

'तुझी खरी ओळख तू आम्हाला याअगोदर का सांगितली नाहीस?' गोवर्धनने विचारलं.

अस्लनने असहाय मुद्रा केली. 'मला सांगायचं होतं, पण मी निर्माण केलेल्या खोट्यात मीच अडकत गेलो. एक नवीन आयुष्य सुरू करावं, म्हणून मी नवीन नाव धारण केलं. तुम्ही जेव्हा मला भेटलात, तेव्हा मी अस्लन म्हणून जगत होतो. मी जर तेव्हा आणि तिथे माझी हकीगत तुम्हाला सांगितली असती, तर तुम्ही माझ्यावर विश्वास ठेवला असता, की हेर म्हणून मला मारून टाकलं असतं? मसूद म्हणून मी माझं आयुष्य मागे टाकलंय आणि कुणाला काही न कळता फक्त अस्लन म्हणून यापुढे साधं सरळ आयुष्य जगावं एवढीच माझी आशा होती, पण माझ्या भूतकाळाने मला शेवटी गाठलंच.'

सुहेलदेवने विचारलं, 'आता तू आम्हाला का मदत करतो आहेस?'

'भारतात जे आहे ते अतिशय मौल्यवान आहे असं मी मानतो. या विद्वेषाच्या काळात, हा एकच देश असा आहे जिथे वेगवेगळे धार्मिक गट गुण्यागोविंदाने रहतात. हा एकच देश असा आहे जिथे शिया आणि सुन्नी मुस्लिम एकमेकांबरोबर तुलनेने शांतीने राहतात. हा एकच देश असा आहे जिथे तुम्ही सर्व सत्यांची, सर्व देवांची पूजा करू शकता आणि तुम्हाला कुणी त्याबद्दल बरंवाईट ठरवत नाही. भारत टिकला पाहिजे. केवळ इस्लामच्या किंवा हिंदुत्वाच्या भल्यासाठी नव्हे, तर मानवतेच्या भल्यासाठी.' अस्लनने वर सुहेलदेवच्या डोळ्यांत पाहिलं. 'आणि तुम्ही, महान राजा, उत्तर भारतात एकमेव आहात जे तुर्की टोळ्यांच्या थैमानाला टक्कर देऊ शकतील. याच कारणासाठी मी तुम्हाला मदत केलीच पाहिजे. कारण मी तुमच्यासारख्याच कुणाच्यातरी शोधात होतो.'

सुहेलदेव काहीच बोलला नाही.

'तुर्की सैन्यातही काहीजण असे आहेत ज्यांना शांती हवी आहे.'

तोशनीने विचारलं, 'कोण?'

'तुम्हाला करीम माहीत आहे. त्यांच्या सैन्यातला सेनाधिकारी आणि मक्सूदचा प्रेमिक. तो माझा जुना मित्र आहे. तोसुद्धा या युद्धाच्या बाजूने नाही. त्याला शांती हवी आहे. जेणेकरून तो मक्सूदला दूर घेऊन जाऊ शकेल आणि मग ते दोघे दुसऱ्या देशात सुखाने राहू शकतील. त्याला माहीत आहे, की जोवर मक्सूद भारताला जिंकून घेण्याचं स्वप्न बघत राहील, तोवर शांती मिळणार नाही. या अंतहीन युद्धात त्यांची आयुष्यं व्यर्थ जातील.'

गोवर्धन आणि तोशनीचा अस्लनच्या कहाणीवर विश्वास बसल्यासारखं दिसत होतं. सुहेलदेवचा चेहरा निर्विकार, तटस्थ होता.

पण अब्दुलचा मात्र यातल्या एका शब्दावरही विश्वास नव्हता हे स्पष्टच दिसत होतं. 'हा मूर्खपणा आहे. असल्या भाकड काल्पनिक गोष्टीवर तुमचा विश्वास बसतो का, प्रभू?'

सुहेलदेव गप्प राहिला. अस्लनच्या डोळ्यांत डोळे घालून तो बघत राहिला. आपली अंतःप्रेरणा काय सांगते ते ऐकत राहिला.

'मग, आता आपण याचं करायचं?' बाहू फुगवत अब्दुलने विचारलं, त्याचं काय करावं याबद्दलचं त्याचं मत स्पष्ट होतं.

सुहेलदेव उठला आणि तंबूच्या एका टोकाला ठेवलेल्या भगवान शिवाच्या मूर्तीकडे चालत गेला. मेजाभोवती बसलेल्या लोकांकडे त्याने वळून पाहिले नाही.

त्याची दृष्टी एकटक शिवाच्या पायांपाशी लागली होती. त्यावर वाहिलेल्या फुलांवर आणि बिल्वपत्रांवर. जळत असलेल्या धुपाच्या कांडीच्या राखेवर. खूप वेळाने तो वळला आणि त्याने अस्लनकडे पाहिलं. 'तू आणि तुझे सैनिक उद्या आघाडीवर लढतील. तू एक स्वतंत्र पथक तयार करशील, त्याच्या मागे माझं मुख्य पायदळ असेल. आघाडीवर राहून तुर्की सैन्याच्या मधोमध हल्ला करण्याचा बहुमान तुला मिळेल.'

अस्लनने मान डोलावली आणि तो किंचित हसला. *खास सुहेलदेव. दयाळू. तरी व्यवहारी.*

अस्लनला माहीत होतं की त्याला आणि त्याच्या माणसांना मारून टाकणं ही सुहेलदेवसाठी सर्वात सोपी गोष्ट होती. पण उघडच, त्याला तसं करायचं नव्हतं. कारण कदाचित अस्लन आणि त्याचे सैनिक निरपराध आहेत यावर त्याचा विश्वास असेल. पण तो त्यांना कैदी म्हणूनही ठेवणार नव्हता. त्याला त्याचे स्वतःचे सैनिक त्यांच्या पहाऱ्यावर ठेवावे लागले असते; ज्या सैनिकांची युद्धात गरज होती. आणि त्याला अस्लन आणि त्याच्या सैनिकांना राखीव म्हणूनही ठेवण्याची इच्छा नव्हती. ते जर का फितूर म्हणून उघड झाले असते, तर त्यांनी तिथून भारतीय युद्धाच्या प्रयत्नांना भयंकर हानी पोचवली असती. त्यापेक्षा अस्लन आणि त्याच्या सैनिकांना आघाडीवर धाडणं कधीही चांगलं होतं. सर्वात मध्यभागी, जिथे सर्वात जास्त लढाई चालते तिथे. हा एक बहुमान मानला गेला असता. आणि जर ते उलटले असते, तर त्या स्थितीत ते भारतीय सैन्याची फार हानी करू शकले नसते.

दयाळू. तरी व्यवहारी.

अस्लन उभा राहिला आणि त्याने कडक सलाम केला. 'माझे सैनिक आणि मी तुमचा विश्वासघात करणार नाही, प्रभू.'

प्रकरण ३०

सूर्य उगवला, तोच मुळी आकाशाला रागाचा रक्तरंग फासत. सहसा इतक्या सकाळी बहुतांश लोक बिछान्यातून बाहेर पडत नाहीत. पण हे दोन्ही सेनासागर जय्यत तयारीनिशी त्या प्रचंड रणांगणावर उभे ठाकलेही होते. भारतीय छावणीवरच्या असफल तुर्की छाप्याला दोन दिवस झाले होते. सुहेलदेवला तुर्कांची, त्यांच्या फौजेच्या अग्रभागी गायी ठेवण्याची योजनाही कळली होती. समोर गायी आल्या तर विरुद्ध सैन्यातले बहुतांश हिंदू, गोमातेवर हत्यार उचलायला आणि त्यामुळे लढायला कचरतील, अशी ती योजना होती. आदल्या रात्रीच त्याने गोवर्धनच्या नेतृत्वाखाली एक पथक तुर्की छावणीवर छापा मारून तुर्कांच्या ताब्यातल्या सगळ्या गायी सोडवण्यासाठी पाठवलं होतं. गोवर्धन आणि त्याच्या पथकाने त्यांचं काम चोख बजावलं होतं आणि सगळ्या गायींना सोडून दिलं होतं. गनिमी कावे थकले होते. आता आमनेसामने लढण्याची वेळ आली होती.

पहाटेचा पहिला किरण पृथ्वीवर पोचण्याच्या कितीतरी आधीच सैनिक जागे झाले होते, पृथ्वीवरच्या त्यांच्या कदाचित शेवटच्या दिवसाला त्यांनी वंदन केलं होतं. स्नानादि आन्हिके घाईघाईने उरकताना तो विचारही न करण्याचा त्यांनी प्रयत्न केला होता. जुन्या अनुभवी सैनिकांनी, जे काही उपलब्ध होतं ते अधाशासारखं खाऊन घेतलं होतं. अनेक वर्षांच्या कठोर अनुभवांती त्यांना माहीत झालं होतं की समोर एक लांबलचक दमवणारा दिवस आहे, आणि होता होईल तेवढी ऊर्जा साठवून ठेवलेली बरी. विशेषतः जसजसे तास पुढे सरकतील आणि भारतीय उन्हाळ्यातील दिवस जेव्हा भाजून काढू लागेल तेव्हा. बहुतांश नवीन तरुणांना इतकी उत्कंठा होती, किंवा इतकी भीती होती—किंवा दोन्ही—की त्यांना फारशी भूकच लागली नव्हती. त्यांना दिलेल्या खाण्यापैकी त्यांनी थोडंफार तोंडात टाकलं होतं.

प्रत्येकाने प्रार्थना केली. रणांगणावर कुणीही नास्तिक नसतो. काहींनी विजयासाठी प्रार्थना केली, काहींनी प्रतिष्ठेसाठी, आणि काहींनी फक्त तो दिवस तरून जावा आणि पुन्हा प्रियजनांना भेटायला मिळावं म्हणून प्रार्थना केली.

त्यानंतर, आज्ञा दिल्या गेल्या आणि पथकं व्यूहात आपापल्या जागी जाऊन उभी राहिली. धनुर्धारींनी धनुष्याला धरून ताणलेले स्नायू जरा मोकळे करून घेतले. बाकीच्यांनी माना, खांदे आणि पाठी मोडून अंगे मोकळी करून घेतली. मोठ्या मोकळ्या पठारावर एक कोमल झुळूक विहरत गेली, तिने चेहरे कुरवाळले, ध्वज ताठ केले. असह्य उष्णता जरा सह्य केली.

सुहेलदेव त्याच्या राजतंबूतून बाहेर आला. त्याच्या अंगावर चिलखत होतं. अंगावर शस्त्रं होती. धैर्याचा पुतळाच. युद्धासाठी सज्ज.

तोशनी, गोवर्धन, अब्दुल आणि संघमणि त्याच्यासाठी थांबले होते. सुहेलदेवने त्यांच्याकडे बघून स्मितहास्य केले आणि मान डोलावली.

त्याच्यासाठी आणलेल्या घोड्याकडे तो गेला. चटकन घोड्यावर स्वार झाला आणि बाहेर पडला आणि बाकीचेही त्याच्या मागोमाग गेले.

सगळे शांतपणे जात होते. आघाडीवर.

अस्लन आधीच आघाडीवर जाऊन थांबला होता. राजाला घोड्यावरून येताना त्याने प्रथम पाहिले आणि त्याने जयजयकाराला सुरुवात केली.

आपल्या शूर राजाला पाहून भारतीयांच्या आरोळ्यांचा आवाज वाढतच गेला.

'सुहेलदेव!'

'सुहेलदेव!'

'सुहेलदेव!'

सुहेलदेवने हात उंचावला. आणि सैन्य शांत झालं.

'माझ्या मित्रांनो!' आघाडीच्या रांगेवरून पुढे मागे जात येत सुहेलदेवने ललकारी दिली. प्रचंड रणांगणाच्या दुसऱ्या बाजूला जमलेल्या तुर्कांकडे त्याने निर्देश केला. 'या राक्षसांनी सोमनाथजीवर हल्ला केला! त्यांनी आपल्या देवाचं सर्वात पवित्र स्थान भग्न केलं! त्यांनी त्याची महान मूर्ती भग्न केली!'

भारतीयांनी रागाने मुठी वळल्या, त्यांच्या नसांमधून क्रोध वाहू लागला.

'तुमच्यापैकी कितीजण शैव आहेत?!'

एक तृतीयांश सेनेतून गर्जना उठल्या, 'हर हर महादेव'.

'आज आपण आपल्या ईश्वराचा सूड घेऊ!' सुहेलदेवने गर्जना केली. 'या पशूंनी पेशावरमधील भगवान रामाचं मंदिर उद्ध्वस्त केलं! तिथली मूर्ती धुळीला मिळवली! तुमच्यापैकी कितीजण वैष्णव आहेत?'

एक तृतीयांश सेनेतून 'जय श्री राम' आणि 'जय श्री कृष्ण' च्या गर्जना उठल्या.

'आज आपण त्याचाही सूड घेऊ. त्यांनी बौद्ध मठ नष्ट केले! भारतीय मुस्लिमांना धर्मद्वेष्टे ठरवून सूफी मठ जाळून टाकले! शक्ती मा ची ची पूजा पाप ठरवून तिची मंदिरे नष्ट केली! तुमच्यापैकी कितीजण या महान पंथांचे अनुयायी आहेत?'

'जय श्री बुद्ध', 'अल्लाहु अकबर' आणि 'जय मा शक्ती' च्या गगनभेदी आरोळ्या ऐकू आल्या.

'आज आपण या साऱ्यांचा सूड घेऊ!' सुहेलदेव आता आपल्या खोगिरात एका बाजूला कलला, खाली वाकला आणि त्याने जमिनीवरची थोडी धूळ उचलून हातात घेतली. त्याच्या खोगिरात तो उंच उभा राहिला, त्याची बंद मूठ उंचावली आणि गर्जना केली, 'ही माती त्यांनी बाटवली! भारतमातेच्या धरणीचा त्यांनी अपमान केला! तुमच्यापैकी कितीजण भारतमातेचे भक्त आहेत?'

संपूर्ण सैन्याने एकमुखाने गर्जना केली. 'जय मा भारती!'

'जय मा भारती!' सुहेलदेवने प्रतिसाद दिला.

तोशनी, गोवर्धन, अब्दुल, संघमणि आणि अस्लननेही सुहेलदेवच्या हेलावणाऱ्या आरोळीला प्रतिसाद दिला. 'जय मा भारती!'

'जय मा भारती!'

'जय मा भारती!'

सुहेलदेव आघाडीच्या रांगेसमोरून पुढे मागे फेऱ्या घालत होता. त्याचा हात उंचावला होता, मूठ घट्ट मिटलेली होती. त्याचे निष्ठावंत योद्धे पुनःपुन्हा जयघोष करत होते.

'जय मा भारती!'

'जय मा भारती!'

सुहेलदेवने मूठ उघडली आणि ती पवित्र माती आपल्या कपाळावर फासली. मग त्याने शांत राहण्याची खूण केली. त्याचे सैनिक लगेच शांत झाले. 'आजपासून एक

हजार वर्षांनी, कवी आजच्या दिवसाची कवनं रचतील... आजपासून एक हजार वर्षांनी, या भूमीतले सर्वोत्तम शाहीर आजच्या दिवसाचे पोवाडे गातील... आजपासून एक हजार वर्षांनी, भारतीय हातातली कामं टाकतील आणि आज ज्या शौर्याच्या कथा निर्माण होतील, त्या अचंब्याने ऐकत राहतील... मानवी इतिहासातील सर्वात क्रूर मारेकऱ्यांपासून भारतमातेचं रक्षण करणारे कल्पनातीत योद्धे तिच्या कुशीतून जन्माला आले यावर त्यांचा विश्वास बसेल!'

सारी सेना चित्रासारखी स्तब्ध होती.

'आजपासून हजार वर्षांनतरचे ते भारतीय, स्वातंत्र्याच्या रक्षणासाठी देवांसारखे लढणाऱ्या त्यांच्या पूर्वजांविषयीच्या भीती आणि आदराने नतमस्तक होतील. त्यांना तुमची भीती आणि आदर वाटेल. बहराइचची लढाई लढणाऱ्या आणि जिंकणाऱ्या अलौकिक योद्ध्यांबद्दलच्या भीती आणि आदराने ते नतमस्तक होतील.'

सैनिक उन्नत माथ्याने उभे होते, त्यांच्या पाठी ताठ होत्या, त्यांचे खांदे मागे खेचलेले होते, त्यांचे मनोधैर्य मजबूत होते.

सुहेलदेवचा आवाज खाली आला. 'आता आपल्याला फक्त ते अलौकिकत्व जिवंत करायचे आहे!'

'विजय असो!' तोशनी ओरडली.

'विजय असो!' सारे भारतीय पाठोपाठ ओरडले.

'जय मा भारती!'

'जय मा भारती!'

'जय मा भारती!'

सुहेलदेवचे सेनाधिकारी जिथे थांबले होते तिथे तो पुन्हा दौडत गेला. त्याची आज्ञा अगदी साधी होती: 'आपल्या जागा घ्या.'

कित्येक दिवसांपूर्वी व्यूहात्मक बैठकीच्या वेळी अस्लनने भाकित केल्याप्रमाणे, बरेचसे तुर्की घोडदळ दोन्ही पाखांना ठेवले होते. त्यांनी राखीव घोडदळ अगदी कमी ठेवले असावे असे दिसत होते.

'आपल्या हेरांकडून एक चांगली बातमी... कन्नौज सेना आज आपल्याविरुद्ध लढणार नाही,' तोशनी म्हणाली. अब्दुल, गोवर्धन आणि ती घोड्यावर स्वार होते आणि ते सुहेलदेवबरोबर साधारण अर्धगोलात उभे होते. तोशनी पुढे म्हणाली, 'उघडच, संपूर्ण कन्नौजमध्ये बंडं उठली आहेत. हरसरणचं हत्याकांड आणि वृषभजींची हत्या यांमुळे नागरिक पेटले आहेत. बंड शमवण्यासाठी अजितपालला परत जावं लागलं, नाहीतर मक्सूदची रसद तुटली असती.'

सुहेलदेवने गंभीरपणे मान हलवली. 'तो हिशोब वेगळ्या दिवशी करायचा आहे.'

'पण मनोहरगडचं सैन्य मात्र इथे आहे,' तोशनी म्हणाली. 'राजा जयचंद मक्सूदबरोबर मध्यभागी आहे अशी माहिती आहे.'

'आपण जेव्हा बंडखोर होतो तेव्हा आपण अनेकदा त्याच्या सैनिकांशी लढलो आणि जिंकलो आहोत,' आपल्या दूरच्या नातलगाबद्दल हसत हसत गोवर्धन म्हणाला. 'या वेळी पहिल्यांदाच त्याने स्वतः आपल्यासमोर युद्धात उभं राहायचं धाडस केलं आहे.'

सुहेलदेवने अब्दुल आणि गोवर्धनकडे पाहिलं. 'तुम्ही काय करायचं हे तुम्हाला माहीत आहे.'

अब्दुल पुढे झाला आणि सुहेलदेवला उराउरी भेटला. 'आज अल्लाह तुमच्याबरोबर असो, महान राजा.' त्याने गोवर्धन आणि तोशनीकडे बघून मान डोलवली. आणि दौडत निघून गेला.

गोवर्धन पुढे झाला आणि त्याने सुहेलदेवला आलिंगन दिलं. 'भगवान राम आज आपल्याला विजयपथ दाखवो,' तो म्हणाला. मग तो तोशनीजवळ गेला आणि तिचे दोन्ही हात हातात घट्ट धरून म्हणाला, 'त्यांना नरकात पाठव, शूर मुली!'

तोशनी हसली आणि म्हणाली, 'मला मारायलाही थोडे तुर्क शिल्लक ठेव बरं का.'

गोवर्धन आणखी रुंद हसला, मग त्याने घोड्याला वेग दिला आणि निघून गेला.

अब्दुल डाव्या बाजूची फळी सांभाळत होता, तर गोवर्धन उजव्या बाजूचा प्रमुख होता. दोघे आपापल्या जागी पोचले आणि आपापली घोडेस्वार पथकं पूर्ण तयारीने सज्ज आहेत याची त्यांनी चटकन खात्री करून घेतली.

तुर्की बाजूला, आपल्याविरुद्ध उभे राहिलेले सैन्य पाहून मक्सूदने कपाळाला आठी घातली. भारतीय सैन्याच्या दोन्ही पाखा जास्त करून पायदळ आणि धनुर्धारींच्या

दिसत होत्या, आणि त्यांच्या आधारासाठी थोडेसेच घोडेस्वार होते. सुहेलदेवचे जास्तीत जास्त घोडदळ मध्यभागी एकवटलेले दिसत होते.

'सुहेलदेव जणू काही त्याच्या दोन्ही बाजू मोडून काढण्यासाठी मला आमंत्रण देतो आहे असंच दिसतंय,' तो म्हणाला. 'काय विचार तरी काय आहे त्याचा?'

'त्या मूर्खाला मोठ्या युद्धाचा काही अनुभवच नाही,' मनोहरगडच्या राजा जयचंदने फुशारकी मारली. 'जंगलात लपूनछपून थोड्या चकमकी केल्या आणि स्वतःला फार मोठा सेनापती समजू लागला आहे.'

मक्सूदने त्रासिक हुंकार दिला. कोणत्याही अनुभवी योद्ध्याप्रमाणे तोही शत्रूला कमी लेखण्याची चूक करणार नव्हता, विशेषतः जेव्हा त्याने पुनःपुन्हा आपले व्यूहरचनेचे चातुर्य सिद्ध केलेले असताना तर नाहीच. पण त्याला सुहेलदेवच्या योजनेचा काही अर्थच लागत नव्हता.

'असो, ते कळण्याचा एकच मार्ग आहे,' तो स्वतःशी पुटपुटला. तो त्याच्या अग्रदूतांकडे वळला. 'दोन्ही बाजूंवर घोडदळाच्या पूर्ण आक्रमणाचा इशारा द्या,' त्याने हुकूम सोडला. 'काफिरांना चिरडा आणि त्यांना वेढ्यात घ्या.'

शिंगे फुंकली गेली, ध्वज फडकले आणि हुकूम सुटले. काही मिनिटांतच, मोहिमेवर निघालेल्या तुर्की घोडदळाच्या टापांखाली जमीन थरकापू लागली. त्यांच्यासमोर अगदी दुबळ्या भासणाऱ्या शत्रूवर ते चाल करून जात होते, कत्तल अटळ होती असंच दिसत होतं.

तुर्की घोडदळ त्याच्या माणसांवर तुटून पडण्यासाठी येत असलेलं पाहून अब्दुल अस्पष्ट हसला. 'अल्लाहु अकबर,' क्षणभर डोळे मिटून तो स्वतःशी पुटपुटला. मग डोळे उघडून तो वाट बघू लागला, क्षण मोजू लागला.

अचानक, पुढे येणाऱ्या तुर्की घोड्यांपैकी एक जोरात खिंकाळला—तो आवाज केवळ दुःखाचा आणि वेदनेचा होता—आणि जमिनीवर कोसळला. दुसराही वेदनेने औरडला आणि पुढे न जाता बाजूला धडपडला—शेजारून पुढे चालून जाणाऱ्या घोड्याच्या वाटेत. दोन्ही घोड्यांची टक्कर झाली आणि त्या धडकेचा आवाज दौडणाऱ्या टापांच्या आणि युद्धाच्या आरोळ्यांच्याही वर ऐकू आला. दोन्ही घोडे आणि त्यांच्यावरचे स्वार एकमेकांत अडकून जमिनीवर पडले, उरले फक्त तुटलेले अवयव आणि मोडलेली हाडं. आणखी आणखी घोडे निकामी होऊ लागले. डोळ्यांसमोर हे घडताना पाहून तुर्क सुन्न झाले.

धास्तावलेला मक्सूद त्याच्या एका अधिकाऱ्याकडे वळला. 'तिकडे जा आणि काय गोंधळ चाललाय तो शोधून काढ!'

हा गूढ गोंधळ म्हणजे सुहेलदेवच्या आदेशावरून आदल्या रात्री केलेल्या कामाची करामत होती. तुर्की घोडदळ ज्या मार्गाने येणं अपेक्षित होतं, तिथल्या संपूर्ण जमीनभर सैनिकांनी मुद्दाम काटे पसरून ठेवले होते. भारतीय लोहारांनी खास बनवलेले हे काटे चार टोकांच्या ताऱ्यांसारखे दिसत होते. त्यांच्या रचनेमुळे चारपैकी एक टोक कायम स्थिर पायावर, वरच्या दिशेने उभे राहात होते. पुढे येणाऱ्या घोडदळाच्या वाटेत इकडेतिकडे हे काटे विखरून टाकल्यामुळे, त्यांनी एक साधा पण भयंकर सापळा तयार केला होता, आणि तुर्की घोडेस्वार अलगद त्या सापळ्यात आले होते. काट्यांची ओळ फार आतपर्यंत रुंद पसरली नव्हती, पण घोड्यांच्या पहिल्या काही रांगा खाली आल्या आणि त्यांनी मागच्याची वाट अडवली, आणि त्यांना एकदम थांबायला भाग पाडलं. जे वेळेवर थांबू शकले नाहीत, ते त्या पडलेल्या घोड्यांच्या अंगावर जाऊन पडले. त्यांच्यातले काही वेदनेने खिंकाळत उठून उभे राहण्याचा प्रयत्न करत होते.

दोन्ही बाजूंचे तुर्की आक्रमण असफल झाल्यावर, सुहेलदेवने आपला उजवा हात वर केला, आणि मग खाली केला. काही सेकंदांतच, शत्रूच्या घोडदळाच्या दिशेने शेकडो बाण सुटल्याचा आवाज भरून राहिला. त्यांच्या नंतर पुन्हा बाणांची एक फैर झडली. मग आणखी एक. मग आणखी एक. आणि हा ओघ चालूच राहिला.

ते टोकदार बाण तुर्की स्वारांच्या चामड्याच्या चिलखतांना भेदून आत जात होते. फक्त वरिष्ठ अधिकाऱ्यांकडेच या बाणांना अडवणारी धातूची चिलखते होती. मृत्यू आणि विनाश निर्दयपणे कोसळल्यावर माणसं आणि जनावरांच्या वेदनेच्या, भीतीच्या किंकाळ्या हवेत भरून राहिल्या.

ज्याच्यावर सगळ्यात जास्त भिस्त ठेवली, त्या घोडदळाची, युद्ध सुरू झाल्यावर पहिल्या काही मिनिटांत शकलं उडालेली पाहून मक्सूदने निराशेचा उद्गार केला काढला, एव्हाना दोन्ही बाजूंच्या तलवारी एकमेकींना भिडल्यादेखील नव्हत्या. 'माघारी बोलवा त्यांना!' तो ओरडला, त्याचा आवाज संतापाने घोगरा झाला होता.

काही प्रतिसादच आला नाही म्हणून तो बाजूला वळला, त्याच्या शेजारचा अधिकारी, समोर रणांगणावर चाललेलं मृत्यूचं तांडव तोंड उघडं टाकून टक लावून बघत राहिला होता. मक्सूदने रागाने लगावलेल्या ठोशाने अधिकाऱ्याचा जबडाच तुटला.

मक्सूदच्या आसपासच्या सगळ्या नजरा त्याच्याकडे वळल्या. 'मला जर का एकच हुकूम पुन्हा द्यावा लागला, तर त्याचं तत्काल पालन न करणाऱ्याचा जीव घेईन मी! आत्ताच्या आत्ता, माघारी बोलवा त्यांना.'

पुन्हा एकदा शिंगं फुंकली गेली आणि तुर्की घोडदळ मागे झालं आणि अडखळत माघारी येऊ लागलं. अब्दुल हसला आणि त्याच्या पायदळातील सैनिकांकडे वळला. 'त्यांचा पाठलाग करा, पण काटे संपतात त्या रेषेच्या पलीकडे जाऊ नका.'

दुसऱ्या पाखेला, गोवर्धन तोच आदेश त्याच्या सैनिकांना देत होता.

मक्सूद वेड्यासारखा इकडेतिकडे बघू लागला. सुहेलदेवचा व्यूह आत्ता कुठे त्याच्या ध्यानात येऊ लागला. 'आपल्या बाजू माघारी येत आहेत, आणि आता तो त्याचं मधलं भारी संख्याबळ वापरून आपला चुराडा करणार,' तो स्वतःशी पुटपुटला. समोर येऊ घातलेल्या सर्वनाशापासून आपल्या सैन्याला कसं वाचवावं याचा विचार त्याचा मेंदू करत होता. मग एकदम त्याचा चेहरा उजळला.

माघारी फिरणाऱ्या तुर्कांवर हल्ला करणाऱ्या सैनिकांचं नेतृत्व गोवर्धन करत होता. खाली पडलेल्या तुर्कांमध्ये कुणी जिवंत सापडतंय का ते शोधण्यासाठी त्यांच्यावर झेपावणाऱ्या सैनिकांवर तो ओरडत होता, 'काट्यांची रेषा ओलांडायची नाही.' उत्साहाच्या भरात एक सैनिक त्याची आज्ञा मोडणार असं दिसताच त्याने त्याच्या ढालीवर एक जोरदार तडाखा ठेवून दिला.

'कुणी आज्ञा मोडली, तर ठार करीन मी त्याला,' धमकावत आणि त्याला जोर यावा म्हणून आपली गदा हवेत फिरवत तो ओरडला. तो सैनिक थांबला, तुर्कांना निसटून जाताना पाहून काहीजण असमाधानाने पुटपुटू लागले.

कुणीतरी जवळ अदबीने खाकरलं. गोवर्धनने वळून पाहिलं, एक तरुण अधिकारी गोंधळल्या मुद्रेने त्याच्याकडे बघत होता.

'काय झालं?' त्याने फटकारलं.

'क्षमा असावी, महोदय,' अधिकारी घाबरतच म्हणाला, 'आत्ता आपण त्यांना पळवून लावलंय. आपण इथेच त्यांना संपवून का नाही टाकत?'

यावर गोवर्धन काही उत्तर देणार त्याच्या आधीच तुर्की बाजूने पुन्हा एकदा शिंगाचा आवाज झाला. काय घडतंय ते पाहण्यासाठी त्याने तिकडे नजर टाकली आणि कडवट शिवी घातली.

'म्हणून,' सुहेलदेवच्या सैन्याच्या डाव्या बाजूकडे निर्देश करत त्याने उत्तर दिलं.

गोवर्धनप्रमाणे, अब्दुलही, त्याचे सैनिक सुरक्षित पट्ट्याच्या पलीकडे जात नाहीत याची दक्षता घेत होता. तुर्की धनुर्धारी आपल्या माघार घेत असलेल्या घोडेस्वारांना बाणांचे छत्र उभारून संरक्षण देत होते. दुर्दैवाने त्यातला एक बाण चुकून अब्दुलच्या डाव्या डोळ्यात लागला, आणि त्यामुळे तो घोड्यावरून खाली पडला. आता नेतृत्व करायला अब्दुल नसल्यामुळे, त्याच्या उत्साही वीरांनी सूचनांकडे साफ दुर्लक्ष केलं आणि ते माघार घेणाऱ्या तुर्कांच्या मागे लागले. अजूनही जमिनीवर पडलेल्या काट्यांमध्ये अडकायला नको म्हणून खाली पडलेल्या घोड्यांवर आणि स्वारांवर पाय देऊन पळत ते त्यांच्या मागे लागले.

मक्सूदच्या हे लक्षात आल्याबरोबर, त्याची मरगळ झटकली गेली. नशिबाने त्याला एक दार किलकिलं केलं होतं आणि त्याने कृतज्ञतापूर्वक ते सताड उघडून घेतलं.

'मागे फिरा,' तो उत्साहाने ओरडला. 'तुम्ही आता सुरक्षित जागी आहात. पुन्हा रचना करा. काफिरांवर हल्ला करा आणि धुवून टाका त्यांना. पुन्हा त्यांना पठारी प्रदेशात घोडदळासमोर उभं राहायची हिंमत होता कामा नये!'

हुकूम पुढे दिले गेले. आणि तुर्कांनी ते अमलात आणले.

जे स्वतः शिकार झाले होते, ते अचानक शिकारी झाले. तुर्कांनी सफाईदारपणे घोडे वळवले आणि अजून त्यांचा पाठलाग करणाऱ्या सैनिकांवर हल्ला चढवला. नुकत्याच झालेल्या नाचक्कीमुळे आधीच त्यांचं रक्त तापलं होतं, त्यांनी भयंकर त्वेषाने शत्रूवर हल्ला चढवला.

घोडदळाच्या हल्ल्याला आता काट्यांचा चाप नव्हता, आणि सुहेलदेवचे धनुर्धारी शरसंधान करू शकत नव्हते, कारण आपल्याच लोकांना बाण लागण्याची त्यांना भीती होती, त्यामुळे हा सगळा एकतर्फी मारा चालला होता. काही क्षणांतच सुहेलदेवच्या डाव्या फळीच्या चिंधड्या झाल्या. त्याचे सैनिक माघार घेण्याचा प्रयत्न करत असतानाही कित्येकांचे अक्षरशः तुकडे झाले.

हे नाट्य डोळ्यांसमोर घडताना पाहून सुहेलदेवने एक जळजळीत उद्गार काढला. 'ती बाजू अगदीच ढासळून पडायच्या आत तिथे काहीतरी आधार द्यायला हवा!'

तोशनीचं पथक त्या बाजूच्या सर्वांत जवळ होतं. तिने तिच्या पथकाला इशारा केला आणि ते दौडत निघाले. ताज्या दमाचे भारतीय सैनिक डावी बाजू लावून धरायला पुढे आल्याने आणखीही तुकड्या त्यांच्या मागे निघाल्या.

दृश्य नीट दिसावं म्हणून खोगिरातच उभे राहून मक्सूदने रणांगणाचं निरीक्षण केलं. 'थोड्या वेळापूर्वी होती त्यापेक्षा आता परिस्थिती बरीच बरी आहे. डाव्या बाजूला केलं तसं नुकसान उजव्या बाजूला करता आलं नाही, हे बाकी फारच वाईट झालं.'

'त्या सरोवरामुळे त्यांचं संरक्षण होतंय,' करीमने निरीक्षण नोंदवलं. 'नाहीतर आपल्याला त्यांच्या बाजूने वळसा घालून येता आलं असतं.'

मक्सूदने आवंढा गिळला, त्याला एकदम तहान लागल्याची जाणीव झाली. आपण पाणी पिऊन कित्येक तास लोटले असावेत आणि आपण बादल्या भरून घाम गाळला असावा असं त्याला वाटत होतं. त्याच्या चिलखताखाली त्याचे कपडे ओलसर होऊन त्याच्या अंगाला गच्च चिकटले होते.

'मला थोडं पाणी दे बरं,' त्याने आज्ञा केली. एक चामड्याची पाणपिशवी लगेच त्याच्यासमोर हजर झाली आणि त्याने मनापासून, धन्यवादपूर्वक एक मोठा घोट घेतला. 'या नष्ट देशात काय सालं ऊन आहे,' भुवईवरून घाम निपटत त्याने त्रागा केला. मग अचानक तो थबकला.

हा उन्हाळ्याचा कहर काळ आहे. सरोवरातील पाण्याची पातळी नेहमीपेक्षा कमी असणार.

मक्सूद करीमकडे वळला. 'कुणालातरी घोड्यावरून या सरोवरातून जायला सांग आणि ते किती खोल आहे ते बघूया.'

हे म्हणजे कुणालातरी बळीचा बकरा बनवणं आहे हे करीमला समजत होतं. सरोवर खोल असलं, तर कुणातरी गरीब बिचाऱ्या सैनिकाचा बुडून मृत्यू ठरलेला होता. पण ते जर खोल नसेल, तर भारतीयांविरुद्ध आणखी एक आघाडी उघडता आली असती.

युद्ध चालू असताना मक्सूदसमोर युक्तिवाद न करणंच बरं हे करीमला ठाऊक होतं.

हुकूम सुटला. आणि एक तुर्की सैनिक तो पूर्ण करायला धावला. घाईघाईने अंगावरचं चिलखत कसंतरी ओरबाडून काढून त्याने घोडा सरोवराजवळ नेला आणि घोड्याने पाण्यात उतरावं म्हणून त्याला चुचकारू लागला.

जनावर किंचित घुटमळलं, त्याची पाण्यात उतरायची इच्छा नव्हती. अधिकाऱ्याने त्याला पराणी लावली, आणि दोन सैनिकांनी त्याला मागून ढकललं. शेवटी, जपूनजपून ते जनावर पाण्यात शिरलं. काही पावलांतच पाणी त्याच्या गुडघ्यांपर्यंत आलं, मग खांद्यांपर्यंत.

हे जमेलसं वाटत नाही, मक्सूदच्या मनात कडवट विचार आला.

मग त्याच्या लक्षात आलं की घोडा आणखी आत आला तरी पाणी आणखी चढत नव्हतं. लवकरच ते सरोवराच्या मध्यापर्यंत आले. ते आणखी पुढे गेल्यावर पाणी ओसरू लागलं, छातीपर्यंत आलं, मग गुडघ्यांपर्यंत आलं.

मक्सूदकडून लगेच हुकूम सुटले. 'तलाव पार करा आणि दुसऱ्या बाजूने बाहेर या. मग शत्रूच्या पिछाडीला या आणि मग तिथून त्याच्यावर हल्ला करण्यासाठी पुन्हा एकदा तलाव पार करा.'

हे करायला बाजूंचे तुर्क बिचकत होते.

गोवर्धनच्या कपाळाला आठी पडली, ही हालचाल बघून तो गोंधळात पडला होता. पण एका झटक्यात, मक्सूद काय करायचा प्रयत्न करतो आहे हे त्याला समजून चुकलं.

'मागे या!' गोवर्धनने ओरडून त्याच्या सैनिकांना घाई केली. 'ते पुन्हा जेव्हा सरोवर पार करतील, तेव्हा आपण त्यांच्या समोर असू याची दक्षता घ्या. त्यांना आपल्या मागे येऊ देऊ नका.'

आपल्या नव्या जागा घेण्यासाठी भारतीयांची धावपळ झाली. तुर्की सैनिक टप्प्यात आले की त्यांच्यावर बाणांचा अचूक वर्षाव करता येईल अशा योग्य जागा धनुर्धारींनी धरल्या.

गोवर्धनची चाल पाहून सुहेलदेवने समाधानाने हुंकार दिला. सुहेलदेव त्याच्या जागी असता तर त्याने स्वतः जे केलं असतं, अगदी तेच या आडव्या अंगाच्या सेनानीने केलं होतं. मग त्याने आपलं लक्ष त्याच्या अगदी समोर जे वाढून ठेवलं होतं त्याच्याकडे वळवलं.

सुहेलदेवला वेढ्यात घेता यावं म्हणून आपल्या डाव्या बाजूच्या घोडदळाला सरोवर पार करायला लावण्याच्या नादात, मक्सूदने सैन्याचा मध्य आणि डावी बाजू यांच्यात भलं मोठं भगदाड पडू दिलं होतं. हे भगदाड भरून काढायचं तर सैन्याच्या ओळी फार विरळ कराव्या लागल्या असत्या.

आतापर्यंत, सुहेलदेव घोडदळाचा मोठा भाग सैन्यात उतरवणं टाळत होता. आता ही मधली मोकळी जागा त्याला खुणावत होती.

मी या मोकळ्या जागेत चालून जाऊ शकतो आणि मक्सूदचा मध्य भाग कापून काढू शकतो.

त्याने आजूबाजूला पाहिलं आणि त्याला अस्लन आणि त्याचे सैनिक आघाडीवर, शांतपणे वाट पाहात थांबलेले दिसले. सुहेलदेवची आपल्यावर स्थिरावलेली नजर अस्लनला जाणवली आणि त्याने प्रश्नार्थक नजरेने त्याच्याकडे पाहिलं. सुहेलदेवने खुणेनेच त्याला जवळ बोलावले.

'मला जे दिसतंय ते तुला दिसतंय का?' अस्लन ऐकण्याच्या टप्प्यात आल्यावर सुहेलदेवने विचारलं.

अस्लनने मान डोलावली, पण बोलला काहीच नाही. 'वेळ आली आहे,' सुहेलदेवने अस्लनला सांगितलं. 'शत्रूच्या मध्यभागी करण्याच्या आक्रमणाचं नेतृत्व कर.'

अस्लनने मान तुकवली आणि आपल्या छातीला हाताने स्पर्श केला. 'हा माझा बहुमान आहे.'

मग तो परत सफाईदारपणे त्याच्या लहानशा पथकाकडे गेला. आज्ञा ऐकून त्यांच्यातून उत्साहाच्या आरोळ्या उठल्या. जवळजवळ लगेचच आक्रमणाला सुरुवात झाली. अस्लनचं पथक दौडत शत्रूच्या दिशेने निघालं. सुहेलदेवचं मध्यावरचं घोडदळ त्यांच्या मागे थोड्या अंतरावर निघालं.

'आले ते,' करीम म्हणाला, तोवर विरुद्ध बाजूच्या घोडदळाने त्यांच्या आत मुसंडी मारली होती.

मक्सूदने गंभीरपणे मान हलवली, त्याचा चेहरा उतरला होता. पुढच्या काही मिनिटांत युद्धाचं पारडं या किंवा त्या बाजूला झुकणार याची त्याला स्पष्ट जाणीव होती. 'काहीही करून मधला भाग लढवा,' तो बेंबीच्या देठापासून ओरडला. 'ना माघार, ना शरण, ना कैदी!'

हे आदेश वरपासून खालपर्यंत सर्व तुर्कांना दिले गेले, आता ते भारतीय मध्यसेना आपल्याला कधी भिडते याची वाट पाहू लागले.

प्रकरण ३१

जमिनीवर पडलेल्या एका भारतीयावर वार करायच्या बेतात असलेल्या एका गझनी सैनिकावर तोशनीने तिच्या तलवारीने एक निर्दय वार केला आणि त्याची मान तोडली.

त्या सैनिकाचं मस्तकाविना धड त्या पालथ्या पडलेल्या सैनिकावर कोसळलं. एका झटक्याने ते बाजूला ढकलत तो धडपडून उठून उभा राहिला. त्याच्या चेहऱ्यावर कृतज्ञतेचं हसू होतं.

त्या माणसाचा चेहरा रक्त आणि धुळीने माखला होता, पण त्याच्या चेहऱ्याची ठेवण ओळखीची वाटत होती. तोशनीने डोळे बारीक करून नीट निरखून पाहिलं, आणि एकदम तिला ओळख पटली, तो संघमणि होता.

'काय झालं इकडे?' तिने विचारलं. 'अब्दुल कुठे आहे?'

संघमणिने मान हलवली. 'त्याला एक असाच बाण चुकून लागलेला मी पाहिला. फारच दुर्दैव. त्याचं काय झालं ते मला कळलं नाही.'

छे, सगळा नुसता गोंधळ झालाय, तोशनीच्या मनात विचार आला. *किंवा कदाचित मी ही अवस्था सावरूही शकेन.*

तिने चटकन इकडेतिकडे पाहिलं, परिस्थितीचा अंदाज घेतला, मग मोठ्या आवाजात आदेश दिला. 'मागे जा आणि पुन्हा एकत्र या! मागे जा!'

तिच्या अग्रदूतांनी धावत जाऊन तिचे आदेश मोठ्या आवाजात पुकारले.

तेवढ्यात एका जाडाभरडा आवाज आला. 'एवढी काय घाई आहे, जानेमन?' तो एक तुर्की अधिकारी होता, आणखी बऱ्याच घोडेस्वारांबरोबर तो तिच्या बाजूबाजूने दौडत होता. सुरुवातीला तोशनीच्या बरोबर बरेच अंगरक्षक होते, पण त्यातले बरेच, पडती बाजू सावरून धरण्याच्या तिच्या धाडसी पराक्रमात धारातीर्थी पडले होते, किंवा मागे पडले होते.

तोशनीने सभोवार पाहिलं. तिच्यापेक्षा ते संख्येने बरेच भारी होते.

कालीमाते, कृपा कर.

तिने आपल्या चेहऱ्यावर हताशा अजिबात दिसू दिली नाही. तिला उद्देशून बोललेल्या अधिकाऱ्याकडे तिने तलवार रोखली. 'तुला नरकाच्या दारात धाडायचीच घाई आहे रे मला, कुत्र्या.'

रागाने गर्जना करत, तो तुर्क तोशनीवर चालून गेला. तोशनीने त्याचा वार अडवला तसा तलवारींच्या पात्यांचा खणखणाट झाला. त्या घावाने तिच्या मनगटाला आणि खांद्याला भयंकर धक्का बसला.

त्या सैनिकाने पुन्हा एकदा तलवार घुमवायचा पवित्रा घेतला, संघमणिने भाल्याने त्याला भोसकले. त्या सैनिकाने वार चुकवला, पण त्याचं लक्ष क्षणभरासाठी विचलित झालंच. तत्काळ तोशनीने तिची तलवार त्याच्या गळ्यात घुसवली. जखमेतून रक्ताची चिळकांडी उडाली, त्या रक्ताने तोशनीचाही चेहरा भिजला, डोळे चुरचुरू लागले. तिने डोळे मिचकावले, आणि डोळ्यांतले रक्त पुसून टाकण्याचा प्रयत्न केला, तिला नीट दिसत नव्हते, तिने नजर साफ करण्याचा प्रयत्न केला.

एकदम तिला तिच्या उजव्या बाजूला अस्पष्ट हालचाल दिसली. तोशनीची तलवार आपोआपच उंचावली गेली. ती तो वार चुकवण्यात यशस्वी झाली, पण शत्रूची जड गदा तिच्या शिरस्त्राणावर आदळली.

शिरस्त्राण निसटलं, तसे तोशनीच्या डोळ्यांपुढे काजवे चमकले. तिच्या कानात आवाज येऊ लागला. डोक्यावर बसलेल्या आघाताने ती बधिर झाली होती. सभोवती काय चाललं आहे, याचं नीटसं ज्ञान तिला होत नव्हतं. तिच्या शरीराला आतापर्यंत मिळालेल्या प्रशिक्षणाने ते जणू आपोआपच लढत होतं, एका अंतःप्रेरणेने स्वतःचा बचाव करत होतं. तितक्यात, तिच्या मागच्या बाजूने आणखी एक स्वार आला आणि तिच्यावर वार केला. तोशनीच्या चेहऱ्याच्या उजव्या भागातून एक जीवघेणी कळ गेली, मग तिचं सारं शरीर बधिर झालं आणि सारं जग काळोखात बुडालं.

तुर्की भालाईत सुहेलदेववर झेपावला, त्याचं शस्त्र राजाच्या थेट छातीवर रोखलेलं होतं. सुहेलदेवने स्वतःच्या तलवारीने भाल्याचं टोक दूर वळवलं, आणि भाला लांब गेला. भालाईत दौडत पुढे गेला, तसं सुहेलदेवने त्या सैनिकाचं डोकं उडवलं. ते जमिनीवर

गडगडत गेलं, पण घोडा तसाच पुढे दौडत गेला, मस्तकविहीन धड घोड्यावर एकदा डावीकडे, एकदा उजवीकडे असं झुलत राहिलं, आणि सर्व दिशांना रक्त शिंपत राहिलं.

सुहेलदेवचे सैनिक तुर्कांवर एखाद्या हातोड्यासारखे कोसळले होते. तुर्की मध्यभागावर मोठा हल्ला झाला होता, पण तेवढाच.

ते केव्हा मोडून पडतात हा केवळ वेळाचाच प्रश्न होता.

आज महादेव आमच्या पदरात विजय घालणार.

आणखी एक स्वार पुढे आला. सुहेलदेवने त्याच्या तलवारीला झोका दिला. तिने तुर्काचं चामडी चिलखत तर चिरलं, पण ती त्याच्या खांद्यात अडकून बसली.

तो माणूस किंचाळत होता, पण त्याचा घोडा पुढेच गेला. सुहेलदेवचा खोगिरातून जवळजवळ तोलच गेला होता आणि त्याला त्याच्या खांद्यात भयंकर वेदना जाणवली. अजूनही त्याच्या शत्रूच्या शरीरात अडकलेली तलवार त्याने सोडून दिली, आणि लगाम पकडला.

जवळच लढत असलेल्या अस्लनला, सुहेलदेव निःशस्त्र झालेला दिसला. तो अजूनही त्याच्या खोगिरातल्या राखीव तलवारीपर्यंत पोचू शकला नव्हता. अस्लनने दौडत त्याच्याकडे जायला सुरुवात केली आणि तेवढ्यात करीम सुहेलदेववर चालून जात असलेला पाहून त्याचे डोळे मोठे झाले. करीमच्या हातात भाला सज्ज होता. अस्लनने ओरडून सुहेलदेवला धोक्याची जाणीव करून दिली, पण त्याचं ओरडणं आजूबाजूच्या गलबल्यात विरून गेलं.

सुहेलदेवला अगदी ऐन क्षणी धोक्याची जाणीव झाली. करीमने त्याच्यावर भाल्याचा जोरदार वार केला, पण अगदी शेवटच्या क्षणार्धात सुहेलदेवने तो ढालीवर झेलला. त्या वाराच्या आघाताने भाल्याच्या चिरफाळ्या उडाल्या. आधीच बेसावध असलेल्या सुहेलदेवच्या सबंध शरीरातून तो धक्का लाटेसारखा पसरला. जमिनीवर पडण्याआधी तो हवेत फेकला गेला.

करीमने त्याचा निरुपयोगी झालेला भाला फेकून दिला आणि तलवार उपसली. सुहेलदेवने घायकुतीला येऊन इकडेतिकडे पाहिलं. एका मृत सैनिकाशेजारी एक भाला पडला होता. त्याने तो उचलला आणि तो करीमवर मारला, तोही अशा क्षणी जेव्हा करीमने एक मरणी वार करण्यासाठी त्याची तलवार उंचावली होती. भाला आपल्या दिशेने येताना पाहून करीमने झटक्याने डोकं बाजूला घेण्याचा प्रयत्न केला, पण फार

उशीर झाला होता. भाला सरळ त्याच्या उजव्या डोळ्यातून आत गेला आणि त्याच्या डोक्याच्या मागच्या बाजूने बाहेर आला. त्याचा तत्काळ मृत्यू झाला.

अजूनही धावत असलेला करीमचा घोडा सुहेलदेववर आपटला, आणि त्याने त्याला जमिनीवर पाडले. सुहेलदेवचं डोकं जमिनीवर आपटलं आणि तत्काळ त्याची शुद्ध हरपली. त्याला निपचित पडलेलं पाहून एका तुर्की अधिकाऱ्याने त्याला संपवण्याची तयारी केली.

'ऑझग्युर, नाही!' अस्लन जोरात ओरडला. ऑझग्युर वार करणार त्याच क्षणी तो तिथे पोचला आणि त्याने त्याची तलवार स्वतःच्या तलवारीने अडवली.

ऑझग्युरने आधी पालथ्या पडलेल्या सुहेलदेवकडे आणि मग अस्लनकडे पाहिलं. तो गझनीचा इमानदार सैनिक होता, पण त्याला अस्लनबद्दल अपार माया आणि आदर होता—ज्याला तो अजूनही जुन्याच नावाने हाक मारत असे, सालार मसूद. त्याच्या मनातलं द्वंद्व त्याच्या चेहऱ्यावर स्पष्ट दिसत होतं.

'तो आपला शत्रू आहे, हुजूर!' ऑझग्युरने विनवलं.

'तो माझा मित्र आहे!' अस्लन गरजला. 'तुला आधी मला मारावं लागेल.'

ऑझग्युर अर्धा क्षण घुटमळला. अस्लनच्या चेल्यांना त्याच्या मदतीसाठी धावायला तेवढा अवधी पुरेसा होता. ऑझग्युर अस्लनपासून दूर झाला आणि मागे गेला.

अस्लनने सुटकेचा निश्वास टाकला. गरज पडली तर त्याने ऑझग्युरशी लढायची तयारी ठेवली होती, पण ती वेळ आली नाही म्हणून त्याला आनंदच झाला. चटकन घोड्यावरून खाली उतरून त्याने सुहेलदेवला उचललं आणि त्याच्या खोगिरावर आडवं ठेवलं. तो त्याच्या एका चेल्याकडे वळला. 'राजाला रुग्णालयाच्या तंबूत घेऊन जा. तुला जितके सैनिक लागतील तितके बरोबर घेऊन जा. काय वाटेल ते करून त्याला सुरक्षित ठेव.'

'राजा पडला!'

सुहेलदेवच्या एका सैनिकाकडून आलेली ही आरोळी ऐकून अस्लन गर्रकन मागे वळला.

'राजा परत येणार आहे! लढत राहा!' तो ओरडला, पण ती अफवा वाऱ्यासारखी सैनिकांमध्ये पसरत चाललेली त्याला दिसत होती, आणि त्यामुळे सैनिकांचा धीर खचत होता. आक्रमण धोक्यात यायची वेळ आली होती.

'पुढे चला, माझ्या शूर योद्ध्यांनो!' अस्लनने गर्जना केली. 'आपण जिवंत असेपर्यंत हे युद्ध संपलेलं नाही! अल्लाहु अकबर!'

त्याच्या चेल्यांनी जयघोष केला आणि 'अल्लाहु अकबर!' च्या गजरात 'गझ्नाविद मुर्दाबाद!' चा गजर मिसळून गेला.

आपल्या साथीदारांना तुर्कांवर आक्रमण करताना पाहून, सुहेलदेवच्या सैनिकांनाही स्फुरण चढले. आणि त्यांनी पुन्हा 'हर हर महादेव' च्या गजरात पुन्हा एकदा हल्ला चढवला!

लढाईच्या या भागात भारतीयांनी ज्या त्वेषाने हल्ला चढवला होता, त्याच्या बातम्या भराभर दूतांनी मक्सूदपर्यंत पोचवल्या. करीम या भागाचं नेतृत्व करत होता हे त्याला माहीत होतं. करीमला भारतीय हल्ला थोपवता आला नाही याचं त्याला फारच आश्चर्य वाटलं. दूतांनी सुज्ञपणे करीमच्या मृत्यूची बातमी मक्सूदला सांगितली नव्हती. त्या बातमीने तुर्की सेनानी मोडून पडेल याची त्यांना कल्पना होती.

मक्सूदने फौज गोळा केली आणि अस्लन आणि त्याची फौज जिथे थैमान घालत होती, तिकडे घाईने निघाला.

दौडत जाता जाता त्याने दूताला हाक मारून म्हटलं, 'करीमशी माझी गाठ घालून दे! काय करायचं ते मी सांगतो त्याला.'

दूत तसाच पुढे दौडत राहिला. तो गप्प होता. त्याची नजर खाली वळली होती.

दूताकडून काही उत्तर येत नाही हे कळायला मक्सूदला काही क्षण पुरले. त्याने सैनिकाकडे पाहिलं. त्याच्या डोळ्यांत उत्तर स्वच्छ लिहिलेलं होतं.

करीम मेला होता.

'कुठे आहे तो? मला त्याच्याकडे घेऊन चल.'

'हुजूर, नको ना,' दूताने अक्षरशः विनवलं.

'मला त्याच्याकडे घेऊन चल!' मक्सूद खेकसला, त्याचं भान सुटल्यासारखं झालं होतं.

दूताने मान तुकवली आणि करीम जिथे पडला होता, त्या दिशेने निघाला. तुर्की सैनिकांचं एक पथक त्यांच्या सेनाधिपतीचं शव शत्रूच्या हातात पडू नये म्हणून लढत

होतं. करीमचा देह कसाबसा गझनीच्या ध्वजात गुंडाळून ठेवला होता. हा ध्वज, ध्वजधारकाच्या बरोबरच खाली आला होता.

मक्सूद घोड्यावरून पायउतार झाला आणि लढत, वाट काढत ध्वजापर्यंत पोचला.

तुर्की दूताने विनवलं, 'हुजूर, नको नको! मी भीक मागतो...'

मक्सूदने त्याच्याकडे दुर्लक्ष केलं आणि ध्वज बाजूला ओढला, करीमचा देह उघड्यावर आला. मरणांतक वाराने करीमच्या देखण्या चेहऱ्याची झालेली दुर्दशा पाहून त्याने दुःखाने हंबरडा फोडला. हाताने छाती पकडून तो गुडघ्यावर कोसळला, त्याच्या चेहऱ्यावरून अश्रू वाहात होते.

संताप आणि दुःखाने मक्सूदचं हृदय विदीर्ण झालं. त्याने करीमच्या देहाला घट्ट आलिंगन दिलं आणि त्याच्या प्रेमिकाच्या कपाळाच्या शिल्लक राहिलेल्या भागाचं हळुवार चुंबन घेतलं.

मी तुला स्वर्गात भेटेन, माझ्या जिवलगा.

मग त्याने करीमचा छिन्न देह पुन्हा जमिनीवर ठेवला. तो मागे वळला आणि घोड्यावर चढला, त्याच्या चेहऱ्यावर वादळ साठलं होतं.

'काफिरांना ठार करा!' मक्सूदने त्याच्या सैनिकांना उद्देशून गर्जना केली. 'सगळ्यांना ठार मारा! एकही जण जिवंत सुटता कामा नये!'

मक्सूदने घोड्याला टाच दिली आणि जिथे धुमश्चक्री ऐन भरात होती त्या दिशेने तो दौडत निघाला. तिथे पोचताच त्याला त्याचा धाकटा जुळा भाऊ दिसला. आपला जुळा भाऊ अजून जिवंत आहे हे मक्सूदला आदल्या दिवशीच समजलं होतं. आणि तो भारतीयांना जाऊन मिळाला आहे, हेही समजलं होतं.

'मसूऽऽऽद!' मक्सूद ओरडला, त्याचं सगळं दुःख आणि संताप आता भावाच्या रोखाने वळला होता. 'कुत्तरड्या, माझ्याशी लढ!'

ती हाक रणांगणाच्या दुसऱ्या टोकाला पोचली. अस्लनने वर पाहिलं आणि त्याला मक्सूद भर वेगात त्याच्याकडे दौडत येत असलेला दिसला. त्याच्या चेहऱ्यावर भयानक संताप होता.

अचानक, एक भारतीय बाण मक्सूदच्या घोड्याला लागला. अचूक त्याच्या घोड्याच्या मागच्या पायाच्या स्नायूला छेदून गेला. अपंग झालेला घोडा जमिनीवर कोसळला, मक्सूद फेकला गेला. त्याच्या आकाराच्या मानाने लक्षणीय चपळाई

दाखवत त्याने एक लोळण घेतली आणि तो पायांवर उभा झाला, शेजारी पडलेल्या सैनिकाची तलवार आणि ढाल त्याने खेचून घेतली.

अस्लन कचरला, मग त्याने घोड्याचा लगाम खेचला. तो पायउतार झाला आणि भावासमोर उभा राहिला. त्याच्या चेहऱ्यावर खंत होती, पण दृढनिश्चयही होता.

'लढत होणारच असली, तर बरोबरीने होऊन जाऊ दे,' तो म्हणाला.

मक्सूदच्या चेहऱ्यावर अश्रूंचे फराटे होते, त्याचे डोळे लालभडक झाले होते. 'तू करीमला मारलंस!' मक्सूद ओरडला, आयुष्यात आता जगण्यासारखं काहीच शिल्लक नसलेल्या माणसासारखा त्याचा आवाज होता.

आपल्या भावापेक्षा अस्लन कितीही वेगळा असला तरी, त्याच्या दुःखाने अस्लनच्याही हृदयात कळ आली. 'मी नाही मारलं... आणि त्याचं जे झालं त्याबद्दल मला वाईट वाटतंय.' तो मनापासून म्हणाला. त्याला करीम नेहमीच आवडत होता, मक्सूदला जरा सौम्य करणारा प्रभाव म्हणून तो करीमकडे पाहात असे. करीम त्याचाही मित्र होता.

मक्सूदच्या चेहऱ्यावरून शुद्ध घृणेचा भाव सरकून गेला. 'या मूर्तिपूजक, अश्रद्ध नरकातल्या एकाही माणसाला मी जिवंत सोडणार नाही! सुरुवात तुझ्यापासून!'

अस्लनने खांदे गोल फिरवले आणि मानेला जरा वळसे दिले, आखडलेले सांधे मोकळे करण्याचा प्रयत्न केला. मग दोन्ही पायांवर तोल साधून नीट उभे राहात युद्धाचा पवित्रा घेतला. तलवार उंचावली.

आत खोलवर कुठेतरी त्याला हे सदैव माहीत होतं की एक दिवस, धर्माच्या सारतत्त्वावरून, तो युद्धात भावासमोर मरायला किंवा मारायला उभा ठाकणार होता.

'अल्लाहु अकबर!' अस्लनने गर्जना केली. आणि पुढे जोडलं, 'हर हर महादेव!'

काही सेकंद, दोघे भाऊ नुसतेच एकमेकांभोवती गोल गोल फिरले. मग मक्सूदने आरोळी ठोकली आणि हल्ला केला.

मक्सूदने अस्लनच्या डोक्याच्या दिशेने एक हेलकावा दिला, तो त्याने ढालीवर झेलला. अस्लनचा प्रति-वार, मक्सूदने त्याच्या ढालीवर घेतला. मक्सूदने पुन्हा हेलकावा दिला आणि अस्लनने डोकं खाली घालून तो वार चुकवला. मक्सूदच्या तलवारीने झोका पूर्ण केला, क्षणभर त्याचा तोल गेला. अस्लनने त्याला ढालीने ढकलले, आणि तो धडपडला. मक्सूद घाईघाईने दूर झाला आणि पुन्हा आपल्या पायांवर उभा झाला, तलवार अजूनही त्याच्या हातात होती, पण ढाल नव्हती.

मक्सूदने एक खोल श्वास घेतला आणि स्वतःला शांत केलं. मग त्याने अस्लनवर वारांची बरसातच केली. अस्लनने ढालीने ते सगळे परतवले. अचानक मक्सूदने आपल्या जुळ्या भावाच्या गुडघ्यावर लाथ घातली. अस्लन धडपडला, तसं त्याच्या भावाने त्याच्या ढालीची कड धरून त्याला पुढे ओढलं, पाठोपाठ तलवारीच्या मुठीने अस्लनच्या चेहऱ्यावर एक फटका हाणला.

अस्लन क्षणभर सुन्न झाला, त्याच्या हातातून तलवार गळून पडली. मक्सूदने विजयाची एक आरोळी ठोकली, अस्लनची ढाल खेचून घेतली आणि जमिनीवर टाकून दिली. एक शेवटचा फटका मारण्यासाठी त्याने तलवार उंचावली पण अस्लनने त्याचं मनगट पकडलं आणि जोरात पिरगाळलं.

मक्सूदने भावाचा गळा पकडला आणि तो त्याचा श्वास घोटायचा प्रयत्न करू लागला. दोघे भाऊ तलवारीसाठी मारामारी करतच होते. अस्लनने भावाची पकड आपल्या पंजात पकडली, पण पकड फारच मजबूत होती. काही सेकंदांचाच दम शिल्लक असतानाच त्याने आपली बोटं मक्सूदच्या डोळ्यांत खुपसली.

मक्सूद वेदनेने किंचाळला आणि त्याने डोकं मागे फेकलं, अस्लनच्या गळ्यावरची त्याची पकड सैल झाली. अस्लनने मक्सूदचा हात ढकलून दिला आणि तो चटकन मागे झाला, आणि त्याने त्याची खाली पडलेली तलवार उचलली.

मक्सूदने चढाई केली आणि त्याच्या तलवारीचं पातं वेगाने अस्लनच्या डोक्याकडे झेपावलं. अस्लनने वार चुकवला आणि मक्सूदच्या तोंडावर जोरात ठोसा मारला, त्याचा तोल गेला आणि त्याचं वजन पायाच्या टाचांवर आलं.

मक्सूद दोन पावलं मागे गेला आणि डोकं हलवून एकदा ते स्थिर करण्याचा प्रयत्न केला. तो रक्त थुंकला, हाताने तोंड पुसलं आणि रागाने आरोळी ठोकली. मग त्याने तलवारीची बचावाची आदर्श स्थिती घेतली आणि स्वतःला शांत करण्यासाठी त्याने मोठे मोठे खोल श्वास घेतले.

अस्लन अजिबात घाई न करता मक्सूदच्या दिशेने पुढे गेला, मग एकदम त्याने वेग घेतला आणि विजेच्या वेगाने त्याची तलवार चालवली. पण मक्सूद तयार होता, वाटच बघत होता. त्याने अस्लनचा वार वरच्या वर अडवला, आणि भावाच्या पोटावर वार केला. अस्लनने ऐन क्षणी मागे उडी मारली.

'आपले उस्ताद एकच होते, भाऊ, आठवतंय ना?'

'होय. आणि मी अधिक चांगला चेला होतो.'

'असं तुला वाटतं!'

'तुझा दम लढायला राखून ठेव,' अस्लन म्हणाला, आणि त्याने वेगवान घावांची आणि वारांची फैरच सोडली. मक्सूदने त्यांचा प्रतिकार केला, पण जुळ्याच्या भडिमारापुढे तो निश्चितपणे हळू हळू मागे जात होता.

आपण कुठे जातोय ते मक्सूदला कळत नव्हतं, जमिनीवर पडलेल्या एका देहाला तो अडखळला आणि पडला. तो चटकन एका गुडघ्यावर आला, पण तेवढ्यात अस्लनने त्याच्यावर जोरदार वार केला होता. मक्सूदने तो तलवारीने अडवला, पण त्याची पकड सैल झाली होती आणि अस्लनच्या वाराच्या जोरामुळे त्याचं शस्त्र हातातून उडून खाली पडलं.

चीड आणि उद्वेगाने जनावरासारखा डरकाळत मक्सूदने कमरेच्या पट्ट्यातून खंजीर बाहेर काढला. त्याचा जुळा भाऊ तलवारीने त्याच्यावर वार करत असतानाच तो अस्लनवर झेपावला. मक्सूदने अस्लनचा उजवा हात अशा काही बळाने जखडून ठेवला, की त्याला त्याची तलवार खाली आणता येईना. दोघे भाऊ परस्परांविरुद्ध सगळी शक्ती पणाला लावून उभे होते, दोघांच्या कपाळाच्या शिरा तटतटून फुगल्या होत्या. पण हळूहळू मक्सूद अस्लनला मागे ढकलण्यात यशस्वी झाला. एक पाऊल, मग दुसरं, मग आणखी एक.

अस्लनने एकाएकी पवित्रा बदलला. मक्सूदवर शक्तीने मात करण्याचा प्रयत्न करण्याच्या ऐवजी, त्याने पाऊल पुढे टाकलं आणि मक्सूदच्या पायाच्या मागे पाय अडकवून त्याला ढकललं. या अनपेक्षित धक्क्याने मक्सूदला जमिनीवर गडगडत खाली पाडलं. अस्लनने त्याच्या मनगटावर जोरात लाथ मारली आणि त्याच्या हातातला खंजीर उडून गरगरत दूर पडला.

पुन्हा एकदा, मक्सूदने त्याच्या आकाराच्या मानाने विलक्षण चपळाई दाखवली. तो उसळी मारून वर उठला आणि त्याने भावाच्या कमरेभोवती हातांची मिठी घातली आणि त्याचे पाय जमिनीवरून निसटले. अस्लन उठण्याचा प्रयत्न करत होता, पण मक्सूदने एका हाताने त्याची मान आणि दुसऱ्या हाताने एक हात पकडून त्याला वर उचललं आणि हवेत गोल गोल फिरवलं.

अस्लन जोरात जमिनीवर आपटला, त्याचा श्वास कोंडला. तो धडपडत गुडघ्यांवर आला, आपली तलवार शोधू लागला. मक्सूद वादळासारखा रोरावत आला आणि त्याने त्याच्या बरगड्यांमध्ये जोरात लाथ घातली.

अस्लन वेदनेने कळवळून ओरडला आणि त्याने पाय पोटाशी घेतले. मक्सूदने आणखी एक लाथ मारण्यासाठी पवित्रा घेतला. जशी लाथ आली, तसा अस्लनने त्याचा पाय पकडला आणि जोरात खेचला, मक्सूदचा तोल गेला. मक्सूद जमिनीवर कोसळताच, अस्लनने स्वतःला त्याच्यावर झोकून दिलं. दोन्ही भाऊ एकमेकांमध्ये अडकून लोळण घेत होते. बालपणीच्या निरागस काळात असे ते कितीतरी वेळा खेळले होते. पण आता मात्र ते एकमेकांना फाडून काढायच्या निर्धाराने लढत होते.

शेवटी दोघे थांबले तेव्हा मक्सूद पाठीवर पडला होता आणि अस्लन त्याच्यावर दोन्ही बाजूंना पाय टाकून स्वार झाला होता. त्यांची शिरस्त्राणे कधीच उडून पडली होती आणि त्यांचे चेहरे रक्ताने माखले होते, एकमेकांना नखांनी बोचकारल्याचे ओरखडे चेहऱ्यावर उठले होते. ते नुसत्या हातांनी एकमेकांवर ठोसे मारत होते, इतक्या वर्षांच्या साठलेल्या संतापाला आणि वैराला अखेर वाट मिळाली होती.

अस्लनने उलट्या हाताचा एक जोरदार फटका भावाच्या तोंडावर मारला. मक्सूदच्या डोक्याची मागची बाजू जमिनीवर आपटली. एक आरोळी फोडून त्याने आपलं धड वर उचललं आणि अस्लनच्या गालावर जोरात ठोसा मारला. अस्लन मागे हेलपाटला आणि मक्सूदने त्याला आपल्या पोटावरून ढकलून दिलं. अस्लन जमिनीवर पडला आणि लोळण घेत दूर गेला.

मक्सूदला धाप लागली होती, तो धडपडत पायांवर उभा राहिली. त्याला जमिनीवर पडलेला अस्लन अंधुक दिसला. तो त्याच्या दिशेने गेला. लाथेने त्याचं मस्तक चिरडण्याचा त्याचा बेत होता.

अस्लन सावकाश पोटावर वळला. डोळे सुजून त्यांच्या जागी केवळ दोन खाचा राहिल्या होत्या, त्यांतून त्याला आपला भाऊ हेतुपूर्वक आपल्याकडे येताना दिसला. दमून जाऊन, त्याने जमिनीचा आधार घेऊन उठण्यासाठी दोन्ही हात जमिनीवर ठेवले. त्याच्या उजव्या हाताला कशाचातरी स्पर्श झाला. त्याने निरखून पाहिले आणि त्याच्या लक्षात आलं की ती एका तलवारीची मूठ होती.

मक्सूद जवळ आला, तसा अस्लनने डाव्या हाताचा आधार घेऊन स्वतःला वर उचललं आणि जोरात तलवार फिरवली. पातं मक्सूदच्या मांडीत घुसलं, एक खोल, लाल भेग उमटली. पाय लुळा पडला, तसा मक्सूद वेदनेने आणि धक्क्याने ओरडला. तो खाली पडताच अस्लनने त्याला पाठीवर ढकललं आणि हातात तलवार घेऊन तो त्याच्यावर ओणवून उभा राहिला.

'दया कर, भाऊ!' मक्सूद कोपरांच्या साहाय्याने बसता झाला आणि त्याने भीक मागितल्यासारखा एक हात पुढे केला. 'दया! दया!'

अस्लन थबकला, मग त्याची मुद्रा कठोर झाली. पण त्याने काही करायच्या आतच मक्सूद पुन्हा बोलला, त्याचा स्वर अजिजीचा होता. 'आपल्या आईवडिलांचा विचार कर, मी तुला भीक मागतो! तू आधीच त्यांना सोडून दिलं आहेस. आता तू त्यांना निपुत्रिक करणार का?'

एक थप्पड बसावी तसा अस्लन थांबला. त्याच्या डोळ्यांतली रक्तपिपासा फिकट झाली, त्याऐवजी त्याच्या चेहऱ्यावर अनिश्चितता दिसू लागली.

'मेहेरबानी!' मक्सूदने पुन्ही अजिजी केली. 'मला सोडून दे! मी वचन देतो, मी भारत सोडून जाईन आणि पुन्हा कधीही इथे पाऊल ठेवणार नाही.'

अस्लन आपल्या थोरल्या जुळ्या भावाकडे रोखून बघत होता. *मक्सूदला मी ठार मारणार नाही असं वचन मी करीमला दिलं होतं.*

अस्लन जेव्हा सालार मसूदच होता, तेव्हा करीमने एकदा त्याचा जीव वाचवला होता. आपण याबद्दल करीमचं देणं लागतो अशी सदैव अस्लनची भावना होती. आणि करीमचा मृत्यू हा त्यालाही मोठा धक्का होता.

अस्लनच्या पवित्र्यातला ताण सैलावला. 'तू मला शरण येतोस, भाऊ?'

'होय, होय, येतो!' मक्सूद अधीरतेने म्हणाला. 'दया कर, फक्त मला सोडून दे. मी माझे उरलेले दिवस मक्केमध्ये काढेन. माझे उरलेले दिवस मी प्रार्थनेत घालवीन. मला शांतपणे करीमसाठी शोक करू दे. दया कर माझ्यावर.'

अस्लनने तलवार खाली आणली. 'मी तुझी शरणागती स्वीकारतो. तुझ्या सैन्याला युद्ध थांबवायला सांग.'

'होय, अर्थातच,' मक्सूदने उत्तर दिलं, एक हात उंचावत तो म्हणाल. 'मला जरा हात दे, माझ्या भावा.'

अस्लनने हात खाली आणला आणि जुळ्या भावाच्या दिशेने पुढे केला. मक्सूद किंचित हसला आणि त्याने भावाचा हात पकडला. अस्लनने त्याला वर ओढले. पायांवर उभे राहाताच मक्सूदचे हास्य रुंदावले. मग त्याने अचानक अस्लनच्या केसांना धरून ओढले आणि निर्दयपणे आपल्या डोक्याने मुसंडी मारली.

अस्लनच्या डोळ्यांसमोर काही क्षण अंधारी आली. त्याला भान आलं तेव्हा तो जमिनीवर उताणा पडला होता. त्याचा चेहरा उन्हाने भाजत होता. आणि मग त्याच्यावर

एक सावली पडली. त्याने वर पाहिलं, मक्सूद हातात तलवार घेऊन त्याच्या शेजारी उभा होता.

अस्लनने अतिशय तिरस्काराने मक्सूदकडे पाहिलं, पण काहीच बोलला नाही. अस्लन काहीतरी करेल म्हणून मक्सूद वाट पाहात थांबला. काहीतरी करेल. कदाचित दयेची भीक मागेल, रागाने त्याच्यावर ओरडेल, किंवा अगदी घाबरून त्याची नजर तरी टाळेल. अस्लनने त्यातलं काहीच केलं नाही. तो फक्त अस्वस्थ करणाऱ्या नजरेने एकटक मक्सूदकडे पाहात राहिला.

शेवटी शांतता भंग केली ती मक्सूदनेच. 'सड नरकात, माझ्या भावा,' घृणेने ओथंबलेल्या आवाजात तो म्हणाला.

मग त्याने अस्लनच्या मानेवर एकच वार केला. एकाच जोरदार घावात त्याचं मस्तक धडावेगळं केलं. अस्लनचं तुटलेलं मुंडकं बाजूला गडगडलं. ते थांबलं ते अशा स्थितीत की त्याचे डोळे मक्सूदवर खिळलेले होते. त्याच्या भावावर.

त्या डोळ्यांत निव्वळ घृणा होती. सालार मक्सूदबद्दल घृणा.

प्रकरण ३२

परिचारकाने जंतुनाशकात भिजवलेला कपडा जखमेवर ठेवल्यावर तोशनी वेदनेने ओरडली. तिचं शरीर किंचित आखडलं आणि मग ती पुन्हा निश्चल झाली.

'सुहेल... सुहेल...' ती पुटपुटत होती.

'मी इथेच आहे,' तिचा हात घट्ट पकडत सुहेलदेव म्हणाला.

'ती गुंगीत बरळते आहे, महाराज, तुमचं बोलणं बहुतेक तिला ऐकायला येत नसावं.' परिचारक मृदूपणे म्हणाला.

सुहेलदेवला बेशुद्ध अवस्थेत रणांगणावरच्या रुग्णालयात आणलं होतं, पण लगेचच केलेल्या तपासणीत लक्षात आलं होतं की त्याला डोक्याला लागलेला तात्पुरता मार आणि खांद्याची लचक यापलीकडे गंभीर दुखापत झालेली नव्हती. त्याने विश्रांती घेणं आवश्यक होतं असं वैद्याने सांगितलं होतं. त्यावर सुहेलदेवने तटकन उत्तर दिलं होतं की, युद्ध अजून ऐन भरात आहे, विश्रांती हा पर्यायच असू शकत नाही.

तो युद्धभूमीवर जायला निघणार तेवढ्यात त्याच्या कानांवर आलं की तोशनीला रुग्णालयाच्या दुसऱ्या तंबूत जखमी अवस्थेत आणलं होतं. तो लगेच तिची प्रकृती बघायला गेला. आत्ता त्याने तिला शांत करण्यासाठी हलकेच तिच्या हातावर थोपटलं.

तेवढ्यात, एक वरिष्ठ अधिकारी त्या मोठ्या तंबूत एकदम आत शिरला. 'प्रभू, अस्लन मृत्यू पावला. त्याने त्याच्या भावाला चांगलंच शरण आणलं होतं, पण त्याला जीवदान दिलं. बदल्यात त्या विश्वासघातकी भावाने कपटाने त्याचा वध केला.'

सुहेलदेव उठून उभा राहिला. संतापलेला.

'प्रभू, सैनिक सैरभैर झालेत,' अधिकारी पुढे म्हणाला. 'ते अगदी मोडून पडायला आले आहेत. आपण आत्ता माघार घेऊन पुन्हा एखाद्या दिवशी लढाईचा विचार केला तर?'

सुहेलदेवने मान हलवली. 'आत्ता जर आपण पळालो, तर आपली उरलेली आयुष्यं आपल्याला पळापळ करण्यातच काढावी लागतील. राखीव तुकड्यांमध्ये ताज्या दमाचं किती सैन्य शिल्लक आहे?'

अधिकाऱ्याने खांदे उडवले. 'फारतर दोनेक तुकड्या असतील. त्यांनापण आत्ता आत आणलं, तर माघार घेताना आपल्या बचावासाठी काहीच राखीव फौज राहाणार नाही.'

अशा विचारपूर्वक आखलेल्या व्यूहांच्या युद्धतंत्रातील लढाई ही राखीव तुकड्या कधी आणि कुठे तैनात केल्या जातात यांवर बरीचशी अवलंबून असे.

'त्यांना आक्रमणासाठी तयार करा. आज जिंकू किंवा मरू.'

एवढं बोलून सुहेलदेव तीरासारखा तंबूबाहेर पडला.

सुहेलदेवसाठी एक ताज्या दमाचा घोडा आणला होता. राजासाठी असलेल्या कोणत्याही घोड्याप्रमाणेच हेही जनावर उंच, उमदं होतं आणि हातघाईच्या लढाईसाठी खास प्रशिक्षण देऊन तयार केलेलं होतं. सुहेलदेवने त्याच्या चेहऱ्यावर जरा थोपटलं. 'माझी सगळी भिस्त तुझ्यावर आहे, पवन. आज तू मला विजय मिळवून दे, मग बघ पुढे तुला नुसतं आरामात ठेवतो, फक्त कोवळं लुसलुशीत गवत आणि तुला हव्या तशा देखण्या माद्या.'

मग तो एका उडीत खोगिरात बसला.

एका पोरसवदा दिसणाऱ्या मुलाच्या हातात श्रावस्तीचा ध्वज होता.

'तो ध्वज नीट उंच धर, पोरा. सगळ्या सैनिकांना दिसू दे तो,' सुहेलदेवने आदेश दिला. मग त्याच्या सैनिकांना इशारा केला. 'चला, निघूया.' सुहेलदेव पथकाच्या सर्वांत पुढे होता, ते सगळे रणधुमाळीकडे जात असतानाच त्यांना माघारी फिरणारा भारतीय सैनिकांचा एक गट भेटला. त्यांच्या चेहऱ्यावर घबराट चक्क लिहिलेली होती. आपल्या राजाला पाहून ते सैनिक थांबले

'पळपुटे,' एक अधिकारी गुरगुरला. 'यांना देहदंड देऊया का, प्रभू?'

'थांबा,' सुहेलदेव म्हणाला. त्यांच्यातल्या एका पिकल्या केसांच्या अनुभवी सैनिकाला उद्देशून त्याने म्हटलं, 'आज सकाळी मी तुला पाहिलं होतं, अखेरच्या श्वासापर्यंत मातृभूमीचं रक्षण करण्याची शपथ तू घेतली होतीस माझ्याबरोबर. ते काय पोकळ शब्दच होते का? तुम्हाला काही आत्मसन्मान आहे की नाही? काही प्रतिष्ठा नाही? मग सैनिक झालात तरी कशाला?'

'क्षमा करा, महाराज,' शरमलेल्या चेहऱ्याने सैनिक बोलला, सुहलदेवच्या नजरेला नजर देण्याचं त्याचं धाडस होत नव्हतं. 'आम्हाला वाटलं तुम्ही रणांगण सोडून आलात.'

सुहेलदेव उठला आणि त्याच्या खोगिरात उंच उभा राहिला. 'तुम्ही सगळे, युद्धात परत जा! सगळ्यांना ऐकू जाईल असं ओरडून सांगा. हा मी इथे आहे! तुमच्यातल्या कुणालाही टाकून मी गेलोही नाही आणि कदापि जाणारही नाही!'

'राजा आहे इथे!' तो अनुभवी सैनिक जोरात ओरडला.

तीच आरोळी इतर सैनिकांनी पुढे नेली, आणि तिची लहर सगळ्या रणांगणात फिरली, सुहेलदेवच्या पथकांमध्ये तिने पुन्हा नवी आशा चेतवली.

'राजा आहे इथे!'

'राजा सुहेलदेव आहे इथे!'

सुहेलदेव त्याच्या मागून येणाऱ्या सैनिकांकडे वळला आणि त्याने बाहू पसरले, जणू तो त्या साऱ्यांना कवेत घेत होता. 'माझ्या भावांनो, आज मला तुमच्या शौर्याची आणि धैर्याची गरज आहे. तुम्ही माझ्याबरोबर येणार?'

सगळे सैनिक एकमुखाने बोलले. 'होय, प्रभू!'

'तुम्ही माझ्याबरोबर विजयापर्यंत येणार?'

'होय, प्रभू!'

सुहेलदेवने त्याची तलवार उंच धरली आणि हवेतच परजली. 'आपल्या देशासाठी लढा. आपल्या लोकांसाठी. भारतमातेसाठी. हर हर महादेव!'

ती गर्जना ओळीओळीत घुमली. 'हर हर महादेव!'

अस्लनच्या पथकातले जिवंत राहिलेले काही जण ओरडले, 'अल्लाहु अकबर!'

सुहेलदेवने त्यांच्याकडे पाहिलं आणि गर्जना केली, 'अस्लनचा बदला घ्या! अल्लाहु अकबर!'

शूर सैनिकांमधून एक जोरदार गर्जना उमटली

'आक्रमण!' घोड्याला चौखूर टाच देत सुहेलदेव ओरडला. पाठोपाठ त्याचे सैनिक निघाले, त्यांच्या घोड्यांच्या टापांचा आवाज एखाद्या वादळासारखा घोंघावू लागला.

सुहेलदेवचा ताजा हल्ला गझनीच्या सैनिकांच्या मधून, लोण्यातून सुरी फिरावी, तसा सहज शिरला. तुर्क इकडेतिकडे विखुरले, आणि दिवसभर लढत असलेले श्रावस्तीचे सैनिक भराभरा सुहेलदेवभोवती गोळा झाले, त्यांच्या थकलेल्या गात्रांमध्ये पुन्हा एकदा नवीन ऊर्जेची टवटवी आली होती.

सुहेलदेवला पहिला खरा प्रतिकार झाला तो भारतीय पद्धतीची चिलखतं घातलेल्या सैनिकांच्या एका गटाकडून. त्यांचं लढणं बघताना त्यांच्या कौशल्याबद्दल आणि धैर्याबद्दल त्याला कौतुक वाटल्यावाचून राहिलं नाही.

ते विरुद्ध बाजूने लढताहेत ही किती शरमेची गोष्ट आहे.

एक स्वार अचानक उजवीकडून आला आणि त्याने सुहेलदेवच्या दिशेने वार केला. सुहेलदेवने तो वार अडवला आणि तो पुढे गेला. तेवढ्यात सुहेलदेवला डाव्या बाजूला एक तीव्र वेदना जाणवली. त्याचं लक्ष तलवारीच्या माराकडे विचलित झालेलं असतानाच एका भालाइताने दुसऱ्या बाजूने हल्ला केला होता. केवळ सुहेलदेवच्या चिलखतामुळे तो आरपार जाऊ शकला नव्हता. तरीही त्या भाल्याने केलेली वाईट जखम भयानक दुखत होती.

भालाइताने पुन्हा भाला मारला. एका क्षणार्ध अवधीच्या प्रतिक्रियेत सुहेलदेवने डाव्या हातात धरलेला घोड्याचा लगाम सोडून दिला आणि बाणाच्या टोकाच्या अगदी चिकटून खाली भाला पकडला आणि स्वतःपासून दूर वळवला. भालाइत निराशेने ओरडला पण त्याने पुढे काही करण्यापूर्वी सुहेलदेवने गुडघा दाबून त्याच्या घोड्याला, पवनला खूण केली आणि तो त्या दुसऱ्या माणसाच्या घोड्यावर थेट जाऊन आदळला.

दोन्ही घोड्यांची डोकी भयंकर आवाज करत एकमेकांवर आपटली. एक क्षणभर दोन्ही जनावरं धडपडली आणि भेलकांडली. पवन त्यामानाने चटकन पायांवर स्थिर झाला, पण दुसरा घोडा खाली पडला, वरच्या स्वाराच्याच अंगावर पडला.

'शहाणा मुलगा,' सुहेलदेवने पवनला थोपटत शाबासकी दिली.

मग त्याला पहिला स्वार पुन्हा आक्रमण करत लढाईत शिरताना दिसला. पुन्हा एकदा सुहेलदेवने त्याचा वार अडवला. त्या स्वाराने पुन्हा वार करण्याअगोदरच सुहेलदेवच्या एका सैनिकाने त्याच्या डोक्याच्या मागच्या बाजूत आपला परशू रुतवला होता.

सुहेलदेवने त्या सैनिकाकडे बघून मानेनेच धन्यवाद दिले आणि पुन्हा तो डावीकडे वळला. भालाइताचा पाय मोडलेला दिसत होता, पण तो निर्धाराने सुहेलदेवकडे खुरडत येत होता. त्याने सुहेलदेवला पकडून खोगिरातून खाली खेचण्याचा प्रयत्न केला. राजाने रिकिबीतून पाय बाहेर काढून त्याच्या तोंडावर लाथ मारली, तो जमिनीवर गडगडत गेला. त्याने पुन्हा उठण्याचा प्रयत्न करताच पवन मागच्या पायांवर उभा राहिला आणि त्याने त्या सैनिकाची कवटी आपल्या टापांखाली चिरडून टाकली.

सुहेलदेवला आपलं हृदय छातीत जोरजोरात धडधडत असल्याचं जाणवलं आणि त्याने स्वतःला स्थिर करण्यासाठी थांबून दोन दीर्घ श्वास घेतले. पवनही तितकाच त्रासला होता. सुहेलदेवने त्यालाही थोपटून जरा शांत केलं. त्याने रणभूमीवर चौफेर नजर फिरवून एकंदर परिस्थितीचा आढावा घेतला. मग तो एकदम थबकला. एका वळलेल्या मिशांच्या, बाकदार नाकाच्या अन् भरघोस दाढीवाल्या जाड माणसाला त्याच्याकडे रागाने बघताना पाहून अभावितपणे त्याने जोरात श्वास आत ओढून घेतला. त्या माणसाचं चिलखत धातूचं होतं, पण त्याला सोन्याचा मुलामा दिलेला होता, आणि त्याच्या छातीवर उगवत्या सूर्याचं राजचिन्ह झळकत होतं.

हे सैनिक याचे रक्षक आहेत.

'जयचंद!' सुहेलदेव.

मनोहरगडच्या राजाने डरकाळी फोडली. 'सुहेलदेव!'

'तुझे सैनिक चांगले लढतात!' सुहेलदेव ओरडला. 'त्यांना तुझ्यापेक्षा चांगला राजा मिळायला हवा!'

जयचंद रागाने फुत्कारला आणि सुहेलदेवच्या दिशेने दौडत आला, त्याची तलवार उंच धरलेली होती. सुहेलदेवने त्याची ढाल पुढे ओढली. जवळ येताच जयचंदने श्रावस्तीच्या राजावर तलवारीने वार केला, तो अगदी ठरावीक वरून खाली असा. सुहेलदेवने तो सहजच अडवला, आणि मग स्वतःच्या तलवारीने प्रतिवार केला.

सुहेलदेवची तलवार जयचंदच्या मनगटावरच्या लोखंडी पोचीवर आपटली तसा जयचंद कळवळला. त्या संरक्षक आवरणाने वाराचा थोडा धक्का पेलला होता, पण जयचंदच्या हातात तीव्र वेदना निर्माण करण्यासाठी तेवढा पुरेसा होता. पहिल्या वारातून तो सावरायच्या आधीच सुहेलदेवने पुन्हा नेमक्या त्याच ठिकाणी वार केला. जयचंदचा हात बधीर झाला. त्याच्या लकवा मारलेल्या बोटांतून तलवार गळून पडली.

जयचंदचा डळमळीत झालेला निर्धार पूर्णच कोलमडला. त्याने घोडा वळवून पळून जाण्याचा प्रयत्न केला. पण सुहेलदेवने त्याच्या मानेच्या एका बाजूने तलवार खुपसताच त्याचे डोळे धक्क्याने मोठे झाले.

त्याच्या घशातून बाहेर आलेल्या सुहेलदेवच्या तलवारीच्या टोकाकडे जयचंद अविश्वासाने बघतच राहिला. त्याने काहीतरी बोलण्याचा प्रयत्न केला, पण त्याच्या घशातून केवळ घरघर बाहेर आली. तो एकदा खोकला आणि रक्ताची चूळ बाहेर पडली. मग तो खोगिरातच कोसळला. मेला.

प्रकरण ३३

जयचंदचं शव घोड्यावरून खाली पडलं होतं. त्याचे रक्षक अगोदरच शरण आले होते. सुहेलदेवने त्यांना आपल्या बाजूने लढण्याची आज्ञा दिली. भारतीयांच्या बरोबरीने लढण्याची.

तितक्यात एक तणावपूर्ण आवाज आला. 'महाराज! महाराज!' तो सूर्यवीर होता, सुहेलदेवच्या नेतृत्त्वाखालील संघराज्याच्या बरोबर लढण्यासाठी चंडेल तुकड्यांच्या एका पथकाबरोबर पाठवलेला सेनाधिकारी.

सुहेलदेव सूर्यवीरकडे वळला. 'काय झालं?'

'आपली डावी फळी मोडून पडली आहे! आपल्याला वेढा पडू द्यायचा नसेल तर आपण तिकडे गेलं पाहिजे!'

सुहेलदेवच्या तोंडून संतापाचा उद्‌गार बाहेर पडला. 'गोवर्धनला निरोप पाठवा. डाव्या फळीला आधार देण्यासाठी काही तुकड्या पाठव असं सांगा.'

सूर्यवीरने मान हलवली. 'गोवर्धनला जितके शक्य होते तितके सैनिक त्यांनी आधीच पाठवले आहेत. आता त्यांनी आणखी माणसं पाठवली, तर उजव्या फळीची त्यांची स्थिती कमकुवत होईल आणि त्यांना मात खावी लागेल.'

सुहेलदेव काही उत्तर देणार, तेवढ्यात त्यांना भारतीय बाजूच्या मागून शिंगांचा आवाज ऐकू आला. डाव्या फळीच्या बाजूने.

हे काय चाललंय?

त्याने घोड्यावरच मांड उंच केली आणि दूरवर निरखून पाहिलं. त्याच्या स्वतःच्या डाव्या बाजूच्या पलीकडे लांबवर. साधारण पाचेक हजार ताज्या दमाचे घोडेस्वार दौडत युद्धात येत होते.

भगवान शिवा दया करा!

सूर्यवीर सुन्न झाला होता. 'मक्सूदला कुमक येते आहे?! आणि हे आले तरी कुठून?!'

सुहेलदेव काहीच बोलला नाही. बोलण्यासारखं काही उरलंच नव्हतं. त्याच्याकडे असलेली शेवटची गोष्टही त्याने पणाला लावली होती. आता त्याच्याकडे राखीव फौजसुद्धा नव्हती. आणि नशिबाने त्याला एकदम चकवा दिला होता. क्रूर चकवा.

सूर्यवीर अजूनही सुहेलदेवकडे बघत होता. तोही काही बोलला नाही. पण त्याच्या डोळ्यांमधला निःशब्द संदेश अगदी स्पष्ट होता. *सारं संपलं आहे. आपल्यासाठी सारं संपलं आहे.*

सुहेलदेवने पाठीचा कणा ताठ केला आणि तलवारीवरची मूठ घट्ट केली. 'आज कदाचित आपण मरून जाऊ, सेनानी सूर्यवीर. पण जाण्यापूर्वी त्यांना इथेच नरकाची झलक दाखवून जाऊ.'

सूर्यवीर हसला. 'हा माझा सन्मान आहे, प्रभू.'

सुहेलदेवही हसला. 'तुझ्याबरोबर मरण येणं हा माझा सन्मान असेल, मित्रा.'

सूर्यवीरने त्याची तलवार उंच धरली. 'मरेपावेतो!'

'मरेपावेतो!'

भारतीयांकडे चौखूर दौडत येणाऱ्या सेनेने आपला वेग कमी केला, आता ते दुडक्या चालीने येऊ लागले.

हे *काय होतं आहे?*

सुहेलदेवने पाय रिकिबीत घट्ट रुतवला आणि तो खोगिरात उभा राहिला. त्याच्या डाव्या फळीच्या मागे दूरवर नीट पाहण्याचा तो प्रयत्न करत होता. दौडत येणाऱ्या नव्या घोडेस्वारांच्या हातांमध्ये उंचावलेले भाले होते. ते आक्रमणाच्या स्थितीत नव्हते, नाहीतर त्यांचे भाले समोर रोखलेले असते.

आणि मग त्याला या घोडदळाच्या युद्धघोषणा ऐकू आल्या.

'वीरा...'

'वेत्रि...'

सूर्यवीर गोंधळून सुहेलदेवकडे पाहू लागला. 'ते काय म्हणत आहेत? कोण आहेत हे लोक?'

काय चाललं आहे हे शेवटी सुहेलदेवच्या लक्षात आलं आणि त्याच्या पाठीच्या कण्यातून विजेची एक लहर दौडत गेली. त्याने ही युद्धघोषणा प्रथमच नीट ऐकली.

'वीरवेल! वेत्रिवेल!'

वेल हे महादेवाच्या, भगवान शिवाच्या उग्र योद्धा पुत्राने म्हणजे भगवान कार्तिकाने वापरलेल्या भाल्याचे नाव होते. हा भाला अजिंक्य मानला जात होता. पवित्र भारतभूमीवर होऊन गेलेल्या सर्वश्रेष्ठ योद्ध्याचा गौरव करण्यासाठी त्याच्या अनुयायांनी त्याला ही युद्धघोषणा प्रदान केली होती.

वीर वेल! विजयी वेल!

'वीरवेल!'

'वेत्रिवेल!'

'वीरवेल!'

'वेत्रिवेल!'

सूर्यवीर सुहेलदेवकडे वळला. 'कोण आहेत ते?'

'ते आपले आहेत!' सुहेलदेव म्हणाला, उत्तेजित झाल्यामुळे त्याचा आवाज कापत होता. 'ते आपले देशबांधव आहेत! चोला!' सुहेलदेव त्याच्या तुकड्यांकडे वळला. 'पैस! पैस!'

ही चाल सुहेलदेवने त्याच्या सैनिकांना शिकवली होती. मागे जाणे, आपल्या स्थानांपासून दूर जाऊन दुभंगणे, आणि तेणेकरून राखीव फौजेला युद्धात येण्यासाठी जागा करून देणे.

श्रावस्तीच्या सैन्याने तत्काल त्यांच्या राजाच्या आज्ञेचे पालन केले. त्यांनी मागे होऊन चोलांना डाव्या फळीकडे जाण्यासाठी जागा उपलब्ध करून दिली. काय चालू आहे हे चोलांच्या घोडदळालाही तत्काळ उमगले. आपल्या घोड्यांना छडी मारून त्यांनीही वेग पकडला.

'वीरवेल! वेत्रिवेल!'

चोला आता इतके जवळ आले होते की त्यांचे चेहरेही स्पष्ट दिसत होते. सुहेलदेवला अग्रभागी एक महाकाय घोडेस्वार दिसला. तो चांगला उंच, सहा फुटांहूनही उंच, गोरा, रेखीव पीळदार बांध्याचा होता. त्याने भरघोस पीळदार मिशा ठेवल्या होत्या. तो सेनापती होता हे उघडच दिसत होते. सुहेलदेवने त्याच्याकडे बघून मान तुकवली, त्यानेही उत्तरादाखल मान झुकवली.

आणि मग चोला सेनानीने घोड्याला टाच दिली, वेग वाढवला आणि भाला भीती वाटेल असा समोर रोखला. आणि मग मोठ्या आवाजात गर्जना केली, 'शूर चोला वीरांनो! सर्वांना ठार करा!'

चोला पथके त्यांच्या सेनानीच्या पाठोपाठ सुटली होती. त्यांचे भाले खाली केले होते. आश्चर्यचकित झालेल्या तुर्कांवर ते विजेसारखे कोसळले.

चोलांना तुर्कांचा चुराडा करताना पाहून सूर्यवीरचा आनंद आणि उत्साह गगनात मावत नव्हता. त्यांच्या मार्गात येणाऱ्या प्रत्यकाला ते निर्दयपणे फक्त ठार करत होते.

सुहेलदेव त्याच्या तुकड्यांकडे वळला आणि त्याने आवाज चढवला. 'सैनिकांनो, आपला शत्रू गुडघ्यांवर शरण आला आहे. हे युद्ध एकदाच संपवून टाकूया. कैदी नाही! दया नाही! सर्वांना ठार करा!

'जय मा भारती!'

सुहेलदेवच्या सैनिकांनी मनाच्या आणि शरीराच्या खोल तळाशी असलेली ऊर्जा पुन्हा एकदा जागवली आणि आणखी एक आक्रमण चढवलं, रणक्षेत्र दुमदुमून गेलं. उजव्या बाजूला आणि मध्यावर सुहेलदेवची सेना आणि डाव्या बाजूला नव्या दमाने चालून येणारे चोला यांच्या कात्रीत अडकलेली आणि आधीच दिवसभर लढून दमलेली गझनी सेना कोलमडून पडली.

सुहेलदेव एका तारेत असल्यासारखा मारत, कापत, भोसकत होता, आपण किती तुर्कांना मारलं, याची गणती ठेवणं त्याने सोडूनच दिलं होतं. त्याचे सैनिकही त्याचं अनुकरण करत होते, एक कठीण कोंडी फुटून विजय प्राप्त झाल्यामुळे ते आनंदाने बेभान झाले होते. सारी रणभूमी रक्ताने निसरडी झाली होती आणि युद्ध म्हणजे केवळ एकतर्फी कत्तल उरल्यामुळे मृतदेहांचे ढीग लागले होते. गझनीच्या कित्येक सैनिकांनी शस्त्रं खाली टाकून दिली आणि शरणागती पत्करली, दयेची भीक मागितली. पण कुणालाही यत्किंचितही दया दाखवली गेली नाही.

गझनीचं सैन्य पार मोडलं, तुर्की सैन्याच्या अजिंक्यपणाचा बुडबुडा मोठ्ठा आवाज करून फुटला. काही मागे वळले आणि पळत सुटले. त्यांच्यामागे आणखी काही पळाले, हे जीव वाचवायला पळणारे पळपुटे आधी थोडे होते, मग त्यांचा मोठा जत्थाच झाला. पण त्यांच्यातल्या प्रत्येकाचा शेवटपर्यंत पाठलाग करून निर्दयपणे निकाल लावण्यात आला.

प्रत्येक तुर्काचा पाठलाग झाला. प्रत्येक तुर्काची हत्या झाली.

एक सोडून.

एकाला जिवंत ठेवलं होतं.

सुहेलदेवकडून निवाडा करण्यासाठी.

रात्री उशीराचा प्रहर होता. दिवसभराचं तुर्कांचं शिरकाण आटोपून भारतीय आपल्या छावणीत परत आले होते. यश साजरं करण्यासाठी. जखमा भरून येण्यासाठी. झोपण्यासाठी.

अनेक भारतीय सैनिकांचा जीव वाचवण्यासाठी वैद्य अथकपणे काम करत होते. भारतीय सेनेने केवळ पंधरा हजार सैनिक गमावले असले तरी साठ हजार तुर्कांची संपूर्ण फौज साफ झाली होती.

अलिकडच्या इतिहासातील ही सर्वात जास्त एकतर्फी झालेली लढाई होती. युद्ध नव्हेच, खरं तर ती कत्तलच होती.

सूर्यवीर आणि संघराज्याचे सर्व सेनाधिपती बचावून सुटलेल्या सालार मक्सूदला शोधण्यासाठी संपूर्ण रणभूमी पिंजून काढत होते. सैनिकांना दिलेल्या आज्ञा अगदी साध्या होत्या. अस्लनसारख्या दिसणाऱ्या तुर्काला शोधा. आणि त्याला जिवंत घेऊन या.

सुहेलदेव राजतंबूत बसला होता, त्याच्या जखमांना मलमपट्टी झाली होती. तो अशक्य थकला होता. पण केवळ उत्साहाच्या आणि धमन्यांतून सळसळणाऱ्या ऊर्जेच्या बळावर तो न झोपता जागा राहू शकला होता. तोशनी शुद्धीवर आली होती, पण सबंध दुपार आणि संध्याकाळ तिने गुंगीतच घालवली होती. ती एका आरामशीर खुर्चीत टेकून बसली होती. सुहेलदेवच्या जवळच. ती जागी होती, पण अर्धवट गुंगीत होती.

अब्दुल सापडला होता. सुदैवाने त्याची जखम फारशी गंभीर नव्हती. त्याने डावा डोळा गमावला होता, पण बाण डोळ्याच्या खोबणीत शिरला नव्हता. तोही सुहेलदेवपासून थोड्याच अंतरावर आसनावर बसला होता. त्याच्या डोळ्यांवर एक कापडाचा तुकडा बांधला होता, सर्वांगावर अनेक पट्ट्या होत्या. तो अशक्त झाला होता, पण पूर्ण शुद्धीत होता आणि भारतीय विजयामुळे बेहद्द खूष होता.

गोवर्धनने नुकताच तंबूत प्रवेश केला होता आणि तो तंबूच्या कनातीजवळच्याच एका आसनावर बसत होता. त्याचा डावा हात गळ्यात बांधला होता आणि अंगावर काही ठिकाणी मलमपट्ट्या दिसत होत्या, पण एकूण तुलनेने तो बऱ्याच बऱ्या अवस्थेत होता.

'तुम्हाला काही फार लागलेलं दिसत नाही,' सुहेलदेवच्या ओठांवर स्मितहास्य होतं.

गोवर्धन हलकेच हसला. 'असं दिसतं खरं, माझी फक्त काही हाडं मोडली आहेत. पण माझा लढणारा हात शाबूत आहे. प्रभू रामचंद्राच्या कृपेने.'

'प्रभू रामचंद्राच्या कृपेने.'

मग सुहेलदेव गोवर्धनबरोबर तंबूत शिरलेल्या उंच, गोऱ्या, मोठ्या मिशावाल्या आणि कोरीव दाढी असलेल्या नवख्या माणसाकडे वळला. त्याच्या अंगावर एकही गंभीर जखम नव्हती. त्याला गोवर्धनच्या शेजारचं आसन दिलं होतं आणि त्यावर तो स्थानापन्न झाला होता.

सुहेलदेवने दोन्ही हात जोडून नमस्कार केला आणि संस्कृतमध्ये बोलायला सुरुवात केली. ही भाषा संपूर्ण भारतातील सुशिक्षित लोकांना चांगली अवगत होती. 'आर्य, आपण कोण आहात याचा मला अंदाज आहे. महान सम्राट राजेंद्र चोला यांच्याप्रती माझं प्रेम, आदर आणि सन्मान सादर आहे. तुमची मदत अगदी योग्य वेळी पोचली.'

तो माणूस हसला आणि त्यानेही दोन्ही हात नमस्काराच्या मुद्रेत जोडले. 'माझे सम्राट, महान राजेंद्र चोला, आपल्यालाही आर्यच मानतात, श्रीमान सुहेलदेव. आपण आपल्या भूमीसाठी, आपल्या देवांसाठी लढलात. आपल्याला मदत करणं हे आमचं कर्तव्यच होतं.'

काशीनाथांची राजेंद्र चोला यांच्याशी भेट झाल्यावर, सम्राटांनी सुहेलदेवच्या युद्ध प्रयत्नांना मदत करण्याचे ठरवले होते. पण त्यांचं संपूर्ण सैन्य बहराइचला वेळेत पोचू शकणार नाही हे त्यांना माहीत होतं. त्यामुळे त्यांनी त्यांच्या सेनापतीला त्वरेने, चोला साम्राज्याच्या सर्वांत उत्तरेकडेच्या, बंगालमधल्या सीमाचौकीकडे जायला, आणि तिथे शक्य तितकं हलकं घोडदळ गोळा करून तिथूनच नदीच्या काठाकाठाने सुहेलदेवच्या मदतीला धावून जायला सांगितले होते. याचाच अर्थ ते बहराइचला त्वरेने पोचू शकणार होते. पण याचा अर्थ असाही होता की ते त्या मानाने छोटंसं, केवळ पाच हजारांचं घोडदळ घेऊन येऊ शकणार होते.

सुदैवाने, तेवढं घोडदळ पुरेसं ठरलं. पुरून उरलं.

'तुमचं नाव काय, महान सेनापती?' सुहेलदेवने विचारलं.

'माझं नाव नरसिंहन.'

सुहेलदेव कष्टाने आपल्या आसनावरून उठला, जवळच असलेल्या सहायकांची मदतही त्याने नाकारली. मग तो चालत नरसिंहनपाशी गेला, तोही आसनावरून उठून उभा राहिला होता.

सुहेलदेव पुढे झाला आणि त्याने नरसिंहनला गाढ आलिंगन दिले. 'भगवान शिव आपल्यावर प्रसन्न असो, श्रीमान नरसिंहन.'

राजा असलेल्या एखाद्या व्यक्तीकडून अशी वैयक्तिक जिव्हाळ्याची कृती अनुभवून नरसिंहन खरोखर हरखला होता. त्यामुळे त्याची प्रतिक्रिया यायला काही क्षण लागले. पण त्याने प्रतिसाद दिलाच. मनापासून. त्यानेही त्याचे बाहू सुहेलदेवभोवती वेढले, जखमी राजाला दुखेल इतक्या घट्ट आलिंगन न देण्याचीही त्याने काळजी घेतली. आणि तो म्हणाला, 'भगवान शिवाची कृपादृष्टी आपल्यावरही अशीच निरंतर राहो, महान राजा. जोवर काळ पुढे धावत राहील, तोवर जग तुम्हाला भगवान शिवाचे सर्वश्रेष्ठ भक्त आणि भारतमातेचे सुपुत्र म्हणून आठवेल.'

अचानक, सूर्यवीर तंबूचा पडदा सर्रकन दूर सारत तंबूत शिरला. तो उत्तेजित दिसत होता.

सुहेलदेव नरसिंहनपासून दूर झाला आणि त्याने सूर्यवीरकडे भुवया उंचावून प्रश्नार्थक नजरेने पाहिलं.

'महाराज,' सूर्यवीर म्हणाला, 'आम्ही त्याला शोधून काढलं. तो भ्याड आहेच, आणि भ्याडासारखाच एका खड्ड्यात लपून बसला होता. पण आम्ही त्या हरामखोराला शोधून काढलंच. बाहेर आहे तो.'

सुहेलदेवने श्वास रोखून धरला.

सालार मक्सूद.

त्याने मागे वळून तोशनीकडे पाहिलं. त्याचे डोळे कठोर होते. तिनेही त्याच्याकडे पाहिलं आणि मानेनेच होकार दिला.

थोड्याच वेळात, सुहेलदेवच्या सैन्यातले प्रमुख नेते राजतंबू बाहेरच्या मोकळ्या जागेत एकत्र झाले होते. सुहेलदेव, तोशनी, गोवर्धन आणि अब्दुल आसनांवर बसले होते. चोला सेनापती नरसिंहनही त्यांच्या शेजारी बसला होता. तसेच चंडेल सेनानी सूर्यवीर आणि सुहेलदेवच्या संघराज्यातील सर्व मित्र. अतिशय जखमी झालेल्या संघमणिलाही तिथे आणलं होतं. तो आरामदायी खुर्चीत बसला होता, त्याचं उसं उंच करून ठेवलं होतं, जेणेकरून त्याला न्यायदान नीट बघता येईल.

संपूर्ण मोकळ्या मैदानभर अनेक पलिते पेटवून ठेवले होते. सर्वदूर स्वच्छ उजेड पडला होता.

भारतीय सैनिक पाठीमागे, थोड्या अंतरावर उभे होते. त्यांच्या अत्यंत तिरस्काराचं कारण ठरलेल्या तुर्काची ते चेष्टा आणि हुल्लड करत होते. त्यांच्या आणि राजतंबूच्या मध्ये मोकळ्या मैदानात त्याला गुडघ्यांवर बसवलं होतं.

हात आणि पाय एकत्र बांधून. रक्ताळल्या अवस्थेत. डोकं कापडाने झाकून.

सालार मक्सूद.

'डोक्यावरचं कापड काढा!' सुहेलदेवने आज्ञा सोडली. 'बघू तरी त्या गझनीच्या कुत्र्याला.'

मक्सूदजवळ उभ्या असलेल्या दोन सैनिकांनी त्याला घट्ट धरलं आणि झटक्यात कापड काढलं.

तिथे उपस्थित असलेल्या प्रत्येक भारतीयाच्या अंगातून धक्क्याची एक लाट सरसरत गेली.

मक्सूद माणसासारखा जवळजवळ दिसतच नव्हता. भयंकर सुजलेला एक डोळा बंदच झाला होता. दुसरा लालभडक झाला होता, कारण डोळ्यातल्या रक्तवाहिन्या फुटल्या होत्या. त्याचे केस आणि चेहरा रक्त, घाण, धूळ यांनी भरले होते. डावा कान थोडा फाटला होता आणि कातडी आणि स्नायूच्या बारीकशा धाग्याने उरलेल्या शरीरावर लोंबत होता.

पण भारतीयांना बसलेला धक्का त्याच्या जखमांमुळे नव्हता. निरपराध, निःशस्त्र नागरिकांच्या एका सबंध नगराची हत्या करणाऱ्याबद्दल त्यांच्या मनात कणमात्र सहानुभूती नव्हती.

त्यांना धक्का बसला होता तो मक्सूदचा चेहरा बघून. तो अस्लनची, किंवा नुकतंच कळल्यानुसार सालार मसूदची प्रतिकृती होता. तेच बदामी डोळे, तोच मध्य आशियाई नाकनक्शा. त्वचेचा रंग. सगळं सगळं. ज्या माणसावर त्यांनी इतकं प्रेम आणि विश्वास टाकला, त्याच माणसाचा चेहरा त्यांना राक्षस वाटणाऱ्या दुसऱ्या एखाद्या माणसावर बघणे हे भयप्रद होतं.

इतक्या चांगल्या आणि इतक्या निखालस वाईट दोन माणसांचा चेहरा इतका एकच कसा काय असू शकतो?

सुहेलदेवने हातानेच खूण करून त्याच्या सैनिकांना आज्ञा दिली. *त्याला उठवून उभं करा.*

दोन सैनिकांनी मक्सूदला पकडलं आणि धसमुसळेपणाने खेचून त्याला पायांवर उभं केलं. तो किंचित काळ उभा राहिला, मग विव्हळला आणि पुन्हा गुडघ्यांवर आला, त्याचा जायबंदी पाय त्याचं वजन पेलू शकत नव्हता.

त्याच्या चिलखताला अनेक ठिकाणी भोकं पडली होती, आणि बरचसं रक्त साकळलं असलं, तरी त्याच्या अनेक जखमांपैकी काहींमधून अजूनही रक्त ठिबकत होतं. त्याच्या मांडीवरचा मोठा घाव, जो अस्लनने घातला होता, तो विशेष गंभीर होता. तापवलेल्या सुरीने तो वार मक्सूदने कसाबसा बुजवला होता आणि त्यावरून कापडाची पट्टी घट्ट बांधली होती. रणांगणावरचा झटपट प्रथमोपचार.

'दया,' कोरड्या पडलेल्या ओठांवरून जीभ फिरवत घोगऱ्या आवाजात त्याने दयेची भीक मागितली. 'दया... हेच तर... तुमचा धर्म... सांगतो.'

सुहेलदेवने अविश्वासाने मक्सूदकडे बघितलं. '*दया? धर्म?* इतके मौल्यवान शब्द तुझ्या पापी जिभेने विटाळू नकोस.'

'मला न्याय... मिळाला पाहिजे. मला... तुमचा धर्म माहिती आहे... मला न्याय—'

सुहेलदेवने मक्सूदला अडवलं. 'काहीही मिळण्याची तुझी लायकी नाही. एक जाहीर मृत्युदंड सोडून.'

मक्सूदने सुहेलदेवकडे उघड तिरस्काराच्या नजरेने पाहिलं. 'नरकात जा... *काफिर!*'

सुहेलदेव त्याच्या आसनावरून उठून उभा राहिला. त्याला जखमांचा विसर पडला. त्याच्या धमन्यांमधून वाहणाऱ्या संतापाने त्याच्या हृदयाचा ताबा घेतला होता आणि त्याचं शरीर कठोर केलं होतं.

तो सावकाश चालत मक्सूदजवळ गेला. सावकाश.

मक्सूद सुहेलदेवच्या दिशेने थुंकला. त्या द्रवाचे काही थेंब सुहेलदेवच्या जोड्यांवर पडले.

'मला मारून टाक, ए काफिर...'

सुहेलदेव गप्प होता. त्याचे आग ओकणारे डोळेच बोलत होते.

अचानक मक्सूदने एक खोल श्वास घेतला आणि आवाज चढवण्याची सारी ऊर्जा गोळा केली. जेणेकरून सर्वांना ऐकू जावे. 'तुम्ही सगळ्या काफिरांनो, मारून टाका मला! काही झालं तरी... मी स्वर्गात जाईन... अल्लाह माझी काळजी घेईल... तुम्ही

सगळे मूर्तिपूजक नरकात जाल...' मग मक्सूदने सभोवार पाहिलं. 'आणि मला माहीत आहे... तुमच्यात मुस्लिमसुद्धा आहेत... तुम्ही पाखंड्यांची बाजू घेतली... अल्लाह तुम्हाला शासन करेल... तुम्ही सगळे नरकात जाल... तुम्हाला कधीही स्वर्ग दिसणार नाही... नरकात खाक व्हायला तयार व्हा!'

सुहेलदेवने वळून अब्दुलकडे पाहिलं.

अब्दुल सावकाश उठून उभा राहिला. 'मी एक मुस्लिम आहे... आपल्या देशासाठी लढल्याबद्दल अल्लाह आमचं कौतुकच करेल... आणि स्वर्गाचं काय? मी तर आत्ता स्वर्गातच राहातो आहे...'

जमलेल्या गर्दीतून 'अल्लाहु अकबर'च्या आरोळ्या उठल्या. दोघांच्याही – मुस्लिम आणि हिंदू भारतीयांच्या मुखांतून.

मक्सूदने अब्दुलकडे पाहिलं आणि तो पुन्हा थुंकला. मग तो सुहेलदेवकडे वळला. 'मार मला... आणि संपवून टाक एकदा...'

सुहेलदेवने बोलायला सुरुवात केली. 'मला तुझी काळजी वाटते, मक्सूद. कारण तुला स्वर्गात जायचं असेल, तर तुझं शरीर नीट पुरायला हवं ना?'

प्रथमच मक्सूदच्या चेहऱ्यावर निव्वळ भीती दिसली. 'तू... असं नाही...'

'होय... मी विचार करत होतो की तुझा शिरच्छेद करावा... आणि मग तुझं शरीर जाळून टाकावं...'

मक्सूदला जे पढवलं होतं, त्यावर त्याचा खरोखरच विश्वास होता. त्याला मृत्यूची भीती नव्हती. पण ज्यामुळे, निदान त्याच्या स्वतःच्या समजुतीनुसार, स्वर्गात पोचणंच अशक्य होईल अशा मार्गाने येणाऱ्या मृत्यूची मात्र त्याला भीती होती. त्याने अब्दुलकडे पाहिलं. 'तू स्वतः एक मुस्लिम आहेस... तू एका मुस्लिमाला असं होऊ देणार नाहीस... माझ्यावर व्यवस्थित अंतिम संस्कार झाले पाहिजेत...'

अब्दुलचा आवाज भावनोत्कट झाला होता, तो मोठ्या आवाजात म्हणाला, 'तू मुस्लिम नाहीस, मक्सूद. निरपराध, निःशस्त्र नागरिकांना ठार मारणारा माणूस मुस्लिम असूच शकत नाही. तुझ्या शरीराचं काय होतं याच्याशी मला काडीचंही देणंघेणं नाही.'

भयंकर घाबरलेला मक्सूद आता सुहेलदेवकडे वळला. 'तू असं करू शकत नाहीस... तू माझ्या धर्माचा मान ठेवला पाहिजेस... तू शत्रूला सन्मानाने वागवलं पाहिजे... तू माझे अंतिम संस्कार व्यवस्थित केले पाहिजेस...'

सुहेलदेव अगदी सावकाश तलवार बाहेर काढली. म्यानातून तलवार बाहेर काढताना झालेला भयकारी टणत्कार जणू एका सभ्य संस्कृतीच्या रागाचं प्रतिबिंब होतं, बर्बरांच्या हल्ल्याला प्रतिकार करताना, त्यांना समजेल अशा एकाच भाषेत दिलेलं ते उत्तर होतं.

मक्सूद गयावया करतच होता. 'मला चांगले अंत्यसंस्कार मिळायला हवे... तू तुझा धर्म पाळायला हवा...'

सुहेलदेवच्या ओठांना क्रूर मुरड पडली आणि तो खालच्या आवाजात म्हणाला, 'तुझं शरीर जळेल.'

श्रावस्तीच्या राजाने तलवारीला एक मोठा झोका दिला आणि एकाच निर्दयी घावात सालार मक्सूदचं मुंडकं उडवलं.

मक्सूदचं शिरविहीन धड जमिनीवर कोसळलं, त्याच्या कापलेल्या मानेतून उसळणाऱ्या रक्ताच्या कारंज्यांनी त्याच्याभोवती लालभडक रंगाचं थारोळं साचायला सुरुवात झाली. त्याचं डोकं बाजूला गडगडत गेलं होतं. ज्या भूमीला अपवित्र करण्याचं धाडस त्याने केलं होतं, त्याच मातीवर त्याचे रिते डोळे मिटले होते.

सुहेलदेवने तलवार खाली जमिनीवर टाकली. आणि सावकाश त्याच्या गळ्यातलं पदक बाहेर काढलं. त्याच्या थोरल्या भावाने कित्येक वर्षांपूर्वी त्याला भेट दिलेलं ते एक छोटंसं शिवलिंग होते.

तो भावाशी बोलत होता. तो मायभूमीशी बोलत होता. तो देवाशी बोलत होता.

'तुमचा बदला आज चुकता झाला.'

प्रकरण ३४

सालार मक्सूदला देहदंड दिल्याला केवळ अर्धा तास झाला होता. त्याचं शिरविहीन धड जिथे होतं तिथेच पडलं होतं. गोवर्धनच्या सैनिकांची एक तुकडी त्यावर पहारा देत होती.

सुहेलदेव राजतंबूत परत आला होता, त्याच्या लेखनाच्या चौपाईपाशी बसून आज्ञांवर सह्या करत होता. तोशनी बिछान्यावर पडून विश्रांती घेत होती. दोन वैद्य सतत तिच्यावर देखरेख करत होते. तिला काय हवं नको याची स्वतः जातीने काळजी घेता यावी म्हणून सुहेलदेवने तिला स्वतःच्या तंबूत हलवलं होतं. गोवर्धन आणि अब्दुल आल्याची वर्दी नुकतीच आली होती.

'काय काम काढलं?' हातातली पिसाची लेखणी खाली ठेवत सुहेलदेवने विचारलं, आलेल्या व्यत्ययाने त्याला आश्चर्य वाटलं होतं.

गोवर्धन आणि अब्दुल गप्पच होते. गोवर्धन अस्वस्थ दिसत होता. आणि अब्दुल चिडलेला दिसत होता.

'काय झालं, माझ्या मित्रांनो?' सुहेलदेवने विचारलं, त्याचा स्वर मऊ होता.

अब्दुलने गोवर्धनकडे रोखून पाहिलं. तो उघडच नाराज दिसत होता. सुहेलदेवही गोवर्धनकडे वळला आणि त्याने भुवया उंचावून प्रश्नार्थक नजरेने त्याच्याकडे पाहिलं.

'अं... महाराज,' गोवर्धन म्हणाला. 'तुम्ही खरंच तसं... करणार का खरंच तसं?'

'काय खरंच करणार का?'

'म्हणजे, सालार मक्सूदचं.'

'मक्सूदचं काय?'

'तुम्ही खरंच त्याचं शरीर जाळणार आहात का?'

सुहेलदेवने सुस्कारा टाकला आणि तो खुर्चीवर मागे रेलून बसला.

अब्दुल बोलू लागला. 'प्रभू सुहेलदेव, मी माझी भूमिका अगोदरच स्पष्ट सांगितलेली आहे. हरसरणला मक्सूदने जो कत्तल करण्याचा हुकूम दिला होता, त्यानंतर

मी अनेक मौलानांशी बोललो. त्या सगळ्यांचं एकमत आहे. जर मक्सूदने असा घृणास्पद गुन्हा केला असेल, तर तो आता मुळीच मुस्लिम नाही. आम्ही त्याला आमच्यातला एक समजतच नाही. आम्ही त्याचं शव स्वीकारायला नकार देतो. तुम्हाला त्याचं जे करायचं ते तुम्ही करू शकता.'

'हे झालं मौलाना काय म्हणतात त्याबद्दल, अब्दुल,' गोवर्धन म्हणाला.

'*ते* काय म्हणतात त्याबद्दलच आहे हे, गोवर्धन,' अब्दुल म्हणाला. 'त्याच्यावर इस्लामी पद्धतीने व्यवस्थित अंत्यसंस्कार झाले पाहिजेत असं तू मला थोड्या वेळापूर्वी सांगत होतास. आता मी तुला सांगतो की भारतातली कुठलीही मुस्लिम दफनभूमी त्याचं शरीर स्वीकारणार नाही. आम्ही त्याच्यावर अंत्यसंस्कार *करणार नाही*. तो आमच्यातला नाही. आणि त्याला आम्हा भारतीय मुस्लिमांमधला एक असल्यासारखं वागवून तू आमचा अपमान करतो आहेस.'

'मी तसं काहीही करायचा प्रयत्न करत नाहीये, अब्दुल,' गोवर्धन म्हणाला, त्याचा स्वर समजुतीचा, मवाळ होता. 'भारतीय मुस्लिमांनी मक्सूदच्या शरीरावर अंत्यसंस्कार केले पाहिजेत असं मी म्हणतच नाही. मी असं म्हणतो आहे की माझे सैनिक आणि मला ते काम करता येईल. आम्ही त्याचं दफन करू. पूर्ण आदराने. हे सालार मक्सूदबद्दल असं नाही. हे आपल्याबद्दल आहे. आपण कसं वागलं पाहिजे त्याबद्दल आहे.'

'आणि आपण कसं वागलं पाहिजे, गोवर्धन?' सुहेलदेवने विचारलं.

'महाराज, जेव्हा आपण त्यांच्याशी लढत होतो, तेव्हा आपण निर्दयीपणेच लढायला हवं होतं याच्याशी मी पूर्ण सहमतच आहे. पण तुर्कांच्यात आणि आपल्यात फरक आहे. आपण राक्षस नाही. आपण देवांचे वंशज आहोत. भगवान शिवाचे आणि प्रभू रामचंद्रांचे वंशज आहोत. देवी सती आणि देवी सीता यांचे वंशज आहोत. इतिहास आपल्याकडे बघेल. धर्म आपल्याकडे बघेल. मृताचा मान ठेवला तर आपण आपल्या पंथाचा मान ठेवू. आपण रागाच्या भरात काही करू नये.'

'हे रागापोटी आहे असं खरंच वाटतं तुम्हाला?' सुहेलदेवने विचारलं. 'मी रागावलो आहे आणि म्हणून मी हे करतो आहे असं वाटतं तुम्हाला?'

गोवर्धन शांत राहिला.

सुहेलदेव तोशनीकडे वळला. तिने मानेनेच होकार दिला. आणि तो पुन्हा मित्रांकडे वळला.

'मला हे का करायचं आहे हे मी सांगतो तुम्हाला,' सुहेलदेव म्हणाला. 'तुर्क मृत्यूला घाबरत नाहीत. ते घाबरले असते, तर त्यांना इतकं मोठं जग जिंकता आलं नसतं. आपण एकूण एक आक्रमकांची कत्तल केली या सत्याने ते थांबणार नाहीत. खरं तर, त्यामुळे त्यांना आपल्यावर आणखी हल्ले करायला चेव येईल. हुतात्मे हे धर्मवेड भडकवणारं इंधन आहे. पण, आपण त्यांच्याइतकेच राक्षसी होऊ शकतो, त्यांची शरीरं जाळून टाकू शकतो, असं जर त्यांना वाटलं, तर ते थांबून थोडा विचार करतील.'

गोवर्धनला हे फारसं पटलेलं दिसत नव्हतं. 'पण...'

'तुम्हाला काय वाटतं, ते आपल्या मंदिरांवर का हल्ले करत असतील, आणि का आपल्या मूर्ती फोडून टाकत असतील?' सुहेलदेवने विचारलं. 'आपल्या मूर्ती ओलीस ठेवणं आणि बदल्यात आपल्याला त्यांना पैसे द्यायला भाग पाडणं हेच जास्त तर्काला आणि विचाराला धरून झालं नसतं का? ते तसं करत नाहीत कारण ते आपलं मनोधैर्य खच्ची करण्यासाठी आपला विश्वास आणि आपली श्रद्धा यांचा उपयोग करून घेतात. ते आपलं चैतन्य, आपला अंतरात्माच ठेचून टाकतात. कारण अचेतन, आत्माहीन लोकांवर विजय मिळवणं फार सोपं आहे असं त्यांना वाटतं. त्यांचं उसनं त्यांच्याच चलनात त्यांना परत केलं पाहिजे. त्यांचे विश्वास आणि त्यांच्या श्रद्धा त्यांच्याच विरुद्ध वापरल्या पाहिजेत. त्यांना मृत्यूनंतरच्या जीवनात स्वर्ग हवा असतो. आणि आपण जर त्यांची शरीरं जाळली तर तो मिळणार नाही असा त्यांचा विश्वास असतो. हा त्यांचा विश्वास खरा की खोटा हे मला माहीत नाही. पण मला हे निश्चित माहीत आहे की, आपण जर त्यांचा विश्वास त्यांच्या विरुद्ध वापरला, तर ते पुन्हा भारतात येण्याची हिंमत करणार नाहीत. त्यांना जर कळलं की आपण त्यांना नुसते ठार मारत नाही, तर त्यांची शरीरं जाळतो, तर ते आपल्यावर आक्रमण करण्याचा प्रयत्नही करणार नाहीत.'

'पण आपण असं का केलं पाहिजे? जरी ते परत आले, तरी आपण पुन्हा त्यांचा पराभव करू शकतो. आपण त्या सर्वांना ठार करू.'

'आणि आणखी एका युद्धात आपले स्वतःचे किती सैनिक मरू द्यायचे?'

'तुम्ही काय म्हणताय ते समजतंय मला,' गोवर्धन म्हणाला. 'पण—'

सुहेलदेवने गोवर्धनला अडवलं. 'मी तुमच्या क्षत्रिय धर्माचा अवमान करतो आहे असा विचार करू नका. खरा क्षत्रिय देशासाठी प्राण द्यायला सदैव तयार असतो हे मला माहीत आहे. तुमच्या धैर्याचा आणि शौर्याचा मला नेहमीच आदर वाटत आला आहे.'

'नाही. नाही. मी ते काही म्हटलंच नाही. तुम्ही तसा विचार कधीही करणार नाही हे मला माहीत आहे. तुम्ही सर्वच वेगवेगळ्या भारतीय पंथांचा आदर करता. परंतु, धर्म असं नाही का सांगत, की आपण युद्ध जिंकलंच पाहिजे आणि ते न्याय्य मार्गानेच जिंकलं पाहिजे?'

'धर्म... किती साधा शब्द... पण त्यामागे किती गुंतागुंतीचं तत्त्वज्ञान आहे...' गोवर्धन आणि अब्दुलने पुढे केलेला आधाराचा हात नाकारत सुहेलदेव त्याच्या आसनावरून उठला आणि लंगडत लंगडत त्यांच्या जवळ गेला आणि त्या दोघांच्या अगदी जवळ बसला. 'धर्म म्हणजे काय? या प्रश्नाचा खल करत आपल्या पूर्वजांनी स्वतःला एक हजार वर्षं शिणवलं. आपणही त्याचा खल करूया. योद्ध्याचा धर्म काय आहे?'

गोवर्धनकडून तत्काळ उत्तर आलं. 'लढणं आणि जिंकणं. पण कोणतंही पाप...'

'... आपल्या आत्म्यावर येऊ न देता,' सुहेलदेवने गोवर्धनचं वाक्य पूर्ण केलं.

'होय. कोणतंही पाप आपल्या आत्म्यावर येऊ न देता. शत्रूला हरवणं, पण प्रतिष्ठेने. युद्ध जिंकणं, पण खऱ्या क्षात्रधर्माच्या नियमांचं पालन करून.'

सुहेलदेव हसला. 'हे आदर्श झालं, नाही का? एखादा योद्धा क्षात्रधर्माच्या नियमांचं पालन करून, एकही पाप न करता युद्ध जिंकला तर. पण जेव्हा आयुष्य तुम्हाला असा काही पर्यायच देत नाही, तेव्हा?'

गोवर्धन गप्प राहिला.

'असा विचार करा, गोवर्धन,' सुहेलदेव म्हणाला. 'समजा आयुष्याने एखाद्या योद्ध्याला अशा एका बेचक्यावर आणून ठेवलं की त्याच्यासमोर *फक्त* दोन पर्याय आहेत. एका रस्त्याने गेला, तर त्याला आपली प्रतिष्ठा जपता येते आणि एकही गुन्हा न करता आत्मा जपता येतो. आणि त्या मार्गाने तो शत्रूला परतही येऊ देतो. त्यामुळे, जे त्या योद्ध्याकडे संरक्षक म्हणून बघत होते, अशा हजारो निरपराध नागरिकांचा मृत्यूही ओढवू शकतो. पण दुसरा रस्ता घेतला, तर योद्धा स्वतःच्या माथ्यावर पाप घेतो. त्याला हे माहीत असतं की, कर्माच्या सिद्धांताप्रमाणे त्याला या पापाची शिक्षा भोगावी लागणार आहे. या जन्मात नाहीतर पुढच्या जन्मात. पण हे पाप केल्यामुळे, तो योद्धा याची खात्री करतो की शत्रू पुन्हा कधीही पलटून येणार नाही आणि त्याचे प्रजाजन मारले जाणार नाहीत. मग धर्म काय सांगतो? योद्ध्याने काय करावं?'

गोवर्धन गप्प राहिला.

'भगवान परशुराम काय म्हणाले होते आठवतंय?'

गोवर्धनने मानेने होकार दिला. त्याला माहीत होतं. सर्व योद्ध्यांना माहीत होतं.

'भगवान परशुराम म्हणाले होते, की खऱ्या योद्ध्याचं स्वतःच्या आत्म्यावर जितकं प्रेम असतं, त्याहूनही जास्त प्रेम स्वतःच्या देशावर असतं. आणि जर, आपल्या माथ्यावर पाप घेऊन, मोक्षाची आपली संधी दवडल्यामुळे जर त्याच्यावर अवलंबून असणाऱ्या लोकांचं तो रक्षण करू शकत असेल, तर त्याने ते करावं. मनात अजिबात शंका न आणता.'

गोवर्धन, अब्दुल आणि तोशनी गप्प होते.

सुहेलदेव क्षणभर थांबला, आणि मग स्पष्ट आवाजात म्हणाला, 'मक्सूदचं शरीर जळेल.'

सुहेलदेव बिछान्यातून उठला, तेव्हा पहाटेची लवकरची वेळ होती. तो तंबूच्या बाहेर आला आणि तबेल्याकडे गेला. त्याचे अंगरक्षक एक शब्दही न बोलता त्याच्या पावलावर पाऊल ठेवून त्याच्या मागोमाग गेले.

सालार मक्सूदला मृत्युदंड देऊन चार दिवस लोटले होते. सुहेलदेवच्या आज्ञेनुसार, मक्सूदचं शरीर अग्नीच्या हवाली केलं होतं. पण त्याचं शिर मात्र विशेष प्रक्रिया करून चांगलं राखलं होतं. सुहेलदेवकडे अजून गझनीला देण्यासाठी एक संदेश होता.

श्रावस्तीचा राजा सैन्यछावणीतील तबेल्यापाशी येताच तिथला सईस पोरगा झोपेतून उठून डोळे चोळत, धडपडून उभा राहिला. काहीही न बोलता, सुहेलदेवने त्याला घोड्यावर खोगीर चढवायला मदत केली. मग राजा त्या जनावरावर आरूढ झाला, आणि निघाला, त्याचे अंगरक्षक त्याच्या पाठोपाठ निघाले.

रणांगणापासून छावणी बऱ्यापैकी अंतरावर हलवली होती, पण सुहेलदेवला एक रपेट करायला काहीच अडचण नव्हती. दिवसाच्या त्या वेळी वाऱ्याच्या सुखद झुळुका येत होत्या आणि एकदा दिवसाची गडबड सुरू झाली की त्याच्या वाट्याला कधीही न येणारा निवांतपणा हवेत होता.

त्याला जिथे जायचं होतं तिथे पोचल्यावर, त्याने लगाम खेचला आणि घोड्याचा वेग कमी केला. पायउतार होऊन त्याने घोड्याचा लगाम एका रक्षकाच्या हातात दिला.

मग तो थोडं अंतर चालत गेला. त्याच्या मित्राच्या कबरीपाशी. अस्लनच्या चिरविश्रांतीच्या जागेपाशी, किंवा सालार मसूदच्या.

अस्लन जिवंत होता, तेव्हा तळ्याकाठची ही जागा त्याला अतिशय प्रिय होती आणि या जागी एक सूफी मठ स्थापावा असं त्याच्या मनात फार होतं. सुहेलदेवने ते लक्षात ठेवलं होतं आणि रणांगणावर अस्लनचं शव शोधून काढण्याची आणि इस्लामच्या विधिपूर्वक त्याचं, तळ्याकाठच्या त्याच्या आवडत्या जागी दफन करण्याची आज्ञा दिली होती.

तो रोज भल्या पहाटे तिथे येऊन काही क्षण तिथे घालवत असे आणि अस्लन जणू तिथे आहेच अशा भावनेने त्याच्याशी बोलत असे.

'मी उद्या निघणार, मित्रा,' सुहेलदेव मृदू आवाजात अस्लनच्या कबरीशी बोलू लागला, 'तू माझ्यासाठी, माझ्या मातृभूमीसाठी, आपल्या मातृभूमीसाठी जे जे केलंस त्या सगळ्यासाठी आभार.' निःश्वास टाकल्यासारखी एक जोराची झुळूक आली. सुहेलदेवने हात पुढे करून हलकेच कबरीला स्पर्श केला. 'विश्रांती घे, प्रिय मित्रा. तू ती कमावली आहेस. आमच्यापैकी कुणालाही कधीही तुझा विसर पडणार नाही. अल्लाह आणि भगवान शिवाचा आशीर्वाद तुझ्यावर सदैव असो.'

त्याने सरोवराकडे पाहिलं. अस्लनला हे दृश्य अतिशय प्रिय होते हे त्याला माहीत होते. मग त्याला दिसलं की फुलं घेऊन येणाऱ्या स्त्रियांच्या एका गटाला रक्षक मागे ढकलत होते.

'काय चाललं आहे?' सुहेलदेवने विचारलं.

'आम्ही अस्लनबाबाच्या कबरीजवळ प्रार्थना करायला आलो आहोत,' त्यांच्यातली एक स्त्री म्हणाली. तिच्या कपाळावर पारंपारिक हिंदू कुंकू लावलेलं होतं. तिच्याशेजारच्या एका स्त्रीने मुस्लिम पद्धतीचा अबाया घातला होता. 'अशा पवित्र जागी प्रार्थना केली तर ती नक्की फळाला येईल.'

एखाद्या संतासाठी तिथे बाबा असं म्हटलं जात असे. अस्लनने, किंवा सालार मसूदने भारताच्या रक्षणासाठी निभावलेल्या भूमिकेबद्दल स्थानिकांनी ऐकलं होतं. ते त्याचा सन्मान करायला येत होते, त्याची पूजासुद्धा करायला येत होते. नाहीतरी, स्वतःच्या अंतरंगातील देवत्व ओळखणाराच महात्मा असतो.

'काय अंधश्रद्धेची बडबड लावली आहे,' एका रक्षकाने सुरुवात केली. सुहेलदेवच्या जरबेच्या नजरेकडे लक्ष जाताच तो एकदम थांबला.

'अवश्य... तुम्हाला जर त्यामुळे शांती मिळत असेल, तर जरूर करा प्रार्थना,' सालार मसूदच्या कबरीकडे मागे वळून पाहात सुहेलदेव म्हणाला, 'कारण या स्थानाला भगवान शिव आणि अल्लाह दोघांचेही आशीर्वाद लाभलेले आहेत.'

त्याने रक्षकांना हाक मारून आपल्या पाठोपाठ यायला सांगितले, घोड्यावर मांड टाकली आणि दौडत निघून गेला.

बहराइचच्या युद्धाला एक वर्ष होऊन गेलं होतं.

तुर्कांनी विध्वंस केलेल्या बऱ्याच ठिकाणी पुनर्निर्माणाचं काम सुरू झालं होतं. पुन्हा बांधल्या जाणाऱ्या वास्तूंमध्ये एक होतं गुजराथच्या किनाऱ्यावरचं पवित्र सोमनाथ मंदिर.

मंदिरामध्ये महादेवाची, देवांचा देव भगवान शिवाची पुनर्स्थापना होणार होती, तेव्हा तुर्की त्रासाचा नाश करण्यासाठी कारणीभूत ठरलेल्या सुहेलदेव आणि त्याच्या पथकाला सन्माननीय अतिथी म्हणून विशेष निमंत्रण होते.

ते सुंदर भव्य शिवलिंग त्याच्यावर पडणाऱ्या सूर्यकिरणांनी चमचमत होतं. सोमनाथ मंदिराचं बांधकाम पूर्ण होईपर्यंत उभारलेल्या एका तात्पुरत्या आणि शुद्ध करून घेतलेल्या मंदिरात त्याची स्थापना केलेली होती. पण आज ते पुन्हा मुख्य मंदिरात त्याच्या हक्काच्या जागी विराजमान होणार होते.

सुहेलदेवने मूर्तीसमोर नतमस्तक होऊन तिला प्रणाम केला. 'सम्राट राजेंद्र चोलांकडून ही खरोखरच विलक्षण भेट आहे,' तो नरसिंहन म्हणाला. 'मूळ शिवलिंगाच्या तोलाची प्रतिकृती आहे ही.'

नरसिंहन गूढ हसला. 'होय... पण तुम्हाला हेही कळायला हवं की आज मूळ रूपाचा काही भागही आज पुन्हा सुप्रतिष्ठित होत आहे.'

सुहेलदेव बधीर होऊन त्याच्याकडे बघतच राहिला. 'म्हणजे... पण मला वाटलं की महमूदने...'

नरसिंहनच्या चेहऱ्यावर अजूनही हास्य होतं. सुहेलदेवला बसलेल्या आश्चर्याच्या धक्क्याची त्याला गंमत वाटत होती. 'ती एक मोठी कथा आहे, प्रभू. पण महमूदचा मृत्यू नैसर्गिक रीतीने झाला नाही. आणि आपण तिथेही सूड घेतला.'

'पण कसा?'

'मी सांगेन तुम्हाला... आणि कदाचित, एके दिवशी, कुणी लेखक याची कहाणीही लिहील. आणखी एखाद्या पुस्तकात. पण सध्या, आपण हा विधी पूर्ण करूया.'

सुहेलदेवच्या मनातली उत्सुकता अजून शमत नव्हती, तो अधूनमधून नरसिंहनकडे बघत होता. 'मित्रवर, हा कार्यक्रम संपल्यासंपल्या लगेच तुम्ही मला ती संपूर्ण कथा सांगितलीच पाहिजे.'

नरसिंहनने मस्तक झुकवलं. 'जशी आपली आज्ञा, आर्यवर.'

सुहेलदेव हसला आणि त्याने मैत्रीच्या भावनेने नरसिंहनचा हात हातात घेतला. मग तो तिथे जमलेल्या प्रचंड गर्दीकडे वळला.

अगदी समोरच तोशनी आणि त्याचे साथीदार, गोवर्धन, अब्दुल आणि संघमणि बसले होते. त्याची आईसुद्धा उपस्थित होती. तसेच श्रावस्तीच्या मित्रराज्यांपैकी अनेक जण होते, चंडेल सेनापती सूर्यवीर, राजा करण आणि तुर्कांविरुद्ध शौर्याने लढलेले अनेकजण. आणि देशभरातून आलेले अनेक भारतीय.

आता भाषण होणार हे त्यांनी ताडलं होतं. ते त्यांना हवंच होतं. आणि श्रोतृवृंद समोर दिसणाऱ्या त्यांच्या नायकाच्या नावाचा गजर करू लागला.

'सुहेलदेव!'

'सुहेलदेव!'

'सुहेलदेव!'

'मंदिराचं पुनर्निर्माण म्हणजे,' शांततेसाठी हात उंचावत सुहेलदेव म्हणाला, 'म्हणजे केवळ एक वास्तू नव्याने बांधणं एवढंच नाही.'

सगळी सभा चित्रासारखी स्तब्ध होऊन ऐकत होती.

'भगवान महादेव पुन्हा त्यांच्या जागी विराजमान होण्याबद्दल हे नाही. जर महादेव कुठे गेलेच नव्हते, तर ते परत कसे येणार?'

सभा गोंधळून गेली होती.

सुहेलदेव उलगडून स्पष्ट करू लागला. 'या विश्वातील चराचराच्या कणाकणात भगवान शिव आहेत. केवळ तुमच्यात आणि माझ्यात नव्हे, तर नद्या, महासागर, सर्व वस्तू, आणि सजीवांच्या अणूरेणूत, आकाशातील ताऱ्यांमध्ये, सर्वत्र भगवान शिव भरून राहिले आहेत. अगदी या इथल्या नष्ट झालेल्या मंदिरातही भगवान शिव वास करून होतेच.'

सगळे भारतीय शांतपणे ऐकत होते. एकाने कुणीतरी 'हर हर महादेव'ची आरोळी दिली. आपल्यापैकी प्रत्येकजण महादेव आहे. महादेव प्रत्येक वस्तूत आहे.

आणि अगदी उत्स्फूर्तपणे, प्रत्येकाने पाठोपाठ म्हटलं: 'हर हर महादेव!'

'मग हे मंदिर पुन्हा बांधण्याचं प्रयोजन तरी काय?' सुहेलदेवने विचारलं.

श्रावस्तीच्या राजाने सभोवार नजर फिरवली. उत्तर आलं नाही. सुहेलदेवने याचं उत्तर द्यावं म्हणून ते सारेजण थांबले होते.

सुहेलदेवचा आवाज बोलताबोलता चढला, 'सोमनाथजी मंदिराचं पुनर्निर्माण हे एक विधान आहे! जगासमोर केलेलं विधान! आपल्याबरोबरच्या अनेक प्राचीन संस्कृती लयाला गेल्या. आज रोममध्ये कुणीही रोमच्या देवांवर विश्वास ठेवत नाही. ग्रीसमध्ये कुणी ग्रीक मंदिरांमध्ये पूजाअर्चा करत नाही. इजिप्तच्या संस्कृतीचा ऱ्हास स्वतः इजिप्तच्या लोकांनीच केला. गूढ ज्ञान देणाऱ्या, भूमध्य समुद्राभोवतीच्या सर्व पाठशाळा ओस पडल्या. संपूर्ण जगभर, आपल्याबरोबर ज्यांनी संस्कृतीचा प्रवास सुरू केला, ते सारेजण अर्ध्या प्रवासातच नष्ट झाले. ते गतप्राण झाले!' मागच्या मंदिराकडे निर्देश करत सुहेलदेवने गर्जना केली, 'पण भगवान शिव साक्षी आहेत, आपली भारतीय संस्कृती मरणार नाही!'

साऱ्या गर्दीने एकमुखाने गर्जना केली. ती साद त्यांच्या हृदयाच्या तळापासून आली होती. ही साद अभिमानाची होती.

'त्या संस्कृती नष्ट झाल्या त्या परकीयांनी त्यांच्यावर आक्रमण केलं म्हणून नव्हे. कारण सुसंस्कृत लोकांवर असंस्कृत लोकांनी आक्रमण केलं नाही, असा एकतरी कालखंड आहे का? ते नष्ट झाले कारण सुसंस्कृत लोकांनी आपल्या स्वतःच्या संस्कृतीची पर्वा करणं थांबवलं. पण भगवान शिव साक्षी आहेत, आपण भारतीय आपल्या संस्कृतीची काळजी घेणं थांबवणार नाही!'

गर्दी जयजयकार करू लागली आणि सुहेलदेवच्या नावाचा घोष करू लागली. भारतमातेचा जयजयकार करू लागली. सुहेलदेवने हात उंचावून त्या सर्वांना शांत केलं.

'कुणीतरी एखाद्या देशाचा द्वेष करतो म्हणून तो देश नष्ट होत नाही. कारण या जगात द्वेष, तिरस्कार या भावना अस्तित्वातच नव्हत्या असा एक तरी कालखंड आहे का? मातृभूमी तेव्हा मरते, जेव्हा तिची स्वतःची अपत्ये तिच्यावर प्रेम करेनाशी होतात! राष्ट्र उभारलं जातं ते त्याचा तिरस्कार करणाऱ्यांकडून नव्हे, तर त्याच्यावर प्रेम करणाऱ्या खांद्यांच्या बळावर!' सुहेलदेवने त्याची वळलेली मूठ हवेत उंच केली. 'आणि भगवान शिव साक्षी आहेत, आपण भारतीय आपल्या देशावर सदैव प्रेम करत राहू!'

भोवती जमलेल्या साऱ्या लोकांनी त्यांचे हात उंचावले, त्यांच्या मुठी घट्ट वळलेल्या होत्या, त्यांची शरीरे आनंदातिशयाने नाचत होती, त्यांची हृदये उदात्त ध्येयाने भारलेली होती.

आता एकच मंत्र ओठांतून बाहेर पडला असता.

'जय मा भारती!'

'जय मा भारती!'

'जय मा भारती!'

'जय मा भारती!'

सुहेलदेवने शांततेचे आवाहन करत हात उंचावला. आणि सगळे शांत झाले.

'प्रत्येकाला भगवंताला स्पर्श करण्याचा मान मिळेल. मंदिरात त्याच्या स्वतःच्या जागी घेऊन जाण्याचा मान. त्याची मूर्ती घेऊन जाण्याचा मान. इथल्या प्रत्येकाला. प्रत्येकाला.'

हे अपारंपरिक होतं, चाकोरीच्या बाहेरचं होतं. पण सुहेलदेवला प्रश्न करण्याचं कुणाचं धाडस झालं नाही.

'चला, सुरू करू या!'

सुहेलदेवच्या इशाऱ्याबरोबर तोशनी पुढे आली. तसाच गोवर्धनही आला. एका डोळ्यावर पट्टी बांधलेला अब्दुलही पुढे आला. त्याच्या पाठोपाठ संघमणि आला. चोला सेनापती नरसिंहन, चंडेल सेनापती सूर्यवीर, आणि राजा करणही पुढे झाले. एक एक करून सुहेलदेवचे असंख्य मित्र आणि ज्येष्ठ अधिकारी पुढे झाले. ते पुढे वाकले, ज्यावर शिवलिंग ठेवलेलं होतं, त्या चौथऱ्यावरची पकड घट्ट केली, आणि त्यांचे स्नायू ताठले.

'हर हर महादेव!' सुहेलदेवने साद घातली.

'हर हर महादेव!' प्रत्येकाकडून प्रतिसाद आला.

ते सगळे ताठ झाले, तो चौथरा त्यांनी त्यांच्या खांद्यांवर पेलला होता.

ते शिवलिंग त्यांनी जवळच्याच मंदिरात नेताना गर्दीचा घोष चालूच होता.

'हर हर महादेव!'

'जय मा भारती!'

तो घोष मंदिराभोवती गुंजत राहिला, सागराच्या लाटांमधून प्रतिध्वनित होत राहिला. एक एक करून प्रत्येकाला चौथरा वाहून नेण्याची संधी मिळाली. भगवान महादेवाला त्याच्या नव्याने बांधलेल्या घरात घेऊन जाण्याची संधी. नव्याने बांधलेल्या सोमनाथ मंदिराच्या गाभाऱ्यात त्याची प्रतिष्ठापना करण्याची संधी.

मोठा मोठा होत जाणारा, पुन्हापुन्हा होणारा तो घोष ऐकून सुहेलदेवच्या अंगावर काटा उभा राहात होता. तो घोष इतक्या टिपेला पोचला, की त्याच्यापुढे किनाऱ्यावर आदळणाऱ्या सागरलाटांचा आवाजसुद्धा बुडून गेला.

पार पाठीमागे, मंदिराच्या प्रवेशद्वाराजवळ, काही वर्षांपूर्वी याच सोमनाथ मंदिरात तिरस्कृत गझनीच्या महमूदने केलेलं हत्याकांड पाहिलेला एक म्हातारा उभा होता. त्याने आपल्या लहानशा नातीकडे पाहिलं. 'जोवर श्रावस्तीच्या राजासारखे पुत्र आहेत, तोवर कुणा आक्रमकाची आपल्या देशाकडे वाकड्या नजरेने बघायची हिंमतही होणार नाही. सुहेलदेवकडून शीक, बाळा, त्याच्याकडून शीक.'

गझनाविद तुर्क धडा शिकले हे तर नक्कीच. कारण भारतातील त्यांचं संपूर्ण सैन्य मारलं गेलं होतं. अगदी एक न् एक माणूस. हे नुकसान भरून यायला त्यांना काही दशके लागली. सालार मक्सूदचं शरीर इतर प्रत्येक तुर्की सैनिकाच्या शरीराबरोबर जाळलं गेलं. आणि मक्सूदची राख एका पात्रात भरून ते रक्षापात्र गझनीला पाठवण्यात आलं. त्याच्याबरोबर एक संदेशही पाठवला गेला. हा संदेश सालार मक्सूदच्या कापलेल्या मुंडक्याच्या कपाळावर कोरला होता.

संदेश अगदी साधा होता.

भक्त म्हणून भारतात या, आणि आमची मातृभूमी खुल्या अंतःकरणाने तुमचं स्वागत करेल. आक्रमक म्हणून याल, तर तुमच्यापैकी प्रत्येकाला आम्ही जाळून टाकू.

तुर्क हा धडा नीटच शिकले. पुढच्या दीडशे वर्षांत भारतावर आक्रमण करण्याचा एकही प्रयत्न झाला नाही.

'सुहेलदेवकडून शीक, बाळा, त्याच्याकडून शीक. जय सुहेलदेव!'

त्या लहान मुलीने एकदा आपल्या आजोबांकडे पाहिलं. मग सुहेलदेवकडे पाहिलं. मोठं झाल्यावर आपण काय व्हायचं ते तिला माहीत होतं. तिला योद्धा व्हायचं होतं. भारताची योद्धा.

तिने आदरपूर्वक दोन्ही हात जोडून नमस्कार केला, आणि दूरवरच्या श्रावस्तीच्या राजाकडे बघून मस्तक लववलं, तिच्या आजोबांचीच आरोळी तिनेही दिली. 'जय सुहेलदेव!'

ओम् नमः शिवाय.
सारे विश्व शिवाला वंदन करते. मी शिवाला वंदन करतो.

अमीशची इतर पुस्तके

शिव त्रयी

भारतीय प्रकाशनाच्या इतिहासात सर्वाधिक वेगाने विक्री झालेली पुस्तकमालिका

मेलुहाचे मृत्युंजय

(त्रयीमधील पुस्तक १)

ख्रिस्तपूर्व १९००चा काळ. आधुनिक भारतीय ज्याला चुकून सिंधु संस्कृती म्हणतात, त्या काळातील रहिवासी या भूमीला मेलुहाची भूमी म्हणत. कित्येक शतकांपूर्वी प्रभु रामाने ही परिपूर्ण संस्कृती निर्मिली होती. त्यांचा पवित्र सरस्वती नदीचे पात्र कोरडे पडत चालले होते. पूर्वेकडील त्यांचा शत्रूकडून त्यांच्यावर अनेक दहशतवादी हल्ले होत होते. अशा परिस्थितीत त्यांचा कल्पित नायक नीलकंठ दुष्टांचा संहार करण्यासाठी अवतरित होईल का?

रहस्य नागांचे

(त्रयीमधील पुस्तक २)

भयावह नागा योद्धयाने आपल्या मित्राला बृहस्पतीला ठार मारले आणि तो सतीचा पाठलाग करत आहे. या सैतानाचा संहार शिव करणार आहे, असे भाकीत वर्तविण्यात आले आहे. आपल्या राक्षसी शत्रूचा शोध घेतल्याशिवाय तो मुळीच थांबणार नाही. भयानक युद्धे होतील. सूड घेण्याची त्याची तहान त्याला नागांच्या दारात नेऊन पोहोचवेल. भयानक युद्धे लढली जातील आणि त्रयीमधील या दुसऱ्या पुस्तकात अविश्वसनीय वाटणाऱ्या रहस्यांची उकल होईल.

शपथ वायुपुत्रांची

(त्रयीमधील पुस्तक ३)

शिवा नागांची राजधानी पंचवटी येथे पोहोचतो आणि आपल्या खऱ्या शत्रूच्या विरोधात लढण्याची तयारी करतो. काहीही झाले तरी नीलकंठ अपयशी होता कामा नये. आगतिक होऊन तो वायुपुत्रांची मदत मागतो. तो यशस्वी होईल का? आणि या सैतानाशी लढण्याची कोणती खरी किंमत चुकवावी लागेल? हे जाणून घेण्यासाठी सर्वाधिक खपाच्या या मालिकेतील शेवटचा भाग वाचा...

राम चंद्र मालिका

भारतीय प्रकाशनाच्या इतिहासात सर्वाधिक वेगाने विक्री झालेली दुसऱ्या क्रमांकावरील पुस्तकमालिका

राम-इक्ष्वाकुचे वंशज

(मालिकेतील पुस्तक १)

त्याचं त्याच्या देशावर प्रेम आहे आणि न्यायासाठी तो एकटाच उभा राहतो. त्याचा भाऊ, पत्नी आणि अंदाधुंद अशा अंधःकाराबरोबर दिलेली लढत. तो राजपुत्र राम आहे. त्याच्यावर लादल्या गेलेल्या कलंकांमधून तो पुन्हा वर येईल का? सीतेवरचं त्याचं प्रेम त्याला या संघर्षातून तारून नेईल का? आपलं बालपण उद्ध्वस्त करणाऱ्या त्या असुरराज रावणाचा तो पराभव करेल का? तो विष्णूचे दैव पूर्णत्वास नेईल का? अमीशच्या नव्या-राम चंद्र मालिकेबरोबर सुरुवात करा महाकाव्याच्या प्रवासाची.

सीता-मिथिलेची योद्धा

(मालिकेतील पुस्तक २)

माळावर एक बेवारस मुलगी मिळते. मिथिलेचा शक्तिहीन आणि उपेक्षित राजवंश तिला दत्तक घेतो. ही मुलगी मोठेपणी काही वेगळं करेल, असं कुणालाच वाटत नाही. पण ते चुकीचे ठरतात. कारण ती कुणी सामान्य मुलगी नाही. ती आहे सीता. अत्यंत नावीन्यपूर्ण आणि बहुरेषीय अशा या कथनामधून अमीश तुम्हाला राम चंद्र मालिकेच्या या भव्य जगात आणखी खोलवर घेऊन जातात.

रावण - आर्यावर्ताचा शत्रू

(मालिकेतील पुस्तक ३)

मनुष्यांमध्ये महत्तम बनण्याचा, विजयी होण्याचा, लूटमार करण्याचा आणि तो ज्याला आपल्या हक्काचं समजत होता, ते श्रेष्ठत्व मिळवण्याचा दृढसंकल्प रावणाने केला आहे. अत्यंत क्रूर हिंसा आणि प्रगाढ ज्ञान अशा विरोधाभासांनी त्याचं व्यक्तिमत्व पुरेपूर भरलेलं आहे. तो अपेक्षेविण प्रीतीही करू शकतो आणि पश्चात्तापाविण हत्याही करू शकतो. रामचंद्र मालिकेतील या तिसऱ्या पुस्तकात अमीशने लंकापती रावणाच्या व्यक्तिमत्वाच्या विविध पैलूंना जिवंत केलं आहे. तो इतिहासातील सर्वात मोठा खलनायक आहे, की दैवाच्या हातातील बाहुलं?

कथेतर

अमर्त्य भारत

देशातील सर्वोत्कृष्ट कथाकाराच्या-अमीशच्या नजरेतून भारताकडे पहा. तुम्ही पूर्वी कधीही ज्या नजरेतून भारताला समजावून घेतले नसेल त्या नजरेतून भारत समजून घेण्यास अमीश तुम्हाला मदत करतात. त्यात कामी येतात ते त्याचे विद्वत्तापूर्ण लेख, सूक्ष्म अर्थछटांची भाषणे आणि बौद्धिक युक्तिवाद. अमर्त्य भारत या पुस्तकामध्ये अमीश प्राचीन संस्कृतीच्या पार्श्वभूमीवर अद्भुतरम्य असा आधुनिक दृष्टिकोन मांडतो.